AF764868

அஞ்சுவண்ணம் தெரு

அஞ்சுவண்ணம் தெரு

தோப்பில் முஹம்மது மீரான் (1944 – 2019)

குமரி மாவட்டத்தின் கடற்கரைக் கிராமமான தேங்காப்பட்டணம் இவரின் சொந்த ஊர். தந்தை முஹம்மது அப்துல் காதர். தாயார் முஹம்மது பாத்திமா. தோப்பு என்பது இவரின் வீட்டுப் பெயர்.

தேங்காப்பட்டணம் அரசு தொடக்கப் பள்ளியிலும், அம்சி உயர்நிலைப் பள்ளியிலும், நாகர்கோவில் தெ.தி. இந்துக் கல்லூரியிலும் கல்வி பயின்றார்.

தமிழ் தாய்மொழி. கல்வி பயின்றது மலையாளத்தில்.

தமிழில் ஆறு நாவல்களும் ஏழு சிறுகதைத் தொகுப்புகளும், மலையாளத்தில் இரண்டு நாவல்களும் மலையாளச் சிறுகதைகளின் மொழிபெயர்ப்பு நூல் ஒன்றும் வெளி வந்துள்ளன. சாகித்திய அகாதெமி விருது உட்படப் பல்வேறு விருதுகள் பெற்றிருக்கிறார். 'ஒரு கடலோர கிராமத்தின் கதை'யின் ஆங்கில மொழிபெயர்ப்பு 'Crossword Book Award'க்குப் பரிந்துரை செய்யப்பட்டது.

தோப்பில் முஹம்மது மீரான் 10.05.2019 அன்று திருநெல்வேலியில் காலமானார்.

மனைவி: ஜலீலா. மகன்கள்: ஷமிம் அகம்மது, மிர்ஷாத் அகம்மது.

காலச்சுவடு வெளியிட்ட
தோப்பில் முஹம்மது மீரான் நூல்கள்

நாவல்

- ஒரு கடலோர கிராமத்தின் கதை (கிளாசிக் வரிசை)
- சாய்வு நாற்காலி (கிளாசிக் வரிசை)
- குடியேற்றம்
- கூனன் தோப்பு
- துறைமுகம்

சிறுகதைகள்

- தோப்பில் முஹம்மது மீரான் சிறுகதைகள் (முழுத் தொகுப்பு)

மொழிபெயர்ப்பு

- தனிமையின் நூர் வருடங்கள் (மலையாளச் சிறுகதைகள்)

தோப்பில் முஹம்மது மீரான்

அஞ்சுவண்ணம் தெரு

காலச்சுவடு பதிப்பகம்

அன்பார்ந்த வாசகருக்கு,

வணக்கம்.

காலச்சுவடு நூலை வாங்கியமைக்கு நன்றி.

நூலின் உள்ளடக்கம், உருவாக்கம், அட்டைப்படம் இன்ன பிற அம்சங்கள் பற்றிய உங்கள் கருத்துகளையும் ஆலோசனைகளையும் காலச்சுவடு வரவேற்கிறது. தகவல், எழுத்து, வாக்கியப் பிழைகள் தென்பட்டால் கட்டாயம் தெரிவித்து உதவுங்கள். நூல் தயாரிப்பில் கடும் குறைபாடு இருப்பின் மாற்றுப் பிரதி உங்களுக்குக் கிடைக்கக் காலச்சுவடு ஏற்பாடு செய்யும்.

***மின்னஞ்சல்:* publisher@kalachuvadu.com**

காலச்சுவடு நாகர்கோவில் தலைமையகத்துக்கும் கடிதம் அனுப்பலாம்.

தங்கள்
எஸ்.ஆர். சுந்தரம் (கண்ணன்)
பதிப்பாளர் — நிர்வாக இயக்குநர்

அஞ்சுவண்ணம் தெரு • நாவல் • ஆசிரியர்: தோப்பில் முஹம்மது மீரான் •

• முதல் பதிப்பு: 2008 • காலச்சுவடு முதல் பதிப்பு: ஆகஸ்ட் 2019, மூன்றாம் (குறும்) பதிப்பு: பிப்ரவரி 2021 • வெளியீடு: காலச்சுவடு பப்ளிகேஷன்ஸ் (பி) லிட்., 669, கே.பி. சாலை, நாகர்கோவில் 629001

ancuvaNNam teru • Novel • Author: Thoppil Mohamed Meeran •

• Language: Tamil • First Edition: 2008 • Kalachuvadu First Edition: August 2019, Third (Short) Edition: February 2021 • Size: Demy 1 x 8 • Paper: 18.6 kg maplitho • Pages: 280

Published by Kalachuvadu Publications Pvt. Ltd., 669, K.P. Road, Nagercoil 629001, India • Phone: 91-4652-278525 • mail: publications @kalachuvadu.com • Printed at Adyar Students xerox Pvt. Ltd., No. 9, Sunkuraman street, Parrys Chennai 600001

ISBN: 978-93-88631-79-2

02/2021/S.No. 911, kcp 2855, 18.6 (3) rss

இது
என் பேரக்குட்டிகள்
முகம்மது அபூ ஷாருக்
ஷாஹினா ஜலீலா
அஃப்ராஹ் ஜலீலா
இவர்களுக்கு உப்பா

முதல் பதிப்பின் நன்றியுரை

இந்நாவலை முதலில் குறுநாவலாக வெளியிட்ட *மாத்தியமம்* நாளிதழுக்கும், பிறகு விரிவான தொடராக வெளியிட்ட *சமநிலைச் சமுதாயம்* மாத இதழின் சிறப்பாசிரியர் ஏ.வி.எம். ஜாஃபர்தீன் அண்ணன், ஆசிரியர் ஜாஃபர் சாதிக் பாகவி ஆகியோருக்கும், கட்டமைப்பான நாவலாக வெளிவருவதற்குக் கவனமாகப் படித்து ஆலோசனைகள் வழங்கிய நண்பர் கவிஞர் அபி அவர்களுக்கும், வாசித்து தமது அனுபவத்தைக் கூறிய அண்ணாச்சி எம். சிவசுப்பிரமணியம், கிருஷி, ஜெயமோகன், சிராஜுல்ஹஸன் ஆகியோருக்கும் நன்றி.

தோப்பில் முஹம்மது மீரான்

ஆதி தெருவின் கிஸ்ஸா[1]

கதிர்மணிகள் சூடிநிற்கும் வயல் ஏலாவி லிருந்து கிலுகிலுங்கி வரும் மென்காற்று சுழன்றடிக்கும் அஞ்சுவண்ணம் தெருவில், ஷேக் மதார் சாகிபிடமிருந்து வாங்கி, புதுசாகக் குடிவந்த தாத்தா (அக்கா)வுடைய 'தாருல் சாஹினா'வின் முன் திண்ணையில் போடப்பட்ட சாய்வு நாற்காலியில் வாப்பா (அப்பா) உட்கார்ந்துகொண்டு எதிர் வீட்டைப் பார்த்தபோது வெளி வராண்டாவில் பக்கீர் பாவா சாகிப் உட்கார்ந்து காற்று வாங்கிக் கொண்டிருப்பது பார்வையில் பட்டது. இவர் குடும்பத்தைச் சேர்ந்த சாகிப், தெருவில் உசத்தியான குடும்பம். தெருவில் முதலில் குடியேறிய குடும்பம். அஞ்சுவண்ணம் தெருவின் ஆதி வரலாறு தெரிந்த, வாழ்ந்திருக்கக்கூடிய ஒரே மனுசன்.

அவரிடம் கேட்டால் அடக்கம் செய்யப்பட்ட தாயைப் பற்றிய வரலாறு தெரிந்துகொள்ளலாம். வேனில் காலங்களில் வயல் ஏலாக்கள் கருகிவிடாமலிருக்க வானம் பொழிய வேண்டுவதும், பேய் மாரியால் கதிர்பொதி வந்த வயற்காடுகள் தண்ணீரில் மூழ்கி அழுகிவிடாமலிருக்க மழையை நிப்பாட்டி வெட்டாப்புத் தரவேண்டுவதும் அடக்கம் செய்யப்பட்ட தாயிடமானதால் அந்த அற்புத தாயைப் பற்றித் தெரிந்துகொள்ள மூக்களவு ஆசை. அவரை எப்படி அணுகுவது? அவரைப் பார்த்துப் பேசுவதற்கோ சலாம் சொல்லுவதற்கோ வாய்ப்பு கிடைக்கவில்லை. முன்பின் பரிச்சயமில்லாத ஒருவரைப் போய் அணுகிக் கேட்க கூச்சமாக இருந்தது.

1. கிஸ்ஸா – கதை

வாப்பா, பக்கீர் பாவா சாகிபைக் கூர்ந்து நோக்குவதையும் அவரோடு ஏதோ பேச விரும்புவதாகவும் உணர்ந்து அவர் வாப்பாவுக்கு அங்கிருந்துகொண்டே சலாம் சொன்னார்.

'வாங்களேன். இங்கேயும் காத்துவரும்.'

வாப்பா தெருவின் எதிர் வரிசைக்குச் சென்றது எதற்கென்று முதலில் தாத்தாவுக்குப் புரியவில்லை. தூணில் சாய்ந்து நின்று வாப்பாவும் பக்கீர் பாவா சாகிபும் பேசுவதைக் கவனிக்க முயன்றாலும் குழாயடிக் கூச்சலில் பேச்சு தெளிவாகக் கேட்கவில்லை.

வாப்பாவுக்கு உட்கார வராண்டாவைத் துடைத்துக் கொடுத்தார்.

'அடக்கம் செய்யப்பட்ட தாய் யாரோ?'

'தெரியாதோ? கேள்விப்பட்டதில்லையோ?'

'தெருச் சனங்கள் சொல்லி கேள்விப்பட்டிருக்கேன். அந்த தாயும்மாக்க சரித்திரம் தெரியாதே...'

'அஞ்சுவண்ணம் தெருவில் யாருக்கும் ஆதி சரித்திரம் தெரியாது. ஆதி சரித்திரம் தெரிஞ்ச, சீவனோட இருக்குத ஒரே மனுசன் நாந்தான் கேட்டீங்களா?'

'என்னவாக்கும்? கொஞ்சம் சொல்லுங்கோ பாவா.'

அஞ்சுவண்ணம் தெருவின் ஆதி வரலாறு தெரிந்தவரான பக்கீர் பாவா சாகிப் நூற்றாண்டுகளுக்குள் தூசிபடிந்து கிடந்த ஆதி வரலாற்றின் சுருளை நிமிர்த்தும் முன் ஒரு பசுமார்க் சுருட்டு எடுத்துப் பற்றவைத்தார். சுருட்டுப் புகை வாப்பாவுக்குப் பிடிக்காததால் முகத்தில் தட்டிய புகையைச் சுவாசிக்காமலிருக்க முகத்தைத் திருப்பியபோது கேட்டார்.

'சுருட்டு குடிக்க மாட்டீங்களோ?'

'குடிக்க மாட்டேன்.'

அஞ்சுவண்ணம் தெருவின் ஆதிவரலாறும் அடக்கம் செய்யப்பட்ட தாயின் வரலாறும் சுருட்டிக் கட்டப்பட்ட மூட்டையை அவிழ்த்தார் பக்கீர் பாவா சாகிப்.

மலையாளத்து மகாராஜா சோள நாட்டிலிருந்தும் பாண்டிய நாட்டிலிருந்தும் பண்டுகாலம் அஞ்சு நெசவாளர்கள் குடும்பங்களை வரவழைத்து நாஞ்சி நாட்டில் குடிவைத்தார்.

முஸ்லிம்களான அந்த நெசவாளர்களை ஒரே இடத்தில் குடி அமர்த்தினார். அவர்களுக்கு உணவுக்குத் தட்டுமுட்டு வராமலிருப்பதற்காக இரு பூ விளையும் வயல் ஏலாவை கரமொழிவாக்கி (தீர்வை விலக்கு) இனாமாக எழுதிக் கொடுத்தார். அந்த வயல் ஏலாவின் பெயர்தான் 'அய்வர் குடும்ப பத்து' இப்போதுள்ள இரயில்வே ஸ்டேசன்.

அந்த அஞ்சு குடும்பங்களுக்கும் காரணவராக இருந்தவர் என் முப்பாட்டன் சுல்தான் அலாவுத்தீன் சாகிப். அவர் அன்று தலையில் வைத்திருந்தது சிவந்த மலாயா தொப்பி. அவருடைய வாரிசுகளான நாங்கள் அதனால்தான் சிவந்த மலாயா தொப்பி அணிந்து திரிவது. நாங்கதான் இங்குள்ள பூர்வீகக் குடி. சாகிபுகள். ரெண்டு மூணு தலைமுறைகள் கடந்து போனது. பெற்று பெருகியது சனம். நெசவாளர்களுடைய மக்கள் தொகை கூடியது. பிறகு இது தெருவாக மாறியது. நாஞ்சி நாட்டில் தோன்றிய முதல் தெரு. அப்போது வேம்படித் தெரு இல்லை. பள்ளித்தெரு இல்லை. புதுத் தெரு இல்லை. வாய்க்காந் தெரு இல்லை. கச்சப்பர தெரு இல்லை. ஒரே தெரு. எங்க தெரு மட்டும். பெயர் சூட்டாத தெரு.

அய்வர் குடும்பத்தில் தஞ்சாவூரிலிருந்து வந்த ஒரு குடும்பமும் உண்டு. அந்தக் குடும்பத்திலுள்ள பெண்கள் பதிநாலாம் பக்கத்துப் பட்டுநிலா போன்றிருப்பார்கள்.

அழகிகள், கண்களைக் கூசவைக்கும் அழகு. வெளியே இறங்கமாட்டார்கள். திருஷ்டி விழுந்துவிடுமென்ற அச்சம். ஏதாவது ஜின்னுகள் வந்து மோக மூட்டிக் கடத்தி ஏழாம் பஹருக்க (கடல்) அக்கரைக்குக் கொண்டுபோய் விட்டாலோ? அந்நிய ஆடவர்களுடைய முகத்தை ஏறிட்டுப் பார்க்காத பத்தினிப் பெண்கள்.

நாடாளும் மலையாளத்து மகாராஜாவை அவர்கள் யாரும் பார்த்ததில்லை. தஞ்சாவூர் தாயும்மாவுக்கு மகாராஜாவைப் பார்க்க வேண்டுமென்ற தீராத ஆசை. தெருவுக்குப பின்பக்கமாகச் செல்லும் இராஜ பாதை வழியாக நாடாளும் திருமனசு சுசீந்திரம் தாணுமாலயன் பெருமாள் கோயிலுக்கு எழுந்தருள்வதாக அவங்க காதில் விழுந்தது.

பட்டுத் திரைகள் போட்ட பல்லக்கில் திருவுள்ளம் பவனி வரும் கோலாகலம் கேட்டு, வீட்டின் பின்பக்கமுள்ள செத்தை வேலியில் மறைந்து நின்றுகொண்டு வேலி ஓட்டை வழியாக பார்த்தாவொ, திருமேனியுடைய திருமுகம் தெரியவில்லை. பட்டுத் திரைகள் போட்ட பல்லக்கும் பல்லக்குத் தூக்கிகளும் மட்டுமே அவங்க கண்ணுக்குத் தெரிந்தது.

ஆனால் பல்லக்கிற்குள்ளிருந்த அந்த மகாபாவியுடைய கண்கள் அம்பாய்ப் பல்லக்குத் திரையைத் துளைத்துச் சற்றுத் தொலைவிலுள்ள செத்தை வேலியைத் துளைத்து வேலிக்குள் பாய்ந்து வந்தது எப்படி என்பதுதான் பெரும் புதிர்.

சுசீந்திரத்தைப் போய் அடைந்தாரோ என்னவோ ஆண்டவன் அறிவான்!

ராஜதூது வந்தது. வேலியில் மறைந்து நின்ற நீலத் தட்டம் (கவிணி – தாவணி) போட்ட பெண்ணை மன்னருக்குத் திருமணம் செய்து வைக்க வேண்டுமாம்.

தாயும்மாவுடைய வாப்பாவுடைய நெஞ்சு கேட்ட நேரமே வெடிச்சுப்போகும் போலிருந்தது. அப்படியே உட்கார்ந்து விட்டார். மாளுமாளாக இரத்தக் கண்ணீர் வடித்தார்.

எட்டு ஆண் பிள்ளைகளுக்கிடையில் ஒரே ஒரு பெண் மகள், ஹாஜறா. இளைய மகள். செல்லமாக வளர்த்த மகள். குர்ஆன் முழுவதும் ஓதி முடித்து, பல சூறாக்களை (குர்ஆன் அத்தியாயங்கள்) மனனம் செய்து அய்ந்து வேளை தொழுது அல்லாவைப் பயந்த சாலிஹான (பக்தியுள்ள) பெண்மகள்.

ராஜ கட்டளை, எதிர்வாய் பேச முடியாது. பேசினால், தலைகள் தரையில் உருளும்.

நாடாளும் மாமன்னனாகியிருந்தாலும் காபிரல்லவா? ஒரு காபிருக்கு சாலிஹான ஒரு முஸ்லிம் பெண்ணை மணம் முடித்துக் கொடுப்பதா?

வாப்பாவும் எட்டு ஆண் பிள்ளைகளும் தலை சூடேறச் சிந்தனை செய்தனர். இரவு பகலாகச் சிந்தனை செய்தனர். திடீரென பட்டுத் திரைபோட்ட பல்லக்கை வீட்டுக்கு முன் கொண்டு இறக்கலாம். எதிர் சொல்ல முடியாது. சண்டை போட்டு பல்லக்கைத் திருப்பி அனுப்ப முடியாது. ஒரே ஒரு வழிதானுண்டு. ஒரே வழி.

எட்டு ஆண் பிள்ளைகளையும் அவர் அழைத்தார். இந்த நாட்டில் இனி நமக்கு வாழ முடியாது. இரவோடு இரவாக அனைவரும் நாட்டை விட்டு ஓடவேண்டும். மானம்தான் பெரிசு. ஈமான்தான் உயிர். ஈமானை இழந்து உயிர் வாழ்வதா?

'தங்கச்சி ஹாஜரா?' உடன்பிறப்புகள் கேட்டனர்.

'நான் அவளையும் கூட்டி சோள நாட்டுக்குப் போறேன்.'

ராய்க்கு ராமானம் இடுதடிகளான எட்டு சகோதரர்களும் நாட்டைவிட்டு ஓடித் தப்பினர். எட்டு திசைகளை நோக்கி.

பிறகு, வாப்பா ஒரு மண்வெட்டி எடுத்துக்கொண்டு இருளில் மறைவதை ஹாஜரா கவனித்தாள். இந்த அந்தி பாதிராவுக்கு தன்னைத் தன்னம்தனியாக விட்டுவிட்டு, வாப்பா மண்வெட்டியுடன் எங்கே செல்கிறார்? அவளுக்குப் புரியவில்லை. புதைத்துவைத்திருந்த ஏதேனும் பொருட்களை எடுக்கவா?

இருளில் மூழ்கிய தெரு. வீட்டிற்குள் ஒரே ஒரு சட்டி விளக்கு வெளிச்சம் மட்டும். உம்மாவின் முகம் பார்த்ததில்லை. பால் குடி மாறிய நாளில் மவுத்தாகிப்போன உம்மா. வாப்பாவின் அன்பிலும் எட்டு சகோதரர்களின் பாசத்திலும் வளர்ந்து குமரான பிறகு, பிறந்த ஊரைவிட்டே இரவோடு இரவாக ஓட வேண்டிய நிலை. ஏன் இந்த நிலை? என்னுடைய அழகுதானே? இனி வாப்பாவின் துணையுடன் செல்லும் தேசத்திலாவது நிம்மதியாக வாழ முடியுமா? அந்த தேசமும் ஒரு அரசனுடைய ஆட்சியின் கீழ்தானே இருக்கும். தன்னுடைய அழகில் அந்த அரசனுக்கும் மோகமுண்டானால்?

அரசனில்லாத தேசம் எங்கு இருக்கிறது? அங்கு போய் மனஅமைதியுடன் வாழலாம். ஒரு அரசனுடைய ஆட்சியின் கீழ் இல்லாத தேசம் எங்கே இருக்கிறதென்பதைப் பற்றிச் சிந்திக்கலானாள். பெண்களுக்கு அழகு வரமா, தண்டனையா என்ற கேள்வி அவளுக்குள் எழுந்தது. அவளைப் பொறுத்த மட்டில் அது மிகப் பெரிய தண்டனையாக உணர்ந்தாள். அவளுடைய அழகு காரணம் பாசம் வைத்திருந்த எட்டு உடன் பிறப்புகளை இழக்க நேர்ந்தது. ஓடி விளையாடிய இந்த மண் மனையை விட்டுக் கண்ணுக்கு எட்டாத ஏதோ தூர தேசத்துக்கு இந்த இருள் இரவிலேயே வயோதிகரான தகப்பனாருடன் ஓடித் தப்ப வேண்டிய பரிதாபம் ஏற்பட்டிருக்கிறது. அழகு சாபமாக மாறிவிட்ட நிமிடத்தை எண்ணிப் பதைபதைத்தாள்.

வாப்பா இருட்டைக் கிழித்துக்கொண்டு வரும்போது அவர் கையில் மண்வெட்டி இல்லை. மண்வெட்டி எங்கே என்று கேட்கும்முன் அவள் வாப்பாவுடைய முகத்தைச் சட்டி விளக்கு வெளிச்சத்தில் பார்த்தாள்.

வாப்பாவுடைய கண்கள் கலங்கிச் சிவந்து வடிந்து கொண்டிருந்தன.

இருவரும் முகத்தோடும் முகம் பார்த்து நின்றனர். மகளுடைய நிலவழகை அவர் பார்த்தார். பால்குடி மட்டும் மாறிய செல்ல மகளை, மடியில் போட்டு வளர்த்த கடந்த காலத்தை அவளுடைய முகத்தில் வாசித்தார். ஊரைவிட்டு

தன்னையும் கொண்டு, திசையும் வழியும் தெரியாத ஏதோ நாட்டுக்குப் போக வேண்டிய நிலை வந்துவிட்ட சோகத்தை அவள் அவருடைய முகத்தில் வாசித்தாள். தாயாகவும் வாப்பாவாகவும் இருந்து தன்னை வளர்த்த வாப்பா அழுவதை அவள் முதல்தடவையாக பார்க்கின்றாள்.

சிறிது நேரம் மவுனம் முகத்துக்கு முகம் பேசியது.

எந்நேரமும் தெருவுப் புழுதியை கிளப்பிக்கொண்டு மலையாளத்து மன்னனுடைய தூதுவன் ஏறிவரும் குதிரை வரலாம். குதிரைக்குப் பின்னால் பட்டுத் திரைபோட்ட மேனா கொண்டு வரப்படலாம்.

'எம்மா, ஹாஜரா.'

சொற்கள் சிக்கிக்கொண்ட தொண்டைக்குள்ளிருந்து மிகச் சிரமப்பட்டு சொற்களை உருவினார்.

அவள் வாப்பாவின் வடியும் கண்களில் உற்று நோக்கினாள். இனம் தெரியாத ஒரு துயர சாகரம் அலையெழுப்பிக் கொண்டிருந்தது. சோகம் இப்படியும் மனிதர்களை இறுக்கிக் கசக்குமா? 'வாப்பா', வாப்பாவை ஆறுதல் படுத்தும்படியாயிருந்தது அவளுடைய கூப்பிடல் குரல், 'புறப்படுவோம் வாப்பா'.

புதைத்துவைத்திருந்த புதையலை வாப்பா எடுத்துவிட்டு மண்வெட்டியை அங்கே போட்டுவிட்டு வந்திருக்கிறார் போலும். அடுத்து, புறப்படுவதற்கான ஆயத்தம். அவள் வாப்பாவைத் துரிதப்படுத்தினாள். எடுக்க வேண்டிய பொருட்களை எடுப்பது பற்றி யோசிக்கையில்,

'எம்மா ஹாஜரா! நீ ஒரு காபிருக்க மனைவியாக இருக்க விரும்பிறியா ... ?' வாப்பா கேட்டார்.

'ஒரு காபிருக்கு நான் எப்படி மனைவியாக இருப்பேன்? ஏழையானாலும் ஒரு முஸ்லிமைத்தான் கட்டிக்கொள்வேன் வாப்பா'.

'ஒரு அரசனுடைய ஆட்சியின் கீழ் இல்லாத தேசமாக இருக்கணும். அங்குதான் நம்மால் நிம்மதியாக வாழ முடியும்'.

'அப்படிப்பட்ட தேசம் ... ?'

'எங்கும் இல்லையம்மா ...'

'நாம் போறப் போவது?'

'எங்கு போனாலும் அரசப் படை நம்மைத் துரத்திப் பிடிக்கும்.'

'நீசப் படையிடம் அம்புடாமல் தப்ப என்ன வழி?'

'எனக்குத் தெரிந்தது ஒரே வழி'.

'அந்த வழியைச் சொல்லுங்க வாப்பா. சீக்கிரம் மலையாளத்து மன்னனுடைய மேனா வரும் முன்னே புறப்படுவோம்.'

'புறப்படம்மா, சீக்கிரம் புறப்படு'.

வாப்பா முன்னே நடக்க, அவள் வாப்பாவின் உப்புக் குற்றிக் காலைநோக்கிப் பின்தொடர்ந்தாள். இருட்டு கிழிபட்டது.

இருவரும் போய் நின்றது நீளமாக வெட்டிய ஒரு குழியருகில்.

'வாப்பா குழி'.

'ஆமா, அம்மா, நாம் எங்கு போனாலும் மலையாளத்து மன்னனுடைய படை துரத்திப் பிடிக்கும். மன்னன் உன்னை மனைவியாக்கிவிடுவான். நீ காபிராக இறக்கப்போகிறியா? ஈமானு[2]ள்ள முஸ்லிமாக இறக்க விரும்பிறியா?' அவருடைய குரல் இடறியிருந்தது.

'ஈமானுள்ள முஸ்லிமாக.'

'அப்படியானால் இந்த குழியில் இறங்கம்மா.'

'வாப்பா ...?'

'இதுக்குள் எந்த மன்னனுடைய ஆட்சியும் இல்லம்மா. உன்னைப் படைச்ச அல்லாஹ்வுடைய ஆட்சிதான் ...'

'வாப்பா நீங்க?'

'உனக்குப் பின்னாடி நான் ...'

ஒரு மகத்தான கோட்பாட்டிற்கு எந்தவித ஊனமும் தட்டாமலிருக்கவும் ஒரு பாரம்பரியத்தின் பெருமைக்குக் களங்கம் ஏற்படாமலிருக்கவும் புன்னகையோடு வாப்பா கையைப் பிடித்து இறக்கிய குழியில் அவள் இறங்கினாள்.

'வாப்பா!'

'நீ அழுகிறியா? மகிழ்ச்சியோடு விடை பெறுகிறாயா?' இருட்டில் முகம் தெரியாததால் கேட்டார்.

அவளுடைய நெஞ்சம் பதைபதைத்தது. மன்னனுடைய குதிரைப் படையாளியும் மேனாவும் வரும் முன்.

'நான் அழலல. மல்லாக்க படுத்துக்கொண்டிருக்கிறேன்.'

---

2. ஈமான் – இறைநம்பிக்கை.

'நெஞ்சில் கையைத் தொழுகைக்குக் கட்டும்போல் கட்டிக் கொள். கலிமா[3] சொல்லி கண்ணை மூடம்மா. உன் முகத்தை கிப்லா[4]வுக்கு நேராக வைத்துக்கொள்ளம்மா ...?'

'சொன்னபடி செய்தேன் வாப்பா!'

குழிக்குள்ளிருந்து உறுதியான, எந்தப் பதற்றமுமில்லாத குரல் கேட்டதும் மண் வெட்டியால் குழியில் மண்ணைப் போட்டார். மூச்சுத் திணறியதும் மணலை விலக்கிக்கொண்டு எழும்ப முற்படுவது போன்று மண் இளகியதை இருள் மறைவில் அவரால் பார்க்க முடியவில்லை. துருதுருவென மேலுக்கு மேல் மண்போய் விழுந்ததால் மூச்சடங்கி மண்ணின் அசைவு நின்றுவிட்டது.

வீட்டுக்கு நெருப்பூட்டிவிட்டுக் கிழக்கு திக்கு நோக்கி ஓடினார். சூரியோதயத்திற்கு முன் ஆரல்வாய்மொழியைக் கடந்து தென்பாண்டி நாட்டை அடைந்தார். அங்கிருந்தும் ஓட்டம் பிடித்தார். ஓடி ஓடி ஓடி ஒரு ஆட்சியின் கீழும் இல்லாத தேசத்தைத் தேடி ஓடிக் கொண்டிருக்கிறார். கியாமம் (உலக முடிவு நாள்) வரை அவர் ஓடிக்கொண்டேயிருப்பார்.

---

3. கலிமா – சத்தியப்பிரமாணம், மூல மந்திரம்

4. கிப்லா – மக்காவிலுள்ள காபா பள்ளிவாசல் இருக்கும் திசை

1

வாப்பாவும் மச்சானும் பலரை அணுகி எவ்வளவு பணம் வேண்டுமானாலும் கொடுப்பதாகச் சொல்லி ஆசைகாட்டிப் பார்த்தனர். அன்றைய தினம் விலைக்கு வாங்கிய அஞ்சுவண்ணம் தெருவிலுள்ள வீட்டில் ஒரு இரவு படுத்துறங்குவதற்கு யாரும் கிடைக்காத ஏமாற்றம். இந்த வீட்டைப் பற்றி அப்பகுதியுள்ளவர்களுக்குத் தெரியுமானதால் யாருக்கும் அதற்குள் நுழையக்கூடத் துணிச்சல் இல்லை. தலையில் கொம்புகள் வளர்ந்த பேய் பிசாசுகள் இரத்தக் கண்களை முழக்கி அவர்களுக்கு முன் நின்றன. மூக்கு வழியாக இரத்தத்தை உறிஞ்சிக் குடிக்கும் ரூஹானியத்துக்கள்[1] நடமாடும் பேய்வீடு அது. அங்கு ஒரு இரவல்ல, ஒரு வினாடிகூட படுத்து உறங்குவதற்கான மனஉரம் எவருக்குமே இல்லை. வீடு கிரயப்பத்திரம் முடித்த அன்றைய இரவு அதில் படுப்பதற்கு யாரும் கிடைக்கவில்லையே என்ற கவலையில் ஆழ்ந்திருக்கையில் வாப்பா என்னைக் கூப்பிட்டார்.

'பேயும் ஷைத்தானும் ஒண்ணும் இல்லடா. ஆயத்து குர்சி[2] ஓதி நெஞ்சில் ஊதீட்டு கெடந்தா ஒரு பேயும் கிட்ட அண்டாதுடா'.

வாப்பா எனக்குத் தைரியமூட்டினார். துணைக்கு மாமி மகன் அப்துல் வாஹித்.

---

1. ரூஹானியத் – ஆவி

2. ஆயத்து குர்சி – குர்ஆனிலுள்ள குறிப்பிட்ட சில வசனங்கள்

‘மச்சினா, கெடப்பமா?’

‘கெடப்பம். வாறது வரட்டுடா’.

அப்துல் வாஹிதுக்குப் புட்டு, பயிர், பப்படம் வாங்கிக் கொடுத்தால் போதும். எதுக்கும் தயார். தீனி போட்டா போதும். உடல் முழுவதும் முடி. கறுகறுப்பான உருப்படி.

ஆகாசம்வரை பாயும் அஞ்சுக் கட்டை டார்ச்சு விளக்கு. பனைநாரால் பின்னப்பட்ட கட்டில். மூலையில் துருப்பிடித்துக் கிடந்த ராந்தல் விளக்கு. தீப்பெட்டி – ஏர் உழவன். ஒரு மூங்கில் கம்பு. ஷைத்தானை ஓட்டுவதற்கான தெரச்சிவால், தலைமாட்டில் வைத்துக்கொள்ள. ஹஜ் பெருநாள் அன்று குர்பான்[3] கொடுத்த கராச்சி காளைமாட்டின் காயவைத்து எடுத்த ஆண்குறி முனையில் கல்கட்டித் தொங்கவிட்டு இழுத்து நீட்டிக் காயவைத்த இரும்புக் கம்பி போன்ற ஆயுதம். இதை வைத்துதான் முத்துக்கோயா தங்ஙள், அயிசா தாத்தாவின் உடம்பில் குடிகொண்ட ரூஹானியத்தை விரட்டியது. ஓங்கி ஒரு அடிவிட்டால் போதும், தோல் அதில் ஒட்டி வரும். அடி கொண்ட பகுதி பிய்த்துப் புண்ணாகிப் புழுத்துப்போகும். பிணமான அயிசா தாத்தாவின் முதுகுப் பக்கமும் கைகளிலும் தெரிந்த கறுப்புக் கோடுகள் பண்டு முத்துக்கோயா தங்ஙள் போட்ட அடிகளின் அடையாளங்கள். பேயை விரட்டிய தடயங்கள்.

அஞ்சுவண்ணம் தெருவை இருட்டு மூடியிருந்தது, இஷா[4] தொழுகை முடிந்ததும் முடியாததும் தெரிய முடியவில்லை. தெருவில் மக்கள் நடமாட்டம் ஓய்ந்துவிட்டிருந்தது. கபர்ஸ்தான் அமைதி. பனைநார் பின்னிய கட்டில் அப்துல் வாஹிதுடைய தலையில். கொழும்பு டார்ச் விளக்கின் தங்கவாளைச் சுழற்றிக்கொண்டு நான் முன்னால்.

அஞ்சுவண்ணம் தெருவுக்குப் புதுமுகங்கள் நாங்கள். வாப்பா கட்டிலை அப்துல் வாஹிதின் தலையில் தூக்கிவிடும்போது. வாங்கிய வீட்டின் அடையாளம் சொல்லித்தந்தார்.

மஹமூதப்பா தைக்காப் பள்ளியை ஒட்டிய வீடு; பாழடைந்த வீடு. வீட்டுக்கு முன்னால் முனிசிபல் குழாய்.

நபீசா மன்ஸில்.

வாப்பா சொன்ன அடையாளத்தை வைத்து வீட்டை ஒரு வழியாகக் கண்டுபிடித்தோம்.

---

3. குர்பான் – பலி

4. இஷா – இரவு தொழுகை, நேரம்

பாழடைந்த வீடேதான். வீடே ஒரு பேயாகக் காட்சி தந்தது. வீட்டை நெருங்க, மனசிலிருந்த துணிவு சோர்ந்து நீராக ஓடியது. இருந்தாலும் தயக்கத்துடன் படியேறி வாசலிலுள்ள சாவி ஓட்டையை டார்ச்சு வெளிச்சத்தில் கண்டுபிடித்தோம். சாவியை நுழைக்கும்போது நெஞ்சம் துடித்தது. திறப்பதற்குச் சிரமம் ஏற்படவில்லை. பூட்டு இற்றுப்போயிருந்தது.

வாங்கிய வீட்டில் முதலில் விளக்கு வெட்டம் (வெளிச்சம்) காட்டவேண்டுமென்று வாப்பாவின் ஹாஜத்[5].

வாசலைத் திறந்தபோது மேலிருந்து என்னவோ நொறுங்கி விழுந்தது. நாலா பக்கமும் டார்ச்சு அடித்துப் பார்க்கும்போது கால்கள் நடுங்கின. கொஞ்சம் பெருச்சாளிகளும் எலிகளும் அங்குமிங்கும் ஓடின.

எட்டு பத்து அறைகள் உள்ள பெரியவீடு. வானம் தெரியும் படியான திறந்த நடுமுற்றம். ஜன்னல் கதவுகள் கழன்று விஜாகிரியில் (கீல்) தொங்கி ஆடின. எங்கு திரும்பினாலும் சிலந்தி வலைகள். மனம் குமட்டும் கெட்ட வாடை. என்னவோ செத்து நாறுது. மச்சின் மீது ஏதோ உயிர்ப் பிராணிகள் நடமாடும் கலபில சப்தம்.

மாடிப்படி ஏறி என்னவென்று பார்ப்பதற்கான மனக்கட்டுகள் அவிழ்ந்துபோயின. ஏறவும் முடியாது. ஏணிப்படிகள் உடைந்து போயிருந்தன.

வாப்பா சொல்லித் தந்திருந்த கதைகளில் வரும் அவுலியா[6]க்களுடைய துணிச்சலில் வீட்டிற்குள் சுற்றி டார்ச்சு அடித்துத் துழாவினோம். எங்கும் ஒரே தூசிக்காடு. சுவர்களில் பல இடங்கள் பெயர்ந்துகிடந்தன. ராந்தல் விளக்கின் சிவந்த நாக்கு. கொஞ்சம் ஒளிபரப்பினாலும் தூண்களுக்கிடையிலும் வாசல்கள் இல்லாத அறையிலும் இருள் மண்டியது. அங்கிருந்து ஆயிரம் கண்கள் இங்கு எங்களைத் துறித்து நோக்கின. இரத்தம் வடியும் கண்கள்.

வாப்பா சொன்னபடி 'ஆயத்து குர்சி' ஓதி நெஞ்சில் ஊதினேன். துணைக்கு வந்திருந்த 'ஹமுக்கு[7]' மலுக்கு முகம்மது எலப்பையின் மதரசாவில் ஒழுங்காக வந்து ஓதவில்லை. எப்பவும் கள்ளமடிப்பான். மதரசாவுக்குப் போறேனு உம்மாட்ட (அம்மாவிடம்) சொல்லிவிட்டு மணல்தேரியில் போயி வாளி

5. ஹாஜத் – தேட்டம், ஆசை

6. அவுலியா – இறைநேசர்

7. ஹமுக்கு – மடையன்

விட்டு விளையாடுவான். கள்ளமடிக்கக் கூடிய மாணவர்களை எலப்பை புடிச்சு கருவேப்பிலை கம்பு எடுத்துப் பிட்டத்தில் சாத்து சாத்துனு சாத்துவார். தரையில் கெடந்து பிள்ளைகள் அட்டை சுருள்வதுபோல சுருண்டுபோவார்கள். ஒருநாள் வேட்டியைத் தொடைக்கு மேல் உயர்த்திவிட்டுப் பிட்டத்தில் போட்ட அடி தாங்காமல் இவன் எலப்பையைத் தானக்கேடு (ஏச்சு) பேசிவிட்டு ஈயல் போல் பறந்துவிட்டான். அந்தப் போக்கு. பிறகு மதரஸா திசைக்கே கால் வைக்கவில்லை.

ஆயத்து குர்சி ஓதி நானே அவனுடைய முடி படர்ந்து கிடந்த நெஞ்சில் ஊதினேன். பயந்து சாவாம இருக்கட்டு.

'வாப்பா எதுக்குப்போய் இந்த பாளடைஞ்ச வீட்டை வாங்கிச்சு? வேற சோலி இல்லியாக்கும்'.

எனக்குள் கேட்டுக்கொண்டு நாலுகட்டு நடுமுற்றம் வழியாக ஆகாசத்தில் கண்ணடித்துக் கொண்டிருக்கும் நட்சத்திரங்களைப் பார்த்தேன். உள்நடுக்கத்துடன் படுத்துக்கிடக்கும்போது ஒரு அறையிலிருந்து சூளம் (சீட்டி) அடிப்பது கேட்டது.

'டேய் சூளமடிச்சு கேக்குது.'

'பேசாம கெடந்து ஒறங்குடா.'

'ஒறக்கம் வரல்லடா.'

'கண்ணடச்சுட்டு கெடந்துக்கோ.'

தொடர்ந்து பேச நா எழவில்லை. பொறியில் மாட்டிக் கிட்டோம். வந்திருக்கக்கூடாது. இறங்கி ஓடினாலோ? நடுமுற்றம் வழியாக வானத்தைப் பார்த்தேன். அஞ்சுவண்ணம் தெருவின் மேல் பகுதியில் நெருப்பு எடுத்துச் செல்லும் கொள்ளியாப்பைகள். பார்வையில் படாமலிருக்க கண்களை இறுக்க மூடிக்கொண்டேன். அவனைக் கூப்பிட்டுக் காட்ட வேண்டாம். அலறி ஊரைக் கூட்டுவான். பயந்தான் கொள்ளி. புதுக்கடையில் முதல் ஷோ படம் பாத்துட்டு நடந்து கூட்டாலு மூட்டு கோயில் பக்கம் வந்தோம். ஆலமரத்தின் விழுதுகள் தொங்கிக்கிடக்கின்றன. கலிங்கராஜபுரம் பாலை மணலிலிருந்து கிழக்கு நோக்கிப் புறப்பட்ட ஆடிக்காற்றில் ஆலமர இலைகள் சலசலத்தன. நிலவு பெய்துகொண்டுதான் இருந்தது. முகம் தெரியும் வெளிச்சம். இருள் பம்மிக்கொண்ட தோப்பு வழியாக ஏதோ வழிப்போக்கன் பற்றவைத்த சுருட்டுடன் வீசிவீசி நடந்து போனான்.

'எக்க உம்மா! கொள்ளியாப்பே!' அலறிவிட்டான். மூச்சும் பேச்சும் இல்லை. ஒரு மாதிரி பேய்முழி முழித்தான். ஒரு

வழியாக வீடுபோய்ச் சேர்ந்தோம். நீச்சு நெறி இல்லாத காய்ச்சல். உடம்பெல்லாம் சுட்டுப் பொள்ளியது. ஆற்றக்கோயா தங்களுக்கு ஒரே வேட்டைதான். தினமும் ஓதலும் ஊதலும் சரடு கட்டலும். கூட்டாலு மூட்டு ஆலமரப்பேயை விரட்ட ஹோமக்குழி.

சுபுஹு[8] பாங்குக்கு இன்னும் எவ்வளவோ நேரம் இருக்கு. நேரம் தெரிந்துகொள்ள ஒரு வழியும் காணல்ல. நட்டச் சாமம் ஆகாவிட்டாலும், நட்டச் சாமம் ஆகிவிட்டது போல். இப்படி எவ்வளவு நேரம்தான் உறங்காமல் விழித்துக்கொண்டு இருப்பது? உறங்கலாமென்றால் உறக்கம் வரவில்லை. உறக்கம் வந்தானால் இவற்றை எதையுமே பார்க்கவோ நினைக்கவோ வேண்டாமே.

இடையிடையே கால் கொலுசு கிலுங்கிக் கேட்டது. தாள லயத்தோடு நடனம் ஆடுவது போலிருந்தது. இந்த நேரம் இந்தப் பாழடைந்த வீட்டில் கால் கொலுசுடன் வருவது யார்?

'டேய் ஒறக்கமா?'

'இல்லடேய், என்னவோ சிலுங்கி கேக்குது.'

'பேசாம கெடந்துறங்குடா.'

சுபுஹு பாங்கு சப்தம் கேட்டதும் வீட்டுக்கு முன்பக்கமுள்ள முனிசிபல் பைப்பிலிருந்து முகம் அலம்பிவிட்டு பாலத்தடிக் கடையில் சென்று புட்டு, பயறு, பப்படம் வெரவித் தின்னுட்டுச் சாயா குடிப்பதற்கு வாப்பா தந்த காசு, சட்டை ஜேப்பில் இருக்கிறது. கொஞ்சம் சில்லறை நாணயங்களும் உண்டு, மருத்துவான் மலையிலிருந்து வீசியடிக்கும் கிழக்கன் காற்றில் சில்லறை துட்டுகள் சிலுங்குவதாக இருக்கும்.

இப்படி மனசை ஆறுதல்படுத்திக்கொண்டேன். வீட்டுக்குள் ஒரே புழுக்கம். விசிறிக்கு எங்க போவ? வெளியே கொஞ்சம் இறங்கி நிற்கலாமென்றால் எரியாத தெரு விளக்குகள். பரந்த வயல்வெளியிலிருந்து வந்து தெருவில் சுழலும் காற்று. இரை எடுத்து விழுங்கிய பாம்புபோல் கும்மிருட்டு தெருவில். முன்பு பார்த்திராத தெருச்சனங்கள். நெசவாளர்கள். இடம் வலம் பார்க்காத முரட்டு ஜென்மங்கள். சந்தேகப்பட்டுக் கொடிமரத்தில் பிடித்துக்கட்டி நய்யப்புடைச்சாலும் கேட்க நாதியில்லை.

போன வெள்ளிக்கிழமை 'அலாவுதீனும் அற்புத விளக்கும்' பார்த்துட்டு வரும்போது இது போல இருட்டாகத்தான் இருந்தது. மூத்திரம் முட்டிச்சு. பக்கத்திலுள்ள மரச்சீனி சாகுபடி செய்திருந்த தோட்டவரப்பில் போய் உட்கார்ந்தேன். மூத்திரம்

---

8. சுபுஹு / சுபெய்க் – அதிகாலை, காலைத் தொழுகை நேரம்

பெய்திட்டிருக்கும்போது விழுந்தது குறுக்கில் ஒரு அடி. கூட்டாலு மூட்டு பத்ரகாளியாயிருக்குமோ என்று நினைச்சேன். திரும்பி பாத்தா உடையக்காரன்.

'ஏம்பிலே கிழங்கு புடுங்கினா," கையில் தென்னம் மடலோடு நிற்கின்றான். சட்டையையும் பிடித்துக்கொண்டான் தப்பி ஓடாமலிருக்க. மூத்திரம் பெய்த இடம் சாட்சியானதால் விட்டான். இதெல்லாம் நினைக்கும்போது தெருவில் இறங்கி நிற்கக் கொஞ்சம் அச்சம்தான்.

'அலாவுதீனும் அற்புத விளக்கும்' கதையை விட வாப்பா இரவு நேரங்களில் சொல்லித்தரும் கதைகள் ரொம்பவும் இரசனையாக இருக்கும். பல பல அற்புதக் கதைகள். கதைகள் கேட்பதற்கு வாஹிதுக்கு அவ்வளவு ஆர்வம் இல்லை. வெறும் தின்னிப் பக்கறை.

அவுலியாக்களுடைய அற்புதக் கதைகள்தான் வாப்பா அடிக்கடி சொல்லித் தருவது வழக்கம். அவுலியாக்கள் காட்டிய கறாமத்துகள்; அவர்களுடைய பெயர்கள். இதெல்லாம் சொன்னாலே பேய் பிசாசுகள் அந்த இடத்திலே நிற்காது. தலை, தெறிக்க ஓடும். ஏழு கடல் தாண்டி ஓடும்.

மவுத்தாவதுக்கு முன் உம்மா சொன்னது. இரவு நேரங்களில் வெளியே செல்லும்போது திருக்குர்ஆனின் கிழிந்த காகிதத் துண்டை ஜேப்பில் போட்டிருந்தால் ரூஹானியத்துக்கள் எதுவும் கிட்ட அண்டாது. கிழிந்த ஒரு துண்டுக் காகிதம் சட்டை ஜேப்பில் இருந்தது. கழற்றிப்போட்ட சட்டையில் அது மாட்டிக் கொண்டது.

'மச்சினா, பயமா இருக்கி, கொலுசு சத்தம் கேக்குது பாத்தியா ?'

எனக்கும் கேட்டது. கேட்கவில்லை என்று ஒரு பொய் தட்டி விட்டால் அவனுக்குக் கொஞ்சம் மன தைரியம் ஏற்படலாம். வெறும் மனப் பிரமை என்று எண்ணிக்கொள்வான்.

'எனக்குக் கேக்கல்லியே டேய். ஒரு அவுலியாக்க கதை சொல்லித் தாறேன். பயம் நீங்கும்', சொல்லிப் பார்த்தேன். எடுபடல்ல. கொலுசு கிலுக்கம் கேட்டு ஜொரம் பிடிப்பட்டவனைப் போல் நடுநடுங்கினான்.

'கதை ஒண்ணும் சொல்லண்டாம். பேசாம கெடடா. எனக்குப் பயமா இருக்கு.'

கண்களை இறுக்க மூடிக்கொண்டு முகம் பொத்திக் கவிழ்ந்து படுத்துக்கொண்டான். அவன் கவிழ்ந்து கிடப்பது போல் எனக்கும் கிடக்க வேண்டும்போல் இருந்தது.

நட்சத்திரங்கள் ஒளிரும் ஆகாசத்தில் ஒரு வெள்ளைக் கொக்கு அந்நேரம் பறந்து போவது திறந்த நடுமுற்றம் வழியாகப் பார்வையில் பட்டது. உள் நடுங்கியது. இந்த பாழடைந்த வீட்டிற்குள் குடிகொண்டிருக்கும் ஏதேனும் ரூஹானியத் கொக்கின் உருவம் எடுத்து வேளி மலைக்காவது, மருத்துவான் மலைக்காவது அல்லது இதுபோல் பாழடைந்த வீடுகளில் எங்கேயாவது குடியிருக்கும் இணையைத் தேடிப் போவதாகவுமிருக்கலாம். அப்படி அல்லாவிட்டால் இங்கு விருந்துக்கு வந்துவிட்டு . . .

இந்த சாம நேரம் அஞ்சுவண்ணம் தெருவின் உயரே ஆகாசம் வழியாக எதுக்கு கொக்கு பறக்கணும்? இல்லை, நிஜமான கொக்குதான், கூட்டிலிருக்கும் பிள்ளைக் கொக்கைத் தேடிப் பறந்துகொண்டிருக்கிறது.

முந்தையநாள் வாப்பா சொல்லித் தந்ததும் கொக்கின் கதை. அற்புதமான கதை, ஆயிரத்தி ஒண்ணு இரவில் வரும் கதைகளை விட ஆர்வம் ஊட்டும் கதை. வாப்பாவுக்கு இந்த கதையான கதைகளெல்லாம் எப்பிடித் தெரியும்? வாப்பா ஒருநாளும் புத்தகம் வாசித்துப் பார்த்ததில்லை. உப்பா (பாட்டன்), வாப்பாவுக்குச் சொல்லிக்கொடுத்த கதைகளாக இருக்குமோ? வாப்பாவுக்கு ஏராளம் பாடல்கள் தெரியும். 'மெஹராஜ் மாலையில் உள்ள வரிகளெல்லாம் அத்துப்படி. குணங்குடி மஸ்தான் பாடல், பீரப்பா பாடல்கள், காசிம் புலவர் பாடல்கள், அதபுமாலை, பெண்புத்தி மாலை . . . தலையில் எவளாவது துணிபோடாமல் போவது வாப்பாவின் கண்ணில் பட்டால் உடன் அதபு மாலையிலிருந்து இரண்டு வரிகள் அவள் காதில் போய்க் குத்தும்படிச் சற்று உரக்க எய்துவிடும்.

தினமும் இரவு வாப்பா வீட்டில் இருக்கும்போது பாடல களும் கதை சொல்லலுமாக வீடு களைகட்டும். துறையில் போய்விட்டு, சக்கன்னா உப்பாவின் வள்ளத்தில், அல்லது சதுக்குப் பிள்ளை உப்பாவின் வள்ளத்தில் வந்து இறங்கிக் களைத்துப்போயிருந்தால் அன்று வாப்பா அதிகம் பேசாது. வந்து ஏறியதும், இரண்டுபிடிச் சோற்றை அள்ளி வாயில் போட்டு, பசி தணிந்ததும் அல்ஹம்துலில்லாஹ் என்று படுத்துவிடும். பருவமாக வெற்றிலையும் வேப்பாணம் (ஜாப்னா) போயிலையும் வாயில் போட்டால்தான் வாப்பாவுக்குக் கதை ஊறும்; பாடல்களும் வரும்.

மெஹராஜ் மாலை இயற்றிய ஆலிப்புலவரைப் பற்றி வாப்பா சளைக்காம பேசிக்கிட்டே இருக்கும். அவர்மீது வாப்பாவுக்கு அபரிமிதமான ஈர்ப்பு. வேப்ப மரத்தையோ வேப்பு இலையையோ பார்த்தால் போதும், ஆலிப்புலவர் நினைவில் வந்துவிடுவார். உடன் மெஹராஜ் மாலையிலிருந்து வரிகள் பொங்கி வரும்.

ஆலிப்புலவரைப் பற்றி வாப்பா சொல்லித்தந்த ஒரு அற்புதக் கதையைச் சொன்னேன். அவன் வேண்டுமானால் கேக்கட்டும். இல்லை தொலையட்டு. ரூஹானிய்யத்திடமிருந்து என்னைத் தற்காத்துக்கொள்ள ஒரு 'உடல் கட்டாக' நான் எனக்கே கதை சொன்னேன்.

2

ஆலிப்புலவர் பலப் பல ஊர்களில் சுற்றித் திரிந்துவிட்டுச் சொந்த ஊருக்கு வந்தார். ஊரான ஊரெல்லாம் சுற்றி அலைந்து வந்ததினால் உஷ்ணம் தலைக்கேறியது. கண்கள் நீறிச் சிவந்தன. செட்டியார்குளத்தில் ஒரு முங்கு போட்டால்தான் உஷ்ணம் தணியும். தலை குளிர எண்ணெய் தேய்த்துக்கொண்டார். உடல் முழுவதும் தேய்த்து, தேய்த்த எண்ணெய் தலையிலும் உடம்பிலும் ஏற்க கொஞ்ச நேரம் ஆகாய மூலையில் ஏதோ புள்ளியில் கண்களை ஊன்றிக்கொண்டிருந்தார். அங்கு எதையோ தேடுவது போலவும் அங்கு கண்ணுக்குப் புலப்படாத ஏதோ ஆகாயப் பயணியுடன் யார் காதிலும் விழாதபடிப் பேசுவது போலவும் இருந்தது. சுற்றுப்புறத்தை மறந்துவிட்டபடி உட்கார்ந்துகொண்டிருந்தார்.

ஆலிப்புலவர் எண்ணெய் தேய்த்துக் குளிக்கின்ற தினம் அவருக்குக் கண்டிப்பாக நெய்ச்சோறும் ஆட்டு இறைச்சியும் பரிமாற வேண்டும். மனைவி நினைவுபடுத்தினார்.

'ஆட்டிறைச்சி இன்னு கெடக்காதே.'

'கோழி இருந்தா அறுத்து சமையல் பண்ணு.'

'கோழியும் இல்லீயே?'

புலவருக்குக் கோபம் பொத்தது. அவருடைய பார்வையில் மனைவி உருகி நின்றார். அவருடைய சிந்தனையைக் கலைத்த கோபம். ஒரு பெரிய காப்பியம் எழுதுவதற்கான ஆயத்தம். அது

தொடர்பான சில விஷயங்களைத் திரட்டுவது பற்றி ஆழ்ந்த சிந்தனையில். இந்த நேரம் பார்த்து மனைவியின் நச்சரிப்பு.

'தேவை இல்லாம தொந்தரவு பண்ணாதே. எண்ணை தேய்ச்சு குளிக்கிற நாள் நெய்ச்சோறும் இறைச்சியும் கண்டிப்பாக திங்கணுமா? வேறு ஏதாவது சாப்பிட்டா தொண்டைவிட்டு எறங்காதோ? என்னம்மோ ... போ ... வானத்தைப் பாத்து ஆலிப்புலவர் எண்ணெய் தேய்ச்சு குளிக்குதாரு. மத்தியானம் சாப்பாட்டுக்கு அஞ்சாறு கொக்கு நம்ம முற்றத்துல வந்து விழச் சொல்லு ... போ ...'

'ஆமா ... இவரு பேரு சொன்னாப்ல வானத்துல பறந்து போற கொக்குகள் முற்றத்தில் வந்து விழப்போவுதாக்கும் ...' மனைவி நக்கல் செய்தார்.

சொல்லி வாய் மூடல; என்ன குதறத்தோ (ஆச்சரியமோ?), அஞ்சாறு வெள்ளைக் கொக்குகள் ஆலிப்புலவருடைய வீட்டு முற்றத்தில் வந்து விழுந்தன. அறுப்பதற்கு வசதியாக கிப்லாவுக்கு நேராகக் கழுத்தை நீட்டிக்கொண்டு கிடந்தன.

முன்னால் உட்கார்ந்து கதை கேட்டுக்கொண்டிருந்த எங்களிடம் வாப்பா சொன்னார்கள். "கேட்டீளா, அவர் புலவர் மட்டுமல்ல, அவுலியா! வலிய கறாமத்துள்ள அவுலியா!"

வாப்பாவின் பக்தி நிரம்பிய முகம் கண்முன்னால் தெரிந்தது. ஆலிப்புலவருடைய கராமத்துகளை மனசில் நினைத்துக் கொண்டு படுத்திருந்தபோது, கொஞ்சம் துணிச்சல் ஏற்பட்டது போன்றிருந்தது. பக்கத்தில் ஏராளம் ஆட்கள் துணைக்காக இருப்பது போன்று; பரிச்சயமான முகங்கள். குரல்கள்!

பறந்துபோன வெள்ளைக் கொக்கு?

தானாகப் பறந்துபோனதா? அல்லது யாராவது பறக்க விட்டதா?

ஆலிப்புலவர் இப்பகுதி எங்கும் வியாபித்து நிற்கின்றார். ஆலமரம்போல. படர் வள்ளிபோல. அவர் பறக்கவிட்டிருப்பாரோ? சாமங்களில் ஆகாய வெளியில் அலையும் ரூஹானியத்துகளை (ஆவிகளை) பிடித்துக்கட்ட அனுப்பியிருப்பாரோ?

அப்துல் வாஹித் என்னவோ கடிச்சதுபோல் விலாவைச் சொறிந்தான். பனைநாரால் பின்னப்பட்ட கட்டிலில் பல ஆண்டுகளாக முட்டையிட்டுப் பெருகி மனுச ரத்தம் குடிக்கக்

கிட்டாமல் தாகம் கொண்டிருந்த மூட்டைகள் இரத்தம் உறிஞ்சிக் குடிப்பதாக இருக்கும். கடிச்சுக் கொல்லட்டு, அவுலியாக்களுடைய கதை கேட்க வேண்டாமென சொன்னவன்தானே, சாவட்டு.

'என்னவோ போட்டுக் கடிக்குதுலே. விலாவைச் சொறிந்து கொண்டேயிருந்தான், எந்திரிச்சு கட்டிலில் உட்கார்ந்து பேய் முழி முழிச்சான். அவன் என்னைப் பார்த்தபோது எனக்கும் குடல் கலங்கியது. நான் குல்ஹுவல்லா[1] ஓதிக்கொண்டிருக்கையில், வீட்டின் பின்பகுதியில் கால் கொலுசு கிலுங்கிக் கேட்டது. குரல் அடக்கிப் பேசுவது போல். வாய் பொத்திச் சிரிப்பது போல். தர்க்கம் செய்வது போல். பிறகு அழுவது போல்.

ஒரு விளக்கு ஒளி சிதறி உடன் அணைந்தது.

ஓடுவது போல, குதிப்பது போல. துருப்பிடித்த வீஜாவரியின் உறுமல்.

'டார்ச்சு அடிச்சுப் பாப்பமா?'

'வேண்டாம் எனக்கு பயமா இருக்குலே. மோஹினியோ – இசக்கிமாடனோ போல தெரியுது.'

டார்ச்சு அடிக்கவே இல்லை.

நபீசா மன்ஸிலின் பெயர் மாற்றி தாருல் ஸாஹினா என்றாக்கிய பின், தாத்தா றவூபைப் பெற்றுக்கிடக்கும்போது குழந்தையைப் பார்க்க அஞ்சுவண்ணத் தெருவின் அதிபதியான மம்மதும்மா கையில் ஒரு குழந்தை உடையுடன் வந்தாள். கல்யாணங்களுக்குப் போகாவிட்டாலும், தெருவிலுள்ள எல்லா மவுத்து (சாவு) வீடுகளுக்கும் குழந்தைப்பேறு வீடுகளுக்கும் போவதுண்டு. துவக்கத்தையும் முடிவையும் பார்க்க வேண்டுமென்று தத்துவம் பேசுவாள். எங்கேயாவது ஒரு ஜனனம் இருந்தால், எங்கேயாவது ஒரு மரணம் இருக்கும் என்ற நம்பிக்கை அவளுக்கு.

கச்சப்புற தெருவில் மூசா பெண்டாட்டி அந்த நொண்டிப் பயலைப் பெற்ற அன்றுதான் மம்மதும்மாவின் கிழவன், புருஷன் மண்டையைப் போட்டார். சாக்கால நெருங்கிய நேரம் பாத்து அவளை மூணாவதாகக் கட்டி ரண்டு மூணு எண்ணத்தைப் பெத்துப் போட்டுட்டுப் போயிட்டார். அதற்குப் பிறகு அவொ அந்தத் தெருவையும் தெரு தண்ணிக் குழாயையும் தன்வசப் படுத்தி தெருவின் அதிபதியாக இடுப்பில் தண்ணீர்க் குடம் சுமந்து கைந்தலைகளுக்குத் தீனி போட்டாள்...

1. குல்ஹுவல்லா – குர்ஆனிலுள்ள ஒரு சிறு அத்தியாயம்

மம்மதும்மாவுக்குத் தாத்தா முறுக்கும் சுலைமானி (பால் சேர்க்காத சாயை)யும் கொடுத்தாள். வெற்றிலைப் பெட்டியும் முன்னால் வைத்தாள். வாய் நிரம்ப தளிர் வெற்றிலையும் வேப்பாணம் போயிலையும் கன்னத்தில் ஒதுக்கியதும் அவளுக்கு உஷார் வந்துவிட்டது. தூக்கிவிட்டதுபோலப் பழைய நபீசா மன்ஸிலுக்குள் கொலுசு கிலுங்கியது பற்றிப் பேசினாள். அஞ்சுவண்ணத் தெருவின் கடந்தகாலக் கதை தெரியாத தாத்தா உன்னிப்பாகக் காதுற்றுக் கொண்டிருந்தபோதே பீக்கூடு கலங்கியது.

மஹமூதப்பா தைக்காப் பள்ளி வளாகத்தில் உறங்கிக் கொண்டிருக்கும் அடக்கம் செய்யப்பட்ட தாய்க்குக் கொடி கட்டுவதற்காக நாட்டப்பட்ட கல்தூணுக்கு அருகிலுள்ள வண்டி ஊட்டு நிஸாவின் கதையை வேப்பாணம் போயிலை ஏற்றிய போதையில் சொன்னாள். ‘நீங்க இந்த வீடு வாங்கி குடிவரூதுக்கு முன்னாடி நிஸாவின் காலில் கிடந்த வெள்ளிக் கொலுசின் கிலுக்கம் ராக்காலங்களில் இது வழியா போகும்போது கேட்டு பயந்து ஓடியிருக்கோம். மைதீன் பிச்சை மோதின் தைக்காப் பள்ளி நடையை அடச்சுட்டுப் போறதுதான் சுணக்கம். பின்னே ஒரே கும்மாளம்தான். இஷாபாங்கு சொன்னதும் காச்சி கலக்கினதைக் குடிச்சிட்டு மக்க குட்டிகளையும் கொண்டு ஏதாவது வீட்டுத் திண்டுல போய்ப் படுப்போம். பாங்கு சொன்னபிறகு யாரும் இது வழிநடை இல்லை தாயே. அவெ தொல்லை தாங்க முடியல்ல. துடிதுடிச்சுப்போன உயிரில்லா?

அழகா இருப்பா, கருகருத்தப் பருவம். கொட்டினா ரத்த வரும். பட்டாரியர் தெருவுக்கு நூல் வாங்க அவெதான் போவா. நூல்கள் எடுத்துக் கொடுக்குத பட்டாரியார் பையனோட அவளுக்குப் பழக்கம். ராத்திரி நேரம் அம்மாக்காரிக்கிட்ட தோட்டத்துக்குப் போறேனு சொல்லிக்கிட்டு வாறது இங்கே. அந்த நேரம் பாத்து பட்டாரியர் பையனும் வந்துடுவான். இந்த ஊட்டுக்குப் பின்பக்கம் முன்னாடி ஒத்த கதவு உள்ள ஒரு அறைதான் கொஞ்சம் பரவாயில்லாம இருக்கும். அங்கேதான் சந்திச்சுப் பேசுவாங்கோ ... பல நாளா நடக்கக்கூடிய இந்த விஷயம் ஒரு ஈக்கும் தெரியாது. நானும் இடிஞ்சு கட்ட மண்ணாக் கெடந்த ஊட்டுக்கு முன்னாடி வருசக் கணக்கா காச்சிக் குடிச்சிட்டுத்தான் கெடந்தேன். என் கண்ணுக்குக் காணவுமில்லை. காதுக்குக் கேக்கவுமில்லை தாயே.

அவெ முகம் வெளிறி இருப்பதையும் கண் கலங்கியிருப்பதையும் பாத்தப்போ அந்த பேதில போவான் ஊரை விட்டு ஓடிட்டான். மாதவிடாய் முறை முடங்கினதினால அவெ உம்மாக்காரி தறிக்குழிக்குள்ளே போட்டு எவனடி சொல்லடீனு

வாக்கும் திக்குமில்லாம் கண்டமேனிக்குத் தூக்கிப்போட்டு அடிச்சா. அலறல் கேட்டு அக்கம் பக்கம் வந்து கூடிச்சு. அஞ்சுவண்ணம் தெருவுக்கும் பக்கத்து தெருக்களுக்கும் தெரிஞ்சு போச்சு. மூக்கில் விரல் வைத்து சனம் காறித் துப்பியது.

அந்நிய சாதிக்காரன் கூடயா பழக்கம் வச்சா? அட பாவி. தெருச்சனம் தெரிந்துவிட்ட மானக்கேடு! நபீசா மன்ஸிலின் பின் பக்கமுள்ள ஒத்தக் கதவு உள்ள அறையில் அவளுடைய சடலம் கிடந்தது! காலில் வெள்ளிக் கொலுசு. அவொ கொலுசு சத்தம் அஞ்சுவண்ணம் தெருவில் இப்பவும் கேக்கும். அடக்கம் செய்யப்பட்ட தாய்க்காவலினால் ஒங்களுக்குத் தொல்லை தரல்லம்மா,' அன்று நபீசா மன்ஸிலின் பின்பக்கம் கேட்ட கொலுசு கிலுக்கத்தின் இரகசியம் கொஞ்சம் காலத்திற்குப் பிறகு மம்மதும்மா தாத்தாவின் காதில் எட்டவைத்தாள். பெற்றுக் கிடந்த தாத்தா பயந்துபோய் மைதீன் பிச்சை மோதினைக் கூப்பிட்டு வீட்டின் நாலு மூலைகளிலும் உட்கார்ந்து நாலு யாசீன் ஓதவைத்து மனசைத் தேற்றிக்கொண்டாள்.

தைக்காப் பள்ளியில் இருமி துப்பும் ஓசை கேட்டபோது எழும்பிக் கட்டிலில் உட்கார்ந்தோம். ஹவுளிலிருந்து (பள்ளிவாசலில் இருக்கும் தண்ணீர்த் தொட்டி) தண்ணீர் அலம்பும் சப்தமும் கேட்டது. தைக்காப் பள்ளியில் ஆள் நடமாட்டம் இருப்பதால் இனி பயப்பட வேண்டியதில்லை. ஹவுளு தண்ணீரின் அலம்பல் நின்றுவிட்ட பிறகு, மைதீன் பிச்சை மோதினின் சளிகட்டிய தொண்டைக் குழியிலிருந்து பாங்குடைய மெல்லிய ஒலி ஊர்ந்து மேலேறி வந்தது. அது அவருக்கு மட்டுமான பாங்கு. வைகறை நிசப்தச் சூழலில் தப்பித்தவறி நபீசா மன்ஸிலுக்குள் எப்படியோ எட்டிவிட்டது.

'சுபுஹூ பாங்கு கேட்ட உடனே எழும்பி வந்துருங்கோ.' நபீசா மன்ஸிலில் இரவு படுக்கச்செல்லும்போது வாபபா சொல்லி அனுப்பியது நினைவிலிருந்தது. 'நேரம் சுபயாச்சு. பைப்பிலைப் போயிப் பல்லுத் தேச்சிட்டு புட்டுப் பயறு பப்படம் அடிப்போம்.'

'இஞ்சே பாரு நாளை நான் படுக்க வரமாட்டேன். படுத்ததும் போதும் பட்டபாடும் போதும்.' ஒரே அடியா நிமிர்ந்துட்டான். அவிழ்ந்துபோன வேட்டியை எடுத்து உடுத்திக்கொண்டான்.

தெருவெங்கும் கும்மிருட்டு. தெருவிளக்குப் போட்டு அணைக்கின்ற காக்கி டவுசர்காரனுக்கு இருண்ட தெருவைப்

பார்த்து மம்மதும்மா அஞ்சாறு ஏச்சு கொடுத்துவிட்டு ராந்தல் விளக்கு பற்றவைத்து தைக்காப் பள்ளி நடையில் வைத்தாள். அதன் வெளிச்சம் குழாய் அடியில் பரவிக்கிடந்தது. பெண்கள் துணிமாற்றிக் குளிப்பதற்கான ஆயத்தம். சிலர் மம்மதும்மாவின் அனுமதிபெற்றுக் குடத்தில் தண்ணீர் எடுக்கின்றனர். மம்மதும்மா குடத்தோடு வந்துவிட்டால் யாரானாலும் சரி. அவளுக்குத் தண்ணீர் எடுக்கத் தடையாக இருக்கக்கூடாது. இருந்தால் வாயில் வந்தபடி ஏச்சுதான். அது அவளுடைய தெரு, அவளுடைய தண்ணீர்க் குழாய்.

மைதீன் பிச்சை மோதினின் சளி கட்டிய தொண்டை எழுப்பிய பாங்கின் ஓசை, எல்லாம் வல்ல அல்லாஹ்வின் காதில் கணீரென்று சென்றடைந்ததும் இரவு அவிழ்த்துவிட்டிருந்த அனைத்துப் பேய் பிசாசுகளையும் வழக்கம் போல் வரவழைத்து வரிசையில் நிற்கவைப்பான். பகல் நடமாடாமலிருக்க சூரியோதயத்திற்கு முன் யானைச் சங்கிலியால் அவற்றின் கால்களைக் கட்டி ஒரு மூலையில் உட்காரவைப்பான். பேசாம உக்காருங்கலே.

ஆனால் நபீசா மன்ஸிலில் குடிவாழ்ந்துகொண்டிருந்த நிஸா அன்று போக மறந்து தூங்கிவிட்டாளோ என்னவோ தெரியவில்லை. பாங்கு சொல்லி முடிந்ததும் நிஸா உடல் நிறைய உரோமமுள்ள ஒரு கறுப்பு ஆணின் வடிவம் எடுத்து நபீசா மன்ஸிலின் முகப்பு வாசலைத் திறந்துகொண்டு தெரு வாசலில் நின்று சோம்பல் முறித்தாள்.

எல்லாம் வல்ல அல்லாஹ் சங்கிலியால் போட்ட கால் கட்டை உடைத்துக்கொண்டு இது எப்படி தப்பி வந்தது?

‘யா முஹியுத்தீன்! காப்பாத்துங்கோ!’ நிசாவிடமிருந்து தப்பித்துக்கொள்ள கூட்டக் கூப்பாடு.

பெண்கள் குடங்களைப் போட்டுவிட்டுப் பிடிகொடுக்காமல் குளியல் உடைகளோடு வீடுகளுக்கு ஓடித் தப்பினார்கள். அஞ்சுவண்ணம் தெருவை ஆட்டிப் படைத்துக்கொண்டிருந்த மம்மதும்மாவும் ஓட்டம் பிடித்தாள். ஓடிய ஓட்டத்தில் கால் தடுக்கி ராந்தல் விளக்கு கவிழ்ந்து விழுந்து அணைந்தது. குழாயடியில் மண்ணெண்ணெய் வீச்சம்.

மைதீன் பிச்சை மோதினுடைய பாங்கொலி, எல்லாம் வல்ல அல்லாஹ்வின் காதில் எட்டவில்லையா? எல்லாம் வல்ல அல்லாஹ்ஹு ஷைத்தான்களைச் சங்கிலியால் கட்ட

வில்லையா? மறந்துவிட்டானோ? கொஞ்சம் நாட்களாக அதுதான் தெருவெல்லாம் பேச்சாக இருந்தது.

தெருவில் பனிபொழியும் ஒரு இரவில் பக்கீர்சா பாடல் நடந்தது. நாகூரிலிருந்து வந்த பக்கீர்சாமார்கள். வருசா வருசம் வரக்கூடியவர்கள். தறிக்குழியை விட்டு எழும்பி இரவுச் சாப்பாட்டை முடித்துக்கொண்டு பக்கீர்சா பாடல் கேட்பதற்காகப் பெண்கள் அவரவர்கள் வீடுகளுக்கு முன் திண்டுகளில் கோரம்பாய் போட்டு உட்கார்ந்துகொண்டனர். அங்கு விலாஸ் புகையிலை மணத்தது தெருவில். சொக்கலால் பீடி புகையில் தெருவை முக்கிக் கொண்டு ஆண்களும் ஆங்காங்கே நின்றுகொண்டிருந்தனர். இரவு ஒன்பது மணிக்குத் துவங்கி நடுச் சாமம்வரை நிகழ்ச்சி நடக்கும். சில கிஸ்ஸாக்கள் (கதைகள்) விடியும்வரை நடக்கும், அரவனா கொட்டு கொட்டிப் பாடல், அதைத் தொடர்ந்து கிஸ்ஸா. கேட்பதற்கு இரசனையாக இருக்கும். கதாகாலச்சேபம் போல. இடையே முந்தைய இரவு பக்கத்துத் தெருவிலுள்ள சீதேவிகள் அள்ளி வழங்கியதைக் கதை சொல்பவர் பாராட்டுவார். உடன் அருகில் இருப்பவர் உரக்கக் கொட்டிக்கொண்டு எடுத்துச் சொல்வார். இந்தத் தெரு சீமான்களும் சீமாட்டிகளும் அது போல அள்ளி வழங்குவார்களே.

மம்மதும்மாவுக்கு அன்று இரவு படுத்துறங்க திண்டு கிடைக்காவிட்டாலும், பக்கீர்சா பாடல் கேட்பதற்கு ஆர்வம் அதிகம். கியாஸ் விளக்கு ஒளியில் பக்கீர்சாமார்களுடைய கழுத்தில் கிடக்கும் பளிங்குக் குண்டுமணி மாலை ஒளிரும். பச்சைத் தலைப்பாவுக்கு அழகு கூடும். மம்மதும்மா, தாத்தா வீட்டு வாசல்படியில் கிஸ்ஸா கேட்க உட்கார்ந்துகொண்டிருக்கையில் தாத்தாவிடம் எல்லாம் வல்ல அல்லாஹ்வுக்கு அன்று ஏற்பட்ட ஞாபக மறதியைப் பற்றியும் உடல் நிறைய உரோமமுள்ள ஒரு கருப்பு ஆணின் வடிவம் எடுத்து நிஸா குழாயடியில் குளிக்கவந்த பெண்களை விரட்டிய கதையையும் சொல்லிக்கொடுத்தாள். மருத்துவான் மலையிலிருந்து சூரியன் உதிச்சு வரூதுவரை நாங்கள் தண்ணி எடுக்க குழாய்ப் பக்கமே போகல்ல. அன்று சாயலச்சவரை குலைநடுக்கம் நிக்கல்ல தாயே.

3

அஞ்சுவண்ணம் தெருவின் மத்தியிலுள்ள மஹ்மூதப்பா தைக்காப் பள்ளி வளாகத்தில் அடக்கம் செய்யப்பட்ட தாய் உறங்கிக்கொண்டிருக் கிறார்கள். தெருவிலுள்ள எல்லா அசைவுகளையும் பார்த்துக்கொண்டும், எல்லா ஓசைகளையும் கேட்டுக்கொண்டும், தாய் விழித்துக்கொண்டு இருப்பது தெருச் சனங்களுக்குத் தெரியாமலில்லை. இருந்தாலும், ஒருத்திக்கு ஒருத்தி முடிக் கொண்டையைப் பிடித்துச் சண்டை போடும் போதும், தெருவில் ஏதாவது களவுபோகும்போதும் 'மஹ்மூதப்பாப் பிறையில்' கொடியேறிய பிறகு ஒழுங்காக பள்ளியில் நேர்ச்சைகள் வரவில்லை என்று கேள்விப்படும்போதும், குழாயடியில் நின்று மம்மதும்மா தெருச் சனங்களுக்கு எச்சரிக்கை விடுவதுண்டு.

'ஏளா, தாய் ஒறங்கல்ல. எல்லாத்தையும் பாத்துக் கிட்டும் கேட்டுக்கிட்டும் கண் முழிச்சுட்டுத்தான் கெடக்குதாங்களா.'

மழை பெய்யாமல் பச்சைத் தொப்பி சாய்புக்க மேலப்பத்து வயல் கருகியது, அடக்கம் செய்யப் பட்ட தாய் உறங்கும் மஹ்மூதப்பா பள்ளியில் கொடியேறியபோது முந்தைய பூவிலுள்ள அரிசியில் செய்த பாச்சோறு நேர்ச்சை கொடுக்காததினா லென்று தெருச்சனம் சொல்லிக் கைசேதப்பட்டனர். கதிர் பொதி வந்து குலுகுலுங்கி ஆசைகாட்டி நின்ற வயல் கருகிப்போன ஏக்கத்தில் பச்சைத் தொப்பி சாய்புக்க பெண்டாட்டி பக்கீரும்மா படுத்த பாய்விட்டு எழும்பல்ல. அடுத்த பூவுக்கு நாற்று பிடுங்கி நடும்போது, பக்கீரும்மா தலையில்

துணிபோட்டுக்கொண்டு அடக்கம் செய்யப்பட்ட தாயிடம் கெஞ்சி மன்றாடினாள். 'தாயே இனி முடங்காம பாச்சோறு வச்சு நேச்ச கொண்டு தருவேன். புள்ளகுட்டியோ குடிக்கக் கஞ்சி தண்ணியெ மொடக்கிப் போடாதீங்க… தாயே! செய்த பெழைக்கு மன்னிப்பு தாங்க தாயே.'

வைசூரி (அம்மை) வந்தாலும், வாந்தி பேதி (காலரா) வந்தாலும் மஹமூதப்பா பிறையில் கொடியேறும்போது தெருச் சனங்கள் அடக்கம் செய்யப்பட்ட தாய்க்கு 'உசர் அப்பம்' நேர்ச்சை கொடுப்பதாக நேர்தல் வழக்கம். சாயக்காரத் தெருவில் அல்லது பட்டாரியர் தெருவில் கொள்ளை நோய் பரவியிருப்ப தாகக் கேள்விப்பட்டால் இரவு நேரங்களில் சர்க்கார் விளக்கு முனிஞ்சு எரியும் தெரு நீளத்துக்கு தலையில் கியாஸ் விளக்கு வைத்தவர் முன் நடக்க, பின்தொடரும் இளவட்டங்கள் தலையில் கைலேஞ்சி (கைக் குட்டை) கட்டிக்கொண்டு, பைத் (பாடல்) பாடித் தாயுடைய மனசைக் குளிர்விப்பார்கள். இதற்கு எதிர்ப்பாளர்களும் உண்டு. மாறிமாறி அடியும் நடக்கும். மனசு குளிர்ந்துவிட்டால் தாய் அஞ்சுவண்ணம் தெருவிற்குள் கொள்ளை நோய் நுழைய உத்தரவு கொடுக்கமாட்டார்கள். அடக்கம் செய்யப்பட்ட தாயின் உத்தரவு கிடைக்காமல் கொள்ளை நோய்கள் அஞ்சுவண்ணம் தெருவிற்குள் காலடி எடுத்து வைக்காது.

உலகெங்கும் வைசூரி நோயைப் பரப்பும் மண்டைக்காட்டு அம்மைகூட, அடக்கம் செய்யப்பட்ட தாய் போடும் கட்டளையை மீறுவதில்லை. அப்படிப்பட்ட தாய் உறங்கும் மஹமூதப்பா தைக்காப் பள்ளியை ஒட்டி வடபக்கம் புதுசாகக் கட்டிய நபீசா மன்ஸில், மேகத்தை இழைய விடாமல் தடையாக உயர்ந்து நின்றது. இரண்டு மாடிக் கட்டிடம். தறிக்குழி இல்லாமல் அஞ்சுவண்ணம் தெருவில் கட்டிய முதல் இரண்டு மாடிக் கட்டிடம். ரைஸ்மில் முதலாளியான ஷேக்மதார் சாய்புடைய செல்வப்பிரதாபம். பல வண்ணச் சாயம் தேய்த்து அழகூட்டிய கட்டிடத்தின் நெற்றியில் பச்சைப் பெயிண்டால் எழுதப்பட்டிருந்தது, 'நபீசா மன்ஸில்'.

தைக்காப் பள்ளியிலுள்ள பாசிபிடித்த ஹவுளில் மைதீன் பிச்சை மோதின் ஒளு[1] செய்யும்போது தண்ணீர் அலம்பும் ஓசை நபீசா மன்ஸிலுக்குள் ஒலிக்கும். சின்ன ஒரு அசைவு கூட. மைதீன் பிச்சை மோதின் தொண்டை நிரம்ப சளியை வைத்துக் கொண்டு ஹவுளுக் கரையில் வந்து உட்கார்ந்து இருமி இருமிக் காறிச் சளியைத் துப்பிப் பெரும் கூச்சலை ஏற்படுத்துவார். இந்தக் கூச்சலைக் கேட்டுக் கேட்டுப் பரிச்சயமானதால், நபீசா மன்ஸிலிலுள்ளவர்களுக்கு இப்போது மனம்புரட்டி வருவதில்லை.

1. ஒளு – கைகால் முகம் சுத்தம் செய்தல்

பாங்கு சொல்லி, தனியாகத் தொழுகையை முடித்துக் கொண்டு தைக்காப் பள்ளிவாசலை அடைத்துவிட்டுப் போகும் மைதீன் பிச்சை மோதின் ஒருவர் மட்டுமே தைக்காப் பள்ளியில் ஏறி இறங்கிக்கொண்டிருக்கும் ஒரே ஒரு தொழுகையாளி. அவரும் ஏறி இறங்கவில்லையென்றால் தைக்காவுக்குள் புல் முளைக்கும். பாங்கு சொல்லவும் தைக்காப் பள்ளியைத் திறந்து அடைப்பதற்கும், விளக்குப் பற்ற வைப்பதற்கும் நாளை தினம் மஹ்சரில்[2] கிடைக்கும் ஊதியம் அவருக்குப் போதும்.

'அவன் தந்து நெறயணும் பாவா.'

அஞ்சுவண்ணம் தெரு சனங்களுக்கு, தறிக்குழியை விட்டு எழும்ப நேரம் கிடைக்காததால் அங்கு கத்தம் பாத்திஹா[3] அவ்வளவாக இல்லை. எப்போதாவது யாராவது பாத்திஹா ஓதுவதற்கு அல்லது மவ்லுது[4] ஓதுவதற்குக் கூப்பிட்டுப் போனால் ஒரு நேர ஒஜீபனம்[5] கிடைக்கும். கைமடக்கு பீடி செலவுக்குமாகும். நாள் போகப்போக அதுவும் குறைஞ்சுக்கிட்டே வருது. சில இளவட்டங்கள் தலையெடுத்து வந்து எல்லாம் குட்டிச்சோராக்கி மைதீன் பிச்சை மோதினுக்க வயற்றில் அடிச்சுப்போட்டாங்க.

பண்டு காலத்தில் பரசுராமன் கோடாலி (மழு) தூக்கி எறிஞ்சிக் கடலைக் கரையாக்கி, பிறகு நாடாக்கி ஆண்ட மலையாளத்து மகாராஜா அந்தக் காலத்தில் பாண்டி தேசத்திலிருந்தும் வடதேசத்திலிருந்தும் வரவழைத்துக் குடி அமர்த்திய முதலிமார் களும் பட்டாரியர்களும் மஹமூதப்பா தீன் பிரச்சாரம் செய்த போது கலிமா சொல்லி மதம் மாறினார்கள். மதம்மாறி வந்த மக்களைக் கொண்டு நாளாவட்டத்தில் அஞ்சு வண்ணம் தெருவின் நீளம் கூடியது. ஆனால் மஹமூதப்பா, அடக்கம் செய்யப்பட்ட தாயின் காதில் பாங்குச் சத்தம் கேட்பதற்காகக் கட்டிய தைக்காப் பள்ளி பெரிசாகவில்லை. இன்னும் கோழிக்கூடு போன்றுதான்.

தைக்காப் பள்ளிக் கதவுகளும் ஜன்னல் பலகைகளும் இத்துப் போயின. கரையான் தின்று துப்பிப்போட்ட கழிக்கோலுகள் பிடிப்பற்று விழுந்தன. பழைய நாழி ஓடுகள் ஆங்காங்கே நொறுங்கி மாரிக்காலங்களில் தைக்காப் பள்ளிக்குள் குளம் கட்டியது. சுவர்களில் சுண்ணாம்புச் சாந்து பெயர்ந்துபோயின.

தொழுகைக்காக வேறு யாரும் நுழையாததால் தைக்காப் பள்ளியை அடைத்துப் பூட்டிச் சாவியை வாரியிலே வைத்து விடுவார்.

---

2. மஹ்சர் – இறுதித் தீர்ப்பு நாளில் ஆத்மாக்கள் கூடும் இடம்

3. கத்தம் பாத்திஹா – தீயது வராமலிருக்க வேண்டும் பிரார்த்தனை

4. மவ்லுது – நபி புகழ்ப் பாடல்

5. ஒஜீபனம் – உணவு

பூட்டாமல் திறந்திட்டிருந்தாலும் திருடிக்கொண்டு போவதற்கு அங்கு ஏதுமில்லை. இஷாவரை கண்மூடி எரியும் துருப்பிடித்த ஒரு ராந்தல் விளக்கு மட்டும் தொங்கிக் கொண்டு கிடக்கும்.

அஞ்சுவண்ணம் தெருவின் வடபக்கம் சாயக்காரத் தெருவைத் தொட்டபடி இருக்கும் குதிரை வீட்டிலுள்ள மலுக்கு முதலிக்குத் திடீரெனக் கண்பார்வை மங்கிவிட்டது. பழையபடி உலக வெளிச்சத்தைப் பார்க்க அருள் செய்யும்படி மலுக்கு முதலி, அடக்கம் செய்யப்பட்ட தாய் உறங்கும் இடத்தில் வெளிச்சம் படர ஒரு ராந்தல் விளக்கு உபயம் செய்தார். இவர் ராந்தல் விளக்கு உபயம் செய்வதற்கு முன், மஹமூதப்பா நாட்டி வைத்திருந்த கல்விளக்கு புன்னக்காய் எண்ணெய்யில் எரிந்துகொண்டிருந்தது. எண்ணெய் வடிந்து கறுப்பாகிவிட்ட கல்விளக்கு பிடுங்கப்பட்டுக் காணாமல்போன சந்தர்ப்பத்தில் அஞ்சுவண்ணம் தெருச்சனங்கள் கதிகலங்கிப் போயினர். பேய் மாரியோ, சூறைக் காற்றோ, சூரியன் உருகி இறங்கிப் பற்றிப்படரும் தீயோ? என்ன விபத்தோ?

கல்விளக்கைப் பிடுங்கி எடுத்துத் தோப்பிற்கு எல்லைக் கல்லாக நாட்டியவனுடைய கண்பார்வை கெட்டுப்போனதாகவும் கை விளங்காமல் போனதாகவும் அந்தத் தோப்பிலுள்ள மரங்கள் காய்க்காமல் பட்டுவிட்டதாகவும் மைதீன் பிச்சை மோதினுடைய வாப்பாவின் கனவில் நீல உடை அணிந்த ஜுவாலை முகமுடைய ஒரு குமரிப்பெண் வந்து சொன்னாள்.

யார் அந்தப் பெண்?

சிறுவனாக இருந்த மைதீன் பிச்சை மோதினுடைய காதில் இரகசியமாகச் சொல்லிவிட்டு வாப்பா எச்சரித்தார்.

மூச்சுவிடாதே!

மைதீன் பிச்சை மோதின் இன்றளவும் மூச்சுவிடவில்லை. வாப்பாவின் கனவில் வந்த அந்த ஜுவாலை முகமுடைய குமரிப்பெண், தான் மவுத்தாவதற்குள் ஒருமுறை தன்னுடைய கனவில் வந்து அருள் தரமாட்டாளா?

மைதீன் பிச்சை மோதினுடைய அவா நிறைவேற, இப்பவும் 76 வயதிலும் கூட, அவருடைய துஆவில் ஒரு வரி தனியாக உண்டு.

அடக்கம் செய்யப்பட்ட தாய் நித்திரைகொள்வது தைக்காப் பள்ளி வளாகத்தின் தென்பக்கம். தெக்கும் வடக்கும் நாட்டப்பட்ட இரு மீசான் கற்களுக்கு இடையே வெளிறிய ஒரு பச்சைப் போர்வைக்குள், தைக்காப் பள்ளியைச் சுற்றி முட்காடு மூடிக்கிடக்கின்றது. முட்காட்டைக் கையால் பிளந்து

மாற்றினால் தெரியும் ஒற்றை அடித் தடம் பார்த்து, காலில் முள் குத்தாமல் நடந்து செல்லவேண்டும் மூத்திரப்புரைக்கு. தெருவிலுள்ள ஆண் சனங்களெல்லாம் பகல் நேரம் மூத்திரம் முட்டும்போது ஓடி வருவது இங்கே, தைக்காவுக்குப் போயிட்டு வாறேம்புளா என்று புருஷன்காரன் தறிக்குழியிலிருந்து எழும்பினாலே பெண்டாட்டிக்காரிக்கும் மட்டும் தெரியும் மூத்திரம் பெய்யத் தான் போறார் என்று. நபீசா மன்ஸிலின் தெற்கு மதில் சுவரை ஒட்டியிருக்கிறது மூத்திரப் புரை. மஹமூதப்பா தைக்காப் பள்ளியிலிருந்து வீசும் மூத்திரத்தின் எரிவாடை ஷேக் மதார் சாய்புடைய வீட்டிலுள்ளவர்களுக்கு மூக்கை ஓட்டை போடும் கெட்ட வாடையாக இருக்கவில்லை. மூத்திரப் புரையிலிருந்து சற்று விலகி எடுப்பு கக்கூஸ். கொல்லைப்புறச் சுவர் ஒரு பெரும்மழையில் இடிந்துவிட்டதால் இப்போது எல்லாரும் கொல்லைக்குப் போவது வயலங்கரைக்கு. சுவர் இடிந்துபோவதற்குமுன் சுவர்முட்டி (மது) குடிக்கும் சிட்டுத்தான் தாயுடைய கருணை வேண்டித் தினமும் சுத்தம் செய்வது. போதை ஏறித் தலையைத் தூக்கி சுவரில் முட்டியதால் தலை பிளந்து இரத்தம் கொட்டி அந்த இடத்திலே விழுந்தாள் சிட்டுக் கிழவி.

தைக்காப் பள்ளிக்குள், மைதீன் பிச்சை மோதினுடைய நினைவுக்கு அப்பால் உள்ள ஏதோ ஒரு காலத்தில் யாரோ, 'வக்பு'[6] செய்து விரித்துப் போடப்பட்ட கோரம்பாய்கள் சிம்புகள் பொடிந்தும், ஆங்காங்கே கிழிந்தும் காணப்பட்டன. பல்லியும் குருவியும் வவ்வாலும் புறாக்களும் எச்சங்கள் போட்டு புள்ளிகள் குத்தின. கழிக்கோலுகளுக்கிடையில் கட்டிய அணில்கூட்டிலிருந்து விழுந்துகிடந்த சவரிகள் எங்கும் பரவிக்கிடந்தன. எங்கும் நஜீஸ்[7], சுத்தம் செய்ய மைதீன் பிச்சை மோதினால் ஏலாது. சொன்னால் மம்மதும்மா செய்வாள். தொண்டை கிழிய தெருவில் கிடந்து சத்தம் போடும் மம்மதும்மாவை மைதீன்பிச்சை மோதினுக்குக் கண்டாலேயே காறி வரும். அவளுடைய முகத்தைக்கூட ஏறிட்டுப் பார்க்கமாட்டார். அந்த அலப்பற சவுட்டினாலே பள்ளி நஜீசாகிப் போவும் என்பார்.

பொதுவாகப் பெண்களைப் பள்ளிவாசலுக்குள் நுழையவிடக் கூடாது என்ற பிடிவாதம் மைதீன் பிச்சை மோதினுக்கு. பெண்கள் பள்ளிவாசலில் வந்து தொழலாம் என்று வாதமும் செய்யக்கூடிய இளவட்டங்களைக் கண்டமேனிக்குத் தானக்கேடு பேசுவார். தைக்காவிலுள்ள பாய் எல்லாம் துப்பரவு இல்லாததினால் தொழுகை நிறைவேற்றுவதற்காக தனியாக ஒரு கோரம்பாய்

6. வக்பு – இனாம்

7. நஜீஸ் – அசுத்தம்

சுருட்டி பல்லி எச்சம் போடாத ஒரு இடத்தில் மறைவாக வைத்துள்ளார். அதை விரித்துப்போட்டுத்தான் தொழுவது.

தெருக்காரர்களுக்கு எல்லாம் தண்ணீர் எடுத்துக்கொடுத்த பிறகு, மஃரிப்[8] பாங்கு சொல்லித் தொழுதுவிட்டு மைதீன் பிச்சை மோதின் தைக்கா வாசல் அடைத்துவிட்டு வீட்டுக்குப் போனதும், மம்மதும்மா கடைசிக் குடமாக ஒரு குடம் தண்ணீர் ஹவுளில் கொண்டு விடுவது வழக்கம். தண்ணீர் விடுவது மம்மதும்மா தான் என்பது மைதீன் பிச்சை மோதினுக்குத் தெரியாமலில்லை. தெரியாததுபோல் நடந்துகொள்வார்.

மைதீன் பிச்சை மோதின் ஹவுளுக் கரையில் உட்கார்ந்து கொண்டு எப்பவும் போல் தொண்டையில் அதல பாதாளத்தில் உறைந்துகிடக்கும் சளியை இருமி இருமிக் காறி வெளியே எடுத்துத் துப்பினார் . . . எத்தனையோ ரம்லான் நோன்புகளுக்கு முன் சிங்கப்பூர் சாய்புடைய முஸ்தீபில் ஒருமுறை ஹவுள் சுத்தம் செய்த ஞாபகம், ஹவுளைக் காணும்போதெல்லாம் மைதீன் பிச்சை மோதினுக்கு வந்துவிடும்.

தர்ம சிந்தனையுள்ள சீதேவிகள் இல்லையே என்று ஒளு செய்யும்போதெல்லாம் எண்ணாமல் இருப்பதில்லை. ஹவுளு தண்ணீரில் மிதந்துகிடந்த பாசியையும் புழுக்களையும் நீக்கிய பின் பச்சைநிறமான கலங்கிய தண்ணீரில் ஒளு செய்தார். நபீசா மன்ஸிலில் குடிவாழும் மக்களின் காதுகளில்போய் எட்டாதபடிக் குரல் அடங்கிப்போன அவருடைய தொண்டைக்குள் ஊர்ந்த பாங்கு தைக்காவுக்குள்ளே அடங்கிப்போய்விட்டது. தொழுகையை முடித்துவிட்டுப் பள்ளிவாசலைப் பூட்டித் துருப் பிடித்த சாவியை வாரியில் வைத்துவிட்டுப் படி இறங்கினார்.

வீட்டில் கறிபுளி வாங்கல்லியே என்ற சிந்தனையில் வாரிகையைப் பிடித்துக்கொண்டு சிறிதுநேரம் நின்றார். சூத்தை கூப்பன் அரிசியைப் போட்டுப் பொங்கி வச்சிருப்பா கிழவி. மொவக்காரி போனப்போ பயன்படுத்தாமல் கிடந்த தறியையும் கொண்டுபோனாள். அவளுக்கு இல்லாம பின்னே யாருக்கு? வாதச் சேட்டை இருப்பதால் கிழவிக்கு நெசவு செய்ய முடியாது. நூல் சுற்றிக் கொடுக்கலாமென்றால் உட்கார்ந்து இராட்டை சுற்றும்போது முதுகுத் தண்டில் வலி.

வார் அறுந்துபோன செருப்பில் காலைத் திணிக்கும்போது தைக்காப் பள்ளி முள்காட்டில் சிவந்த மலாய்த் தொப்பியும் தூய உடையும் அணிந்த ஒருவர் ஹாலராகி[9] நடந்து வருவதுபோல

8. மஃரிப் – பின் மாலைநேரத் தொழுகை

9. ஹாலர் – தோன்றுதல்

வலைக்கட்டிய கண்ணுக்குத் தெரிந்தது. மஹமூதப்பா ஹாலராகி விட்டார்களா? அல்லது ஏதாவது சாலிஹான ஜின் வந்து விட்டதா? பார்வை மங்கிவிட்ட கண்களை அவரால் நம்ப முடியவில்லை.

போரிசையான[10] சில இரவுகளில் அடக்கம் செய்யப்பட்ட தாயுடைய தலைமாட்டில் விளக்கு பற்ற வைக்கும்போது வெள்ளை உடை அணிந்த ஒரு மனுசனுடைய நடமாட்டம் தெரிவதாக மம்மதும்மா மட்டுமல்ல, வேறு பலரும் அடிக்கடி சொல்லியதால் தெருச் சனங்களால் நம்பாமலிருக்க முடியவில்லை.

ஒரு நிழலாட்டமாக அல்லாமல் ஒரு மனிதர் தன்னை நோக்கி வருவதாகத் தெரிந்துகூர்ந்தார், மைதீன் பிச்சை மோதின்.

ஷேக் மதார் சாய்பு.

நபீஸா மன்ஸில் பாலுக்காச்சி குடி புகுந்து வருசம் ஒன்று ஆனபின்னும் இந்த தைக்காப் பள்ளி முற்றத்தில் கால் மிதிக்காத ஷேக் மதார் சாய்பு. மைதீன் பிச்சை மோதினுக்கு எங்குமில்லாத வியப்பு. தன்னைக் கூடாமல் இன்னும் ஒருவர் இந்தத் தைக்காவில் தொழ வாறாரே என்று மகிழ்ச்சி. ஷேக் மதார் சாய்புதான் என்று உறுதியானதும் ஆகாசத்தில் மழை மேகம் அலையுதா, உடன் பெய்துவிடுமா என்று மேற்கு மூலையைப் பார்த்தார். கருமேகங்கள் இல்லை. இல்லாவிட்டாலும் இன்று மழை பெய்து வறண்டுகிடக்கும் தெருவில் தண்ணீர் பெருக்கெடுத்து ஓடும். மனசில் எண்ணிக்கொண்டார். ஒருபோதும் தொழுகைக்கு வராத ஷேக் மதார் சாய்பு இன்று வருகிறார்.

‘தொழவா? சாவி தரவா?’ மைதீன் பிச்சை மோதின் மிகப் பணிவாகக் கேட்டார்.

‘இல்லை பாவா. இன்று மத்தியானம் எங்க வூட்ல பசியாற வாங்கோ. எங்க வாப்பாவுக்கு ஆண்டு அடியந்திரம்.’

ஷேக் மதார் சாய்புடைய அழைப்பை மைதீன் பிச்சை மோதின் மகிழ்ச்சியோடு ஏற்றுக்கொண்டார். முன்பு ஒரு போதும் அழைத்து ஒரு நேர ஓஜீபனம் தராத ஷேக் மதார் சாய்புக்கு இன்று தன்னை அழைத்து ஒஜீபனம் தரத் தூண்டி விட்டது யாரோ?

மைதீன் பிச்சை மோதினுக்கு யார் பேரிலும் ஆவலாதி இல்லை; வைராக்கியமில்லை; பெரிய எதிர்பார்ப்புகளும் இல்லை.

10. போரிசை – மகிமை

4

சிலவேளை தைக்காப் பள்ளியில் ரோந்தல் விளக்கு பற்றவைக்க லாம்பெண்ணெய் இருக்காது. அந்தச் சந்தர்ப்பங்களில் தெருவில் யாராவது எதிர் பட்டால், மைதீன் பிச்சை மோதின் எதிரில் வருவோரிடம் சொல்லாதது போல் அவர்கள் காதில் விழும்படித் தரையைப் பார்த்துக்கொண்டு தானாகச் சொல்வார்.

'அடக்கம் செய்யப்பட்ட தாய் இன்னு இருட்டிலாக்கும்!'

பத்தைம்பது வருடங்களாகக் கேட்டுக் கேட்டுப் பழகிப்போனதால் தெருச்சனங்களுக்கு மோதின் சொல்லுவதன் உட்பொருள் என்னவென்று புரிந்துவிடும். அவருடைய கையில் இருக்கும் காலிக் குப்பியைப் பார்த்தாலே தாய் உறங்கும் இடத்தில் வெளிச்சம் இல்லாவிட்டால் அஞ்சு வண்ணம் தெருவே இருளில் மூழ்கிப்போகும் என்ற பயம் தெருச்சனங்களுக்கு. மழை பெய்யாமல் வயல் பூமாக்கள் கருகிப் பஞ்சம வந்து வாட்டி விடும் என்ற அச்சம். உடனே மடி அவிழ்த்துக் காசு எடுத்துக் கொடுப்பார்கள், லாம்பெண்ணெய் வாங்க. இல்லாவிட்டால் குப்பியை வாங்கி வீட்டிலிருக்கும் எண்ணெய்யில் கொஞ்சம் விட்டுக்கொடுத்துத் தாய் நித்திரைகொள்ளும் இடத்திற்கு வெளிச்சம் காட்டுவார்கள்.

ஒருபோதும் தைக்காப் பள்ளி இருளில் மூழ்கியதில்லை. மஃரிப் (மாலைக் கருக்கல்) பாங்கு சொல்லும் நேரம் கரி துடைத்துப் பற்றவைத்துத்

தொங்கவிடப்படும் ராந்தல் விளக்கு. இஷாவரை எரியும். மைதீன் பிச்சை மோதின் இஷா தொழுது முடித்ததும் ஊதி அணைத்து விடுவார். ராந்தல் விளக்கிலுள்ள குப்பி, காலம் எவ்வளவோ ஆனபிறகும் உடையாமலிருப்பதன் பரம ரகசியம் மைதீன் பிச்சை மோதினுக்கும் இன்னும் புதிராகத்தானிருக்கிறது.

'எல்லாம் அந்த தாய்க்குத்தான் வெளிச்சம்.'

ஊராப்பட்ட குப்பைக்கூளங்களையும் அசங்கியங்களையும் கொண்டு கொட்டுவது சுடலைமாடன் குளத்தங்கரையில். குளத்தங்கரை குப்பை மேட்டில் நொறுங்கிய விளக்குக் குப்பிகள், கண்ணாடிக் குவளைகள், பீங்கான் துண்டுகள். வெளிக்கிருக்கக் குளத்தங்கரைக்குச் செல்லும்போது குப்பைமேடு கண்ணுக்குத் தெரியும். அப்போதெல்லாம் மைதீன் பிச்சை மோதின் தைக்காப் பள்ளியிலுள்ள ராந்தல் விளக்குக் குப்பியை நினைப்பதுண்டு.

'மைதீன் பிச்சை மோதினுக்க சாமர்த்தியம் கொண்டல்ல. அந்த அடக்கம் செய்யப்பட்ட தாயுடைய மகத்துவம் கொண்டாக்கும் தைக்காவில் விளக்கு எரியுது'. ஷேக் மதார் சாய்பின் காதில் விழும்படிச் சொன்னார்.

குண்டப்பா வீட்டுல உள்ள வெள்ளை ஆடும் நாலஞ்சு குட்டிகளும் வந்து தைக்காவின் இறக்குவாரிக்குள்ளே ஏறிப் புழுக்கை போட்டு மூத்திரம் பெய்து நஜீஸாக்கிப் போடுவதுண்டு. அந்த வெளங்காத மனுசனிடத்தில சொல்லிச் சொல்லி மடுத்துப் போச்சு. கேக்கவே மாட்டார். ரண்டு மூணு ஆடுகள் 'கட்டு' ஊறிப்போன மரச்சீனிக் கிழங்கு தண்ணி குடிச்சு வயறூதிச் செத்தபிறகும் மனுசனுக்கு சுரணையே இல்லை. பாவம், வாயில்லாப் பிராணி. தாயுடைய முனிச்சல் வாங்கிச் செத்துப் போகாமலிருக்க ஒரு ஓலைத் தட்டி தயார்செய்து காம்பவுண்டு வாசலில் வைத்துக் கட்டிய பிறகு இப்போது குண்டப்பா வீட்டு ஆட்டுத் தொல்லை இல்லை. ஷேக் மதார் சாய்புடைய பின்னால் ஒரு ஆட்டுக்குட்டியைப் போல் செல்லும்போது மைதீன் பிச்சை மோதின் கவனமாக ஓலைத்தட்டியைத் தூக்கிக் காம்பவுண்டு வாசலை அடைத்தார். தெருவிலுள்ள மம்மதும்மாவுடைய தண்ணீர்க் குழாயடியை நெருங்கும்போது ஷேக் மதார் சாகிப் கேட்டார்.

'மோதீனப்பா, நீங்க மவுத்தாப்போனா தைக்காவில் யாரு பாங்கு சொல்லுவாங்கொ? யாரு விளக்கு கொளுத்துவாங்கோ?'

உடன் சொல்வதற்கு மைதீன் பிச்சை மோதினிடத்தில் ஒரு பதில் இருந்தது.

'மலக்குகள்.' (வானவர்கள்)

நபீசா மன்ஸில் பாலுக்காச்சும்போது மவுலிதும் தக்கலப்பா பாடல்[1]லும் நடந்தன. அன்று எலும்புக்கட்டைக் குலைக்கும் உடல் நடுக்கமும் விறையலும் மைதீன் பிச்சை மோதினுக்கு. வில்லாரிவிளை பொன்னு வைத்தியர் வந்து மோதினுடைய நாடி பார்க்கும்போது மோதின் காய்ச்சலின் அகோரத்தில் வாய் புலம்பிக்கொண்டே கிடந்தார். தக்கலப்பாவுடைய ஞானப் புகழ்ச்சி பாராம ஒரு வரி விடாமல் இனிமையாகப் பாடுவார். மவுலிதுகளெல்லாம் தண்ணி பட்டபாடு. கொடுத்து வைக்கல்ல. கடலுக்கடியிலிருந்து மருத்துவான் மலைமுகட்டிற்குக் காற்று வாங்கச் சென்ற ஏதோ மொரட்டு ஜின்னுடைய 'எதுப்பில்' போனதால் கீழே உருட்டிப்போட்டுப் படுக்கவைத்துவிட்டது. அதுதான் உடம்பெல்லாம் வலி. மைதீன் பிச்சை மோதினுக்கு மவுலிதுக்கும் போக முடியல்ல. இரவு நடந்த தக்கலப்பா பாடலிலும் கலந்துகொள்ள முடியல்ல. கை மடக்கும் கிட்டல்ல. ஒஜீபனமும் கிட்டல்ல. ஆனால் அன்று தைக்காப் பள்ளியில் இருந்து மைதீன் பிச்சை மோதினுடைய குரலில் பாங்கு கேட்டது. வெள்ளிக்கிழமை இரவானதால் குப்பியிலுள்ள கரி துடைத்து ராந்தல் விளக்கும் பற்றவைத்து வழக்கம் போல் தொங்க விடப் பட்டிருந்தது. அன்று பாங்கு சொன்னது யார்? விளக்கு பற்ற வைத்துத் தொங்கவிட்டது யார்? ஹவுளில் தண்ணீர் அலம்பும் சப்தம் கேட்டது. அன்று ஒளு செய்து தைக்காவில் தொழுதது யார்? வீடு பாலுக்காச்சினப் பிறகு அஞ்சுவண்ணம் தெருவில் வைத்து மைதீன் பிச்சை மோதினைப் பார்க்கும்போதெல்லாம் இதுபற்றிக் கேட்க வேண்டுமென்று ஷேக் மதார் சாகிப் நினைத்ததுண்டு. ஏனோ கேட்கவில்லை. குறிப்பு தெரிந்தது போல் மைதீன் பிச்சை மோதின் முன்னால் நடந்துசென்று கொண்டிருக்கும் ஷேக் மதார் சாகிபிடம் கேட்டார்.

'அன்னு பாங்கு சொன்னதும் விளக்கு கொளுத்தி வச்சதும் யார் தெரியுமா?'

'தெரியாது.'

'ஜின்னாக்கும்.'

'ஜின்னு . . .'

'ஆமா! ஜின்னேதான். மஹமூதப்பா அஞ்சுவண்ணம் தெருவில் தீன் நடத்த வந்தப்போகூட ஒரு ஜின்னையும் துணைக்குக் கூட்டிட்டு வந்தாங்கொ. அவுங்கொ பொவும்பம்

---

1. தக்கலப்பா பாடல் – தக்கலை பீரப்பாவுடைய ஞானப்பாடல்

அடக்கம் செய்யப்பட்ட தாய்க்க தலைமாட்டில் காவலுக்கு அந்த ஜின்னை நிப்பாட்டிட்டுப் போனாங்கோ'.

தமது வீட்டிற்கு அருகாமையிலுள்ள பள்ளி வளாகத்தில் ஒரு ஜின்னுடைய நடமாட்டம் இருப்பதாகக் கேள்விப்பட்ட போதே ஷேக் மாதார் சாகிபுக்கு உள்ளுக்குள் ஒரு கலக்கம். வெளியே காட்டிக்கொள்ளவில்லை.

மைதீன் பிச்சை மோதின் ஓதிய சற்று நீண்ட துஆவிற்குப் பின் மதிய உணவு விளம்பப்பட்டது. ஷேக் மதார் சாகிபுடைய நபீசா மன்ஸிலுக்குள் முதன்முறையாகத்தான் மோதினார் காலூன்றியது. சுவரில் தொங்கவிடப்பட்ட படங்களையும் கதவு ஜன்னல்களையும் அவற்றில் பூசிய பல வண்ணச் சாயங்களை யும் பார்த்தார். பழைய அப்பாஸ் முதலியுடைய நினைவில் கொஞ்ச நேரம் மவுனத்தில் ஆழ்ந்தார். தெருவில் ஜரிகை தாவணியும் அங்கவஸ்திரமும் பட்டு வேட்டியும் நெய்யக் கூடிய ஒரே தறிக்காரன். திருவிதாங்கூர் ராஜகொட்டாரத்திற்கு ஒரு துணியில் பட்டு வேட்டிகளையும் அங்க வஸ்திரங்களையும் தாவணிகளையும் மூட்டை கட்டி வழக்கம்போல் எடுத்துச் சென்றார். மன்னர்முன் முகம்காட்ட முடியவில்லை. பல நாட்களுக்குப் பிறகு மனம் உடைந்து ஊர் வந்து சேர்ந்தார். துணி மூட்டையை அவிழ்க்கவில்லை. கட்டியபடியே இருந்தது. கொட்டாரத்திற்காக நெய்தது கொட்டாரத்திற்குத்தான் என்ற பிடிவாதம். அப்பாஸ் முதலி தறிக்குழியில் இறங்கவில்லை. மனைவியின் இறப்பிற்குப் பின் தனியாக அந்த மண்வீட்டில் தங்கியிருக்க மனமில்லாமல் கேட்ட விலைக்கு ஷேக் மதார் சாகிபுக்குக் கொடுத்துவிட்டுப் போனவர்தான். அஞ்சுவண்ணம் தெருப்பக்கம் தலை காட்டவே இல்லை. எங்கே போனாரோ என்ன ஆனாரோ?

ஷேக் மதார் சாகிப் அந்தப் பழைய மண்வீட்டை இடித்துத் தள்ளிவிட்டு அதே இடத்தில் கட்டிய நபீசா மன்ஸிலின் இரண்டாவது மாடிக் கட்டுமானம் நடக்கையில் ஷேக் மதார் சாகிபிடம் ஒரு முக்கிய விசயம் நினைவுபடுத்த மோதினார் எண்ணியதுண்டு. வாய்ப்புக் கிடைக்கவில்லை. நினைவுபடுத்த இன்று இது நல்ல சந்தர்ப்பம்.

வருட பாத்திஹாவுக்கு வந்திருந்த உறவினர்கள் பிரிந்து சென்றபிறகு மைதீன் பிச்சை மோதின் ஷேக் மதார் சாகிபைக் கிட்ட வந்து உட்கார அழைத்தார்,

'மதார் சாகிப் கொஞ்சம் கிட்ட வாங்கொ.'

அருகாமையில் வந்து உட்கார்ந்துகொண்ட ஷேக் மதார் சாகிபுடைய முதுகைத் தடவியபடிப் பெண்கள் கேட்காதவாறு மெல்லச் சொன்னார்.

'நான் சொல்றதை தப்பா எடுத்துக்கிடாதெங்கோ. உங்க ஊடு தைக்காப் பள்ளியை விட கொஞ்சம் ஓசந்துபோச்சு. பள்ளியை விட ஓசந்த ஊட்டுல வாழ்க்கை இருக்காது வாப்பா. அடக்கம் செய்யப்பட்ட தாயைக் கொஞ்சம் நெனச்சுப் பாருங்கோ. நீங்கொ நல்லா இருக்கணும்னு சொல்றேன். உங்க ஊட்டை விட கொஞ்சம் உசரமா தைக்காப் பள்ளி மேலே ரண்டு மினாராக்கள் கட்டிக் கொடுங்கொ . எல்லாம் சரியாப் போவும்.'

மைதீன் பிச்சை மோதின் படி இறங்கியபிறகு ஷேக் மதார் சாகிப் மோதின் குறிப்பிட்டதைப் பற்றிய சிந்தனையில் ஆழ்ந்து தலையைப் புண்ணாக்கினார். கட்டுமானம் நடக்கையில் தெருச்சனங்கள் சிலர் மினாரா கட்டவேண்டிய அவசியத்தை எடுத்துச் சொன்னார்கள். யார் சொன்னத்தையும் பொருட்படுத்த வில்லை. கெடக்கானுவோ.

நகரங்களில் பள்ளிவாசல்களைவிட உயரமான கட்டிடங்கள் இல்லையா, அங்கு வாழ்க்கை நடக்கவில்லையா, எல்லோரும் காரில் பறக்கவில்லையா என்ற சிந்தனை அப்போதிருந்தது.

'மாடிவீடு கட்ட வசதி இல்லாமலா நாங்க எல்லாம் மாடி வீடு கட்டல்ல வாப்பா?' வேம்படித் தெருவிலுள்ள ஜூம் ஆ பள்ளிக்கு வெரசா நடந்துபோகும்போது தறியிலிருந்துகொண்டு ஒருமுறை ஷேக்மீரான் தன்னைப் பார்த்துக் கேட்டதையும் நினைத்துப் பார்த்தார். குவாஜா அப்துல் லத்தீப் ஹஜ்ரத்துடைய வாப்பா குவாஜா முஹியுத்தீன் காதிரி ஹஜ்ரத்தும் தனியாகக் கூப்பிட்டு ஒருமுறை சொன்னார்.

'வாப்பா, அஞ்சுவண்ணம் தெருவில் எந்த வீடாவது மஹமூதப்பா தைக்காப் பள்ளியை விட உசரமா கட்டியிருக்காங்களா பாருங்கோ? நீங்க இவ்வளவு ஓசரமா வீடு கட்டியிருக்கக் கூடாது. கட்டிப்போட்டியோ. பரவா இல்லை. பலா முஸிபத்[2] விலக உங்க வீட்டை விடக் கொஞ்சம் உசரமாக தைக்காப் பள்ளிக்கு ரண்டு மினாராக்கள் கட்டிக்கொடுங்க வாப்பா.'

மெஹராஜ் மாலை இயற்றிய ஆலிப்புலவருடைய பின் வாரிசு சொன்ன அறிவுரை கேட்டபோதுதான் தைக்காப்பள்ளிக்கு ரெண்டு மினாராக்கள் கட்டிக் கொடுப்பதைப் பற்றிச் சிந்திக்கத் துவங்கினார். ரைஸ்மில் ஓட்டமில்லாவிட்டாலும்

---

2. பலா முஸிபத் – தீங்கு

ஷேக் மதார் சாகிப் மில்லுக்கு சைக்கிளில் தினமும் செல்லும் போதெல்லாம் பலா முஸிபத் விலக மினாராக்கள் கட்டிக் கொடுப்பது பற்றி யோசனை பண்ணிக்கொண்டே சைக்கிள் மிதிப்பார். எல்லாருடைய சொல்களையும் அன்று காற்றில் பறக்கவிட்டாலும், மினாராக்கள் கட்டிக்கொடுக்க மனம் வந்த நேரம் பாத்துக் கை தளர்ந்துவிட்டிருந்தது. ரைஸ் மில்லுக்கு இப்போது யாரும் நெல் அனுப்புவதில்லை. லோடு லோடாக நெல் அனுப்பித் தந்திருந்த சவுந்திர பாண்டியன் நாடாரும் நெல் அனுப்புவதை நிப்பாட்டிவிட்டார். அவருக்குத்தான் ஏராளம் பணம் கொடுக்குமதியிருந்தது. நாலா பக்கங்களிலிருந்தும் நெல் மூட்டைகள் வந்து குவிந்து இரவு பகலாக ரைஸ்மில் ஓடி வியாபாரம் ஜம்ஜம் என்று நடந்த செழிப்பில் மாடி வீட்டில் பணத்தைக் கொட்டினார். வியாபாரிகளுக்குப் பணம் ஒழுங்காகப் போய்ச் சேரவில்லை. கடன்காரர்கள் பணம் கேட்டு குரல்வளையை நெரித்தனர். சவுந்திர பாண்டிய நாடார் கேட்டும் மிரட்டியும் பார்த்தார். பயனில்லை. வழக்குத் தொடர்ந்தார். இப்படிப்பட்ட சூழ்நிலையில் தைக்காப் பள்ளிக்கு மேல் மினாராக்கள் கட்டுவது பற்றி நினைத்துப் பார்க்கக்கூட முடியவில்லை. மஹமூதப்பாவையும் அடக்கம் செய்யப்பட்ட தாயையும் மறந்துவிடவில்லை. இப்போதைய வறுமையில் மினாராக்கள் கட்டுமிடத்தில் ஒரு செங்கல்கூட தூக்கிவைத்துக் கட்ட முடியாதபடிக் கை விழுந்துவிட்டது.

நெல் காயப்போடும் ஓட்டுக் களத்தில் சூரியன் உருகிக் கிடந்த நேரம் ஷேக் மதார் சாகிபுடைய மகன் மில்லுக்கு சைக்கிளில் விரைந்து வந்தான். ஓலை விசிறியால் வீசிக்கொண்டு களத்தில் உருகிக்கிடக்கும் சூரியனைப் பார்த்துக்கொண்டு, கடந்துபோன காலத்திற்குப் பயணித்துக்கொண்டிருக்கையில் மகன் பரபரப்போடு ஷேக் மதார் சாகிப்முன் காய்ந்த நாக்கிலிருந்து சொற்களை உதிர்க்க முடியாமல் திணறினான்.

‘என்னலே ...’

அவனுடைய முகபாவனையும் திணறலும் சொற்களுக்கு வசப்படாதபடிக் காய்ந்துவிட்ட நாவையும் கண்டு அவர் ஊகித்துக் கொண்டது நிஜமாகிவிட்டதால் பதற்றமடையவில்லை.

‘வாப்பா, ஆமீன் வந்து முரசு கொட்டினாங்க.’

எதிர்பார்த்ததுதான்; கலவரமடையவில்லை.

ஷேக் மதார் சாகிப் துருப்பிடித்த சைக்கிளை எடுத்து மிதித்தார். நெல் கதிர்க் கட்டுகள் குவித்துப்போட்டிருக்கும் மைமுனாவின் வீட்டுத் தெரு வழியாக.

நிதானமாகவே மிதித்தார். எப்போதும் போல். வீடு ஜப்தி செய்த நோட்டீஸ் நபீசா மன்ஸில் கதவில் ஒட்டும் நேரம் ஷேக் மதார் சாகிப் அஞ்சுவண்ணம் தெருவுக்குள் நுழைந்தார். ஜப்தி நோட்டீஸ் ஒட்டிய கதவை அவர் ஏறிட்டுப் பார்க்கவில்லை. கதவு மூடப்பட்டிருந்தது. பின்வாசல் வழியாகத்தான் வீட்டிற்குள் சென்றார். பெண்களின் கண்களில் கண்ணீர் துளும்பி நின்றது. அவர் யாரிடத்திலும் எதுவும் பேசவில்லை. பின்னால் கை கட்டி அங்குமிங்கு நடந்து நேரத்தைப் போக்கினார்.

தெருவில் கூத்துப் பார்க்க சனங்கள் திரண்டிருந்தனர். திரண்டிருந்தவர்களில் பலர் அவருக்கு இது வேணும் என்று மனசிற்குள் சொல்லிக்கொண்டனர். மஹமூதப்பா தைக்காப் பள்ளியை விட ஒசரமா வீடுகட்டினால் அந்த வீட்டில் வாழ்க்கை இருக்காது என்ற கூற்று உண்மையாகிவிட்டதை சனங்கள் நேரடியாகப் பார்த்துவிட்டனர்.

கூடி நின்று அதிசயம் பார்த்த தெருச்சனங்களைக் கண்ட போது குழாயடியில் குடத்தில் தண்ணீர் பிடித்துக்கொண்டு நின்ற மம்மதும்மாவிற்குக் கோபம் பொத்துக்கொண்டு வந்தது.

‘அங்கே கூட்டம் கூடி. என்ன அதிசயம்பிளா பாக்கிதியோ, ஊடுகளுக்கப் போங்கோ, போவல்லே தண்ணியைக் கோரி மூஞ்சிலே வீத்திருவேன் பாத்துக்கிடுங்கோ.’

மம்மதும்மா கத்தி எச்சரிக்கை செய்தாள். தலையை வெளியே நீட்டி அதிசயம் பார்த்துக்கொண்டிருந்த பெண்களெல்லாம் அவளுடைய கத்தலைக் கேட்டதும் சடாரெனத் தலையை உள்ளே எடுத்துவிட்டனர்.

குடம் தூக்கி இடுப்பில் வைக்கும்போது மம்மதும்மா தானாகச்சொன்னாள்.

‘கையில் கொஞ்சம் காய் வந்தப்பம் தலைகால் தெரியாம நடந்தா இப்படியெல்லாந்தான் வரும். அவர் பணத்தை யார் யாரெல்லாமோ வாயில போட்டாளுவொ’.

சொன்னதன் பொருள் காதில் விழுந்தவர்களுக்குப் புரியவில்லை. தெருவின் சரித்திரம் தெரிந்த மம்மதும்மா ஒருத்திக்குத்தான் தெரியும் யாரெல்லாம் வாயில் போட்டதென்று.

பின்னால் கை கட்டி அங்குமிங்கும் நடந்துகொண்டிருந்த ஷேக் மதார் சாகிப், ‘வாழ்க்கை இருக்காது வாப்பா’ என்று மைதீன் பிச்சை மோதின் சொன்னதை நினைத்துப் பார்த்தார். ஷேக் மீரான் சொன்னதை குவாஜா முஹியுத்தீன்காதிரி ஹஜ்ரத் சொன்னதையெல்லாம் நினைத்துப் பார்த்தார்.

பணம் வந்தா எல்லாம் வரும்.

'இனி ஒரு செக்கண்ட் இந்த ஊட்டுல தங்கக் கூடாது."

'மறுநாளே வீட்டைக் காலி செய்துவிட்டுக் கண் எட்டாத தொலைவில் ஏதோ ஒரு இடத்தில் தங்கப்போவதாகச் சொல்லிச் சென்றவர்தான். கல்யாணம், மவுத் எதுக்குமே தெருப்பக்கம் வரவே இல்லை.

5

அஞ்சுவண்ணம் தெருவின் பின் பக்கம் உள்ள ஒரு தெரு தாண்டினால் வேம்படித் தெரு. தெருவுக்கு ஒரு பள்ளி இருந்தாலும் வேம்படித் தெருவிலுள்ள, ஊரெங்கும் பேர் பெற்ற வேம்படிப் பள்ளியில் மட்டுமே ஜும்ஆ தொழுகை நடக்கும். மஹமூதப்பா தைக்காப் பள்ளியின் தென்புறமுள்ள சந்து வழியாகச் சென்று பீ முடுக்கில் ஏறிக் குறுக்கு வழி நாலு கால் எட்டிப்போட்டால் வேம்படிப் பள்ளி. தரைமட்டத்திலிருந்து கொஞ்சம் உசரத்தில் பத்து ஆட்கள் தூக்கினாலும், தூக்க முடியாத பெரிய கற்களால் கட்டப்பட்ட பள்ளி. மிகப் பெரிய நினைவு ஒன்றை ஒவ்வொரு தலைமுறைக்கும் சொல்லிக்கொண்டு தலை நிமிர்ந்து நிற்கின்றது. வேம்படிப் பள்ளி சொற்பொழிவு மேடையில் நின்ற குவாஜா அப்துல் லத்தீப் ஹஸ்ரத் வெள்ளிக்கிழமை குத்பா (சொற்பொழிவு) ஓதுவது, அஞ்சுவண்ணம் தெருவின் தலைக்குமேல் சுழன்று திரியும் மருத்துவான் மலைக்காற்று ஈர்த்து, அஞ்சுவண்ணம் தெருச் சனங்களுடைய காதில் முழங்கச் செய்யும். நாவூரப்பா மோதின் சொல்லும் பாங்கையும் அவருடைய சத்தத்தை விட இரட்டிச் சத்தத்தில் அஞ்சுவண்ணம் மக்களுக்கு எட்ட வைக்கும். அடக்கம் செய்யப்பட்ட தாய் மூச்சு விடுவதுதான் மருத்துவான் மலைக் காற்று. வெள்ளிக்கிழமை மத்தியானம் வேம்படி பள்ளியிலிருந்து மருத்துவான் மலைக்காற்றுவழி

வரும் நாவூரப்பா மோதினுடைய தொழுகைக்கான அழைப்பைக் கேட்ட கணம் மம்மதும்மா குழாய் வாயை மூடி, அரைகுறையாக நிறைந்த தண்ணீர்க் குடத்தை அப்படியே குழாயடியில் வைத்துவிட்டுக் குழாயடிக்கு நேர் எதிரிலுள்ள முத்துவாப்பா வீட்டுத்திண்ணையில் வந்து உட்கார்ந்து விடுவாள். தலையைப் புள்ளிச்சேலைமுனையால் மறைத்துக்கொண்டு யாரிடத்திலும், ஆகாசம் இடிந்து விழுந்தாலும், ஒரு அச்சரம் கூடப் பேசாம குவாஜா அப்துல் லத்தீப் ஹஜ்ரத்துடைய குத்பா[1] உரையைக் கேட்டுக்கொண்டு பக்தியில் ஆழ்ந்து இருப்பாள். அஞ்சு வண்ணம் தெருவில் பள்ளி பிரிஞ்சு ஆட்கள் வருவதைக் கண்ட பிறகுதான் எழும்பிக் குழாயடிக்குப் போவது. பின்னே குழாயடி அல்லோல கல்லோலம்தான்.

பேரும் புகழும் மகிமையுமிக்க வேம்படிப் பள்ளியிலிருந்து சொல்லும் பாங்கு காதில் விழும் அஞ்சுவண்ணம் தெருவில் ஒரு வீடு விற்பனைக்குக் கிடப்பதாக மலைவிழுங்கி மலுக்கு சாய்பு மூலமாக வாப்பா தெரிந்துகொண்டார். எவனையாவது எங்காவது குழியில்கொண்டு தள்ளிவிட்டு புரோக்கர் பீஸ் கணக்குச் சொல்லி எண்ணி வாங்கக்கூடிய எமகண்டன் மலுக்கு சாய்பு.

கொஞ்சகாலமாக வாப்பா எண்ணுவதுண்டு. தாத்தாவுக்கு சுளுவில் ஒரு இல்லடம் விலைக்கு வாங்கிக் கொடுக்க.

வாடகை வீடுகளில் தங்கித் தாத்தாவுக்கு அலுத்துப் போச்சு. சில வீட்டுக்குச் சொந்தக்காரனுவோ நொய்நொய்னு அரிச்சுக் கிட்டே இருப்பானுவோ. அங்கே ஒடஞ்சிருக்கு. இங்கே ஒடஞ் சிரிக்கு. வீடு அழுக்காப் போச்சு. அவனுகளோட பெரிய அக்கப்போர். இப்பம் இருக்கிற தெருவோ சுத்த மோசம். ஒரு வீட்டுலையும் பாம்பே கக்கூஸ் இல்லை. எடுப்பு கக்கூஸ்தான். கீடம் அடிச்சுப் போதை தலைக்கேறிய நிலையில் வெற்றிலை போட்டுக்கொண்டு பாட்டுப்பாடி வரும் சித்திரைதான் அந்தத் தெருவுக்கு ராணி. போலீஸ்காரங்களைக் கண்டு பயப்படாத தெருச்சனங்களெல்லாம் அவளைக் கண்டு பயப்படுவார்கள். ஏசமாட்டா, திட்டமாட்டா, கோபப்பட மாட்டா. இருந்தாலும் அவளைக் கண்டாலே குலைநடுக்கம். கொல்லப்புற வாசல் திறக்கச் சற்றுத் தாமதமானால் போதும். வாளியும் ஆப்பயும் கொண்டு திரும்பிப்போய்விடுவாள். 'போனால் போகட்டும் போடா', சற்று உரக்கப் பாடிக்கொண்டு அடுத்த வீட்டுக்குப் போய்விடுவாள். கோடி ரூபா கொடுத்தாலும் திருப்பி அன்று அந்த வீட்டுக்கு வாற பழக்கமே இல்லை. பொங்கப் படி, தீபாவளிப்படி, ரம்சான்படி, கர்த்தர் பிறப்புப்படி கொடுப்பதில்

1. குத்பா – வெள்ளிக்கிழமை தொழுகைக்கு முன் நிகழ்த்தும் சொற்பொழிவு.

மனம் திருப்தி அடையாவிட்டால் ரண்டு நாள் அந்த வீட்டை விட்டுப் பிடிப்பதுண்டு. பின்னே தெரு சனம் அவொ வரைச்ச வரையில் நிக்கும். இவளாலேயே தாத்தாவுக்கு அந்தத் தெருவை விட்டுப் போயாக வேண்டுமென்ற விடாப்பிடி. சொந்த வீடு வாங்கி ஒரு பாம்பே கக்கூஸ் வைக்கணும் என்ற நீண்ட நாள் ஆசை, கோடடச்ச (வேனில் கால விடுமுறை) போது தாத்தா மக்க குட்டிகளோட வீட்டுக்கு வந்தாள். வாப்பாவின் முன் நின்று அழுது கண்ணீர் வடிச்சு மூக்குச் சிந்தி முற்றத்தில் போட்டாள்.

'காலம் பூரா நான் வாடகை வீட்டுல வாழ்ந்து சாகவா? எனக்க சீதனத் தோப்பை வித்து எனக்கு ஒரு ஊடு வாண்டி தாருங்கொ வாப்பா'.

'அழாதே . . . அஞ்சுவண்ணம் தெருவில் ஒரு ஊடு விற்பனைக்கு கெடக்குதாம். மலைவிழுங்கி மலுக்கு சாய்பு வந்து துப்பு சொன்னான். பாத்து சுளுவில் வாங்கி தாறேன்.'

'பாழாப்போன ஏதாவது எழவு தெருவில் இல்லாம காலனிகளுல ஊடு கெடக்காதா?'

'கெடக்கும். வேளி மலையில் ஒரேக்கர் பூமி கெடக்குது. அங்கே ஒரு ஊடு கட்டி இருக்கீதியா?'

'என்ன வாப்பா சொல்லுதியோ; காலனிகளுல வீடு கெடக்குமானு கேட்டா வேளி மலையில் வீடு கட்ட சொல்லியோ?'

'ஆமா, வேளிமலையில் குடி இருக்கூதும் ஆளில்லாத தீவில் குடி இருக்கூதும் காலனியில் குடியிருக்கூதும் ஒண்ணுதான். தெருவானா மனிச குரல் கேட்டு நாலு முகம் பாத்து இருக்கலாம். நல்லது கெட்டதுக்கு அக்கம் பக்கத்தைக் கூப்பிட்டால் ஓடி வருவாங்க. ஆத்மாவில்லாத சனங்கள் குடி வாழக்கூடிய இடம் தான் காலனி, அங்கே போயா ஊடு வாங்க சொல்லுதா . . .

மலைவிழுங்கி மலுக்கு சாய்பு புரோக்கரையும் கூட்டிக் கொண்டு வாப்பா அஞ்சுவண்ணம் தெருவுக்குப் போய் வீட்டைப் பார்த்தார். ஆங்காங்கே இடிந்து கட்ட மண்ணாக் கிடக்குது. பல வருடங்களுக்கு முன் சுண்ணாம்பு கலக்கி அடிச்ச சுவரில் மழையில் செம்மண் நீர் வடிந்த சிவந்த நெடிய கோடுகள் எங்கும். ஓடுகள் உடைந்தும் கழன்றுபோயும் காணப்பட்டன. கதவுகளில் முன்பு பூசிய வார்னிஷ் வெளிறிப் போயிருந்தது. கதவுகளிலும் ஜன்னல் பலகைகளிலும் வெடிப்புகள். வீட்டின் நெற்றியில் பெயின்ட் காய்ந்து உதிர்ந்துபோன இடத்தில் எழுத்துகளின் தடயங்கள் பார்த்து வாப்பா எழுத்துக்கூட்டி வாசித்தார். 'ந.பீ.சா.. மன். ஸில் . . .'

வெகுகாலமாக அடைத்துப்போட்டுப் பாழடைந்துவிட்ட வீடு. அதன் முன் திண்ணையில் யாரோ குடி வாழ்ந்து கூட்டடுப்பு வைத்துப் பொங்கிச் சாப்புடுகிற சட்டிப் பானைகள். பழந்துணிகள். சுருட்டி வைத்த கோரம்பாய். திண்ணை சுவரெல்லாம் அடுப்புப் புகை படிந்து கறுத்துப் போயிருக்கிறது. எங்கும் எச்ச வலைகள். பார்த்தாலே ஒரு பேய் வீடேதான்.

மலுக்கு சாய்பு வீட்டைச் சுற்றிக் காண்பித்தார். இங்கும் எடுப்புக் கக்கூஸ்தான். கக்கூஸ் அள்ளிக்கொண்டு செல்ல தெருக்களின் பின் வளாகங்களுக்கிடையில் தெரு நீளத்திற்கு இடுக்கமான வழி. பகல் நேரங்களில் ஆண்களின் பார்வையில் படாதபடிப் பெண்களின் போக்குவரத்துக்கும் இந்த வழி பயன்படுகிறது.

வாப்பா வோயில் சால்வை எடுத்து மூக்கைப் பொத்தினார்.

'மூக்கு பொத்தாண்டம். ரண்டு மூணு தடவை அங்கிடி இங்கிடியா நடந்தா நாத்தம் தெரியாது. பழக்கமாயிப் போவும்.' மலுக்கு சாய்பு வாப்பாவுக்குப் பின்வழியின் பயன்பாட்டைப் பற்றி எடுத்துச் சொன்னார். 'இந்த பீ முடுக்கு வழி ரண்டு கால் எட்டிப்போட்டு அந்தா காணக்கூடிய முடுக்கு திரும்பினா வேம்படிப் பள்ளிதான் கேட்டீளா'.

நபீசா மன்ஸிலை ஒட்டி மஹமூதப்பா தைக்காப் பள்ளி இருப்பதால் வாப்பாவுக்கு வீடு புடிச்சுப் போச்சு. அஞ்சு நேரம் பாங்கு சப்தம் காதில் ஒலிக்குமே.

நபீசா மன்ஸிலுக்கு முன்னால் இருபத்து நான்கு மணிநேரமும் குபுகுபுவென்று தண்ணீர் கொட்டும் முனிசிபாலிட்டி தண்ணீர்க் குழாய். முக்கடல் தண்ணீர். இந்த தண்ணி குடிச்சவன் வேறே எந்தத் தண்ணியும் குடிக்க மாட்டான். அப்படி ருசி. குப்பியிலடச்சு வாம்பேக்கும் கொண்டு போவங்கோ, போரிசை (மகிமை) மிக்க இந்தத் தண்ணிக் குழாயை மம்மதும்மா சொந்தமாக்கி விட்டதுக்கு ஏதுவாகயிருந்தது அவளுடைய பெரிய வாயும் நட்டமான கரிநாக்கும். கரிநாக்கு உள்ளவங்க திட்டினாலும் சாமம் போட்டாலும் பலிக்கும். அதனால் அவளிடம் யாரும் வம்புக்குப் போவதில்லை. அவெொ என்ன ஏசினாலும் பேசினாலும் யாரும் திருப்பி ஓரச்சரம் உரியாடுவதில்லை.

குடத்தில் தண்ணீர் பிடித்துக்கொண்டிருந்த மம்மதும்மாவுக்கு புரோக்கர் மலுக்கு சாய்பைக் கண்டதும் எங்குமில்லாத வேகாரி வந்துவிட்டது.

வாறான் ஹராத்திலே[2] பிறந்த மலைவிழுங்கி, ஏதோ அப்பாவி மனுசனைப் பிடிச்சிட்டு வாறான். இந்தப் படுகுழியிலே கொண்டு தள்ள. குடத்தில் தண்ணீர் விழ இடுப்பில் கை கொடுத்துக் கொண்டு மலுக்கு சாய்பைச் சுட்டெரிக்கும்படி அக்னி சரம் விட்டாள். அவளைப் பார்த்தாலே மலுக்கு சாய்புக்குக் கெதி கலங்கும். நெஞ்சு படபடக்கும்.

விலைபோகாத இந்த பர்க்கத்[3] கெட்ட பாழடைஞ்ச பேய் ஊட்டைக் காட்டி எம்புடு ஆளுக்கிட்டயிருந்து துட்டடிச்சுருக்கான் படுபாவி பயன். வெளங்குவானா? என்னையும் நிம்மதியா கெடக்க உட மாட்டான்போலத் தெரியுதே?

மம்மதும்மா வாப்பாவை மேலும் கீழும் பார்த்தாள். அக்குளில் காம்பு வளைந்த குடை. நெற்றியில் தொழுது காய்த்த கறுப்புத் தழும்பு. காலர் இல்லாத அரைக்கைச் சட்டை. வாப்பாவின் மொட்டைத் தலையையும் நெற்றியிலுள்ள தழும்பையும் கண்டபோது மம்மதும்மா அதபோடு[4] தலையைப் புள்ளிச் சேலைமுனையால் மறைத்துக்கொண்டாள். தொழுகையாளிபோல் தெரியுதே.

மம்மதும்மா மலுக்கு சாய்பை முறைத்துப் பார்த்தாள். இரு நெருப்புக் குண்டுகள்.

‘சாவ பள்ளிவாசல் இல்லாம அலையான் புரோக்கர் நாய்’ அவள் சொன்னது மலுக்கு சாய்புடைய காதில் விழுந்தாலும், விழுந்ததாகக் காட்டிக் கொள்ளவில்லை. காதுகேளாத மாதிரி அவளுடைய மூஞ்சை பார்க்காமல் திரும்பி நின்றார். ஏதாவது வாய் திறந்தால் அவ்வளவுதான். தெரு, திருநூளியாவும், அவள் தொண்டையைத் திறந்தால் தெரு பூகம்பத்தில் அதிரும்.

‘இந்தா பைப்பில் தண்ணி பிடிக்கியாளே வாயாரி லெவின்டிதான் வீட்டுக்கு முன்னாலே கூட்டடுப்பு வச்சு சோறாக்கி திங்கிறா’. மம்மதும்மாவின் காதில் விழாதவாறு மெதுவாக வாப்பாவின் காதில் சொன்னார் மலுக்கு சாய்பு.

‘ரொம்ப வருசமா இருக்கியாளா?’

‘இந்த வீட்டை ஜப்தி செய்து சீல் வச்ச மறுநாளே இவொ அடுப்பு பத்தவச்சுது’. இருவரும் பேசுவது அவளுடைய காதில் விழவில்லையென்றாலும் தான் சம்பந்தப்பட்ட விசயம்தான்

---

2. ஹராத்தில் – தகாதவழியில் பிறந்தவன்

3. பர்க்கத் – பரக்கத் – செழிப்பு

4. அதபு – ஒழுக்கம்

பேசுகிறார்கள் என்று அவளுக்குப் புரியாமலில்லை. வாப்பா உடன் இருப்பதினாலோ என்னவோ அவள் வாய் திறக்கவே இல்லை.

மலுக்கு சாய்பு வாப்பாவைக் கண்ணைக் காட்டி அங்கிருந்து கலுங்கடிக்குக் கூட்டி வந்தார். மணக்குடி காயலில் சங்கமிக்கிற பழைய ஆற்றிற்குக் குறுக்காகக் கட்டிய பாலத்தின் கைவரியில் தூசியைத் தோளில் கிடந்த துண்டால் துடைத்துக்கொடுத்தார் மலுக்கு சாய்பு வாப்பா உட்கார்வதற்கு. வாப்பா சிமெண்டால் கட்டிய அந்தக் கைவரிமேல் தொட்டும் தொடாதவாறு உட்கார்ந்துகொண்டார். கலுங்கடியில்தான் தெருச் சனம் மாலை நேரம் பித்னா[5] பேச உட்கார்ந்துகொண்டிருப்பார்கள்.

‘எழுத்து குத்து நடக்குத அன்னைக்கே சவத்தை நானே அடிச்சு பத்தி விடுயேன். உங்களுக்கு அவளைப் பற்றிய கவலையே வேண்டாம். நானாச்சு. எம்பேரு சொன்னாலே அவளுக்குக் கொஞ்சம் நடுக்கந்தான். எல்லாம் நானாச்சு.’

‘தைரியமா ஊட்டை வாங்குங்கோ. பர்க்கத்தான ஊடு’. மலுக்கு சாய்பு வாப்பாவுக்குத் தைரிய மூட்டினார்.

வாப்பாவுடைய வியாபாரப் புத்தி செயல்பட்டது. வாப்பா கடற்கரையில் சுறாபீலி வாங்கும்போது அதற்கு ஆயிரம் குறைகள் சொல்லிப் பேரம் பேசித்தான் வாங்குவது.

‘வீடு ரொம்ப பழசு சாய்பே. இடிச்சுத்தான் கட்டணும்’,

‘இடிச்சு கட்டண்டாம். ஷேக் மதார் சாய்பு ஒரு வருசம் தான் இருந்தார். அதுக்கிடையில் ஜப்தி. புதிய மரம் கொண்டு செய்த ஊடு. போன வந்த இடங்களை கொஞ்சம் ரிப்பேர் செய்தாபோம்.’

‘அதுக்கே எக்கச்சக்கமான பணம் செலவு பண்ணனுமே. தோதான விலைக்குக் கெடச்சா பாப்போம்.’ வாப்பா அலுத்தாப் போல் பேசிவிட்டுத் தந்திர புத்தியில் எழும்பப் போவதாக பாவனை காட்டினார்.

‘இருங்கோ...’ வாப்பாவை அவர்பிடித்து உட்காரவைத்தார். ‘ஷேக் மதார் சாய்பு மஹமூதப்பா தைக்காப் பள்ளியிலே அன்னு ரண்டு மினாராக்கள் கட்டிக் கொடுத்திருப்பாரானால் கடன் வந்து கூடி வீட்டை இழந்திருக்கமாட்டார். பாவி மனுசன் அது செய்தாரில்லை. அடக்கம் செய்யப்பட்ட தாயை அலட்சியம் செய்து போட்டார். ஊடு ரிப்பேர்பாக்குத கையோட மஹமூதப்பா தைக்காப் பள்ளிக்கு ரெண்டு மினாராக்கள் கட்டிக் கொடுத்தா எல்லா பர்க்கத்தும் வரும் பாவா....’

---

5. பித்னா – புறம்பேசுதல், வீண் பேச்சு

'வேய், அதுக்கே கொஞ்சம் பணம் செலவாகுமே. தோதா கெடச்சாபார்ப்போம்...' வாப்பா எழும்பிக் குடையை அக்குளில் இடுக்கினார்.

வேம்படிப் பள்ளியின் பக்கத்துத் தெருவானதால் வாப்பாவுக்கு அந்தப் பாழடைந்த வீட்டின் மீது ஏதோ ஒருவகை யான மோகம். ஆனால் அதை வெளிக்காட்டிக் கொள்ளாததுதான் வாப்பாவின் ராஜதந்திரம். வேம்படி பள்ளியிலிருந்து சொல்லும் பாங்கு ஓசை காதில் வந்து ஒலிக்க வேண்டும். அந்த பாங்குக்குத் தனி போரிசை (சிறப்பு) உண்டு.

குண்டும் குழியும் நிறைந்த சாலையில் ஓடும் ஒன்பதாம் நம்பரில் ஏறி இரண்டு மணி நேரம் பயணம் செய்து அஞ்சுவண்ணம் தெருவுக்குப் போய் வீட்டைப் பார்த்துவிட்டு இரவே வாப்பா வீட்டுக்குத் திரும்பிவிட்டார். துணி நாற்காலியில் வாப்பா சாய்ந்து கிடக்கும்போது தாத்தா கேட்டாள்.

'ஊட்டைப் பாத்தீளா? கொள்ளாமா? புதிய ஊடுதானா?'

'ஊட்டைப் பாத்தேன் மக்கா. கொள்ளாமா. புதிய ஊடா, பழைய ஊடா இதெல்லாம் முக்கியமில்லை. ஊடு இருக்கிற இடம்தான் முக்கியம். இடம் நல்ல இடம். கெடச்சா உனக்கு யோகந்தான்.'

அஞ்சுவண்ணம் தெரு என்று சொல்லிக் கேட்டபோது தாத்தாவுடைய முகம் சுருங்கிவிட்டதை வாப்பா கவனித்தார்.

டவுன் பக்கம் வீடொன்றும் இல்லியா என்று அவள் கேட்ட போது வாப்பா ஓசையில்லாமல் பொருள் பொதிந்தபடிச் சிரித்தார். மேல் வரிசையில் முன்பக்கம் ஒரு பல் கழன்று போயிருந்தது. கடைவாயில் பற்கள் கழன்றுபோனது வெளியே தெரியவில்லை.

வாப்பா சாப்பிட உட்கார்ந்திருந்தார். சாப்பிட்ட வாயில் வெற்றிலை போட்டாக வேண்டும். வெற்றிலை வாயில் போட்ட பிறகுதான் வாப்பாவுக்கு உற்சாகம் கூடும்.

'மக்கா ஒரு வெத்தில தல்லு'. தாத்தாவிடம் வெற்றிலை பாக்கு இடிச்சுக் கேட்டார்.

தாத்தா நல்ல பருவத்தில் வெற்றிலை இடிச்சுக் கொடுத்ததை வாயிலிட்டதும் வேப்பாணம் புகையிலையைக் கையில் வைத்துக் கசக்கி வழக்கம் போல் வாயில் போட்டார். வேப்பாணம் புகையிலை வாய்க்குள் போற கணம் வாப்பாவுக்கு இரு பக்கங்களிலும் இறக்கை முளைத்துவிடும். கால்கள் தரையில்

பதியாது. வாப்பா கடந்த காலத்துக்குத் தாவிப் பறப்பார். கதைகளின் பிரவாகம்.

சதக்கத்துல்லா அப்பா தக்கலைக்கு வந்ததும் பீரப்பாவைச் சந்திச்சதும் வாப்பா இடி மின்னல் வெட்டிய ஒரு இரவு சொன்ன கதை.

சதக்கத்துல்லா அப்பா தீன் நடத்த நாஞ்சி நாட்டுக்கு வந்தார்கள். திருவிதாங்கூரின் தலைநகருக்குக்கருகாமையில் உள்ள தக்கலைக்கு விஜயம் செய்தபோது மக்கள் அப்பாவைச் சூழ்ந்து கொண்டு தங்கள் குறைகளைச் சொன்னார்கள். முக்கியமான குறைகளை மக்கள் சொன்னது பள்ளியில் தொழப் போவாத பீரைப் பற்றித்தான்.

'எல்லாரும் பள்ளில தொழ வாறாங்கப்பா. நெய்த்துக்காரன் பீர் மட்டும் பள்ளில தொழ வாறதே இல்லை. ஊர் சேர்ந்து போய்க் கூப்பிட்ட பிறகும் தொழ வரல்ல.' தொழாத பாவியைப் பார்த்துத் தொழுகைக்கு அழைக்க அப்பா அவர்கள் பீருடைய வீட்டுக்குப் போனார்கள்.

பீர் தறிக்குழியில் உட்கார்ந்து நெசவு செய்துகொண்டிருந்தார்.

'ஏனப்பா நீ பள்ளிவாசலுக்கு தொழப் போகல்ல?'

அப்பா அவர்கள் கேட்டுக்கொண்டு உள்ளே நுழைந்தார். நெசவு செய்துகொண்டிருந்த பீரைக் காணவில்லை.

என்ன மறிமாயம்! நொடிப்பொழுதில் எங்கே போய் ஒளிந்துகொண்டான்?

தறிக்குழிக்குள் எட்டிப்பார்த்த அப்பா அதிர்ந்து போனார்கள். கஅபத்துல்லாவுடைய (மக்கா பள்ளி) வாசல் திறந்து கிடப்பது தறிக்குழிக்குள்ளே தெரிந்தது. கஅபத்துல்லாவில் அப்பா தொழுகைக்காக அழைக்கச் சென்ற பீர் தொழுது கொண்டு நிற்பது தெரிந்தது.

அப்பா அவர்கள் ஆச்சரியத்தில் ஆழ்ந்துபோய் நின்றார்கள். 'இந்தப் பெரிய அவுலியா வாழ்கின்ற மண்ணிலா நான் தீன் பிரச்சாரம் செய்ய வந்தேன்?' திரும்பி ஊருக்குப் புறப்பட ஆயத்தமான அப்பாவைத் தறிக்குழியிலிருந்து பீரப்பா கூப்பிட்டார்கள்.

'வாங்க இன்று எங்க வீட்டிலே விருந்து சாப்பிட்டுவிட்டுப் போவலாம்'.

சதக்கத்துல்லா அப்பா அவர்கள் பீரப்பாவுடைய அழைப்பை ஏற்றுக்கொண்டார்கள். இருவரும் உணவுக்கு முன்பு குளிப்பதற்காகக் குளத்துக்குப் போனார்கள். குளத்தில் இருவரும் இறங்கினார்கள். முங்கி நீந்திக் குளித்தார்கள்.

'துப்பரவாக குளியுங்கள்' என்றார்கள் பீரப்பா.

'துப்பரவாகத்தானே குளிக்கிறேன்' என்றார்கள் சதக்கத்துல்லா அப்பா.

'இல்லை இதோ இப்படி குளியுங்கள்' என்று சொல்லிக் கொண்டு பீரப்பா அவர்கள் நகத்தால் வயிற்றைக் கீறிக் குடலை வெளியே எடுத்துப்போட்டார்கள். தண்ணீரில் குடலை துப்பரவாக அலசிக் கழுவிவிட்டு மறுபடியும் வயிற்றுக்குள் போட்டார்கள். வயிற்றில் கீறிய அடையாளமே தெரியவில்லை.

பீரப்பா செய்ததுபோல் செய்ய முடியாமல் சதக்கத்துல்லாஹ் அப்பா இரங்கி வேண்டினார். 'என் ஷேக்கே[6]! என்ன மன்னியுங்கள்'.

வாப்பா கதை சொல்லும்போது கேட்க வெகு இரசனையாக இருக்கும்.

தாத்தா தல்லிக் கொடுத்த வெற்றிலையை வாயில்போட்டுக் கொண்டு வேப்பாணம் புகையிலையின் சுறுசுறுப்பில் வாப்பா அன்று இரவு சொன்ன கதை வேம்படிப் பள்ளியின் கடந்தகால வரலாறும் அதன் மகிமையும்.

---

6. ஷேக் – ஆன்மிக வழிகாட்டி, சில சமயம் பெயராகவும் வரலாம்.

6

வேம்படிப் பள்ளி இருக்குமிடத்தில் மஹ்மூதப்பா தீன் பிரச்சாரம் செய்ய கடல் தாண்டி, மலை இறங்கி, கையில் தஸ்பீஹ் (ஜபமாலை) மணி உருட்டிக்கொண்டுவந்து அஞ்சுவண்ணம் தெரு மண்ணை மிதிக்கையில் அங்கு வேம்படிப் பள்ளி இல்லாமலிருந்தது. பரந்து விரிந்த பெரியதொரு மைதானம். யாருக்கும் சொந்தமல்லாத அந்த மைதானம், ஒரு புல்கூட முளைக்காத கட்டாந்தரை. புல் முளைக்காத கட்டாந்தரையானதால்தானோ என்னவோ கரம் (தீர்வை) அடைக்க முடியாமல் பட்டாப் பெயருடையான் ஊரை விட்டுப் பாண்டித் தேசத்துக்கு ஓடித் தலைமறைவாகிவிட்டான். அவன் அவனுடைய பெண்டாட்டிக்காரியுடைய சித்தப்பன் மகனை வாருவலால் ரண்டு சாத்துசாத்திய குற்றத்திற்குத் திருவாங்கூர் மன்னருடைய சிப்பாய் (போலீஸ்) அவனைக் கையும் களவுமாய்ப் பிடித்து விட்டது. திருவாங்கூர் மன்னராட்சியின் சட்டப்படித் திடீர் கோபத்தால் செய்த குற்றமானதால் கடும் தண்டனை கொடுக்காமல் சிறுதண்டனையாகப் புல் முளைக்காத அந்தக் கட்டாந்தரையை அவன் பேருக்குப் பட்டா வழங்கி ஆண்டாண்டு காலம் கரம் கட்டத் தீர்ப்பு வழங்கப்பட்டது. எவ்வளவோ மன்றாடிப் பார்த்தான். கரம் கட்ட முடியாது சாமி, என் பேருக்குத் தரையைப் பட்டாப்போட்டுத் தராதீங்க. சிறையில் கெடக்கேனு கெஞ்சிப் பார்த்தான். முடியல்ல. கரம் கட்டித்தான் ஆக வேண்டும். கட்டும் மட்டும் கட்டினான். தொடர்ந்து கட்ட முடியல்ல. கரம் கட்டல்லேன்னா சிப்பாய்

வந்து கையில் விலங்கு மாட்டிக்கொண்டு போவார். பார்த்தான், ஒரு வழியும் காணல்ல. பெண்டாட்டி புள்ளைகளைத் தள்ளீட்டு உடுதுணியோடு ஓடிப்போனவன்தான் தேசாந்தரமாக.

புல் முளைக்காத அந்தக் கட்டாந்தரையில் ஒரே ஒரு வேப்பமரம் வளர்ந்து நிழல் பரப்பி நின்றது. இந்த வேப்ப மரம் எப்படி அடர்த்தியாக வளர்ந்தது? உரமோ தண்ணீரோ, இல்லாத இந்த அனல்வெளியில் ஒற்றை வேப்பமரத்தை நட்ட கை எது? பல்லாண்டு காலமாகப் பதில் கிடைக்காத இந்தக் கேள்விகளுக்கு குவாஜா அப்துல் லத்தீப் ஹஜ்ரத்துடைய வாப்பா, குவாஜா முஹியுத்தீன் காதிரி ஹஜ்ரத்[1] ஒரு வெள்ளிக்கிழமை சொற்பொழிவில் யாரும் எதிர்பாராத நேரம் திடீரென பதில் சொன்னார்.

அந்தக் கட்டாந்தரையில் நூஹு^ஸ நபி கப்பலில் ஏற்றிவந்த காக்கையுடைய அலகு முனையிலிருந்து விழுந்த ஒரு வேப்பம் கொட்டை, பல்லாண்டு காலம் இறைவனுடைய கட்டளைக்காக மண்ணுக்குள் புதைந்துகிடந்தபின் முளைத்து மரமாகப் படர்ந்து நிழல் விரித்தது.

பதில் கேட்டதும் பள்ளியில் கூடிய சனங்களுக்கு உடல் புல்லரித்துப்போனது. மண் தன்னுள் அடக்கிவைத்திருக்கும் மாபெரும் இரகசியங்களை நினைத்து வியந்தனர் சனங்கள்.

பின் நடக்கப்போவதை முன்னரே தெரியும் வல்லமை படைத்த ஏக இறை, அந்தக் காக்கைக்குப் போட்ட கட்டளைப்படி காக்கை விதை போடவும், போட்டவிதை பல்லாண்டு காலம் மண்ணுக்குள் மறைவாகப் புதைந்துகிடந்து இறைக் கட்டளை கிடைத்ததும் பாறைபோல் கட்டியான மண்ணைத் துளைத்துக் கொண்டு துனியாவிலுள்ள சூரிய உதயத்தைப் பார்த்தது.

ஆலிப்புலவருடைய பின்வாரிசான குவாஜா முஹயுத்தீன் காதிரி ஹஜ்ரத் அவர்கள் கட்டு அவிழ்த்துவிட்ட பிறகுதான் சனங்களுக்கு அந்த வேப்ப மரத்தின் மகிமை தெரியவந்தது. தெரிந்ததும் சனங்கள் வெள்ளி இரவும் திங்கள் இரவும் வேப்பமரத்தின் மூட்டில் இடுப்பில் ஏந்திய குடத்தில் தண்ணீர் கொண்டு வந்துவிட்டு இறைவனைத் திருப்திப்படுத்தினர்.

அங்கு நின்ற வேப்பமரத்தின் ஆணிவேருடைய முனை தொட்டு நிற்பது நூஹு^ஸ நபியுடைய காலத்தில் நடந்த பிரளயத்தில் என்பதை முன்னுரையாக எங்களுக்குச் சொல்லித் தந்துவிட்டு, வாப்பா மெஹராஜ் மாலை இயற்றிய ஆலிப்புலவருடைய கதை சொல்ல கங்கணங்கட்டினார்.

---

1. ஹஜ்ரத் – மத அறிஞர்

ஒரு உஷ்ண இரவு ஆலிப்புலவர் படுத்துறங்க முயன்றார். முடியவில்ல. பனைஓலை விசிறியால் வீசிப்பார்த்தார். அவரால் படுக்க முடியவில்லை. வீட்டு முற்றத்தில் காற்று வாங்க வந்து நின்றார். மரம் இலைகள் அசையவே இல்லை. மெல்ல நடந்து வீட்டிலிருந்து கொஞ்சம் தொலைவில் நீரோடை மீதுள்ள ஒரு கலுங்குச் சுவர்மீது உட்கார்ந்துகொண்டார். கொட்டிக் கிடந்த பௌர்ணமிப் பாலொளியில் மக்கள் சாரைசாரையாக வருவதைப் பார்த்தார். மாரியம்மன் கோயில் திருவிழா முடிந்து வரும் மக்களாக இருக்குமென்று எண்ணினார். தொப்பியும் முக்காட்டையும் பார்த்த பிறகுதான் முஸ்லிம்களென்று தெரிய வந்தது. புராணக் கதை கேட்டு வருவதாக அவர்கள் கூறியபோது புலவருக்குப் பேரதிர்ச்சி.

நம்மிடம் புராணங்கள் இல்லையே என்ற சிந்தனை அவருடைய மனசைக் குடைந்தது.

திருநபியுடைய மெஹ்ராஜை (விண்ணேற்றம்) பற்றி ஒரு காப்பியம் புனைய அப்பவே முடிவு செய்தார். அதற்காக 'சின்னமக்கம்' என்று அறியப்படக்கூடிய காயல்பட்டினத்துக்குக் காலையிலேயே புறப்பட்டுச் சென்றார். நபியுடைய மெஹ்ராஜ் பற்றிய ஏதேனும் அரபு நூல் கிடைக்குமா என்று அங்கு தெருத்தெருவாகத் தேடி அலைந்தார். அலைந்தது வீணாக வில்லை. ஒரு அரபி நூல் கிடைத்தது. காயல்பட்டினம் பள்ளி வாசலிலுள்ள காஜி அந்த நூலைத் தமிழில் மொழி பெயர்த்துச் சொல்ல, ஆலிப்புலவர் உடனடியாகக் காப்பியம் இயற்றத் துவங்கிவிட்டார்.

இயற்றிய காப்பியத்தை அரங்கேற்றம் செய்யவேண்டாமா? அதற்காகப் பல கவிஞர்களும் அறிஞர்களும் மேதைகளும் அவுலியாக்களும் வாழ்ந்திருந்த இஸ்லாமியர்கள் பெருவாரியாக உள்ள கோட்டாறுக்கு வந்தார். அங்குள்ள மக்கள் முன்னிலையில் தாம் இயற்றிய கன்னிக் காப்பியத்தை அரங்கேற்றம் செய்ய ஆசைப்பட்டார்.

கோட்டாறில் வந்த புலவர், அவருடைய சீடரான சிவலிங்கம் செட்டியாருடைய வீட்டிற்குச் சென்றார். பிறகு முஸ்லிம்கள் வாழும் பகுதிக்குச் சென்று தம்முடைய காப்பியத்தைப் பற்றியும் அதை அரங்கேற்றம் செய்வதைப் பற்றியும் அவர்களிடம் கூறினார். கோட்டாறு சனம் புலவரை கொஞ்சம் கூட மதிக்கவில்லை. 'போய் வாருங்கள். இனி ஒரு சந்தர்ப்பத்தில் பார்ப்போம்' என்று சொல்லி தட்டிக் கழித்தனர். ஏளனமும் செய்தனர்.

சொந்தச் சாதி சனங்களுடைய முட்சொற்கள் புலவருடைய மனசைக் குத்திக் கிழித்துவிட்டது. மனம் உடைந்து கவலையுற்றுப்

போன புலவர் தம்முடைய மாணவராகிய சிவலிங்கம் செட்டியாருடைய வீட்டிற்கே அவமானத்தோடு திரும்பிவிட்டார்.

சோர்ந்த முகத்துடனும் கவலை தளர்த்திய மனத்துடனும் உட்கார்ந்துகொண்டிருக்கும் தம் குருநாதரைக் கண்டு சிவலிங்கம் செட்டியார் அதிர்ச்சியடைந்தார்.

'என்ன விசயம்?'

'என் சாதி சனமே என்னை ஏளனம் செய்துவிட்டார்கள்' என்று கவலையுடன் சொன்னார்.

'கவலைப்படாதீங்க. உங்கள் காப்பியத்தை அரங்கேற்றம் செய்ய நான் ஏற்பாடு செய்கிறேன் புலவர் பெருமானே . . .' தைரியமூட்டினார்.

சிவலிங்கம் செட்டியார் அவருடைய நண்பராகிய செல்வந்தரான பாவாடை செட்டியாரை அணுகிப் பெரும்புலவர் அவர்களை முஸ்லிம்கள் அவமதித்தது பற்றி எடுத்துக் கூறினார். பாவாடை செட்டியாருக்குக் கேட்டதும் மனவேதனையாகத் தானிருந்தது.

'நானே அரங்கேற்றத்திற்கான எல்லா ஏற்பாடுகளும் செய்கிறேன்.' கண்பார்வை இல்லாத இறை அச்சமுடைய பாவாடை செட்டியார் உறுதி கொடுத்தார்.

ஒற்றை வேப்பமரம் வளர்ந்தோங்கி நிழல் பரப்பி நிற்கும் பரந்து விரிந்த புல் முளைக்காத கட்டாந்தரையில் நெசவாளர்களான இந்துக்கள் மூவாயிரம் பேர்கள் அவருடைய ஏற்பாட்டில் திரண்டனர். அந்த மக்கள் திரள் முன்னிலையில் ஆலிப்புலவர் மெஹறாஜ் மாலை பாடி அரங்கேற்றம் செய்யத் துவங்கினார்.

பாவாடை செட்டியாரும் சிவலிங்கம் செட்டியாரும் முன்வரிசையில் உட்கார்ந்து புலவர் பாடி விளக்கம் சொல்வதைப் பயபக்தியுடன் கேட்டனர். குழுமிய மக்கள் ஆடாமல் அசையாமல் பாடலிலே மூழ்கிவிட்டிருந்தனர்.

நபிகள் நாயகம் மக்காவிலிருந்து புராக் என்னும் மிருக வாகனத்தின் மீதேறி ஜெரூசலத்திலுள்ள பைத்துல் முகத்தஸில் வந்திறங்கினார்கள். அங்கிருந்து மீண்டும் புராக் மீதேறி நாலாம் ஆகாசத்திலுள்ள பைத்துல் மஃமூரைச் சென்றடைந்தார்கள்.

வாப்பா சொல்லிவந்த கதையை இங்கே நிப்பாட்டினார். கண்களை மூடினார். சிறிது மவுனத்திற்குப் பின் பக்திப் பரவசத்தோடு கண்களை மூடியபடி இராகமாகப் பாடினார்:

நாலாம் வானம் இலங்கும் ஞானரத்ன மஃமூரில்
வாலாய மாய் வீற்ற வான்பரியை – கோலத்தூண்
தான் துளைத்துக் கட்டிய ரோதாஹா சென்றாரைந்தாம்
வானகத்தின் உள்ளே மகிழ்ந்து

இரண்டு மூன்றுமுறை நீட்டிப் பாடிய பின் வாப்பா கண்களைத் திறந்தார். எங்களை மவுனமாகப் பார்த்தார். சற்று நேரம் சென்றபின் கதையைத் தொடர்ந்தார்.

தாஹா நபி[2] நாலாவது ஆகாசத்திலிருந்து ஐந்தாவது ஆகாசத்திற்குச் செல்லும்போது புராக்கை நாலாம் ஆகாசத்தில் விட்டிட்டுப் போனார்கள். புராக் ஒரு மிருகமல்லவா? அந்த மிருகத்தைக் கட்டிப்போட்டது எங்கே? வாப்பா எங்களைப் பார்த்துக் கேட்டார். நாங்களெல்லாம் பேபேன்னு முழிச்சோம்.

‘என்னடா முழிக்கியோ? இதெல்லாம் தெரியாண்டாமாடா?’ என்று கடிந்துகொண்டு ஒருவரியை மீண்டும் பாடிக் காண்பித்தார்.

‘கோலத்தூண் தான் துளைத்துக் கட்டியரோ’ என்று பாடிவிட்டு விளக்கம் சொன்னார்.

நாலாம் ஆகாசத்திலுள்ள பைத்துல் மஃமூரின்[3] தூணில் தம் விரலால் துளைத்து உண்டு பண்ணிய துவாரத்தில் புராக்கைக் கட்டிப் போட்டார்கள். பாடிப்பாடி இந்த வரிகளைப் புலவர் பாடி முடித்ததும் புல் முளைக்காத கட்டாந்தரையில் வளர்ந்தோங்கி நிழல் பரப்பி நிற்கும் வேப்ப மரத்தடியில் ஒரு ஜோதி தெரிந்தது.

தாஹா நபி அவர்கள் அங்கு திடீரெனத் தோற்றமளித்தார்கள். வேப்பமரத்தடி ஒளிமயமாக விளங்கியதைக் கண்ட மக்களுக்கு எங்குமில்லாத ஆச்சரியம். தங்கள் கண்களையே நம்பமுடியவில்லை.

தோற்றமளித்து ஒளி பரப்புவது யாரோ?

கண்களைக் கூசவைக்கும் அந்த ஒளியிலிருந்து புறப்பட்ட குரல் கேட்டு ஆலிப்புலவர் நடுநடுங்கினார்.

‘ஆலி, நானும் என்னோடு வந்த ஜிப்ரிலும்[4] அல்லாஹுவையும் தவிர வேறு யாரும் தெரியாத இந்த ரகசியத்தை நீ எப்படி தெரிந்துகொண்டாய்?’ தாஹா நபி அவர்கள் கேட்டார்கள்.

---

2. தாஹா நபி – இறைத்தூதர் முஹம்மத் (ஸல்) அவர்களின் சிறப்புப் பெயர்
3. பைத்துல் மஃமூர் – வானுலகில் வானவர்கள் வணங்குவதற்காக அமைக்கப்பட்ட ஆலயம்
4. ஜிப்ரில் – இறைவனிடமிருந்து நபிக்கு (இறைத்தூதருக்கு) இறைச்செய்தி கொண்டு வரும் வானவர்

பதில் சொல்லத் தயங்கி நின்றார் புலவர். கேட்பது நபி பெருமானார். உடன் பதில் சொல்லியாக வேண்டும்.

என்ன பதில் சொல்ல? தெரியவில்லையே?

'எம் பெருமானே! அடியேன் வாயில் அப்படி வந்துவிட்டது.'

புலவர் நா குழற, பக்தி மேலோங்க பயந்தபடிப் பதில் கூறிவிட்டு, நபி பெருமானைக் கண்ணால் கண்டுவிட்ட பெரும் ஆனந்த அதிர்ச்சியில் கீழே விழுந்துவிட்டார். புலவர் கீழே விழுந்துவிட்டதை உள் உணர்வால் உணர்ந்துகொண்ட பாவாடை செட்டியார் என்னவென்று விசாரித்தார்.

'அந்தா, வேப்பமரத்தைப் பாருங்கள்' என்றார் புலவர்.

பாவாடை செட்டியார் ஏறிட்டுப் பார்த்தார். அங்கு தெரிந்த, கண்களை அஞ்சச் செய்யும் ஒளியில் அவருக்கு உடன் பார்வை கிடைத்துவிட்டது. அவையோர்களும் திருநபியைக் கண்ணால் பார்த்துவிட்ட திருக்காட்சியில் மெய்மறந்து போயினர்.

'ஆலி, உம்முடைய காப்பியத்தை நான் ஏற்றுக்கொண்டேன்' என்று கூறிவிட்டு அந்த அருட்பெரும் ஜோதி மறைந்துவிட்டது.

புலவருக்கு ஏதோ கைவிட்டுப் போனது போன்ற ஏமாற்றம். தாஹா நபி அவர்களுடைய திரு உருவத்தை அப்படியே கண்களில் ஒப்பிக்கொண்டார். அந்தத் திரு உருவம் கண்களிலிருந்து மறைந்துவிடாமலிருப்பதற்காகப் பாவிகள் நிறைந்த இந்தப் பூ உலகை திரு நபியைப் பார்த்த கண்களால் இனி பார்க்கக் கூடாது என்று சொல்லிக் கண்களைக் கற்பூரம்கொண்டு குருடாக்கி விட்டார்.

சொல்லி முடித்ததும் வாப்பா கண்களை மூடிக்கொண்டு சிறிது நேரம் மவுனமாகிவிட்டார். இதுபோன்ற விசயங்கள் சொல்லித்தரும்போது வாப்பா கண்களை மூடிக்கொண்டு இருப்பதன் உட்பொருள எங்களுக்கு இன்னும் விளங்க வில்லை. அந்த இருப்பும் அந்த மவுனமும் அந்நேரத்திலுள்ள முகபாவனையும் பார்க்கும்போது சொன்னதில் ஏதேனும் பிழை இருந்தால் அதற்காக இறைவனிடம் மன்னிப்புக் கோருவது போலிருக்கும்.

மெஹராஜ் மாலையில் உள்ள வரிகள் அத்தனையும் வாப்பாவுக்கு அத்துப்படி. ஆலிப்புலவர் மீது அளவில்லாத பற்று வாப்பாவுக்கு. இந்தக் கதைகளெல்லாம் வாப்பாவுக்கு எப்படித் தெரியும்? வாப்பா புத்தகங்கள் வாசித்துப் பார்த்ததில்லை. புத்தகங்கள் வாசித்து உணர்ந்துகொள்ளும்படியான தமிழறிவு

இருப்பதாகவும் தெரியவில்லை. நபிகள் நாயகம் பிறந்த பிறை மாதமான ரபீஉல் அவ்வல் முதல் பன்னிரண்டு நாட்கள் இரவு நேரங்களில் வலிய பள்ளியில் நடக்கும் சொற்பொழிவு கேட்க வாப்பா போனதாகத் தெரியவில்லை. முஹ்யுத்தீன் அப்துல்காதிர் ஜீலானி பிறந்த பிறை மாதமான ரபீஉல் ஆகிரில் முதல் பதினொரு நாட்கள் இரவு நேரங்களில் குளத்துப் பள்ளியில் நடக்கும் மதச்சொற்பொழிவு கேட்கப் போனதாகவும் தெரியவில்லை. மலபார் பகுதிகளிலிருந்து வரும் மவுலவிகள்தான் சொற் பொழிவாற்றுவார்கள். அவர்களுக்குத் தமிழ்க் கவிஞர்களைப் பற்றித் தெரிய வாய்ப்பில்லையே.

வாப்பாவுக்கு இந்த அறிவும் கதை சொல்லும் ஆற்றலும் எப்படிக் கிடைத்தது, இயற்கையாகவா? அல்லது உப்பா வாப்பாவுக்கு சொல்லிக்கொடுத்திருப்பாரா?

'நாளை ஆறாட்டு. பள்ளிக்கூடம் இல்லை'. பிள்ளைகள் உற்சாகத் தமிர்ப்பில் ஆரவாரமெழுப்பினர். ஆறாட்டுக்குப் பள்ளி விடுமுறை.

'ஆறாட்டு என்ன வாப்பா?' வாப்பாவிடம் கேட்டபோது வாயில் வெற்றிலையும் வேப்பாணம் புகையிலையும் போட்டுக் கொண்டு வாப்பா புன்னைமரக் கட்டிலில் அட்டிணக்கால் போட்டுக்கொண்டு திருவாங்கூர் மகாராஜா ஆறாட்டு ஊர்வலம் போகும் காட்சியைக் கண் முன்னால் காட்டும்படி நடித்துக் காட்டியது இப்பவும் ஒரு சித்திரமாகவே நிற்கின்றது. படைசூழ, செண்டை மேளம் முழங்க முத்துக்குடைக் கீழில் உடைவாளை முகத்திற்கு நேராக உயர்த்திப் பிடித்துக்கொண்டு சங்குமுகத்தில் நீராட நடந்துசெல்லும் காட்சி இன்னும் மறக்கவில்லை.

வாப்பா மெஹராஜ் மாலையிலுள்ள சில வரிகளைப் பாடிக் காட்டிவிட்டுத் தாத்தாவைப் பார்த்துச் சொன்னார்.

தாஹா நபி இந்த இடத்தில் பிற்காலத்தில் தோற்றமளிப்பார்கள் என்றுதான் குடையாக நின்று அவர்களுக்கு நிழல் கொடுக்க வேப்பமரம் வளர, நபி பெருமானார் பிறப்பதற்கும் எத்தனையோ ஆயிரம் ஆண்டுகளுக்கு முன் நடந்த பிரளய காலத்தில் நூஹு நபி கப்பலில் ஏற்றிவந்த காக்கையுடைய அலகில் அல்லாஹ் ஒரு வேப்பம் கொட்டையை வைத்துக்கொடுத்தான், கோட்டாறில் கொண்டு போடுவதற்கு. அல்லாஹ்வுக்கு முஹப்பத்தான[5] அவனுடைய திருத்தூதர் முஹம்மது ரஸுலுல்லாஹ்க்க[6]

5. முஹப்பத்தான – பிரியமான

6. ரஸூலுல்லாஹ்க்க – அல்லாஹ்பின் தூதர் – இறைத்தூதர்

திருப்பாதம் பட்ட வேப்பமரத்தடியில் பிறகு முஸ்லிம்கள் ஒரு பள்ளி கட்டினாங்கோ. அந்தப் பள்ளிதான் வேம்படிப் பள்ளி. அந்தப் பள்ளியிலிருந்து சொல்லுத பாங்கு கேக்கக்கூடிய இடத்தில் ஒரு வீடு கிடைக்க பாக்கியம் வேணும். அந்த வேப்பமரக் காற்று உடம்புல படுக்குக் கொடுத்துவைக்கணும் மக்கா, கொடுத்து வைக்கணும்.

வாப்பா அந்த ஊரின் கடந்தகால வரலாறும் தெருவின் மகிமையும் சொல்லும்போது பயபக்தியுடன் தலையைக் கவிணி முந்தானையால் மறைத்துக்கொண்டு உன்னிப்பாகக் கேட்டுக் கொண்டிருந்த தாத்தா மறுத்து எதுவும் பேசவில்லை.

‘பரவாயில்லை. அந்த ஊட்டையே வாண்டி தாருங்கோ’ தாத்தா மனநிறைவோடு சொன்னாள்.

7

வாப்பா வீட்டைவிட்டு வெளியே செல்லும் போதெல்லாம் கையில் குடையை எடுத்துக்கொள்வது வழக்கம். மழை பெய்வது எப்போதென்றும் வெயில் தீ கக்குவது எப்போதென்றும் சொல்ல முடியாது. கஷண்டித் தலை. மழைத்துள்ளி விழுந்தால் மூக்கோடும். தலைவியர்த்தால் நீர்த்தாவும். அதனால் குடை என்பது வாப்பாவின் ஒரு உடல் உறுப்பு போன்று. சிங்கம் மார்க் கொழும்பு குடை.

கொழும்பில் வியாபாரம் செய்துவந்த வாப்பாவுடைய ஒரு வழியில் மச்சினன் சேனா மானா மாமா. ஒரோ சபரி[1]லும் வாப்பாவுக்கு ஒரு சிங்கம் மார்க் குடைகொண்டு கொடுப்பது சேனாமானா மாமாவுக்கு ஒரு கடமை போன்றது. அது ஒரு நன்றிக் கடன் செலுத்துதல் என்பது பிறகு ஒருமுறை வாப்பாவின் இரவுக் கதையிலிருந்துதான் தெரிய வந்தது.

சேனாமானாக்கெ வாப்பா மைதீன் கண்ணு மாமா, வலிய பகீலு[2]; அறுத்த கைக்கு உப்புவைக்காத ஜன்மம். அவரை விடவும் கொடி பகீலு அவருக்க பெண்டாட்டி பாத்துமுத்து மாமி. ஒண்ணு ரண்டு கறவைப் பசு உண்டு. பால்ல, உள்ள தண்ணியெல்லாம் எடுத்து ஊத்திப் பணம் சேத்தாங்கோ. நாலு நம்பர் வஸ்துவும் வாண்டினாங்கொ. இடுப்பில் பொன்னரை ஞாணமும், காது நிறைய அலுக்கத்தும் போட்டு,

1. சபர், சஃபர் – பிரயாணம்

2. பகீலு – கஞ்சன்

குது குலுங்கினாலும் எச்சிக்கை கொண்டு காக்க விரட்டாத நப்பி. சீட்டு வெளையாடிக்கிட்டு கெடந்த மொவன்காரன் ஊருல சோலி வேலை இல்லாத்ததினால கள்ளத்தோணி ஏறிக் கொழும்புக்குப் போக அப்பன்காரன்கிட்ட வழிச்செலவுக்குப் பணம் கேட்டான். நிக்க உம்மாக்காரீட்ட கேளுனு சொல்லீட்டுக் கைவிரிச்சிட்டாரு. அந்தப் படுபாவி மனுசி கொடுப்பாங்களா? எனக்கட்ட ஏது காய் பணம்? பசுவுக்குப் புண்ணாக்கு வாண்டி போட கையில காயில்லாம நான் தெண்டாடுதேனு சொல்லி வீட்டை விட்டு எறங்கி அடுத்த ஊட்டுல போயி இருந்திட்டாங்கொ. சேனாமானா நாலா பக்கமும் ஓடியாடிப் பாத்தான். கிட்டல்ல. எவன் குடுப்பான்?

ஒரு உச்ச நேரம். எனக்கட்ட வந்து வாப்பா கொழும்புக்கு போவ வழிச் செலவுக்குப் பணம் தருதில்ல; மச்சான் வந்து வாப்பாட்ட சொல்லி வாண்டி தாருங்கோனு கரஞ்சான் சேனமானா. பாவமாயிருந்தது. போனேன். எவ்வளவோ சொல்லிப் பாத்தேன். ஒரு எசக்கமும் இல்லை. பாவிமட்டை இன்னா நீ பர்க்கத்தா போயிட்டு வானு நாலு காய் குடுத்தாரில்லியே. எக்கு பாக்க பாவமாயிருந்தது. வாடா மச்சினானு நான் அவனெ விளிச்சிட்டு வந்து பனவிளாவத்துக்காரிக்கே கழுத்தில் கெடந்த பியாந்திர(பூஷாந்தரம்)த்தைக் களத்திகுடுத்தேன். புதுக்கடையில் கொண்டுபோய்ப் பணயம் வச்சோ, வித்தோ கள்ளத்தோணி ஏறிச் சதுரமா போயிட்டு வாடா மச்சினானு சொன்னதும் அவனுக்க கண்ணுலயிருந்து குடுகுடா கண்ணீரு வடிஞ்சுது.

‘மறக்கமாட்டேன் மச்சான். இந்த நண்ணியெ ஒருக்காலும் மறக்கமாட்டேன்.’ சொல்லிட்டு எறங்கிப்போனான்.

அவன் கொழும்பு மண்ணுல காலு குத்தூத எதிர்பாத்து இருந்தது போல படச்ச றப்பு[3] அவனுக்கு வாரிக்கோரி குடுத்தான்.

அன்னு செய்த உபகாரத்துக்கு நண்ணியாட்டுக் கொழும்பில் இருந்து வரும்போதெல்லாம் எனக்கு ஒரு சிங்கம் மார்க் குடை கொண்டு தருவான். அந்தா தொங்குத குடை.

தூணுக்குத் தூணு கயிற்றால் கட்டிய அசையில் வாப்பா தொங்கவிட்டிருந்த குடையைச் சுட்டிக்காட்டி கிஸ்ஸாவைச் சொல்லி முடித்தார்.

ஊருக்குள் போகும்போதும், பள்ளியில் தொழுவதற்குச் செல்லும்போதும் வாப்பா சட்டை போடுவதில்லை. வெளியூருக்கு எங்காவது செல்லும்போது மட்டும் காலரில்லாத அரைக்கைச் சட்டையை எடுத்துப்போட்டுக்கொள்ளும். சட்டை

3. றப்பு – இறைவன்

போட்டிருக்கையில் குடையைப் பின்பக்கம் தோள்பட்டையில் தொங்கவிடும்; அல்லது கக்கத்தில் இடுக்கிவைத்துக்கொள்ளும்.

அன்று எங்கு போறேன்னு யாரிடத்திலும் சொல்லவில்லை. சுபுஹு தொழுகையை முடித்துவிட்டுக் காலரில்லாத அரைக்கைச் சட்டையைப் போட்டுக் கக்கத்தில் சிங்கம் மார்க் குடையை இடுக்கிக்கொண்டு வீட்டிலிருந்து இறங்கிப்போனதை உம்மா பார்க்கவில்லை என்பதைத் தரைவெளுக்குமுன்னே எங்கே போச்சு என்று உம்மா தேடிய பிறகுதான் தெரியும்.

பாண்டி வெயிலின் கடுமை தெரியுமானதால் உதயத்திற்கு முன்புள்ள தமிழக அரசை ஓடிப்பிடித்துப் புறப்பட்டார். ரண்டாம்பேர் அறியாமல் பித்னா ஆசாமிகள் ஹோட்டல் பக்கம் வரும்முன்னே பஸ் நகண்டுவிட்டது.

கைகாட்டியவர்களையெல்லாம் ஏற்றிக்கொண்டு குண்டிலும் குழியிலும் விழுந்து எழும்பி பஸ் மெல்ல நகர்ந்தது. வாப்பா சந்திப்பில் இறங்கும்போது சூரியன் உச்சந்தலைக்கு மேல் உருகி இறங்கியது. குடையை விரித்துக்கொண்டு டவுன் பஸ்ஸிற்காக நின்றார். பெருங்கூட்டம். அடிச்சுப் பிடிச்சு ஏறி டவுனில்இறங்கி, சவுந்தரபாண்டியன் நாடாருடைய கடையைக் கண்டுபிடிக்க ரதவீதி நாலையும் பலமுறை வலம் வந்ததில் நேரம் மாலையை நெருங்கிவிட்டது. ரதவீதியிலிருந்து பிரிந்து செல்லும், இடுக்கமான ஒரு சின்னத் தெருவிற்குள் இருந்தது கடை.

வெற்றிலை குதப்பி அரைக்கைக் கதர்ச்சட்டை போட்டு நெற்றியில் பொட்டு வைத்துக்கொண்டு கல்லாப் பெட்டியடியில் தோரணையாக உட்கார்ந்திருந்த நாடாருக்கு வாப்பா சலாம் வைத்தார்.

‘எந்த ஊர்?’

வாப்பா ஊரைச் சொன்னார்.

‘என்ன வேணும்?’

‘அஞ்சுவண்ணம் தெருவிலே உங்க வீடு விசயமா.’

‘பாய். நபீஸா மன்ஸிலுக்கு விலைபேசி ஏராளம் பேர் அட்வான்ஸ் தந்தாங்க. யாருமே பாக்கிப் பணம் தந்து பத்திரம் முடிக்க திரும்ப வரவே இல்லை. அந்தப் போக்கு. அந்த வழியில் ஏராளம் பணம் எனக்குக் கெடச்சுது.’

அவர் வாப்பா அடிமுடி பார்த்தார்–வாங்க வந்தவர் தானா? வாப்பாவுடைய நயமான பேச்சும் முகத் தோற்றமும் அவருக்கு நம்பிக்கையைத் தந்தது. ஆண்டவனைப் பயந்த மனுசன்!

'என்ன வெலயானா குடிப்பீங்க அண்ணாச்சி?' நாடாருடைய முகத்தில் தெளிந்த வரிகளை வாசித்து நேர்மையானவர் என்பதை வாப்பா புரிந்துகொண்டார்.

'வீடு என்வீடல்ல பாய். மதார்சாகிப்புக்க வீடு. அவருடைய வீட்டுக்கு நான் வெல பேச்சல்ல. முன்பு எங்களுக்குள் நடந்த வியாபாரத்தில் அவர் எனக்குத் தரவேண்டிய ரூபாய் தந்தா போதும். எழுதித் தாறேன். மாறி எதுவும் பேசவேண்டாம்.'

மதார் சாகிப், சவுந்தர பாண்டியன் நாடாருக்குக் கொடுக்குமதி தொகை எவ்வளவென்று வாப்பா ஏற்கெனவே மலை விழுங்கி மலுக்கு சாகிப் மூலம் தெரிந்துகொண்டார். அதனால் எவ்வளவு என்று கேட்கவில்லை. அவர் சொல்லவுமில்லை.

'அட்வான்ஸ்?'

'வேண்டாம். பத்திரம் எப்ப முடிக்கப் போறீங்க?'

'வாற புதன்கிழமை.'

'அப்படியானா முழுத் தொகையையும் பத்திரம் முடிக்கு தப்போ கொண்டு தந்தா போதும் பாய்.'

'எவ்வளவு தொகை நான் கொண்டு வரணும் அண்ணாச்சி?'

'மதார் சாகிபு எனக்குத் தரவேண்டிய பாக்கித்தொகை நாலாயிரம்!'

கேட்டதும் வாப்பா அதிர்ந்துபோனார், எட்டு செண்டு தரையில் ஏழெட்டு அறைகள் உள்ள பெரிய இரு நிலைக் கட்டிடம். தெருவுக்குக் கண்ட மத்தியில் மஹமூதப்பா தைக்காப் பள்ளியை ஒட்டிய கட்டிடம். அதனருகில் அஞ்சுவண்ணம் தெருவுக்குக் காவலாக அடக்கம் செய்யப்பட்ட தாய்!

புதன்கிழமை கிரயப் பத்திரம் நடக்கவிருப்பது யாரிடத்திலும் அம்பலபபடுததவில்லை. பரம இரகசியமாகவே நடந்தது. புதன்கிழமை மாலை நேரம் தாத்தாவின் வாடகை வீட்டில் வந்து ஏறி முன்தளத்தில் கிடந்த நாற்காலியில் உட்கார்ந்து கொண்டு வாப்பா மகிழ்ச்சியுடன் சொன்னார்.

'பிரமாணம் முடிச்சாச்சு மக்கா' ஏதோ சாதனை நிகழ்த்தி விட்டவரைப் போன்றிருந்தது வாப்பாவின் முகம். வாப்பாவின் குரல் கேட்டு உள்ளேயிருந்து வந்த தாத்தாவின் முகம் சோர்ந்து போயிருப்பதைக் கண்டு வாப்பாவுடைய முகத்தில் ஒரு புரியாமை படர்ந்தது. அவள் மகிழ்ச்சியால் துள்ளிக் குதிப்பாள் என்ற வாப்பாவின் எதிர்பார்ப்பு நொறுங்கியது. வீட்டிற்குள் மவுனம்

சூழ்ந்து நின்றது. வாப்பாவுடைய மனம் உடைந்துபோனது போலிருந்தது.

யாரோ, இல்லாதது பொல்லாது எல்லாம் தாத்தாவிடம் வந்து சொல்லிக் காட்டைக்கலைத்து விட்டிருப்பதாகத் தெரிகிது. நபீசா மன்ஸிலை வாங்க வருவோரைப் பேய் பிசாசு என்று கூறிக் கலைத்துவிடுவது மம்மதும்மாதானென்று புரோக்கர் வாப்பாவிடம் ஏற்கெனவே சொல்லியிருக்கிறார். இவ்வளவு விரைவாகக் கிரயப் பத்திரம் நடக்குமென்று யாரும் எதிர்பார்த்திருக்க மாட்டார்கள். கிரைய பத்திரம் நடக்காமலிருக்க யாரோ வந்து தாத்தாவின் வீட்டைக் கண்டுபிடித்து வதந்தியைக் கிளப்பிவிட்டிருக்கிறார்கள். தாத்தா நம்பிவிட்டாள் போல் தெரிகிறது.

‘அந்த ஊட்டுல பேயாம். பேய் பிடிச்ச ஊட்டுல நான் போயி தங்கமாட்டேன்,’ தாத்தாவுடைய முகத்தில் மழை மேகம் திரண்டது. பேச்சில் கண்டிப்பு இருந்தது. ஏதோ சதிக்குழியில் கொண்டு தள்ளிவிட்டவரைப் பார்ப்பது போல் வாப்பாவைப் பார்த்தாள்.

‘ஆரு சொன்னா மக்கா?’

அவள் பதில் பேசவில்லை. வடிந்த கண்ணீரைத் துடைத்துக் கொண்டு வாப்பாவின்முன் நிற்காமல் உள்ளே சென்றாள். தாத்தா இப்படி மனம் நொந்துபோயிருப்பது வாப்பாவுக்குக் கவலையாக இருந்தது. வாப்பா தெருச்சனங்களை மனசிற்குள் ஏசிக்கொண்டார். காலமாற்றத்திற்கு ஏற்றாற்போல் மக்கள் இன்னும் மாறவில்லையே. பேய் பிசாசுகளை நம்பியும் சில மூடநம்பிக்கைகளில் மனசை இழந்தும் தறிக்குழியில் கிடக்கின்ற கரை ஏறாத மக்களைப் பற்றிச் சிந்தித்தவாறு நாற்காலியில் உட்கார்ந்துகொண்டிருந்த வாப்பா அடக்கிக்கொண்டிருந்த பசியை அடங்கியபடியே தொலைவில், மிகத் தொலைவில் தெரிந்த மருத்துவான் மலைமுகட்டைத் தொட்டு இழைந்து கொண்டிருந்த மேகங்களைப் பார்த்துக்கொண்டிருந்தார்.

வாப்பாவும் புரோக்கரும் நபீசா மன்ஸிலை வந்து பார்த்துவிட்டுப்போன பிறகு மம்மதும்மா, பைப்படியில் நின்று ஆட்டம் போட்டாள். இடுப்பில் சொருவி வைத்திருந்த ஓலைப்பெட்டியை, கத்தியை உருவி எடுப்பதுபோல் எடுத்து அதற்குள்ளிலிருந்து கொஞ்சம் புகையிலையை அள்ளி வாயில் போட்டதும் அவளுக்குத் தெம்பு வந்துவிட்டது. சேலையை இடுப்பில் சொருவிக்கொண்டு தொண்டையைக் கிழித்தாள்.

அந்தக் களிச்சல்லபோன புரோக்கர் நாய், ஒரு தொழுகையாளியைக் கூட்டிட்டு வந்திருக்கான். அந்த நல்ல மனுசனெ படுகுழில கொண்டு தள்ளி பாப்பராக்கூதுக்கு. அந்த பேதீல போவான் இனி இந்த தெருப்பக்கம் தலகாட்டுவானா? அடக்கம் செய்யப்பட்ட தாயாண (ஆணை), மஹமூதப்பாயாண, பாவா காஸ்ஸும் ஒலியுல்லாயாண கக்கூஸ் கழுவுத பழந்தொறப்பா எடுத்து அந்த நாய்க்க மோறயெ கழுவிப்போடுவேன்... அவன் வரட்டு இங்கே... அவனுக்க வேட்டியை உரிஞ்சு உடுதேன்.

தொறப்பாயால் விளாசவும் செய்வாள். வேட்டியை உரிஞ்சு நிர்வாணமாக்கியும் விடுவாள். சொன்னால், சொன்னபடி செய்யக் கூடிய வைராக்கியம் பெருத்தவள். அதனால்தான் எசகுபிசகாக யாரும் அவளிடத்தில் வம்புக்குப் போகாமல் தெருவையும் தண்ணீர்க் குழாயையும் அவளுடைய ஆளுகைக்கு விட்டுவிட்டார்கள்.

மம்மதும்மாவின் தொண்டை கிழிந்த பிறகுதான் நபீசா மன்ஸிலை வாங்குவதற்கு புரோக்கர் மலைவிழுங்கி மலுக்கு சாய்பு ஒரு தொழுகையாளியைக் கூப்பிட்டு வந்த செய்தி அஞ்சு வண்ணம் தெருச் சனங்களுடைய காதில் எட்டியது. வந்த தொழுகையாளி யாரென்று மக்கள் துப்பு துலக்கத் துவங்கினர்.

ஒரு அஸருக்கு மைதீன் பிச்சை மோதின் பாங்கு முனங்கி விட்டுச் சென்றபிறகு தெருச்சனங்கள் மஹமூதப்பா தைக்காப் பள்ளியின் முன்னால் ஊர் கூடினர்.

'மதார் சாயிபுக்கெ ஊட்டை வாங்குவன் வெளங்கமாட்டான். உங்க வீட்டுக்காரை ஊர்க் கூட்டத்துக்கு வரச்சொல்லுங்கம்மா'. மம்மதும்மா வீடுவீடாகச் சென்று சனங்களைத் திரட்டுவதில் மும்முரம் காட்டினாள். ஊர்க் கூட்டம் நடக்கும்போது சற்று விலகி நின்று பேசுவதை உன்னிப்பாகக் கவனித்துக்கொண்டிருந்தாள். இடையே அவளும் சொன்ன சில கருத்துக்களை ஊர் ஏற்றுக் கொண்டது.

மதார் சாய்புக்க ஊட்டை ஜப்தி செய்தது காஃபிர்[4] ஆனதினால அந்த காஃபிருக்கிட்டயிருந்து முஸ்லிம்கள் யாரும் ஊட்டை விலைக்கு வாங்கக்கூடாது. வீடு அப்படியே கெடந்து பாழடையட்டு. ஊர் கூடி எடுத்த முடிவின்படி தெருச்சனங்கள் யாருக்கும் அந்த வீட்டின் மீது மோகம் ஏற்படவில்லை .

மைதீன் பிச்சை மோதினும் ஊர்கூடி எடுத்த முடிவை ஆமோதித்தார். தைக்காவை விட உசரமாகக் கட்டிய வீடு கிடந்து பாழடையட்டு.

---

4. காஃபிர் – இறைவனை நம்பாதவர்

அந்த வருசம் இளைஞர் நற்பணி மன்றம் அஞ்சுவண்ணம் தெருவில் பச்சைக்கொடித் தோரணங்கள் கட்டித் தைக்காப் பள்ளியை சீரியல் லைட்டால் அலங்காரம் செய்து நடத்திய மீலாது விழாவில் முக்கிய விருந்தினராகக் கலந்துகொண்ட குவாஜா அப்துல் லத்தீப் ஹஜ்ரத் செய்த நீண்ட சொற்பொழிவுக் கிடையே ஆணித்தரமாக ஒன்றைச் சொன்னார். தைக்காப் பள்ளியை விடவும் உயரமாகக் கட்டிய வீட்டில் தங்குபவர்களுக்கு வாழ்க்கையில் முன்னேற்றம் இருக்காது. பல கஷ்ட நஷ்டங்களுக்கும் ஆளாவார்கள். இது என்னுடைய கருத்து மட்டுமல்ல. பெரிய மகான்களுடைய கருத்தாகும் என்று சொன்னதைக் கேட்டதும் புல்லரித்துப்போன மம்மதும்மா ஓடியது தெருமுக்கிலுள்ள முத்துச்சாமியுடைய பெட்டிக் கடைக்கு.

'காசு பெறவு தாறேன்பிலே.' ஒரு காளிமார்க் கலர் எடுத்துக்கொண்டு ஒரே ஓட்டம் . மேடைப் பக்கம் நின்று கலர் பாட்டிலைத் திறந்து நுரை வடிய குவாஜா அப்துல் லத்தீப் ஹஜ்ரத்துக்கு நேராக நீட்டினாள்.

'குடிச்சிட்டு இன்னும் கொஞ்சம் பேசுங்கோ.' அவளுக்காக மேலும் கொஞ்சம் பேசினார். குவாஜா முஹயத்தீன் காதிரியுடைய மகன் சொன்னபிறகுதான் நபீசா மன்ஸிலை வாங்குவதால் வரும் தீய விளைவுகளைப் பற்றி மக்கள் விழிப்படைந்தனர். வாங்க ஆளில்லாமலும் பல வருடங்களாக விளக்கு வெட்டமில்லாமலும் வீடு பாழடைந்தது. பாழடைந்த வீட்டு உத்திரங்களில் குருவி கூடுகட்டியது. வீட்டுக்குள் வவ்வாலுகள் பறந்தன. நரிச்சீறுகள் கீச் கீச் ஓசை எழுப்பின. அணில்கள் சவரி பஞ்சு கூட்டிக் குட்டி போட்டன. பாம்புகள் இணைசேர்ந்தன. தங்குதடையில்லாமல் நடமாடின. சட்டை கழற்றிப் போட்டன. எதிர்வீட்டுத் திண்ணையில் உறங்கிக் கொண்டிருந்த மம்மதும்மா இரண்டாம் சாமங்களில் ஆவிகளின் நடமாட்டமும் நாட்டியமாடும் சலங்கை கிலுக்கமும் கேட்டு 'ஆயத் குர்ஸி' ஓதி உறங்கிக்கொண்டிருக்கும் குழந்தைகளுடைய நெஞ்சிலும் அவள் நெஞ்சிலும் ஊதிக்கொண்டாள். விடிந்து கண் விழித்ததும் தெருவில் இறங்கி நாலு வீடுகள் கேட்கும்படிக் கத்தினாள்.

'என் காதாலே கேட்டேன்.'

அவள் சொன்னதன் பொருள் தெருக்காரர்களுக்குப் புரியும். சில பெண்களுக்குச் சாய்ந்த நேரங்களில் மம்மதும்மாவைக் கூப்பிட்டுத் திண்டில் உட்காரவைத்து இரவு அவள் பார்த்த கதைகள் கேட்பதில் மிகுந்த உற்சாகம். முத்துசாமியுடைய

பெட்டிக்கடையில் பிள்ளைகளை அனுப்பிக் கொஞ்சம் வேப்பாணம் புகையிலையோ வடக்கன் புகையிலையோ வாங்கிக் கொடுத்தால் போதும். இரண்டாம் சாமங்களில் பார்த்தவற்றைப் புகையிலையின் சுறுசுறுப்பில் கதைகதையாகச் சொல்வாள். இடையே சில பாலியல் கதைகளும்.

மம்மதும்மாவோடு ஒட்டிநிற்கும் ஜின், தெருவிலுள்ள ஒவ்வொரு வீடுகளில் நடக்கும் கதைகளை இரவு உறக்கத்தில் மம்மதும்மாவின் காதில் எட்டவைக்கும். சில சிங்கப்பூர்க்காரர் களின் வீட்டில் மிக இரகசியமாக நடந்த பாலியல் விசயங்கள் மம்மதும்மா மட்டும் தெரிந்தது எப்படி? புகையிலை ஊட்டும் கிறக்கத்திலும் உற்சாகத்திலும் அவளுடைய அடிமனத்தில் கிடக்கும் ஜின் சொல்லிக்கொடுத்த விசயங்கள் வெளியே கிளம்பிவிடும். அதைக் கேட்டுச் சம்பந்தப்பட்டவர்கள் திகைத்துப் போவார்கள்.

இரண்டாம் காட்சி படம் விட்டபிறகு ஊரும் சனங்களும் உறங்கியபின், மருத்துவான் மலைக் காற்று வீசாத இருண்ட இரவில் பீ முடுக்கிலுள்ள பின்வாசல் வழியாக வீட்டுக்குள்ளே நுழைந்துவந்த அலாவுத்தீன் மச்சானுக்கும் தனக்கும் இடையில் நடந்த சந்திப்பை அஞ்சுவண்ணம் தெருவில் திண்டில் படுத்திருந்த மம்மதும்மா தெரிந்தது எப்படி என்று இன்னும் மேலத் தெருவிலுள்ள ருகியாவுக்குப் புரியவில்லை. பேரதிர்ச்சி.

மேலத்தெருவில் ருகியா வீட்டுக்கு முன்னாடி, தெருவில் கியாஸ் வெளிச்சத்தில் பக்கீர்சா பாட்டு நடந்தது. சக்கூன் படைப்போர் கதை சொல்வதாக தலைநாள் சொன்னதால் மம்மதும்மா பக்கீர்சா பாட்டு கேட்க ஆர்வமாகப் புள்ளைக் குட்டிகளோடு மேலத் தெருவில் வந்து, ருகியா வீட்டுமுன் திண்ணையில் உட்கார்ந்துகொண்டாள். பாட்டுத் துவங்கும் நேரம், 'எங்க தெருக்கார பெண்டுக உக்காரத்தான் திண்ணையைக் கழுவிச் சுத்தம்செய்து போட்டிருக்கேன். அடுத்த ஊட்டு திண்டுல போயி உக்காரு.' இப்படி அலட்சியமாகச் சொன்னதும் மம்மதும்மா ரோசத்தோட எழும்பிவிட்டாள். 'ஆமாளா நா உக்காந்திருந்தா கடைத்தெரு நொண்டி அலாவுத்தீன் வாறதுக்கு எடஞ்சலா இருக்குமே.' சொல்லிப்போட்டு. 'எவொ ஊட்டு திண்டுலயும் நா இருக்கல்ல சீமாட்டி' என்றாள். பிள்ளைகளைக் கூட்டிக்கொண்டு அஞ்சுவண்ணம் தெருவுக்கே போய் விட்டாள்.

எல்லாம் வல்ல றப்பு பேய் பிசாசுகள், சைத்தான்கள் கால்களில் விலங்கு மாட்டியதும் பைப்படியில் சில பெண்கள் குளிக்க வந்துகொண்டிருந்தனர். மம்மதும்மா இடுப்பில்

தண்ணீர்க் குடம் கொண்டு இரும்புக் கடைக்காரரின் வீட்டுக்குப் போகும்போது எதிரில் ருகியா வருவதை விடியல் இருட்டில் மம்மதும்மா கண்டு பற்களை நெரித்தாள்.

வாறா பத்தினிச்சி, எங்கே மேஞ்சிட்டு வாறாளோ? ‘மம்மதும்மாக்கா?’ ருகியா மென்மையான குரலில் அழைத்தாள்.

‘என்னா’ இவள் குரலில் கடுப்பமிருந்தது.

‘நேத்து தெரியாம சொல்லிப்போட்டேன் மன்னிச்சிடுங்கக்கா, இன்னா?’ கையிலிருந்த காகிதப் பொட்டலத்தை நீட்டினாள் ருகியா.

‘என்னது?’

‘உங்களுக்கு ஒரு சிங்கப்பூர்சாரியும், மண்டையிடித் தைலமும்.’

8

அஞ்சுவண்ணம் தெருவிலுள்ள வேலை சோலியத்த வாலுவக்கார பயக்கோ தொப்பய்யன் வீட்டுத் தெருத்திண்ணையில் உட்கார்ந்து கொண்டுதான் வம்பளப்பது. வெயிலு தாழ்ந்த நேரம் பார்த்து திண்ணையில் வந்து கூடுவானுவோ. அசர் பாங்கு சொல்லித் தொழுவதற்காக மைதீன் பிச்சை மோதின் பிளேடு அளவு தேய்ந்துபோன ரப்பர் செருப்பைக் காலில் மாட்டித் தெருப் பூழி மணலைச் சீச்சிக்கொண்டு நடப்பது பயக்களுக்குச் சிரிப்பு உண்டுபண்ணும். இரண்டு காலிலும் இரண்டு நிறத்திலான ரப்பர் செருப்பு. உப்புகுற்றி கால்படும் இடம் ஓட்டை விழுந்துவிட்டிருந்தது. அறுந்துபோன வாரில் சணல்கொண்டு ஒரு கட்டுப்போடப்பட்டிருக்கும்.

'அப்பா பெத்தாம்மாயெ கல்யாணம் செய்யும்போ இந்த பாட்டா செருப்பைத்தானா போட்டிருந்தீங்கோ?'

மைதீன்பிச்சை மோதின் பதில் ஏதும் பேசமாட்டார். காதில் வாங்காத மாதிரி மஹமூதப்பா தைக்காவுக்கு நேராக நடந்துவிடுவார். அப்பவும் அவரை விட்டபாடில்லை.

'அப்பா, ஒங்க செருப்பையும் குடையையும் கொஞ்சம் எரவல் தருவீங்களா? ஒரு கல்யாணத் துக்குப் போயிட்டு வந்து தாரேன்.' ஒருத்தன் கிண்டல் செய்வான்.

‘ஒன் பெத்தாம்மாவுக்க கல்யாணத்துக்குப் போறப்போ தாறேன் பிலே’

விளையாட்டாகச் சொல்லிச் சிரித்துக்கொண்டு மேலும் பேச்சுக் கொடுக்காமல் நழுவிவிடுவார். தலைதெறிச்ச பயக்கோ இப்படி வருவோரையும் போவோரையும் சவேலடிப்பானுவோ.

அசருக்கும் (மாலை), மஃரிபுக்கும் இடையில்தான் தெருவில் பெண்களின் நடமாட்டம். நபீசா மன்ஸிலைத் தாண்டிச் செல்ல வேண்டியவர்கள் மைதீன் பிச்சை மோதின் மஃரிப் பாங்கு சொல்லத் துவங்குமுன் அவரவர்கள் வீட்டுக்குத் திரும்பிப் போய்விடுவார்கள். சில இளவட்டப் பெண்கள் வெளிநாட்டு அத்தர் பூசி, சீவிப் பவுடர் போட்டுச் செல்லும்போது இவர்களுக்கு சினிமா பாட்டு தொண்டையிலிருந்து பொங்கி வரும். இந்த சூறாவளி பயக்களெ மம்மதும்மா கொஞ்சம் நாட்களாக உள்ளுக்குள் வம்முறுக்கிக்கொண்டே திரிந்தாள். உள்ள வீட்டுப் பிள்ளைகள். வாயில வந்தபடி ஏதாவது சொன்னா நல்லா இருக்காது. அந்த வம்பளப்புக் கூட்டத்தில் பெண்டாட்டியைப் பறிகொடுத்த கைருன்னிசா மவன் ரசாக்கும் ஒருத்தன். மம்மதும்மா இரும்புக்கடை வீட்டுக்குத் தண்ணி கொண்டு போகும்போது மம்மதும்மா தொப்பய்யன் வீட்டைத் தாண்டிப் போனதும் அவன் பாடுவான்... ‘போறவளே பெண் மயிலே! நில்லு கொஞ்சம் நானும் வாறேன். சேர்ந்து பேசிப் போவோம் கண்ணே...’

பெண்டாட்டியைப் பறிகொடுத்தான் ரசாக்குக்கு ஏனோ தெரியவில்லை, நல்ல உடல் வாகான மம்மதும்மாவைக் காணும் போதெல்லாம் பாட்டு வந்துவிடும். சில நேரம் காலைவேளைகளில் தனியாகவும் தொப்பய்யன் வீட்டுத் தெருத்திண்ணையில் உட்கார்ந்துகொண்டு பாடுவான். இடுப்பில் குடம் ஏந்தி ஒரு பக்கமாக சரிஞ்சி குப்ரிவளை கிலுங்க கைவீசிச் செல்லும் அவளையே ஒரு மாதிரியாகப் பார்ப்பான். அவளுக்குப் புரிஞ்சு போச்சு. பார்வை வசக்கேடானதென்று. பார்வை வசக்கேடான தென்று சொல்லிக்கொடுத்தது அவளுடைய ஜின்னாக்கும்.

வாடா ஆம்பிள சிங்கம். ஒனக்கு ஒரு நல்ல சாப்பாடு தாறேன், பொண்டாட்டியைப் பறிகொடுத்த பெண்ணப்பயலே! ஒனக்கு கொழுப்புதானே... எனக்கட்டையா வெளையாடுதா? வா ஒனக்கு வச்சிருக்கேன்.

வேம்படி வீட்டு கைருன்னிசாவுக்குப் பணத்தாசை, பெரிய ஹபா[1], என்ன போட்டாலும் நிறையாத கிணறு. மவனுக்கு

1. ஹபா – ஆசை

பொண்ணைக் கட்டிவச்சு அவெ கொண்டு வாறதெயெல்லாம் ஆளுலாம்னு வடக்குத் தெருவில் சிங்கப்பூர் ஷேக் காசிம் மவளைப் பெண்ணு கேட்டு கல்யாணம் நடந்தது. ஷேக் காசிம், சம்பாதிச்சது போதும்னு சிங்கப்பூரைவிட்டு வந்த அடிக்கு நடந்த கல்யாணமானதால பத்துத் தெருவையும் கூப்பிட்டுச் சாப்பாடு போட்டார். மோடியான கல்யாணம்; பெருங்கூட்டம்.

நிக்காஹ் நடந்தது. பெண்ணுக்கு அவனைக் கொஞ்சமும் பிடிக்கல்ல. அவனிடமிருந்து விலகி, விலகியே நின்றாள். அவனோடு பேசுவதில்லை. அவன் சிரித்தாலும், சிரிப்பு காட்டினாலும் சிரிப்பதில்லை. உம்மாக்காரி மருமகளிடத்தில் ஒங்க வாப்பாட்டயிருந்து அதெ வாங்கீட்டு வா, இதெ வாங்கீட்டு வானு நச்சரிப்பது வேறு. மவளைப் பார்க்க உம்மாக்காரி அஞ்சுவண்ணம் தெருவுக்குப் பண்டம் பணியாரத்தோடு வந்தாள். முகம் குறாவிக் கண்ட மகளிடம் உம்மா விசாரித்தாள்.

'என்னம்மா ஒன் மொகம் கிறாவியிருக்கு. மாமி ஏதாவது சொன்னாவளா .. ?'

மவுனம்.

'ஏன், புருஷன்காரர் ஏதாவது சொன்னாரா ?'

வெடுக்கென்று பதில் வந்தது.

'எனக்கு அவரைப் புடிக்கல்லம்மா.'

'தாலிகட்டியாச்சு இனி என்ன செய்ய முடியும்? மொதல்ல தெரிஞ்சிருந்தா வேறெ பாத்திருக்கலாமே ...'

'ஏங்கிட்ட கேட்டீளா ?'

பதில் சொல்லத் தெரியாமல் குற்ற உணர்வோடு நின்றாள் அம்மாக்காரி.

சிறிது நேர மவுனத்திற்குப்பின் அம்மா கேட்டாள்.

'அவனுக்கு என்ன குறை? நூறு மரைக்கா வெதப்பாடு உண்டு. அவரு வாப்பாவுக்கு பசாரில பெரிய பெயிண்ட் கடை இருக்கு.'

'ஒரு பெண்ணுக்கும் ஒரு ஆணுக்கும் இடையிலான இணைப்பு நூறு மரைக்கா வெதப்பாடும் பெயிண்ட் கடையுமா? எனக்கு அவரைக் கொஞ்சமும் பிடிக்கல்ல. அவங்க உம்மாவையும் பிடிக்கல்ல. நான் ஒங்கூட வாரேன். நீ கூப்பிட்டு போவல்லேனா நானே எறங்கி உன் பின்னாலே வருவேன்.' அவளுடைய பேச்சில் கண்டிப்பும், உறுதியும் பின் வருவதை முன்னே தெரிந்து கொள்ளும் ஒரு தனி அறிவும் இருந்தது.

மாமியார் தடுக்க, மாமனார் தடுக்க, புருஷன் தடுக்க, அவள் யாரையும் சட்டை செய்யவில்லை.

'என் வாழ்க்கையின் எதிர்காலத்தைப் பற்றிய அக்கறை எனக்குத்தான் உண்டு.'

அவளுடைய வாப்பாவுக்கும் உம்மாவுக்குப் பெரிய அவமானமா போச்சு. வடக்குத் தெருவிலுள்ள வெளிநாட்டு சபராளிகள் யாருமே எடுக்காத ஆடம்பரத் திருமணம் எடுத்த கொஞ்ச நாளிலே முடிவு இப்படியாயிப் போச்சே என்ற கைசேதமும் அவமானமும். அவளுடைய வாப்பா கண்டிப்பாகச் சொல்லிப் போட்டார். 'வாழ்ந்தா அவன் கூட வாழ்ந்துக்கோ. அவனை எடவாடு (தலாக்) தீத்துட்டா வேறொரு கல்யாணம் உனக்கில்லை. சொல்லிப்போட்டேன் தெரிஞ்சுக்கோ.'

அவர் அடக்க முடியாத கோபத்தோடுதான் சொன்னார். 'எனக்கு நீங்க இனி ஒரு கல்யாணம் செய்துவைக்க வேண்டாம். வாப்பா ஒங்களுக்கு நான் தொந்தரவாக இருக்க மாட்டேன்.'

இருந்துட்டா ஒரு வருசம்.

அவளுடைய கல்யாணத்துக்கு முன் ஏற்பட்ட பழக்கமா அல்லது பின்னால் ஏற்பட்ட பழக்கமா தெரியாது.

புதுமனைத் தெருவிலுள்ள ஒருத்தன்கூட ஓடியே போய் விட்டாள்.

இவன் ஆண்மையுள்ள ஒரு புருஷனாக இருந்தால் ஓடியிருப்பாளா? பெண்டாட்டிக்காரிய பறி குடுத்திட்டு இப்ப தெருவில் வாறவளையும் போறவளையும் பாத்து பாட்டு பாடி, பல்லிளிச்சு, கண்ணடிக்கான்.

அவளுக்கும் புதுமனைக்காரன் பயலுக்கும் பழக்கம் உண்டு என்பதை மம்மதும்மாவுடைய ஜின் அவளுடைய காதில் உறக்கத்தில் வந்து சொன்னதை, கைருன்னிஸாக்க காதில் விட்ட மூச்சு தெரியாமல் சொன்னாள். பணப்பைத்தியத்தில் சொன்னதை அவள் மறந்துட்டா.

இப்ப என்ன பாத்து பாட்டு பாடுதான், கண்ணடிக்கான். வெக்கம் உண்டாக்க கூடிய இடங்களையெல்லாம் வெறியோடு பார்க்கிறான். வகதிரிவு கெட்ட நாய். பாப்ப ... வச்சிருக்கேன்.

இப்படியெல்லாம் மனசில் வன்மம் வைத்திருந்தபோதிலும் இரண்டு மூன்று குழந்தைகள் பெற்றுக் கணவனை இழந்து தெருத்திண்ணையில் ராவுறங்கும் மம்மதும்மாவுக்கு ரசாக் மீது திடீரென காதல் ஏற்பட்டது. அவனைக் கண்டால் காணாதது

போல் நடந்துகொண்டிருந்தவள் அவனை இப்போது ஓரக் கண்ணால் பார்த்தாள். கவர்ச்சியாகச் சிரித்தாள். அவனுடைய முக மலர்ச்சியைக் கண்டு வெட்கத்தால் தலை குனிந்து நடந்தாள். அவளுடைய புகையிலை கறைபடிந்த பற்களில் தெரிந்த பிரகாசம் அவனுடைய தாகத்தைக் கிளறிவிட்டது. அவன் தொப்பய்யன் வீட்டுத் திண்ணையில் இப்போது காலையென்றோ மதியமென்றோ மாலையென்றோ இல்லாமல் தனியாக வந்து உட்காருவதை வழக்கமாக்கிக் கொண்டான். அவன் அவளைப் பார்த்தான். அவள் அவனைப் பார்த்தாள். பார்வையிலேயே மனசிற்குள் ஒளித்துவைத்துக்கொண்டிருந்த ஆசைகளைப் பரிமாறிக்கொண்டனர்.

சிரிப்பு, பார்வை, மவுனங்களின் ஆழங்களிலுள்ள ஆசைகள் எல்லாமிருந்தாலும் அவளுடைய விருப்பங்கள் அவள் பார்வையிலேயே தெரிந்தாலும் என்னமோ அவளிடத்தில் நெருங்கி நின்று பேசுவதற்கு அவனுக்கு ஒரு பொல்லாத அச்சம். ஏதாவது தொண்டையைக் கிழித்துச் சொல்லிவிடுவாளோ? எல்லாமே ஜாடையில்தானே.

நாட்கள் நகர்ந்துகொண்டிருக்கையில் அஞ்சுவண்ணம் தெருவிற்கு மேலுள்ள ஆகாசத்திலிருந்து சூரியன் கொட்டிய வெயிலைத் தாங்க முடியாமல் தெருவிலிருந்து ஆட்கள் ஓய்ந்த மதிய நேரம் மம்மதும்மா தொப்பய்யன் வீட்டுத் திண்ணையை ஒட்டியபடி தண்ணீர்க் குடத்துடன் செல்லும்போது ரசாக்கிடம் வெட்கத்தோடு சொன்னாள்.

'மைதீன் பிச்சை மோதின் இஷா தொழுதுட்டுப் போன பிறகு சுடலைமாடன் குளத்தாங்கரைக்கு வருவீளா? கொஞ்சலோடு சொன்னதை அவனால் நம்பவே முடியவில்லை. ஆனானப்பட்ட மம்மதும்மாவே வசப்பட்டுவிட்டாளே என்ற புளகாங்கிதத்தில் திளைத்து ஒரு சிகரெட் பற்றவைத்துப் புகை ஊதிவிட்டான். தெருவானத்தை நோக்கிப் பனாமா புகை சுருள் சுருளாக உயர்ந்தது. ஆகாசம் பூமியையும் கீழடக்கிய வெற்றித் தோரணையில் நடந்தான்.

அந்தியை நோக்கிச் சாயாத பகலைக் கடித்துக் குதற வேண்டும்போல் இருந்தது அவனுக்கு. மஃரிபுக்கும் இஷாவுக்கும் இடையிலான இடைவெளி சுருங்கிக் கிடக்க அடக்கம் செய்யப்பட்ட தாயுடைய தலைமாட்டில் மெழுகுதிரி பற்ற வைப்பேன் என்று நேர்ச்சை நேர்ந்தான். தெரு மணலைச் சீச்சி நடக்கும் மைதீன் பிச்சை மோதினை இழுத்துக்கொண்டு வந்து பாங்கு சொல்லவைக்க மனம் வேகப்பட்டது.

காலையில் ஷேவ் செய்தாலும் மாலையிலும் முகம் பளபளக்கும்படி ஒருக்காக்கூட ஷேவ் செய்து யாட்லி பவுடர் போட்டான். வேர்வை நாற்றம் அடிக்காமலிருக்க வேர்க்கக் கூடிய இடங்களிலெல்லாம் வாசனை பவுடரை அப்பினான். உச்சிவெயிலில் வேர்த்த நனைந்த சட்டையைக் களைந்துவிட்டு சிங்கப்பூர் புதுச்சட்டையைப் போட்டுக்கொண்டான். கொஞ்சம் ஸ்ப்ரேயும்.

பேய் பிசாசுகளின் கால் விலங்கை அவிழ்த்துவிடும் நேரம் இவளுக்கு சுடலைமாடன் குளத்தங்கரைக்குத் தனியாக வருவதற்கு எப்படி துணிச்சல் ஏற்பட்டது? பயங்கரிதான். 'உங்களை அங்கேயே காத்து நிப்பேன்'. எவ்வளவு துணிச்சல் காரி, இல்லையானால் சின்னப் பிள்ளைகளைப் போட்டுக் கொண்டு தனியாகத் தெருத் திண்ணையில் படுத்துறங்குவாளா?

மைதீன் பிச்சை மோதின் தைக்காப்பள்ளியைப் பூட்டிக் கொண்டு போனபிறகும் அவன் பற்றவைத்த மெழுகுதிரி அடக்கம் செய்யப்பட்ட தாயின் தலைமாட்டில் எரிந்து கொண்டுதானிருந்தது. அஞ்சுவண்ணம் தெருவுக்கு வரும் மருத்துவான் மலைக்காற்று தாயின் தலைமாட்டிலுள்ள விளக்கை ஒருபோதும் ஊதி அணைக்காது. தாய்விடும் மூச்சு மருத்துவான் மலையில் மோதி அங்கிருந்து குளிர்ச்சியும் கோரிக் காற்றாய் வருகிற விசயம் அவனுக்குத் தெரியும்.

அவள் தன்னை எதிர்பார்த்து சுடலைமாடன் குளத்தாங்கரை யினுள் கோரைக்காட்டு இருட்டில் தனியாக நிப்பாள்.

எல்லோரும் வீடடங்கி நடமாட்டமற்ற தெருவைக் குறுக்கே கிழித்து தெருவில் வாசனை பரப்பிக்கொண்டு சுடலைமாடன் குளத்தங்கரைக்கு விருட்டென்று நடந்தான்.

அவள், அந்த புள்ளாண்டனை எதிர்பார்த்துக்கொண்டே நின்று கொண்டிருந்தாள். அவனுடைய வருகையின் அசைவை இருளில் கூர்ந்தாள். முல்லைப்பூ வாசமுள்ள சிங்கப்பூர்ஸ்ப்ரே.

வா ... கண்ணே ... வா. மனசிற்குள் சொல்லிக்கொண்டு சீலாந்தி மரத்தில் சாய்ந்து நின்று அடக்கிய குரலில் அவனுக்கு மட்டும் கேட்கும்படி 'கிட்டவாங்க' என்றாள். அவன் ஆசைப் பெருக்குடன் அவளை நெருங்கியதும் சீலாந்தி மூட்டில் வைத்திருந்த ஏதோ கலவை வெந்நீரை அவனுடைய முகத்திற்கு நேராக எடுத்து வீசியதும் அவன் பயந்து அலறி அடிக்க தெருவுக்கு ஓடினான். அவன் பின்னால் அவளும். தெருவுக்கு வந்து ஓட முயன்ற அவனை எட்டிப்பிடித்துக்கொண்டாள். மம்மதும்மாவின் சத்தமும் அவனுடைய அலறலும் கேட்டு

என்னவோ ஏதோவென்று தெருச்சனம் வாசல் திறந்து தெருவில் வந்து கூடியது. வந்து கூடிய சனம் சாணிவாடையை முகர்ந்தது. வெந்நீரின் சூடு தாங்க முடியாமல் அள அளப்போடு மம்மதும்மாவின் பிடிப்பில் கிடந்த ரசாக் துடியா துடிப்பது எதற்கென்று சனங்களுக்கு முதலில் புரியவில்லை.

'தெருவில் ஒரு பொம்பளைக்கும் நடமாட முடியல்ல. தொப்பய்யன் வீட்டுத் திண்ணையில் உக்காந்துக்கிட்டு பாட்டால பாடுதா ... போயும் போயும் இந்த மம்மதும்மா கிட்டயா வெளயாடுதா. சாமானத்தே பூச்செடுத்துடுவேன், பாத்துக்கோ ...'

என்னவென்று விசாரிப்பதற்கு முன் அவளுடைய பேச்சிலிருந்தே மக்கள் நடந்ததை ஊகித்துக்கொண்டனர்.

மம்மதும்மா ஒரு கலக்கு கலக்கிவிட்ட அன்றைய இரவு விடிந்து சூரியன் மருத்துவான் மலைக்கு மேல் தலை நீட்டியதும், நபீசா மன்ஸிலை விலைக்கு வாங்க வந்தவருடைய வீட்டைக் கண்டுபிடித்த செய்தி தெருவில் பரந்தது. தெருக்காரர்கள் பல்வேறு விதமாகப் பேசிக்கொண்டார்கள். கள்ளநோட்டு, கள்ளக்கடத்தல் ...

மம்மதும்மாவுடைய நெஞ்சுக் கூடு படபடத்தது. அடுப்பு வைக்க வேறு இடம்? மம்மதும்மா நேராக ஓடிப்போனது. பாவாகாசீம் ஒலியுல்லாவுடைய கப்ரு[2]க்கு; பச்சை பெயிண்ட் அடிச்ச காணிக்கை முட்டியில் சேலை முனையில் முடிந்திருந்த துட்டை எடுத்துப் போட்டுவிட்டு வேண்டினாள். 'அப்பா' புதன் கிழமை பிச்சை எடுக்க வந்த அஞ்சுவண்ணத் தெருவிலுள்ள பெண்களிடம் தாத்தா கேட்டாள். மஹமூதப்பா தைக்காப் பள்ளியோடு சேர்ந்திருக்கிற வீடு எப்படி?'

'யம்மா சீதேவி நீங்களா மதார் சாய்ப்புக்க ஊட்டை வாங்கப் போறீங்க? வாழ்க்கை இல்லாத வீடம்மா. பேயும் பிசாசும் சைத்தானும் ...'

கேட்டபோதே தாத்தாவுடைய ஈரக்குலை அத்து விழுந்தது. வாப்பா பத்திரம் பதிக்கப்போயிருக்கிறார். போய்விட்டு வார வாப்பாவுக்கு மதிய உணவுக்காகக் காலையில் வாங்கிவைத்திருந்த ஆட்டு இறைச்சியை வைத்திருந்த இடத்திலேயே எறும்பு அரித்தது.

பசியை அடக்கிக்கொண்டிருந்த வாப்பா சொன்னார்.

'வாறபோற பிச்சைக்காரியோ சொன்னதைக் கேட்டுட்டா கரையா?'

---

2. கப்ரு – புதை குழி

'தங்கூது நானில்லையா? நீங்களா? எக்க மக்களெ பாக்கண்டமா?'

'ஒதி அல்லாயெ சுஜூது[3] செய்திட்டிருந்தா ஒரு ஷைத்தானும்[4] கிட்ட அண்டாது. எல்லா பர்க்கத்தும் இந்த ஊட்டுலே வரும் பாத்துக்கோ ...'

மூக்கு சிந்தி முற்றத்தில் வீசிக்கொண்டு தாத்தா வெட்டித் திரும்பி நடந்தாள். மச்சானுடைய முகத்திலும் உற்சாகமில்லை. வாப்பாவை எதிர்த்துச் சொல்வதற்கான மனத்திடம் மச்சானிடம் இல்லை.

நல்லநாள் பார்த்துதான் வீட்டுப் பத்திரம் முடிச்சது. புதன்கிழமை வளர்பிறையில்.

மஃரிப் பாங்கு சொல்லும் நேரம் நெருங்கிவிட்டால் குழாயடியில் நடமாட்டமிருக்காது. மம்மதும்மாவும் காச்சி கலக்கியதை மண்ணெண்ணெய் விளக்கு வெட்டத்தில் குடித்துவிட்டுக் குழந்தைகளையும் கூட்டிக்கொண்டு ஏதாவது வீட்டுத் தெருத் திண்ணையில் தலைசாய்ப்பாள். சுபுஹூக்கு பாங்கு சொல்லச் செல்லும் மைதீன் பிச்சை மோதினுடைய ரப்பர் செருப்பின் சத்தத்தில் முழித்துவிடுவாள்.

இரவு நேரங்களில் ஆடித் தகர்த்த ஷைத்தான்களுடைய கால்களில் இரும்புச் சங்கிலியால் அல்லாஹ் பூட்டுப்போடுவது மைதீன் பிச்சை மோதினுடைய பாங்கு முனகல் அவனுடைய காதில் போய் எட்டிய பிறகுதான். அதற்குப் பின்னர்தான் குழாயடிக்குக் குளிப்பதற்கும் தண்ணீர் எடுப்பதற்கும் பெண்களின் படையெடுப்பு. ஹவுஸின் கரையில் உட்கார்ந்துகொண்டு மோதின் தொண்டையில் கை விரல்களைச் செலுத்தி நாக்கு சுத்தம் செய்யும்போது எழும் பட்டாசு வெடிப்பும் காறிச் சளிதுப்பும் கூச்சலும் கேட்டதும் நபீசா மன்ஸிலுக்குள்ளிருந்து எழுந்த அசைவுகளும் சத்தங்களும் நின்றுவிடும்.

இஷாவுக்குப்பிறகு தைக்காப் பள்ளியை அடைத்துவிட்டு மைதீன் பிச்சை மோதின் வீட்டுக்குச் செல்லும் செருப்புச் சத்தம் காதில் விழுந்ததும் கட்டவிழ்த்துவிடப்படும் ஷைத்தான்கள் வீட்டுக்குள் நுழையாமலிருக்க வீட்டுவாசல்களைச் சடபுடாவென்று அடைத்துவிடுவார்கள். தைக்காப் பள்ளிக் கதவிலுள்ள சாவி துவாரத்தில் மைதீன் பிச்சை மோதினின் கையால் சாவியை

3. சுஜூது – சிரம் பணிதல்

4. ஷைத்தான் – சாத்தான்

நுழைக்கச் செய்து றப்பில் ஆலமீன்[5] ஷைத்தான்களின் கால்களைப் பூட்டுவதும் பூட்டைத் திறந்துவிடுவதும்.

நோம்புக் காலங்களில் மட்டும் ஷைத்தான்களின் கால் விலங்கை அவிழ்த்துவிடுவதில்லை. இரவு சஹர்[6] சாப்பிடுவதற்குத் தெருக்காரர்களைச் சாமநேரம் பைத்து பாடி, கொட்டி எழுப்பும் சேனா பிள்ளை துணிச்சலுடன் எல்லாத் தெருக்களிலுமுள்ள மூலை முடுக்குகளில் பயமில்லாமல் கொட்டிச் சென்று நோம்பாளிகளை எழுப்பிவிடுவதற்காக.

பாவா காசிம் ஒலியுல்லாவுடைய காணிக்கை முட்டியில – காணிக்கை போட்டுவிட்டு மலைவிழுங்கி மலுக்கு சாய்பு அஞ்சுவண்ணம் தெருவுக்கு வீரநடை போட்டு வந்தார்.

மம்மதும்மா குழாயடியில் நிற்பதைக் கண்டார். இருவருடைய உள்ளங்களிலிருந்த குண்டுகளில் எது முதலில் வெடிக்குமென்று தெரியாமல் நின்றனர், குழாயடியில் தண்ணீர் எடுக்க வந்த பெண்டுகள்.

'சட்டியும் பெட்டியும் அடுப்புக் கல்லுகளையும் எடுத்துட்டு எறங்கிப் போடி மரியாதைக்கு. ஆம்பிள சிங்கம் வீட்டை வாங்கியாச்சு.' மலை விழுங்கி மலுக்கு சாய்பு அடக்கிவைத்திருந்த எல்லாக் கோபத்தோடும் குண்டை வெடிக்கச் செய்தார்.

'ஊடு விலைபோயிட்டுதா!' தெருச் சனங்கள் நெட்டி அதிர்ந்து போயினர்.

மம்மதும்மா சேலை முனையால் கண்களை ஒத்தினாள்.

---

5. றப்பில் ஆலமீன் – அகிலங்களின் இறைவன்

6. சஹர் – அதிகாலை (கடைசி ஜாமம்)

9

முந்தைய பகலும் இரவும் பயங்கர பெசலும் காற்றும், விடிய விடிய ஓயாத மழை. தெருவெல்லாம் தண்ணீர் கட்டி, சகதியும் குப்பையும் கூளமும் சப்பும் சவறும். தெருவில் காலூன்ற முடியாது. பீமுடுக்கிலுள்ள அசங்கியங்களையெல்லாம் மழைத் தண்ணீர் இழுத்துவந்து தெருவில் ஒதுக்கியது. தெருவில் குத்தி மறிய முடியாமல் சின்ன பயக்களெல்லாம் குளிரில் நடுங்கி வீட்டுக்குள் முடங்கி மழையைத் தானக்கேடு பேசினர்.

'பொல்லா முறுவத்துக்க மளை வந்து ...'

சுடலைமாடன் குளத்துக்கு அப்புறம், அய்வர் வயல் ஏலாவுக்கும் பொன்னேரி பத்துக்கும் அப்பால், மருத்துவான் மலைக்குப் பின்னாலிருந்து வந்த உதயத்தைப் பார்த்தனர். அஞ்சுவண்ணம் (அன்று தெருவுக்குப் பெயர் சூட்டவில்லை) தெருச்சனங்கள் இரவு நடுக்கத்தைப் போக்க சனங்கள் சுள்ளென விழும் வெயில்கொள்ள சுடலைமாடன் குளத்தங்கரைக்கு வந்து குந்தி உட்கார்ந்தனர்.

காலையில் மழை ஓய்ந்த தக்கம் பார்த்து அடுத்து வரும் மழைக்கு முன் தண்ணீர் எடுத்துவர தெருப் பெண்டுகள், மண்குடம் கொண்டு மூஸா அப்பா கிணற்றுக்குப் போனார்கள். வெயிலைப் பார்த்துக் கள்ளவெயில் என்றார்கள். நம்ப முடியாத வெயில். வெளுப்பான வானம், முகம் கறுப்பாகித் திடீரென கொட்டுகொட்டென கொட்டலாம். மழைக்கு முன்னே நாலுகுடம் தண்ணீர் எடுக்க

தெரு அசங்கியத்தைக் கண்டுகொள்ளாமல் விறுவிறுவென மூஸா அப்பா கிணற்றுக்கு நடந்தனர். ஊராப்பட்ட மலங்களைத் தெருவுக்கு இழுத்துவந்து போட்ட மழையைக் கண்டமேனிக்குத் திட்டி வாரி மூக்கைப் பொத்திக்கொண்டு நடந்த பெண்டுகளில் ஒருத்தி கண்ணில் அடக்கம் செய்யப்பட்ட தாயுடைய கபரருகில் முன்பு ஒருபோதும் பார்த்திராத ஒரு மனுசன் நிற்பது தெரிந்து அதிர்ந்துபோய் சுட்டிக்காட்டிச் சொன்னாள்.

'இன்னா பாருங்கவுள்ள?'

அவள் காட்டிய திசைக்கு உடன் வந்த பெண்கள் பார்த்துப் திடுக்கிட்டனர். யாரும்மா இது?

நல்ல உசரம். கால் முட்டை எட்டும் வெள்ளைச் சட்டை, மயில் கண்ணன் சிகப்புக் கைலி, தோளில் கறுப்புச் சால்வை, நீண்ட தாடி, சிகப்புத் தொப்பி, கண்ணிலிருந்து விழிநீர் வடிந்துகொண்டிருந்த அவர் கபரைப் பார்த்து மன்றாடிக் கூப்பிட்டுக்கொண்டிருந்தார்.

'தாயே! பிழையை பொறுத்தருளுங்க தாயே!'

அவர் பெண்டுகளை ஏறிட்டுப் பார்க்கவில்லை.

திடீரென தோன்றிய அற்புத மனிதரைப் பார்த்த பெண்டுகள் ஊரைக் கூட்டிவிட்டனர்.

மாட்டு வண்டியில் ஏறிவரப் பாதை இல்லாத காலம். தோராத மழையில் நனைந்த இருண்ட இரவில், தெருவிளக்கைக் காணாத இருட்டில் இவர் எப்படி வந்தார்? ஒரு புரியாமை. அங்கு குழுமிய மக்களைச் சூழ்ந்து நின்றது.

வந்துகூடிய ஆண்களில் துணிச்சல்காரரான வெட்டுவத்தி மம்மேலி முட்காடுகள் வளர்ந்துகிடந்த தோட்டத்திற்குள் குதித்து அற்புத மனிதரை நெருங்கி ஏற இறங்கப் பார்த்தான்.

இந்த மழையான மழையெல்லாம் பெய்து இறங்கியபோதும் அவருடைய உடுதுணி நனையவில்லை. கன்னம் வழியாக வடிந்த கண்ணீரில் நீண்ட சட்டையின் முன்பகுதி மட்டும் நனைந்திருந்தது. அவர் அவனைப் பார்க்கவே இல்லை.

'தாயே, பிழையை பொறுத்தருளுங்கள். தாயே..!' உதடுகள், மன்றாடிக்கொண்டிருந்தன. அழுதழுது கண்களும் சிவந்து வீங்கிவிட்டிருந்தன.

நட்டச் சாமத்தில் இடி மின்னலுடன் சோவென்று மழையடிக்கும் நேரம், அடக்கம் செய்யப்பட்ட தாயின் முட்புதர்கள் வளர்ந்து மூடிய கபர் அருகில் ஆடாமல் அசையாமல்

தெரிந்த ஒரு வெள்ளை உருவத்தைக் கண்டு குலைநடுங்கிப்போய் கண்ணடச்சிக் குப்புறப் படுத்துவிட்டார் ஷேக்காம்மது. இரவு கண்ட விசயத்தைத் தெரு சனங்கள் கூடியபோதுதான் பய்யெ. வெளிப்படுத்தினார். இதே வெள்ளைதான்.

யாரையும் பார்க்காமல் எதுவும் பேசாமல் அடக்கம் செய்யப்பட்ட தாயின் கபரைப் பார்த்தபடியே நட்டமாக நின்று மன்றாடிக்கொண்டிருக்கின்ற மனுசனுக்குக் கால்தான் களைக்காதா? யார் இவர்? எங்கிருந்து வந்தவர்? எதுக்கு வந்தவர்? ஏன் அழணும்? இப்படி எத்தனையோ கேள்விகள் கேட்பதற்குக் கூடிய சனங்களிடம் உள்ளன. துணிச்சல் போதாது. எனினும் வெட்டுவத்தி மம்மேலி அவருடைய முகத்திற்கு நேராக நின்று சற்றும் பயப்படாமல் உரக்கக் கேட்டான்.

'எந்த ஊர்?'

சத்தம் கேட்டு அவர், அவனைத் தீ தெறிக்கப் பார்த்ததைத் தெருவில் கூடிய சனங்கள் கண்டனர். இப்போது சனங்களுக்குள் ஒட்டிக்கொண்டிருந்த வலுத்த சந்தேகம் நீங்கிவிட்டது.

அவர் செவிடனுமல்ல, குருடனுமல்ல.

'எனக்கும் இந்த ஊர்தான். இங்கே உறங்குவது என்னுடைய தாய்'.

அவருடைய குரலைத்தான் அனைவரும் கேட்டனர். அவர் மாயமாகிவிட்டது எல்லாரையும் திகிலடையச் செய்த வேளையில் ஒரு வெள்ளைக் கொக்கு வானில் பறந்துபோனது.

'அப்பா!'

எல்லாரும் கைச்சேதத்துடன் கொக்கைப் பார்த்துக் கூப்பிட்டனர்.

'மீண்டும் உங்களிடம் வருவேன்' முட்புதருக்குள்ளிருந்தோ அல்லது ஆகாய வெளியிலிருந்தோ, ஒரு அசரீரி கேட்டது அதே குரலில். அசரீரி கேட்டுத் திடுக்கிட்டுப்போன வெட்டு வத்தி மம்மேலிக்கு நின்ற நிலையில் மூத்திரம் போய்விட்டது. உடன் மயங்கி முட்காட்டில் விழுந்தான். தெருவில் பயந்து நின்ற சனம் தயங்கித் தயங்கி உள்ளே சென்று அவனைத் தூக்க முயன்றனர். முடியவில்லை. அவனுடைய உடம்பு உலையில் பழுக்கவைத்த இரும்புக் கம்பிபோல் சுட்டது. கண்கள் மேலே சொருவின. ஒருவிதம் கைத்தாங்கலாகத் தூக்கி அவனுடைய வீட்டில்கொண்டு படுக்கவைத்தனர். தாய் பிள்ளைகள்கிட்ட கிடந்து சாவட்டு.

அவனுடைய உடம்பிலிருந்து வீசிய வெப்பம் வீடெங்கும் பரவியது. வீட்டிற்குள் பிரவேசிக்க முடியாத அனல். மயங்கிய நிலையில் கிடந்த அவனுடைய கண்ணுக்குள் மூன்றாம் சாமத்தில் அந்த அற்புத வெள்ளை உருவம் நடந்து வந்தது. அவனுடைய உடம்பை மெல்ல வருடியது. 'எழும்பு'. கண்ணை வெட்டித் திறந்தான்.

ஒரு வெள்ளைக் கொக்கு பறந்துபோனதைப் பார்த்தான்.

காலையில் எப்போதும் போல் எழும்பித் தெருமுக்கிலுள்ள சாயாக்கடைக்குச் சாய குடிக்கப்போனவனைப் பார்த்து மக்கள் வியந்தனர். ராத்திரியே செத்துத் தொலைஞ்சு போயிருப்பான் என்று எண்ணியிருந்தவர்களுக்குப் பெரும் ஏமாற்றம். செத்தானில்லையே? முன்பு போல் இல்லாமல் சாந்த குரலில் சாயா கேட்டான். வேறு ஒரு புதுமனுசனாக, மென்மையான குரலில்.

மக்கள் நடமாட்டமில்லாத பாலைவெளியில் உருகி ஓடும் சூரியனுக்குக் கீழே சுட்டுப் பழுப்பான மணலில் வெற்றுப் பாதத்துடன் நடந்தார். முகத்தில் ஓங்கி அறைந்த மணல் காற்றில் குளிர் வாங்கி நடந்தார். ஜின்னுகள் வாழும் தீவு ஒன்றில், ஜின்னுகள் கட்டிய பள்ளியோடு சேர்ந்து செயல்பட்டுக்கொண்டிருந்த தர்சில் (கல்லூரி) முப்பத்திரண்டு ஜின் மாணவர்களுக்கு ஓதிக்கொடுத்துக் கொண்டிருந்தார். இரவு உறங்கிக்கிடக்கும்போது ஒரு பெண் குரல் விளிப்பதைக் கேட்டுத் திடுக்கிட்டு உணர்ந்தார். தாயைப் பற்றிய கடந்த வரலாற்றை அவருடைய பெத்தாப்பா பலமுறை விளக்கிச் சொல்லிக்கேட்ட ஞாபகத்தில், அழைப்பது தாய் என்பதைப் புரிந்துகொண்டார். தாய் உறங்குமிடத்திற்கு முன்பு ஒருபோதும் சென்றிராத கைச்சேதமும் ஏமாற்றமும் அவரைச் சஞ்சலப்படுத்தின.

கைவிரல்களில் கிடந்த மோதிர வெளிச்சத்தில் உடை மாற்றிக்கொண்டார். அவருக்குப் பணிவிடை செய்ய ஏவப்பட்ட ஜின்னைக் கூப்பிட்டார். கைத்தடியைத் தட்டி 'நமது வன்கரைக்குப் போகணும் புறப்படு.'

எங்கு, எதற்கு போன்ற கேள்விகள் ஷைக்கிடம் கேட்கக் கூடாது என்ற மரியாதையான நடத்தை அவரோடு பயணம் செல்லும் ஜின்னுக்குத் தெரியும். அவருடைய ஏவல்படி நடந்துகொள்வதுதான் வேலை.

இருவரும் இரவே ஒரு பாய்மரத்தில் கடல் கடந்து கரைக்கு வந்தனர். ஷைக்கிற்கு ஒப்ப ஜின்னால் நடக்க முடியவில்லை. நடக்காமலிருக்க முடியாதல்லவா? சுட்டுப்பழுத்த மணல் காற்றில் குளிர்சுகம் கொண்டு நடக்கையில் ஜின்னிடம் ஷைக் சொன்னார்.

'போறது என்னுடைய பெத்தம்மா உறங்கும் இடத்துக்கு. நான் இன்னும் அங்கு போனதில்லை. போகாத கோபத்தில் வந்து கூப்பிட்டார்கள். கூப்பிட்ட சத்தம் கேட்டுப் பயந்துபோனேன். உதிச்சு உயரும் காலை சூரியனைப்போல் ஒரு பிரகாசமாக இருந்தது. தெளிந்த தாமரைத் தடாகத்திற்குள் பிரதிபிம்பிக்கும் பதிநாலாம் பக்கத்து நிலவு போல் ஒரு ஒளி. அதுதான் எங்கள் குலத்தை நிலைநாட்டி வரும் ஒளி.'

பிறகு, பாலை மணல் கடக்கும்வரை ஒருவரும் பேசவில்லை. முன்பே செல்லும் ஷேக்குடைய கால்தடம் பார்த்து இன்னும் நடந்தது. அந்தப் பாலைவனத்தைத் தாண்டிவந்த வேகம் ஜின்னுக்குள் பெரும் ஆச்சரியத்தை ஏற்படுத்தியது. ஒளியை விஞ்சும் வேகம்.

அந்திப்பொழுது சாய்ந்து இருள் பரவும் நேரம் ஷைக் சொன்னார்.

'இனி ஒரு கடல் தாண்டணும்.'

திருவாய்க்கு எதிர்வாய் இல்லை. தன்னடக்கமாக ஜின்னு வாய்மூடி நின்றது. மாதங்களாக நடந்தாலும் தாண்ட முடியாத பாலைவனத்தை ஒரே ஒரு கொளுத்தும் பகல்வெயிலில் தாண்டிவிட்ட அவருடைய அபாரத்தை எண்ணி மலைத்துப் போனது ஜின்னு.

இருவரும் கடற்கரைக்கு வந்ததும் ஆளில்லாத ஒரு பாய்மரம் கரை ஒதுங்கியது. ஏறினார்கள். நட்டச்சாமத்தில் வந்திறங்கியது கோமரைன்[1] கரையில். ஒரு கால் எட்டி வைத்தது அடக்கம் செய்யப்பட்ட தாய் உறங்கும் முட்கள் நிறைந்த அடர்ந்த புதரில். மோதிரஒளியில் முட்செடிகளால் மூடப்பட்ட கபரைக் கண்டுகொண்டார். வந்த காலில் நிலையாக நின்று வராமலிருந்ததற்கு மன்னிப்புக் கேட்டு அழுதார். மனத்தை ஒரு புள்ளியில் மையப்படுத்திச் சுற்றுச்சூழலை மறந்து தௌபா (மன்னிப்பு) செய்துகொண்டிருந்த அந்த தியான நிலையைத் தான் வெட்டுவத்தி மம்மேலி கேள்வி கேட்டுக் கலைத்தது. அவருடைய கோபாக்னி மம்மேலியின் உடம்பில் பரவியது.

---

1. கோமரைன் – கன்னியாகுமரி

தெரு முக்கில் ஆம்புள்ளியோ சாயா குடிக்கப்போன ஆள் ஒதுங்கிய நேரத்தில் மண் குடமேந்தி மூஸாஅப்பா கிணற்றுக்குத் தண்ணீர் எடுக்கச் சென்ற பொம்புள்ளையோ நேற்றுக் காலையில் அடக்கம் செய்யப்பட்ட தாய் உறங்கும் முள் காட்டில் தெரிந்த வெள்ளை உருவம் இன்றும் தெரியாதா என்று கண்ணைத் திருப்பிப் பயந்தபடி மெல்லப் பார்த்தனர். முள் காடு தென்படவில்லை. ஒரு புல்கூட இல்லாத கட்டாந்தரையாக அவிடம் காணப்பட்டது. தாய் அடங்கியிருக்கும் இடத்திலுள்ள மீசான் கற்களில் படிந்திருந்த பாசி சுரண்டிச் சுத்தமாக்கப்பட்டிருந்தது.

என்ன இது? யார் காட்டை வெட்டி அப்புறப்படுத்தி இடத்தைச் சுத்தம் செய்தது? வெட்டிய முட்செடிகள் எங்கே குவிக்கப்பட்டிருக்கிறது? வெட்டவெளியைப் பார்த்து மக்கள் திகைத்துப்போய் நின்றனர். ஓர் இரவில், முட்செடிகளை வெட்டி வெட்டவெளியாக்கிச் சுத்தம் செய்தது யாரென்று தெரியாமல், தெரிவதற்கான ஆவேசத்தோடு அங்கு வந்து குழுமினர்.

அஞ்சுவண்ணம் தெருவில், மனுசன்கால் குத்த முடியாதபடி பாம்பும் நெட்டோகாலியும் பூரானும் மற்ற விஷ ஜீவிகளும் குடிகொண்டிருந்த காடு அற்புதமாக மறைந்த பேச்சாகத்தான் இருந்தது. பகல் முழுவதும் தறிக்குழியில் உட்கார்ந்திருந்த மூலச் சூட்டைப் போக்க தெருச் சனங்கள் இரவு அசதியோடு படுத்துவிட்டனர்.

அதிகாலையில் பாவாத்துவதற்காகத் தெருவில் வந்தவர்கள் தாய் உறங்கிக் கொண்டிருக்கும் இடத்தைப் பார்த்து ஆச்சரியத்தில் ஆழ்ந்துவிட்டனர்.

தாய் அடங்கியிருக்கும் இடத்திற்குச் சற்று விலகி, வட பக்கமாக ஒரு கட்டடத்திற்கான அஸ்திவாரம் தோண்டி மூன்று அடி உயரத்திற்குக் கருங்கல்லால் சுவர் கட்டி மண் நிரம்பிக் கிடக்கிறது. என்னப்பா இது, கல் வந்தது எங்கிருந்து? நிரப்ப மண் எடுத்தது எந்த மேட்டிலிருந்து? மக்களுக்கு ஒன்றுமே புரியவில்லை. அன்றைய தினமும் மக்களிடத்தில் பேச்சு இதுவாகத்தான் இருந்தது. இதுவெல்லாம் எப்படி நிகழ்கிறது?

ஒரு இரவுகொண்டு வானம் தோண்டிக் கல்கொண்டு வந்து கட்டி, மண்போட்டு நிரப்ப எத்தனை ஆட்கள் வேண்டும்? எத்தனை ஆட்கள் இருந்தாலும் அக்கம்பக்கம் தெரியாமல் ஒரு இரவுகொண்டு இது சாத்தியமாகுமா?

கேள்விகள், கேள்விகள், கேள்விகளுக்குமேல் கேள்விகள்.

அன்றைய பகலும் மக்களைக் குழப்பத்தில் சிக்கவைத்து விட்டு மெல்லச் சாய்ந்தது. இரவு யாரும் தூங்காமல் விழித்திருந்து

பாக்கணுமென்று எடுத்த முடிவின்படி சுக்குக் காப்பி போட்டுக் குடித்துக்கொண்டு தெருத் திண்ணைகளில் கூட்டம் கூடிப் பேசிக்கொண்டிருந்தவர்கள், உட்கார்ந்த இடத்திலேயே அடித்துக் கொன்றது போல் நீண்டு மலந்தனர்.

மூஸா அப்பா கிணற்றில் தண்ணீர் எடுக்கக் குடம் கொண்டு போன பெம்புள்ளியோ பார்த்து வியந்தனர். நேற்றுப் போட்ட அஸ்திவாரத்திற்கு மேல் கருங்கல்லால் சுவர் வளர்ந்திருக்கிறது!

சாதாரண மனுசர்களைக் கொண்டு சாத்தியமில்லை. இது ஏதோ கண்கட்டு வேலை? நம்மை ஏமாற்றவா, இது நிஜமான கட்டிடம்தானா? எதுக்காக, வீடா அல்லது வேறு ஏதாவதா? சிந்தனை எப்படியெல்லாமோ போனது. சிந்தித்துச் சிந்தித்தும், பேசிப் பேசியும் அன்றைப் பகலும் அந்தியாகி இருட்டியது.

நாலு நாட்களுக்குமுன் கண்ட வெள்ளை உருவத்தைச் சனங்கள் மறந்துவிட்டனர். வீடு வீடாகத் திருடி அடாவடித்தனம் செய்து திரிந்த வெட்டுவத்தி மம்மேலி இப்போது யாரிடத்திலும் பேசுவதில்லை. தங்கக் கட்டி தெருவில் கிடந்தாலும் கைகொண்டு தொடுவதே இல்லை. காண்டாமிருகத்தைப்போல மக்களைப் பார்த்துக்கொண்டிருந்த அவன் எல்லாரையும் அன்பாகப் பார்க்கின்றான்; புன்முறுவல் செய்கிறான்.

ஒரு சாதுவான மனுசனாகிவிட்டான். அவன் ஒருவன் மட்டுமே அங்கு சுயமே உயரும் கட்டிடத்தைப் பற்றிப் பேசாதவன்.

அதுபற்றித் தெரிந்ததுபோலவும், தெரிந்ததைச் சொல்லாமல் மறைப்பது போலவும் இருந்தது அவனுடைய முகபாவனை.

அன்று இரவும் ஊர் கூடி அனைவரும் கிழக்கு உதிக்கும் வரை விழித்திருக்கவும், தெருவுக்குள் யார் புகுந்து இப்படி ஒரு மர்மமான கட்டிடம் கட்டி எழுப்புவது என்று கண்டு பிடிக்கவும் முடிவு எடுத்தது. பெட்டி பெட்டியாகக் கிழங்கு வத்தல் பொரிச்சது. கேத்தல் கேத்தலாக எரிப்பு கூட்டி சுக்குக் காப்பி, கட்டுக்கட்டாக வெத்திலைப் பாக்கு, பீடி... சுருட்டு... மக்கள் தாங்காமல் முளிச்சிருந்து கண்காணிக்க. போர்ப் பாட்டுகள் பாடியும், கதைகள் சொல்லியும் சவேலடிச்சு சிரிச்சும் மாறிமாறிக் கிண்டலடிச்சும் உறக்கத்தைத் தோற்கடிக்க வீறாப்பாயிருந்தனர். இரண்டாம் சாமத்தின் துவக்கத்தில் ஹனுமான் தூக்கிவந்த மருத்துவான் மலையிலிருந்து சத்தம் காட்டாமல் இறங்கிவந்த காற்றின் கரங்களிலிருந்து நழுவி இறங்கிய மென்மையில் மக்களின் நா குழறிப்போயின.

ஏமாந்துபோன மக்கள் கிழக்கு மலைதாண்டி உயர்ந்த வெள்ளி உதயத்தின் சூட்டில் உணர்ந்து கண்ணு முளிச்சது நாளி ஓடு பரப்பிய புதிய கட்டிடத்தில்.

கட்டிடத்தின் முகப்பில் நின்றுகொண்டிருந்தது அவரேதான். நல்ல உசரம், கால் முட்டை எட்டும் வெள்ளைச் சட்டை, மயில் கண்ணன் சிகப்புக்கைலி, தோளில் கறுப்புச் சால்வை, நீண்ட தாடி, சிகப்புத்தொப்பி.

இப்போது கண்ணிலிருந்து கண்ணீர் வடிந்துகொண்டிருக்க வில்லை. கூடிய மக்களைப் பார்த்துச் சிரித்தார். அந்தச் சிரிப்பிற்கு என்ன ஈர்ப்பு!

'முப்பத்திரண்டு குடம் தண்ணீர் மூஸா அப்பா கிணற்றி லிருந்து கோரி வாருங்கள்' என்று உத்தரவு போட்டார். ஒருத்தரை ஒருத்தர் முந்திக் கொண்டு 32 குடம் தண்ணீருடன் மக்கள் நின்றனர்.

'இதில் கொண்டு விடுங்கள்'. ஒரு தொட்டியை காட்டிக் கட்டளை போட்டார். முப்பத்திரண்டு குடம் தண்ணீர் விட்டபோது தொட்டி நிரம்பி வழிந்தது.

'இதுதான் ஹவுள்.'

மக்கள் புதுக்கட்டிடத்தை வியந்து பார்த்தனர். அவருக்குப் புரிந்துவிட்டது. சனங்களுக்கு என்னவென்று புரியவில்லையென்று. 'இதுதான் மஸ்ஜித்[2]. இங்கு வந்துதான் நம்மைப் படைத்த அல்லாஹ்வைத் தொழவேண்டும்.'

'தொழத் தெரியாதே'. கைவிரித்தனர்.

'நான் சொல்லித் தருவேன். உங்களுக்குத் தீன்[3] போதிக்கத் தான் நான் வந்திருக்கிறேன்.' பள்ளிக்கு முன்னால் குழுமிய மக்களைப் பார்த்து அவர் தொடர்ந்தார்.

'என்னுடைய முப்பத்திரண்டு ஜின்னு மாணவர்களை வைத்துதான் நான் இந்தப் பள்ளியைக் கட்டினேன். அவர்கள் உங்கள் கண்ணுக்குப் புலப்படமாட்டார்கள். நானும் உங்கள் பார்வைகளிலிருந்து மறைந்துவிட்டேன். ஆனால் எங்கும் போகவில்லை. என் தாயின் அருகாமையில நின்றுகொண் டிருந்தேன். எல்லோரும் இந்தப் பள்ளியிலிருந்து அழைப்பு ஓசைகேட்டதும் இங்கு வருவார்கள்.'

'நாங்கள்?' கேட்டது ஒரு பெண்.

'பள்ளியில் இடம் பத்தாதம்மா'

சூரியன் நடுவானில் வந்தபோது வெட்டுவத்தி மம்மேலி அவர் அருகில் வந்தான்.

---

2. மஸ்ஜித் – பள்ளிவாசல்

3. தீன் – இஸ்லாமிய நெறி

'சொல்லு' அவருடைய கட்டளை.

'என்னது?'

'பாங்கு'

'சொல்லத் தெரியாதே?'

'சொல்லு. தெரியும்' சொல்லி முடிக்கும்முன் அவன் செவியில் சூண்டானி விரலை வைத்துக்கொண்டு உரக்கக் கூப்பிட்டான். பாங்கு.

'அல்லாஹ் அக்பர், அல்லாஹ் அக்பர்.'

இப்போது மஹமூதப்பா தைக்காப் பள்ளியிலிருந்து பாங்கு சொல்லிக்கொண்டிருக்கின்ற மைதீன் பிச்சை மோதின், அன்று முதலில் பாங்கு சொன்ன மம்மேலி மோதினுடைய பின் வாரிசு. பேரப்பிள்ளையோ பூட்டியோ?

10

மம்மதும்மா அஞ்சுவண்ணம் தெருவில் பிறந்து வளர்ந்தவளானதால் அவளுக்குத் தெருவின் வரலாறும், மஹமூதப்பா வரலாறும் அங்குள்ள சனங்களைப் பற்றியும் உறவுகளைப் பற்றியும் நன்கு தெரியும். மதார் சாகிப் பழைய மண்வீட்டை வாங்கி இடித்துத் தரைமட்டமாக்கிவிட்டுப் புதுவீடு கட்டும் போது, அவளுக்குத் திருமணமாகவில்லை . நிமிர்ந்த குமர், உம்மாவுக்குப் பின்னாடி வாப்பாவும் போன பிறகு அவளுக்கிருந்த ஒரே ஒரு உடம்பிறந்தான் எங்கேயோ போய்த் தொலைஞ்சான். சுடலைமாடன் குளத்தங்கரையில் புறம்போக்கு நிலத்தில் அவளுடைய உப்பா செம்மண் குழைத்துக் கட்டிய குச்சிலில் ஆனி ஆடி பெருமழை பெய்திறங்கி குச்சிலை மண்ணாய்க் கரைத்துக் குளத்து நீரைச் செந்நிறமாக்கியது.

மழை ஓய்ந்த பின் வீட்டுக்குப் போனவள் எச்சில் இருந்த இடம் தெரியாமல் போக சுருட்டு சாய்புடைய வீட்டில் போய் ராவுறங்கக் கொஞ்சம் இடம் கேட்டாள். வாலிபப் பிள்ளைகள் இல்லாததால் சுருட்டு சாய்புடைய பெண்டாட்டிக்காரி 'நீ இங்கேயே வந்து படுத்துக்கம்மா' என்று இரக்கப்பட்டு ஒரு கிழிந்த கோரம்பாய் கொடுத்தாள், சுருண்டுகொள்ள. சுருட்டு சாய்புடைய வீட்டுக்கு எதிர்வீடுதான் நபீசா மன்ஸில். நல்ல உசரம், உசரத்துக்கு ஏற்றபடி உடல் அமைப்பு அவளுடையது. அரபிக் குதிரை வர்க்கம். நபிசா மன்ஸில் கட்டும்பொழுது அவ்வப்போது மேற்பார்வைக்காக வரும் மதார் சாய்புடைய பார்வையெல்லாம் சுருட்டு சாய்புடைய வீட்டு

மண் சுவரைத் துளை போட்டுக்கொண்டு வீட்டுக்குள் துழாவும்; தெரு குழாயடியிலும் துழாவும்.

கண்களில் அம்பு முனை கட்டிக்கொண்டு திரியும் மதார் சாய்புடைய நிழல் கண்டாலே அவள் பைப்படிக்குப் போறதில்லை. அத்தரும் பூசி வெள்ளையும் சொள்ளையுமாக அவர் தெருவில் நிற்கையில் பைப்படிக்குச் சென்றால் தெருவிலுள்ள பாறுகாலிகள் பாட்டுக் கட்டுவாளுவோ.

எவன் மூஞ்சியைப் பார்க்காவிட்டாலும் தெருவிலுள்ள உச்சிவெட்டிகள் வளைய வளைய வருவானுவோ. பைப்புக்குப் போகாமலிருக்க முடியாது. அஞ்சு குடம் தண்ணி எடுத்துக் குடுத்தாதான் வயிற்றுப்பாடு நடக்கும். அஞ்சுவண்ணம் தெருவிலுள்ள கிறுகிறுப்புப் பிடித்த பயக்களுக்கெல்லாம் அவள் ஒரு இலாகிரிப்பொருள். அவளுக்கு அது புரியாமலில்லை. எவனாவது கிட்ட அண்டட்டும், வம்முறுக்கினாள். உம்மாவையும், வாப்பாவையும் இழந்த எத்தீமான குமர் என்றுகூட பாக்காம கெட்ட எண்ணத்தோடு அதோகதியாக்கிட நெருங்கி வாறானுவோ. அதாவது இளம்வட்டங்களின் குறும்பு என்று விடலாம். பொண்ணும் கட்டி நாலஞ்சு பிள்ளைகளுக்கு வாப்பாவான இந்தக் கெழட்டு மூதிக்கு இங்கே என்ன பார்வை? தெருவில் மதார் சாய்புடைய தலையைக் கண்டாலே அவள் மனசிற்குள் முணுமுணுப்பாள். 'வந்தாச்சு கெழட்டு மூதி'.

சுருட்டு சாய்புடைய வீடு நிரந்தரமா? இப்படி இந்தக் கழுகுகளுக்கிடையில் ஒற்றை மரமாக எவ்வளவு காலம் திரிவது? ஓர் ஆண் துணைவேண்டுமென்ற எண்ணம் அவள் மனசிற்குள் ஓடியது. எப்படி அதை வெளியிடுவது? சுருட்டு சாய்புடைய மனைவி என்ன நினைப்பாங்க?

'எங்கும்மா நகை கொஞ்சம் உண்டு. என் கையில கொஞ்சம் பணமும் இருக்கு நகம் கடித்துத் துப்பிக் கொண்டு சொன்னதன் உட்பொருளைச் சுருட்டு சாய்புடைய மனைவி ஊகித்துக் கொண்டாள்.

'கொஞ்சம் பொறம்மா. நா பாத்துக்கிட்டுதானிருக்கேன்' எப்படியோ தனது அடிமனசிற்குள்ளிருந்த ஆசையைச் சூசகமாக வெளிப்படுத்தியதும் அதைத் சுருட்டு சாய்புடைய மனைவி எளிதில் புரிந்துகொண்டதும் மனசிற்கு ஆறுதலாயிருந்தது!

விரைவில் நிக்காஹ் நடக்க அடக்கம் செய்யப்பட்ட தாயின் தலைமாட்டில் தினமும் விளக்கு வைப்பதாகவும் தினமும் மஹமூதப்பா பள்ளி ஹவுளில் தண்ணீர் எடுத்துவிடுவதாகவும் நேர்ச்சை நேர்ந்த பத்தாவது நாள் அஞ்சுவண்ணம் தெருவுக்கு

ஒரு சபராளி வந்தார். மைதீன் பிச்சை மோதினுடைய வாப்பா மஹ்மூதப்பா தைக்காப்பள்ளியில் பாங்குசொல்ல வரும் பொழுது தைக்காப்பள்ளியில் உட்கார்ந்திருந்த புதிய நபருக்கு சலாம் சொன்னார்.

இருவரும் ஹவுளில் ஒளூ செய்யும் நேரம் மம்மதும்மா தண்ணீர்க் குடத்துடன் வந்தாள்... புதிய நபரை ஏற இறங்கப் பார்த்தாள். நடுத்தர வயசு. கட்டுமட்டான ஆள். தாடியிலும் தலையிலும் கொஞ்சம் நரைதான். இப்படி ஓர் ஆளானாலும் பரவாயில்லையென்று அவள் மனசில் பட்டதை வெளியே சொல்லவே இல்லை.

மாலையில் அஞ்சுவண்ணம் தெருவில் நடந்துசெல்லும்போது எதிர்ப்பட்ட சுருட்டு சாய்பிடம் கேட்டார்.

'சபராளி, மிஸ்கீன்[1]. ராத்திரி ஒரு நேர ஒஜீபனம் தருவீங்களா பாவா' என்றார்.

இரவு அவருக்கு உணவு பரிமாறியது மம்மதும்மா.

'ஊர் எது?' சுருட்டு சாய்பு விசாரித்தார்.

'தஞ்சாவூர் பக்கம்'

'இங்கே?'

'புலவர்களும் பேரறிஞர்களும் அவுலியாக்களும் வாழ்ந்த ஊரல்லவா? பாக்கலாம்னுதான். ஆலிப்புலவர் மெஹ்ராஜ் மாலை அரங்கேற்றம் செய்த இடத்தைப் பார்த்தேன். வேம்படிப் பள்ளியில் தொழுதேன்.'

கதவு மறைவில் நின்றுகொண்டிருந்த மம்மதும்மா, அவர் பேசுவதைக் கேட்டாள்.

'பிள்ளைகள்?'

'இல்லை பாவா. சம்சாரம் மவுத்தாபபோனா. வீடும கூடும் குடும்பமுமில்லை. இப்படியே காலம் போவுது.'

தன்னைப்போன்று அவரும் வீடும் கூடுமில்லாதவர்தானோ? தனிக் கட்டை. அவர்மீது அவளுக்குப் பரிவு ஏற்பட்டது.

'அய்யோ பாவம்' என்று அவள் சொன்னது சுருட்டு சாய்புடைய மனைவி காதில் விழுந்தது.

மஹ்மூதப்பா தைக்காப்பள்ளியில் உறக்கமும் சில வீடுகளில் உணவுமாகச் சில நாட்களை நகர்த்திய அவர், அஞ்சுவண்ணம்

1. மிஸ்கீன் – வறியவர்

தெருவைவிட்டுக் கிளம்பப்போவதாகச் சுருட்டு சாய்பிடம் விடை கேட்டபோது சுருட்டு சாய்பு மெல்லச் சொன்னார்.

'பாய் நீங்க தனிக்கட்டை. இந்தத் தெருவைவிட்டு எங்கே போறீங்கே? இங்கேயே இருங்களேன். உங்களுக்கு ஒரு நிக்காஹ் செய்து வைக்கிறேன்.'

அவருடைய சிரிப்பு ஒப்புதலாகியிருந்தது.

இஷா தொழுதுவிட்டுத் தைக்காவைப் பூட்டிக்கொண்டு தெருவில் இறங்கிய மைதீன் பிச்சை மோதினுடைய வாப்பாவைச் சுருட்டு சாகிப் கூப்பிட்டார்.

'மோதினப்பா ...'

'என்ன விசயமோ?'

'ஒரு நிக்காஹ்'

அஞ்சுவண்ணம் தெருக்காரர்கள் மூன்றுபேர் முன்னிலையில் அன்று அந்த நிக்காஹ் நடந்தது.

நபீசா மன்ஸிலின் முன்தளத்தைப் பெயர்த்துவிட்டுப் புது சிமெண்டு பூசும்போது, அவள் கணவனோடும் பிள்ளைகளோடும் சேர்ந்து உட்கார்ந்து உணவு அருந்திய நாட்களை நினைத்துக்கொண்டு அப்படியே நின்றுவிட்டாள்.

போயும் போயும் வாழ்க்கை இல்லாத வீட்டை இந்த மனுசன் வாங்கீட்டாரே என்று வாப்பாவைப் பார்த்துப் பரிதாபப் பட்டாள்.

'மதார் சாய்புக்க கெட்ட நேரம். கடனுக்காக நாடார் ஜப்தி செய்தார். மூடநம்பிக்கையால் வாங்க ஆளில்லாம பாழடஞ்சு போச்சு. பர்க்கத்தான ஊடு. தைக்காப் பள்ளியிலே போய் தெனமும் தொழுது வணங்கி வந்தா எல்லா வாழ்வும் வரும்.'

வீட்டில் சில பராமரிப்பு வேலைகள் நடந்துகொண்டிருக்கையில், மனச்சோர்வுடன் காணப்பட்ட மச்சானை வாப்பா உற்சாகமூட்டினார். தெருவிலுள்ள பலர் மச்சானுக்குப் பேதிக்கு மருந்து கொடுத்தார்கள். பேய், பிசாசு, ஜின்னு, தரித்திரியம் பிடிச்ச ஊடு. மச்சான் மனம் உடைந்து காணப்பட்டார். இவ்வளவு காலம் றாஹத்[2]தில்லாத வாடகை வீடுகளில் தங்கி சலிச்சுப்போன மச்சானுடைய முகத்தில் சொந்தமாக ஒரு வீடு

2. றாஹத் – வசதி, சுகம்

வாங்கிய களிப்பை வாப்பா காணவில்லை. தாத்தாவுடைய முகமும் சோகமயமாகவே காணப்பட்டது.

'சனியன் பிடிச்ச மாட்டைப் போய் வாண்டிட்டேன்.' தாத்தா தலையில் அடித்துப் புலம்பிக்கொண்டிருந்தாள்.

அனைத்துக் குற்றங்களையும் வாப்பாவின் தலையில் தூக்கிப்போட்டார்கள். 'மாமாதான் இந்த பலாய[3] வாண்டி எங்க தலையில் கெட்டிவெச்சார்'. மச்சானும் எந்நேரமும் இதையே சொல்லி வாப்பாவைக் குற்றவாளிக் கூண்டில் நிப்பாட்டினார். எதுக்கும் வாப்பா அசரவில்லை. தாத்தாவுடைய பேச்சைக் கேட்கும்போதும் மச்சானுடைய முகத்தைப் பார்க்கும்போதும் வாப்பா மனசிற்குள் சிரித்துக்கொள்வார். ஏதோ காலத்தில் வாழ்ந்துகொண்டிருக்கும் இருட்டறைப் பிராணிகள்.

வெளிச்சம் நுழையாத அஞ்சுவண்ணம் தெருவில் வாழும் மக்கள். அவர்களுடைய மனங்களில் பதியவைத்த விசயங்களை, நம்பிக்கைகளை எளிதில் மாற்றிவிட முடியாது. அவர்கள் நபீசா மன்ஸிலைப் பற்றி என்னவெல்லாமோ சொல்லிப் பரப்பினார்கள். ஷேக் மதார் சாகிபைப் பற்றிய எல்லா இரகசிய விபரங்களும் மலைவிழுங்கி மலுக்கு சாகிப் வழியாக வாப்பா தெரிந்துகொண்டார். மதார் சாகிபுடைய அழிமாட்டமும் நடத்தைக் கேடும்தான் வியாபாரச் சரிவுக்குக் காரணம். தைக்காப் பள்ளியை விட வீடு உயர்ந்துவிட்டதால் பல நஷ்டங்கள் வந்து வீட்டில் வாழ்க்கை இல்லாமல் போய்விட்டதாக நம்புவது தவறு என்பது வாப்பாவுக்குத் தெரியும். தெருச்சனங்களிடத்தில் சொல்லிப் புரியவைக்க முடியாதபடி ஒரு மூடநம்பிக்கை அந்த வீட்டைச் சுற்றி விழுதுகள் இறக்கியது. பிடுங்கி எறிய முடியாதபடி விழுதுகள் ஆழ்ந்து இறங்கியதாலே இவ்வளவு பெரிய வீடு சொற்ப விலைக்குக் கிடைத்தது. அஞ்சுவண்ணம் தெருவின் கண்ட மத்தியில் ஏழெட்டு அறைகள் உள்ள இரண்டு மாடி கட்டிடம்.

'நபீசா மன்ஸில்' என்று எழுதிய இடத்தைத் தேய்ப்புத்தாள் கொண்டு சுரண்டிவிட்டு, அந்த இடத்தில் 'தாருல் சாஹினா' என்று பச்சை பெயிண்டால் எழுதியபோது பளிச்சென்று இருந்தது. தாத்தாவுடைய இளைய மகளுடைய பெயர்.

புதிய கதவுகளும் போட்டு வெள்ளையும் அடித்து பெயிண்டும் கொடுத்தபோது வீடு ஜம்மென்றிருந்தது. வாட்ஸ் கூடின ஒரு பல்பும் தெருப் பக்கம் போட்டபோது, தெரு சிரிச்சது போலிருந்தது. எல்லா பலா முஸீபத்து[4]களும் நீங்கியாச்சு.

---

3. பலாய், பலா – சனியன்

4. பலா முஸீபத் – கேடுகளும் தீங்குகளும்

மம்மதும்மாவும் தெருவிலுள்ள சில பெரியவர்களும் வேண்டியபடி தாருல் சாஹினா பாலுக் காச்சுவதற்கு முந்தைய நாள் இரவு பெரிய மவுலீதும் தக்கலப்பா பாடலும் நடந்தது. நெசவுக்காரரான தக்கலை பீர்முஹம்மது ஒலியுல்லாஹ் அவர்கள் இயற்றியதால் ஞானப்புகழ்ச்சியை (தக்கலப்பா பாடல்) கேட்பதற்காக அஞ்சுவண்ணம் தெருவிலுள்ள நெசவாளர்கள் எல்லோரும் தெருவில் கூடினார்கள். வந்து கூடிய சனங்களுக்கு எல்லாம் பூந்தியும் கற்கண்டும் பூவும் கிடைத்ததால், வெகு மகிழ்ச்சி. பூவைப் பக்தியோடு தறிமீது வைத்தார்கள். நல்ல வாழ்வு வர.

வாப்பா மவுலிது மஜ்லிஸிலோ[5] தக்கலப்பா பாட்டு நிகழ்ச்சியிலோ கலந்துகொள்ளவில்லை. வெளியே ஒரு நாற்காலி போட்டு உட்கார்ந்துகொண்டு வேடிக்கை பார்த்தார்.

மவுலிது என்கிற கவிதையின் இலக்கிய நயத்தின் மீது வாப்பாவுக்கு மதிப்பும் மரியாதையும் உண்டு. அந்தக் கவிஞர்களையும் வாப்பா மதிப்பார். மவுலிது ஓதுவோர்களின், ஓத வைப்பவர்களின் எண்ணங்களைத்தான் வாப்பா கிண்டல் செய்வது. ஞானக் கடலான பீரப்பா இயற்றிய மிகப்பெரிய ஞான இலக்கியத்திலுள்ள சில வரிகளைப் பாடிக்காட்டி எங்களுக்கு அர்த்தம் சொல்லித் தருவதுண்டு. வீடு குடியேறும் போதும், கடைத்திறப்பு விழாவிலும் பர்க்கத் கிடைக்கும் என்ற எண்ணத்தில் பாடுவதும் பாட வைப்பதும் தவறு என்று கருத்துடையவர் வாப்பா.

வாப்பா அடிக்கடி சொல்வதுண்டு.

'மோண்டா கழுவாத ஜாஹிலு[6]களைக் கொண்டாக்கும் ஞானப் புகழ்ச்சி பாட வைக்கீது? மவுலூதும் ஓதி ஞானப் புகழ்ச்சியும் பாடி சொர்க்கத்துக்குப் போகலாம்னு நெனக்கிதானுவோ?' மவுலிது முடிந்த பிறகு தேங்காச்சோறு மூக்கு முட்ட வெட்டிட்டு வேம்படிப் பள்ளியிலுள்ள கத்தீப் குவாஜா அப்துல் லத்தீப் ஹஜ்ரத், மச்சானைக் கிட்ட கூப்பிட்டார். ஏதோ, ஒரு தவறு நடந்துவிட்ட மலைப்போடு சொன்னார்.

'பெரிய தப்பு செய்து போட்டியோ, தைக்காப் பள்ளியிலே வீட்டை விட உசரமா ரண்டு மினாராக்கள் கட்டிக் கொடுத்துட்டு வீட்டுல குடியிருந்திருக்கணும். இனி கட்டிக் கொடுத்தாலும் போதும், தைக்காப் பள்ளியை விட உசத்தியா வீடு கட்டின தினாலத்தான் மதார் சாய்புக்கு இந்த வீட்டுல வாழ முடியாமப் போச்சு. தெரிஞ்சுக்கிங்கோ'.

---

5. மஜ்லிஸ் – சபை

6. ஜாஹில் – அறிவிலி

மவுலிதுக்கு வந்திருந்தவர்கள் தாருல் சாஹினாவில் தங்குவோரின் வளர்ச்சியில் அக்கறையுடையவர்களாகக் காட்டிக் கொண்டார்கள். சின்னச் சின்னப் பிள்ளைகள். பிள்ளைகளின் எதிர்காலத்தை எண்ணித் தைக்காப் பள்ளி மினாராக்களைப் பற்றி நினைவுபடுத்தினார்கள்.

வாப்பா ஒருவரைத் தவிர வந்தவர்கள் அனைவரும் தேங்காய் சோறு அருந்திவிட்டுச் சும்மா போகாமல் மினாராக்களை நினைவுபடுத்தியபோது மச்சானின் மனசிற்குள் ஒரே அங்கலாய்ப்பு.

நீண்ட அஞ்சுவண்ணம் தெருவுடைய ஒருதலைப்புமுதல் மறுதலைப்புவரை மச்சான் நடந்து பார்த்தார். கண்களால் தெருவிலுள்ள வீடுகளுடைய உயரத்தை அளந்தார். கட்டுக் கட்டாய்ப் பணம் கொண்டுவரக்கூடிய சிங்கப்பூர்க்காரங்களுடைய வீடுகளும் தாழ்வாகத்தான் இருக்கின்றன. சிங்கப்பூர்க்காரர்கள் பணம் கொடுத்து வயல்களை வாங்கிச் சேர்த்தார்கள். இந்த மனுசன் வீட்டைக்கட்டி உசத்தி வாழ்க்கையை இழந்தார்.

தாருல் சாஹினா ஒன்று மட்டும்தான் தெருவில் தைக்காப் பள்ளியை விட உயர்வாகக் காணப்படுகிறது. நாமும் வாழ்க்கையை இழக்கவா? மச்சானின் மனசுக்குள் சில தீர்வுகள் உருவாகின. ஒன்று மினாராக்கள் கட்டிக் கொடுப்பது. இல்லாவிட்டால் ஒரு மாடியை இடித்துப் பள்ளியை விட உயரம் குறைப்பது. சாத்தியமில்லையென்றால் தாருல் சாஹினாவைப் பூட்டிப் போட்டுவிட்டுப் பழையபடி வாடகை வீட்டுக்கே போவது.

வாப்பாவை எப்படி சமாளிப்பது? மூன்று தீர்வுகளோடும் வாப்பாவுக்கு உடன்பாடு இருக்காது. ஒரு தர்க்கவாதி.

மவுலிதுக்குப்பின் ஒரு நீண்ட துஆ(வேண்டுதல்) உண்டு. துஆ ஓதுவதற்கு முன் உற்றார் உறவினர்கள் சாம்பிராணி சட்டியிலுள்ள கங்கில் சாம்பிராணித் தூள் நுள்ளிப்போட்டு அவர்கள் பர்க்கத்தைத் தேடிக்கொள்ளவேண்டும். வீட்டிலுள்ள பெரியவர் முதலில் சாம்பிராணி போடுவது வழக்கம்.

‘பாவா’. குவாஜா அப்துல் லத்தீப் ஹஜ்ரத் அழைத்தார். வெளித் திண்ணையில் நாற்காலியில் உட்கார்ந்துகொண்டிருந்த வாப்பா அழைத்ததின் நோக்கம் புரிந்துவிட்டதால் காதில் வாங்காத மாதிரி உட்கார்ந்துகொண்டார்.

‘உங்களைத்தான் பாவா. முதல்ல பெரியவங்கோ வந்து சாம்பிராணித் தூள் கங்கில் போட்டாத்தானே மத்தவங்கோ போடுவாங்க.

'நீங்களே போட்டா போதும் ஹஜ்ரத்'. ஒரு மீறல் போல் வாப்பா உரத்த குரலில் சொன்னதைக் கேட்டதும் ஹஜ்ரத்தும் மஜ்லிசில் உட்கார்ந்திருந்தவர்களும் திடுக்கிட்டுப் போயினர். எவ்வளவு திமிரான பேச்சு. சாம்பிராணி போட ஒருவருக்கொருவர் முந்திக்கொள்ள முண்டியடிப்பார்களே தவிர மறுத்த வரலாறே இல்லை.

மெஹராஜ் மாலையை மனனம் செய்துகொண்டு திரியும் குவாஜா அப்துல் லத்தீப் ஹஜ்ரத் சந்தேகம் தீர்த்துக்கொள்ள தொட்டருகாமையில் வியப்போடு உட்கார்ந்துகொண்டிருந்த பள்ளித்தெரு மதரஸா உஸ்தாதிடம் கம்மியகுரலில் காதில் கேட்டார்,

'ஆசாமி வஹாபி[7]யோ? நம்ம கூட்டமில்லையோ?'

'மூக்கும் முளியும் பாத்தா அப்படித்தான் தெரியுது. புதிய கொள்கை. ஊரே குட்டிச் சுவராச்சே!' அவர் ஊர் போகிற போக்கை எண்ணிக் கவலைப்பட்டார்.'

அப்படியானா வீட்டுல வெளக்கமிருக்காதே. சீதேவி வராதே. எல்லா பலா முஸீபத்துகளும் பறந்து வருமே ஹஜ்ரத். குரலடக்கிச் சொன்னது மச்சானின் காதில் விழுந்தது. மச்சானுடைய உள்ளம் பதைபதைத்தது. இதயம் உருவி விழுந்துவிடுமோ என்ற பயம் ஊட்டிய கோபத்தை மச்சான் உள்ளே அமுக்கிக்கொண்டார். பெண் தந்த மாமா.

ஆளாக்கிவிட்ட மாமா. இன்றளவும் குருத்தக்கேடாக மாமாவிடம் எதுவும் பேசியதில்லை.

இஷா தொழுகையை முடித்துவிட்டு நாற்காலியில் உட்கார்ந்து மருத்துவான் மலைக்காற்று வாங்கிக்கொண்டிருந்த வாப்பாவிடத்தில் தாத்தா வந்து நின்று கைவிரலை நொடித்தாள். வாப்பாவிடம் ஏதாவது பேசவரும்போது தாத்தா கைவிரலை நொடிப்பது பழக்கம். தாத்தாவின் பீதிபூண்டிருந்த முகத்தைப் பார்த்ததும் வாப்பா கேட்டார்.

'என்ன மக்கா?'

'சின்னச் சின்னப் பிள்ளைகள். பயமா இருக்கு வாப்பா. தைக்காப் பள்ளிக்கு வீட்டை விட உசரமா ரண்டு மினாராக்கள் கட்டிக் கொடுத்தாத்தான் வாழ்க்கை இருக்குமாம்,'

பெரிய ஒரு தமாஷ் கேட்டு வாப்பா குலுங்கிக் குலுங்கி சிரித்தார். வாப்பா இப்படி சிரித்து அலட்சியமாகத் தள்ளி

7. வஹாபி – மாற்றுச்சிந்தனை உடையவர்

விடுவாரென்று தாத்தா நினைக்கவே இல்லை. வாப்பாவின் நிறுத்தமில்லாத சிரிப்பைக்கண்டு தாத்தா அதிர்ந்து நின்றாள். சிரிப்பின் இறுதியில் வாப்பா கேட்டார்.

'எவெ சொன்னா? எந்த கித்தாபில[8] சொல்லியிருக்கு?'

வாப்பாவின் ஆணித்தரமான கேள்வியின் முன்னால் தாத்தா குறுகிப்போய் ஒரு துரும்பாய் நின்று கை விரல் நொடித்தாள். வாப்பா முடிவாகச் சொல்லிவிட்டார்.

'மினாராக்களும் கட்டண்டாம். கோபுரமும் கட்டண்டாம். போயி சோலியப்பாரு. மத அறிஞர்கள் இதெல்லாம் சொல்ல மாட்டாங்கம்மா. மவுலுதும் தக்கலப்பா பாட்டும் கொண்டு திரியானுவளே புரோகிதர்கள். அவனுவொதாம்மா இப்படிப் பட்ட மூட நம்பிக்கைகளைப் பரப்பூது.'

8. கிதாப் – நூல்

11

இரவு அனைவரும் உறங்கச் சென்றபின் மச்சான், தாத்தாவின் காதில் மெல்லச் சொன்னது உறக்கத்தில் ஆழ்ந்துவிட்ட பிள்ளைகளின் காதுக்கு எட்டவில்லை.

'ஒனக்க வாப்பா வாண்டி தந்த ஊடு. நீயாச்சு உன் வாப்பாயாச்சு, நாளெ ஏதாவது ஆயிப்போனா என்னைக் குத்தப்படுத்தப்படாது. நீதான் சொந்த வீடு வாண்டுவேனு ஒத்தக் காலிலெ நின்னா. ஒங்க பாடு'.

மச்சானும் பொறுப்பிலிருந்து தன்னை விடுவித்துக்கொண்டார். எட்டும் பொட்டும் தெரியாத சிறுசுகள். பொடிப் பொடிக் கைந்தலைகள். தின்னு வளர வேண்டிய பருவம். வருமானம் தந்து கொண்டிருந்த தென்னந்தோப்பு போச்சு. கண்ட விலைக்குத் தோப்பை விற்று வாங்கிய வீட்டின் நிலைமை இப்படி. தாத்தாவுக்கு மன நிம்மதி இல்லை. ஒரே அளஅளப்பு. இரவு தூக்கம் வருவதே இல்லை. ஒரே சிந்தனை. ஒரு படுகுழியில்போய் விழுந்துவிட்டு எழும்ப முடியாத தவிப்பு. மச்சானுக்கும் உறக்க மில்லை. படுக்கையில் எழும்பி உட்கார்ந்திருந்து சிகரெட்டு குடித்துக்கொண்டிருந்தார். ஏன் உறங்கவில்லையென்று தாத்தா கேட்கவில்லை. தாத்தாவுக்குத் தெரியும் மச்சானுடைய சிந்தனையும்

எரிந்துகொண்டுதான் இருக்கிறதென்று. இருவரும் ஒரு வீட்டிலானாலும் இருவரும் தனித்தனி தீவுகளில். ஆளில்லாத தீவுகள். அங்கு ஜின்னுகள் மட்டும். இருவரையும் சுற்றி ஜின்னுகள்.

பகல் நேரம் மாடியில் ஏறி நின்றால் தைக்காப் பள்ளி மிகத்தாழ்வாக ஒரு குச்சில் போல் தெரியும். அஞ்சுவண்ணம் தெருவின் இந்தத் தொங்கல்முதல் அந்தத் தொங்கல்வரை வரிசையாக வீடுகள். பாவாற்ற நாட்டப்பட்ட கற்கள். எதிர் வீட்டுக்குப் பின்புறம் முட்டைத் தாளி வளர்ந்துகிடக்கும் சுடலைமாடன் குளம். இரவு நேரங்களில் பெண்கள் மலம் கழிக்கச் செல்லும் குளம். குளக்கரையில் மண் கிளறும் கோழிகள். குளத்துக்கு அந்தப் பக்கம் நெடுஞ்சாலை; நெடுஞ்சாலைக்கு மறுபக்கம் கடலில் போய்ச் சேரும் பழையாறு. பழையாற்றுக்கரையில் வயல்வெளி. பரந்த வயல்வெளியில், மருத்துவான் மலை விடும் மூச்சுக் காற்று அஞ்சுவண்ணம் தெருவுக்கு வர எந்தத் தடையும் இருக்காது. சலசலனு வரும் காற்று.

மருத்துவான் மலையைத் தொடாமல், மேற்கிலிருந்து வடப்பக்கமாக நீண்டு கிடக்கும் மேற்குத் தொடர்ச்சி மலையிலிருந்து யாரோ நெருப்பு பற்றிக்கொண்டு வருவதை மாடியில் ஏறியபோது பார்த்துவிட்ட தாத்தா பயந்தடிக்க ஓடிக் கீழே இறங்கி வந்தாள்.

தைக்காப் பள்ளியையும் அவளுடைய வீட்டையும் அஞ்சுவண்ணம் தெருவையும் முச்சூடும் சுட்டுச் சாம்பலாக்க ஏதோ மலைப்பூதம் காட்டுமரத்தைப் பிடுங்கித் தீப்பற்ற வைத்துக்கொண்டு வருவதாக மச்சானிடம் பயந்து சுருங்கிவிட்ட முகத்தோடு குரல் தடுமாறச் சொன்னாள்.

மச்சானும் பயந்துதான் போனார். ஏதோ பிசாசு குடிகொண்டிருந்த வீட்டில் நாம் குடியேறியதால் வஞ்சம் தீர்க்கவருவதாக இருக்கலாமென்று மச்சானுடைய மனசிற்குள் ஓடியது. மீண்டெடுத்த சிறு துணிச்சலோடு பய்யெ படியேறி மாடிக்குச் சென்று பார்த்தார். அங்கங்கு ரொம்பத் தொலைவில் மேற்குத் தொடர்ச்சி மலையில் நெருப்பு தெரிந்துகொண்டிருந்தது.

‘அது மலைத்தீ. நீ பயப்படாதே.’

அன்று தாத்தா உறங்கவில்லை. சாஹினாவைத் தன்னோடு அணைத்துக்கொண்டு கண்ணை இறுக்க மூடிக்கிடந்தாள். குர்ஆன்ஆயத்துக்களை[1] ஓதி நெஞ்சில் ஊதிக்கொண்டே இருந்தாள்.

---

1. ஆயத்து – திருக்குர்ஆன் வசனம்

மலையில் நெருப்பைக் கண்ட மறுநாள் செவ்வாய்க்கிழமை. எல்லா செவ்வாய்க்கிழமையும் அசரு[2]க்குப் பின் அஞ்சுவண்ணம் தெருவில் 'பதற்' நடைபெறும். 313 முஸ்லிம்களுக்கும் ஆயிரத்துக்கும் அதிகமான காஃபிர்களுக்கும் மக்காவில் 'பதற்' எனும் இடத்தில் வைத்துக் கடும்போர் நடந்தது. காஃபிர்களோடு செய்த இப்போரில் முஸ்லிம்கள் வெற்றிபெற்றனர். போரில் முஸ்லிம்கள் சிலர் மடிந்தனர். இஸ்லாமிய வரலாற்றில் மிக முக்கியமான முதல்போர். நோன்பு மாதம் பிறை பதினேழில் நடந்தது. அலியார் தங்ஙள் இப்போரில் மிக வீரமாக அடராடினார்கள். பிற்காலத்தில் போர்ட்டுகீஸ், டச்சு போன்ற அந்நிய சக்திகளுக்கு எதிராக முஸ்லிம்களைப் போர் செய்யத்தூண்டும்படி, வரலாற்றில் நிகழ்ந்த பதற்போன்ற போர்களை மையக் கருத்தாக வைத்து வீரரசமிக்க பல போர்க் காப்பியங்கள் இயற்றி மக்கள் கூடுமிடத்தில் பாடி மக்களுக்கு வீரியமூட்டினர். அப்படிப் பாடப்பட்டதில் பதற் மாலையும் ஒன்று. வயலில் நூறுமேனி கிடைக்க அந்த பதற் மாலையைத்தான் ஒவ்வொரு செவ்வாய்க்கிழமை மாலையிலும் இளைஞர்களும் சிறுவர்களும் கூடிப் பாடுவார்கள். அரபு மலையாளத்தில் வெளியிடப்பட்ட பாடலைத் தமிழ் எழுத்தில் அச்சிட்டிருந்தனர். அஞ்சுவண்ணம் தெருவில் மஹமூதப்பா தைக்காப் பள்ளியின் முன் சைக்கிள் போகப் கொஞ்சம் இடம்விட்டு பெஞ்சு பரப்பி அதில் உட்கார்ந்து பதற் மாலையைப் பார்த்துப் பக்தியோடு பாடும்போது அதிலுள்ள வீரரசம் பக்தி ரசமாக மாறிவிடும். சந்தனத் திரி பற்றவைத்து, நாலு திசையிலும் நாட்டி வைப்பார்கள். மம்மதும்மா சிரட்டைக் கனல் கொண்டு வந்து குமிஞ்சான் பொடித் தூவிச் சுகந்தமுள்ள புகையை வளர்ப்பாள். அது அவளுடைய கணக்கு. காச்சல், பொக்கன், வசூரி, பேதி எடுப்பு, கண்நோவு முதலியவை வந்தால் பதறுக்கு ஒரு கூடு சந்தனத் திரி கொடுப்பதாக தெருசனம் நேமிசம் செய்வார்கள். நேர்ச்சையாகக் கிடைக்கும் சந்தனத் திரி கூடுகளையெல்லாம் உடைத்து எல்லாத் திரிகளையும் பற்றவைத்து அதிலிருந்து எழும் வாசனையுள்ள புகை உமிழும் துப்பாக்கிக் குண்டை வெடிக்கச் செய்து நோய் பரப்பும் தீய ஆவிகளைத் தெருவை விட்டு விரட்டி அடிப்பார்கள்.

பதறுக்கு இறுதியில் துஆ ஓதுவதற்கு மைதீன் பிச்சை மோதின் எங்கிருந்தாலும் வந்துவிடுவார்.

பதற் ஓதும் தினம் மட்டும், மைதீன் பிச்சை மோதின் அசர் பாங்கு கொடுக்கச் செல்லும் மிதியடிச் சப்தம் கேட்டதும் பெண்கள் தறிக்குழியிலிருந்து எழும்பிவிடுவார்கள். கையும் காலும் முகமும்

2. அசர் – மாலைத் தொழுகை

கழுவிவிட்டுத் தலையில் துணி போட்டுக்கொண்டு வீட்டு முன் திண்ணையில் உட்கார்ந்து பதற் கேட்டுக்கொண்டிருப்பார்கள்.

இளவட்டங்களின் குரல்கள் விண்ணை அதிரவைக்கும். உரக்கப் பாடுவதால் சிலருக்குத் தொண்டை கட்டிச் சப்தம் வெளியே வராது. கனைப்பதையும் இருமுவதையும் காணும்போது மம்மதும்மாவுக்கு இரக்கமாயிருக்கும். நாக்கில் நனைக்க ஒரு சொட்டு காவா எவளாச்சும் காச்சிக் குடுக்கமாட்டாளா என்று நினைப்பாள்.

ஷேக் மதார் சாகிபு வீட்டில் புதுசாக வந்து குடியேறியவர்களைப் பற்றிய நினைவு வந்தது.

'ஏய் தாயும்மா...' மம்மதும்மா தாத்தாவைக் கூப்பிட்டாள்.

தாத்தாவுக்குப் பதற் மாலை மனப்பாடம். இருந்தாலும் தெருவில் இளைஞர்கள் கூடிச் சேர்ந்து பாடுவதைப் புதுமை பார்த்துக்கொண்டு நின்ற தாத்தா கேட்டாள்.

'என்னக்கா?'

'பதற் பாடுறத கேக்கலியா தாய், பாடுற பசங்களுக்கு கொஞ்சம் காவா போட்டுக் குடுங்க தாயே, உங்களுக்கு பதற் சகாபாக்க[3]ளுக்க துஆ பர்க்கத் கிடைக்கும்.'

மம்மதும்மா சொல்லாவிட்டாலும் பசங்களுக்கு ஒரு காவா நண்ணி காய்ச்சிக் கொடுக்க எண்ணமில்லாமலில்லை. வலிய காய்ச்சிக் கொடுத்தால் வேறு வீட்டிலிருந்தும் காவா வந்துவிட்டாலோ? தெரு வழக்கங்கள் என்னவென்று தெரியாது.

தெருவுக்குப் புதுசு. அதனால் என்ன செய்ய வேண்டுமென்று தெரியாமல் பதற் ஓதுவதைப் பார்த்துக்கொண்டு நின்றாள்.

நல்லவேளையாக மம்மதும்மா காவா காய்ச்சிக் கொடுக்கக் கேட்டுக்கொண்டாள். தாத்தா உவப்போடு சொன்னாள்.

'அதுக்கென்னக்கா நான் காவா போட்டு தாறேன்.'

முந்தைய நாள் இரவில் பெய்த மழையில் நனைந்த தெரு மணலில் ஈரம் காயவில்லை. மப்பும் மந்தாரமுமாக இருந்ததால் வெயில் முகம் காட்டாத பகல். வயலில் தட்டி விழுந்து புரண்டு வந்த காற்று கோரிவிட்ட குளிரில் சிறுவர்கள் கொடுவி உட்கார்ந்துகொண்டிருந்தனர்.

சுக்கு, மிளகு, கொத்தமல்லி, உடன்குடி கருப்பட்டி போட்டுச் சுடச்சுட கருப்பட்டிக் காவா போட்டு நாலு கேத்தலில் நிரம்ப

3. பதற்/பத்ர் சகாபாக்கள் – பதற் போரில் மடிந்த நபித் தோழர்கள்

விட்டுக் கொடுத்தாள். மம்மதும்மா காவா கேத்தலைப் பதற் மஜ்லிஸில் கொண்டு வைத்தாள். ஆவி பறக்கும் காவா கேத்தலைக் கண்டபோது 'பதற்' ஓதிக்கொண்டிருந்தவர்களுக்கு எங்குமில்லாத சுறுசுறுப்பு வந்தது. பயபக்தியுடன் தங்களையே மறந்து பாடிப் பாடி, பதற் அதன் உச்ச நிலையை எட்டியது. அலியார் தங்கள் போர்க்களத்தில் தம்முடைய சுல்ஃபிக்கார் வாளுடன் குதிக்கும் கட்டம்.

தாருல் சாஹினாவில் புதிய ஆட்கள் குடி வந்ததும் நபீசா மன்ஸிலில் வாழ்ந்திருந்தவைகள் தைக்காப் பள்ளிக் காட்டுக்கு தங்கள் இருப்பிடத்தை மாற்றிக்கொண்டன. இருப்பிடம் மாற்றிக் கொள்ள மஹமூதப்பாவிடம் முன் அனுமதி பெற்றிருந்ததாக மைதீன் பிச்சை மோதின் சொல்லித் தெருச் சனங்கள் பிறகு தெரிந்துகொண்டனர்.

தைக்காப்பள்ளி முள் காட்டுக்குள் பல மாதங்களாகப் படுத்திருந்த முசிப்பு மாற்றுவதற்காகவும் மருத்துவான் மலைக் குளிர்காற்று வாங்குவதற்காகவும் ஒரு மாலைநேர நடையாக தெருவிலுள்ள காயாத மணலைத் தாண்டி எதிரிலுள்ள வீட்டு இடைவழியாகப் பின்பக்கமுள்ள சுடலைமாடன் குளத்தங் கரையிலுள்ள கோரைக் காட்டிற்கு நேராகப் போவதைக் கண்டு ஒரு சிறுவன் அலறிக் கூச்சல் போட்டான்.

'அடக்கம் செய்யப்பட்ட என் தாயே! பாம்பு!'

பதற் பாடிக்கொண்டிருந்தவர்கள் திடுக்கிட்டனர். வெற்றிலைக் கொடி ஏணி அளவிற்கு நீளம்.

எல்லாரும் பயந்தடிக்க மூலம் குப்புற ஓட்டம் பிடித்தனர். டம்ளர்கள் நாலா பக்கமும் சிதறின.

துஆ ஓதுவதற்காக அந்நேரம் அங்கு வந்து உட்கார்ந்த மைதீன் பிச்சை மோதினார் விளக்கினார்.

'ஓடாதீங்க வாப்பா. ஒண்ணும் செய்யாது. சத்தியமுள்ள பாம்பு.' கேத்தலிலிருந்து ஒரு டம்ளர் காவா ஊத்தி ஊதி ஊதிக் குடித்தார். 'சளிக்குக் கொள்ளாம்'. தானாகச் சொன்னார். சத்திய முள்ள பாம்பு ஊர்ந்துபோன தடம் ஈர மண்ணில் அப்படியே பதிவாகியிருந்தது. விஷம் தீண்டிவிடுமென்று பயந்து பாம்புத் தடத்தை மிதிக்காமல் நடந்த சனங்களிடம் மைதின் பிச்சை மோதின் சொன்னார். 'பயப்படாதீங்க தைரியமா மிதிச்சு நடங்க பாவா.'

'எண்ணாலும் மோதீனப்பா, இப்படி ஒரு நீளச்சரக்கை நா பாத்ததில்லைப்பா. எம்புடு நீளம். இத்தா தண்டி!'

கேத்தலில் காவா ஆறிக் குளிர்ந்தது. ஆறிக்குளிர்ந்த காவா யாருக்கு வேணும்? மம்மதும்மா தானும் குடிச்சு, பெத்த பிள்ளைகளுக்கும் கொஞ்சம் கொடுத்து, வந்து கூடின நச்சா பிச்சைகளுக்கும் கொடுத்துவிட்டுக் கேத்தலை பைப்படியில் போட்டுக் கழுவிச் சுத்தப்படுத்தித் தாத்தாவிடம் கொடுக்கும்போது அவளுடைய முகம் செவ்வாக இல்லை. போயும் போயும் உன்னிடம் வாங்கிய காவா பதற் ஓதின பிள்ளைகளுக்குக் கிடைக்காமல் பலன் கெட்டுப்போச்சே என்ற ஏமாற்றம் அவள் முகத்தில். தெருவில் பாம்பு இறங்கிய குலை நடுக்கம், தெருத் திண்ணையில் இரவு நிம்மதியாகத் தூங்க முடியாதே என்ற கவலை.

குழாயடியில் தண்ணீர் எடுக்க வந்த பெண்கள் மூக்கில் விரல் வைத்துக் கப்பல் கவிழ்ந்துவிட்டதுபோல் நின்றனர்.

'இவ்வளவு காலமாச்சே பதறுன்னிஸா, ஒரு வாரமாவது பதற் முடங்கியிருக்கா?' சொன்னவள் தாருல் சாஹினாவைப் பார்த்தாள். கூடி நின்றவர்களுக்கு அவள் சொன்னதன் மறைமுக அர்த்தம் புரிந்துவிட்டது. எல்லாரும் தாருல் சாஹினாவையே பார்த்தனர். குழாயடியில் பேசியது வீட்டுக்குள்ளிருந்த தாத்தாவின் காதில் விழுந்தது. கேட்டுத்தான் ஆகவேண்டும். இந்த நாற அறுவாணிகளுடைய வாயிலிருந்து இப்படிப்பட்ட பேச்சுக்கள் கேட்கத்தான் வாப்பா இங்கே கொண்டு தள்ளியது. வாப்பாவைக் குத்தம் சொல்லிப் பயனில்லை. தலையில் எழுத்து இப்படியிருக்கையில் படச்சவன் கிழித்த கோட்டில் நடந்தாக வேண்டும். தாத்தாவின் கண்களில் நீர் கட்டியது. வடியுமுன் துடைத்துவிட்டாள்.

'இனி என்னவெல்லாம் என்னென்ன உருவில் வரப் போவுதோ?'

தாத்தா தெருச்சண்டைகளுக்குப் போகவில்லை. எல்லாம் சபூர்[4] செய்தாள்.

பதற் நடந்த நேரம் தைக்காப் பள்ளிக் காட்டிலிருந்து பாம்பு இறங்கி வந்து ஊர்ந்து சுடலைமாடன் குளத்தங்கரைக்குப் போன செய்தி தெருவெங்கும் பரவியது. சுடலைமாடன் குளத்தங் கரைக்கு இரை எடுக்கவோ நீராடவோ போயிருக்கலாம். போன பாம்பு தன்னுடைய தாவளத்துக்குத் திரும்பத்தான் செய்யும். திரும்பி வருவதும் போன வழியாகத்தானிருக்கும் . . .

மஃரிபுக்கு பாங்கு சொல்லித் தொழுவதற்குப் போன மைதீன் பிச்சை மோதின், தொழுகை முடித்துவிட்டு தெருவில்

4. சபூர், சப்ர் – பொறுமை

இறங்கினார். தெருவில் ஒரு மீன் குஞ்சுகூட இல்லை. எல்லா வீட்டுக் கதவுகளும் அடைக்கப்பட்டிருந்தன. மைதீன் பிச்சை மோதின் தெருவிளக்கு வெளிச்சத்தில் நின்றுகொண்டு புரியாமையோடு நாலா பக்கமும் பார்த்தார். வீட்டு ஒற்றை ஜன்னல் கதவைத் திறந்து தெருவைப் பார்த்த குலாம் ரசூல், மைதீன் பிச்சை மோதின் தெருவில் நிற்பதைக் கண்டு அறிவுரை சொன்னார்.

'மோதியாரப்பா நேரம் காலத்தை ஊட்டுக்குப் போங்கோ தெருவில் பாத்து நடந்து போங்கோ.'

'என்னவாம்?'

'சரக்கு குளத்தங்கரைக்குப் போயிருக்கு. வரும்.'

'போங்க ரசூல் பாய், அது சத்தியமுள்ள பாம்பு. தெருச் சனங்களைத் தீண்டாது.'

'என்ன அப்படி?'

ஷேக் மதார் சாகிப் ஊட்டை மேக்கத்திக்காரர் வாங்கினதும் அங்கே குடிகொண்டிருந்த ஊரினங்களெல்லாம் தைக்காப் பள்ளிக் காட்டுக்கு வந்து குடியேறிச்சு. மஹமூதப்பா அடக்கம் செய்யப்பட்ட தாய்க்க தலைமாட்டில் காவல் நிறுத்தியிட்டுப் போன பாம்பு புதுசா வந்தவங்கள் உள்ளே நுழைய உடல்ல. பக்தாதில் கபறுக்குள்ளிருந்து தஸ்பீஹ்[5] செய்துகொண்டிருந்த மஹமூதப்பா புதுசாக வந்தவங்களுக்கு அழுகைச் சத்தம் கேட்டு ரண்டு எட்டுல வந்து அந்த ஊரினங்களுக்கிட்டயிருந்து சத்தியம் வாங்கினாங்க, தெருசனங்கள் யாருக்கும் தொல்லை கொடுக்கக் கூடாது. மஹமூதப்பாக்கு முன்னால் சத்தியம் செய்து கொடுத்த சத்திய பாம்பு கொத்தவே கொத்தாது.

'கொத்தாதோ?'

'கொத்தாது. கொத்தினா விஷம் இறங்காது பாய். எல்லா பாம்புகளிட்டயிருந்தும் விஷப் பல்லுகளைப் பிடுங்கி மஹமூதப்பாவே கையில வச்சிருக்காங்க?

மைதீன் பிச்சை மோதின் ஒரு அடி முன்னால் கால் தூக்கி வச்சுட்டு சடக்கென்று நின்று குலாம் ரசூலிடம் கேட்டார்.

அந்தக் கேள்வி குலாம் ரசூலிடம் மட்டும் கேட்டதல்ல. தெருச்சனங்கள் அனைவரிடமும் கேட்ட கேள்வியாகும்...

'ஆமா... எல்லாம் பேசிறீங்களே... இப்பம் ஏன் அடக்கம் செய்யப்பட்ட தாய்க்குத் தலைமாட்டில் காவல் நிக்குத பாம்புக்கு

5. தஸ்பீஹ் – ஜபம்

பாலும் பழமும் குடுக்கல்ல? ஏன் பால் பாத்திஹா ஓதல்ல? தாயை மறந்நீளாக்கும் இதுவும் நடக்கும் இதுக்கப்புறமும் நடக்கும். சாயங்காலம் வந்தது நான் இங்கே உண்டுனு எச்சரிக்கைப்படுத்தத்தான்.'

'நாங்களா பால் பாத்திஹா ஓதண்டாமென்னு சொன்னோம். இப்ப உள்ள பசங்கோ சம்மதிக்கணுமே ...'

கேட்டதும் மறுத்துப் பேச எதுவும் இல்லாமல் மைதீன் பிச்சை மோதின் நடந்தார். காலம் போகிறபோக்கில் அவர் ரொம்பவும் மனம் நொந்துபோயிருந்தார். பாத்திஹா[6] இல்லை. யாசீன்[6] இல்லை . கத்தம், மூணாம் பாத்திஹா[7], மவ்லுது இல்லை. ஒன்னும் இல்லை ...

சந்தனத்திரி வாசம் இப்போதெல்லாம் தெருவில் இல்லை.

குமிஞ்சான் புகையிமில்லை. ஒரேஸ்ப்ரே வாடை. சவத்துக்க வாடை, அந்த வாடை வந்தாலே குமட்டுது. மைதீன் பிச்சை மோதின் வீட்டுப்படி ஏறும்போது கோபத்தோடு தெருவில் காறித் துப்பினார். எடுப்பட்ட பயக்களும் அவனுவளுக்க தலை திரிஞ்ச கொள்கையும்.

தண்ணீர்க்குடம் இடுப்பில் வைத்துக்கொண்டு தெருவழியாக நடக்கும்பொழுது மன நீற்றலை அடக்கிக்கொள்ளப் புலம்பிக் கொண்டேயிருந்தாள். வரும்போதும் போகும்போதும் புலம்பிக் கொண்டு, மம்மதும்மா குடம்கொண்டு போவதை ஜன்னல் வழியாகப் பார்த்துத் தறிக்குழியிலிருந்து கொண்டு ரமீசா எட்டிக் கேட்டாள். 'என்னவாம் மம்மதும்மாக்கா?'

'ஒண்ணும் தெரியலியா? தெருவும் ஊரும் ஓலகமும் திருதூளியாவதை. எனக்கு வயசு பத்தறுப்பத்தஞ்சாச்சு. எப்போதாச்சும் பதற முடங்கியிருக்கா? சொல்லு தாய்?'

'இல்லியே யக்கா?'

'ஒரு மேக்கத்துக்காரி வந்து மதார் சாய்புக்க வாழாத போன வெளக்கம் கெட்ட ஊட்டை வாங்கினார். அங்கே குடி கொண்டிருந்த எளவெல்லாம் கலஞ்சு தைக்காப் பள்ளிக்காட்டில் குடியேறிச்சு. இப்பம் தெருவில் பட்டப்பகல்ல நடமாடுது.

'என்னது?'

---

6. பாத்தியா / பாத்திஹா, யாசீன் – குர்ஆன் அத்தியாயங்கள்

7. மூணாம் பாத்திஹா – இறந்தவர்களுக்காக நடத்தப்படும் மூன்றாவது நாள் பிரார்த்தனை

‘நீ இந்தத் தெருவிலாதானாம்மா இருக்கா? பதறன்னைக்குத் தெருவில் நடந்ததெல்லாம் தெரியாமலா இருக்கா.’

‘எங்கும்மா ஊட்டுக்குப் போயிருந்தேன். செத்த நேரம்தான் வந்தேன். என்னம்மா நடமாடுது?’

‘அதுதான் கயிர். நம்ம தெருவு அளவு நீளம். இத்தா தண்டி! யாரையும் கொத்தல்ல.’

‘வந்தது அதுதானா? வேறெ ஏதாச்சும் அதுக்க உருவத்தில்?

‘யாருக்குத் தெரியும்? பால் பாத்திஹா முடங்கி நாளாச்சு. தாய்க்க தலைமாட்டில் காவலிருக்குதுக்கூ இப்பம் யாரும் பாலும் வைக்கூது கூட இல்லை.’

மம்மதும்மா வானத்தைப் பார்த்து நெஞ்சில் கை வைத்தாள். யாஅல்லா!

12

வாப்பா ஊரிலிருந்து தாத்தா வீட்டுக்கு பஸ் ஏறிச் செல்லும்பொழுது எப்பவும் தேங்காய், கருப்பட்டி, பனங்கிழங்கு, நல்ல கருவாடு வகைகள்... எல்லாம் கொண்டு கொடுப்பது வழக்கம். நகரப் பகுதிகளில் இவற்றிற்கு அற்கூஸ் விலை கிடைப்பது அரிது.

நம்ம மண்ணு மனையில வெளயித அவளும் வாய்படட்டும் என்று மூட்டை கட்டும்போது வாப்பா சொல்லுவதுண்டு. தலைமூத்த மகளானதால் தாத்தாமேல் வாப்பாவுக்கு ரொம்பவும் அன்பு. தூர தொலையில் கிடக்கிறவளல்லவா என்ற பரிவு. வாப்பாவுக்கு 'கிருபையுள்ள மகள்'. பேரக்குட்டிகளை அணைத்து உச்சிமோந்து செல்லம் கொஞ்சும்வேளையில் வாப்பா என்னை ஒருபோதும் மோனேயென்று செல்லமாகக் கூப்பிட்டதில்லையே என்ற வருத்தம் உள்ளில். முத்தமிட்டதாகவும் ஞாபகமில்லை. வாபபாவுகககு என் மீது அன்பில்லா மலில்லை. வெளியே காட்டிக்கொள்ளாத ஒரு சுபாவம். கோபம் பொத்துக்கொண்டு வந்து இடது கையால் ஓங்கி ஒருபோடு போட்டாரென்றால் குறுக்கெலும்பு நொறுங்கிப்போவது போலிருக்கும். வாப்பாவுக்கு இடது கைதான் வாக்கு; பலம்.

பஞ்சாயத்து அதிகாரிகளின் கவனம் திரும்பாத குண்டும் குழியும் நிறைந்த செம்மண் ரோடு

எங்களுடையது. எப்போதாவது வந்துபோகும் தமிழக அரசில் சாக்கு மூட்டையுடன் பயணம். தமிழக அரசின் தண்டியான சக்கரங்கள் சுழன்று கிளப்பிவிடும் செம்மண் தூசி அடங்கக் கொஞ்சம் நேரமாகும். குலுங்கியும் விழுந்தும் நகரும் கர்ப்பிணி, கருங்கல்வரை போய்ச்சேர்ந்தால் தம்பிரான் புண்ணியம். சில நேரம் டயர் பஞ்சர். சில நேரம் பட்டை கழன்றுவிடும். கருங்கல் ரோட்டைத் தொட்டால்தான் மூச்சு நேராக வரும். அங்கிருந்து தார் ரோடுதான். பழுதானாலும் ஏறிச் செல்ல அடிக்கடி பஸ் வரும்.

கருங்கல்லை அடையும்போதெல்லாம் பழைய ஞாபகம் ஒன்று வரும். பெரிய புளிமூடும் அதன் கீழிலுள்ள பெட்டிக் கடையும் இருந்த இடத்தை இப்பவும் தேடுவதுண்டு. பஸ்ஸூம் காரும் இல்லாத காலம். குளச்சலிலிருந்து ஒரு பெண்ணு மாப்பிள்ளையை அழைத்துவர உம்மாவும் வேறுசில உறவினர் பெண்களும் ஏறிய திரைபோட்ட வில்வண்டியில் ஏறி கோஸ் பெட்டியில் உட்கார்ந்து உலகம் பார்த்தேன். அதுதான் முதல் நீண்ட தூரப் பயணம். ஆண் துணைக்கு வாப்பாவும் வண்டியில் ஏறிக்கொண்டார். பெண்ணு வீட்டுக்குப் போற வழியில் மேடு பள்ளங்கள். இடுக்கமான காக்கத் தொள்ளாயிரம் தெருக்கள். மூன்று ரோடுகள் சேரும் சந்திப்பு, வில் வண்டியில் வரும்போது ஒரு கடையில் இருந்த பழுத்த செங்க வருக்கை மாம்பழம் என் கண்ணை உறுத்தியது. பெண்ணு வீட்டுக்குப் போற தெரு முக்கில் வண்டியை நிப்பாட்டி மாட்டை அவிழ்த்துக் கட்டினான் வண்டிக்காரன். எல்லாருடைய கண்களையும் குருடாக்கிவிட்டு வில் வண்டியை அடையாளம் வைத்துக்கொண்டு மூணு ரோடு சேரும் சந்திப்புக்கு ஒரே பாய்ச்சல் மாம்பழம் வாங்க மாம்பழம் வாங்கிக்கொண்டு திரும்பி. நடந்தேன். நடந்தேன் – நடந்தேன். காலுகளைக்க நடந்தேன். வில் வண்டியைக் காணவில்லை. வழி மாறிவிட்டதாக உணர்ந்ததும் அழுதுகொண்டே நடந்தேன். இலக்கும் இலகானுமில்லாத நடை, அழுதுகொண்டு திக்கறியாமல் பயந்து முழித்துக்கொண்டு நடந்த என்னை, அந்தப் பெண்ணு வீட்டில் விருந்து சாப்பிட வந்திருந்த ஒருவர் அடையாளம் கண்டு என் கையைப் பிடித்துக்கொண்டார்.

‘நீ எங்கே வந்தா?’

‘நந்தாவனம் வீட்டுக்கு’ நான் பதில் சொன்னேன்.

உடன் அவர் என்னை ஒருவருடைய துணையுடன் நந்தா வனத்துக்கு அனுப்பிவைத்தார். காணாமல்போன பையனைத் தேடி நாலா பக்கமும் ஆளுகள் போயிருந்தனர். நகை நட்டோடு பெண்கள் போறதால் வண்டி பூட்டி அவர்களை முதலில் வாப்பா அனுப்பிவிட்டுக் கடலிலும் ஆற்றிலும் குளத்திலும் என்னைத்

தேடிச் சென்ற ஆட்களை எதிர்பார்த்து வாப்பா மட்டும் மூன்று மூக்கு சந்திப்பில் பதறிய நிலையில் நின்றுகொண்டிருந்தார். என்னைக் கண்டதும் பாறைவெடி பொட்டுவது போல் வாப்பா கோபத்தால் பொட்டித் தெறித்தார். போட்டாரப்பா இடது கையால் ஒரு போடு! தோள்பட்டை கழன்று விழுந்தது. கையிலிருந்து மாம்பழம் எத்தனை மைல் தொலைவில் போய் விழுந்ததோ, திசை தெரியவில்லை. இதற்கிடையில் பெண்கள் போன வில்வண்டி கருங்கல்லுக்குப் போய்ச் சேர்ந்திருக்கும்.

காரேது? வண்டி ஏது? வாப்பாவுடன் நான் நடந்தேன். உப்பளம், பாலப் பள்ளம், ரீத்தாபுரம் தாண்டிக் கருங்கல் வரும்போது இருள் கூத்தாடும் இரவு. ஒரு கடை கூட இல்லை. பசி ஒரு புறம், கால் களைப்பு இன்னொரு புறம். வாப்பாவிடம் வாய் திறக்க முடியுமா? வாப்பாவுக்கு இருக்கிற கோபத்தில் காலைத் தூக்கி ரோட்டில் அடித்தாலும் அடிப்பார்.

தொலைவிலுள்ள பெரிய புளியமூட்டில் ஒரு துள்ளி வெளிச்சம் தெரிந்த இடத்துக்கு நடந்தோம். மண்ணெண்ணெய் இல்லாமல் சிணுங்கி எரியும் ராந்தல் வெளிச்சத்தில் கடுக்கனிட்ட நாடாருடைய கடை, இரவு வழிப்போக்கருக்குச் சூட்டுக் கட்டு விற்பனை செய்கின்ற நாடார். என் கோரப் பசியை வாப்பா உணர்ந்ததாலோ என்னவோ தொங்கிக் கொண்டிருந்த ஒற்றைக் குலையிலிருந்து இரண்டு பழம் வாங்கி ஒன்று வாப்பாவுக்கு ஒன்று எனக்கு. 'தின்னுடா கழுதே'. அய்ந்து மைல் நடக்கவைத்த கோபம்.

மதம் பொட்டிய இருட்டில் சூட்டுப் பற்றவைத்து வீசி வீசி நீ வளர்த்த வெளிச்சத்தில் கருங்கலில்லிருந்து ஊருக்கு மீண்டும் நடக்க நடக்க என் பிறப்பைப் பழித்துக்கொண்டே வந்தார். மூன்றாம் சாம முடிவில் வீட்டு நடையை மிதித்ததும் போலீஸ்காரர்கள் நடையடி கொடுப்பது போல் போட்டார் குறுக்கில் இன்னொன்று பளாரென்று. 'வந்து பொறந்தாயே பொல்லா முறுவம்.'

வாப்பாவின் குரல் கேட்டதும் வீட்டுக்குள்ளிருந்து உம்மாவின் பதறிப்போன குரல். 'புள்ள கெடச்சானா?' அழுகை கலந்திருந்த குரல். காணாமல்போன மகன் கிடைத்த மகிழ்ச்சி. பிறகு குளச்சலில் மாம்பழம் வாங்கப்போன கதை கருங்கல்லில் வரும்போதெல்லாம் நினைவுக்கு வரும்.

வாப்பா சாக்கு மூட்டையுடன் அஞ்சுவண்ணம் தெருவுக்கு வந்ததைத் தெருவைத் திருதூளியாக்கிக்கொண்டிருந்த பேரக்குட்டிகள் கண்டு, 'எக்க உப்பா வருது.' குதூகலிப்போடு

ஓடிவந்து சாக்கு மூட்டைகளைப் பறித்துக்கொண்டனர் பேரக் குட்டிகள்.

வாப்பாவுக்காகத் தாத்தா ஒரு சாய்வு நாற்காலி வாங்கி முன்திண்ணையில் போட்டிருந்தாள். வாப்பா பகல் நேரம் உட்கார்வதும் படுத்துறங்குவதும் அதில்தான். தங்கு தடையில்லாமல் மருத்துவான் மலைக் காற்று கதிர்மணிகளைத் தழுகிக்கொண்டு குபுகுபுவென்று திண்ணையில் வந்து உருண்டு புரளும். அந்த சுகத்தில் வாப்பாவின் கண் அயர்ந்துவிடும்.

'ஒன் ஊட்டுக்கு வந்தா சுகமான ஒறக்கம் வரும்.' வாப்பா வீட்டின் சுகத்தைப் பற்றிப் பேசும்போது தாத்தாவுக்கு வெளியே காட்டாத சிரிப்பு வந்துவிடும். உள்வேதனையை உள்ளடக்கிய சிரிப்பு. ஆமா. வந்தா போனா சுகமாகிடந்து உறங்கத்தான் இந்த வீட்டை வாங்கி என் தலையில் கட்டி வச்சுது. வருடங்கள் சில ஆனாலும் தாத்தா அந்த வீட்டோடும் தெருவோடும் இன்னும் இணங்கவில்லை. வருவோரும் போவோரும் ஒவ்வொன்னைச் சொல்லும்போது அவளுடைய மனசிற்குள் ஒரு வேவலாதி. வாப்பாவுக்கு அது புரியாமலில்லை; புரிந்ததாகக் காட்டிக் கொள்ளாமல் மனசிற்குள் சிரிப்பார். சனங்களுடைய அறியாமையைப் பற்றி அடிக்கடி சிந்திப்பார். பணமும் அழகும் சொத்து சுகமும் இருந்தால் மட்டும் போதாது. 'அக்ல்'[1] வேண்டும் என்பார். எதை நம்பவேண்டும், எதை நம்பக்கூடாது என்ற பிரித்தறிவு. இந்தப் பிரித்தறிவுதான் மிருகத்திலிருந்து மனிதர்களை வேறுபடுத்திக் காட்டும் அம்சம்.

மஹமூதப்பா தைக்காப் பள்ளியிலிருந்து மைதீன் பிச்சை மோதினுடைய முனக்கம் கேட்டது. உடன் வாப்பா இஷா தொழுகைக்காகத் தைக்காப் பள்ளிக்குப் போனார்.

தாத்தா எச்சரித்தாள்.

"காடு பிடிச்சு கிடக்குது. வல்ல ஊரினங்களும் காணும். பாத்துப் போங்கோ ."

தொழுதபின் மைதீன் பிச்சை மோதினிடம் வாப்பா கேட்டார்.

'காடு பிடிச்சு கெடக்குதே? வல்ல ஊரினங்களும் கெடக்காதா மோதீன்?

'வாயைப் பொத்துங்கோ. கெடந்தா என்னவாம். மஹமூதப்பாட்ட சத்தியம் செய்து குடுத்திட்டுக் கொத்துமோ?

---

1. அக்ல் – பகுத்தறிவு

எல்லா விஷப் பல்லுகளையும் களத்தி மஹமூதப்பா கையில குடுத்துட்டுக் கொத்தூதுக்கு துணிச்சலிருக்கோ?

மைதீன் பிச்சை மோதினுடைய ஆழமான நம்பிக்கையை வாப்பா கேள்வி கேட்கவில்லை. பாவம், உலகம் தெரியாத அப்பாவி ஜன்மம். இது போன்றவர்களுடைய கட்டுப்பாட்டில் தான் எல்லாப் பள்ளிவாசல்களும் சமூகமும்.

மைதீன் பிச்சை மோதின் ராந்தல் விளக்கை ஊதி அணைத்துவிட்டுப் பள்ளிக்கதவை இழுத்து மூடித் துருப்பிடித்த சாவியைக் கொண்டு பூட்டுவதற்குச் சாவி ஓட்டையைத் தடவிக்கொண்டிருந்தார்.

வாப்பா தெருவிலிறங்கியதும் மம்மதும்மா குடம்கொண்டு போகும்போது பள்ளியை பக்தியோடு பார்த்துவிட்டுக் கையை முத்தமிடுவது பார்வையில் பட்டது. வாப்பாவுக்குப் பொங்கி வந்த கோபத்தை அடக்கிக்கொண்டார். ஏம்மா இப்படி செய்கிறாய் என்று கேட்டால் தண்டுக்கு முண்டு பேசுவாள் சண்டைக்காரி, அலவற!

அல்லாஹ்வை வணங்காமல், பள்ளிவாசல் கல் கட்டிடத்தை வணங்கி இறை திருப்தி அடையலாமென்று எண்ணுபவர்களும் கபர்களை (சமாதிகளை) வணங்கி ஈடேற்றம் பெறலாம் என்று நம்புவோர்களும் நாளுக்குநாள் பெருகியதால்தான் இளைஞர்களிடையே சில முற்போக்குச் சிந்தனைகள் உருவாகின. புரோகிதர்களுக்கு எதிரான குரல்.

வீட்டுக்குள் ஏறியதும் வாப்பா கேட்டார். 'எல்லாரும் இஷா தொழுதீர்களா?' யாரிடமிருந்தும் பதில் வரவில்லை. பிள்ளைகள் இல்லை, தாத்தா மட்டும்.

13

பக்கீர்பாவா சாகிபின் வாயிலிருந்து குபுகுபுவென வெளியேறிய புகையிலை கருகிய சுருட்டுப் புகை வாப்பாவுடைய மூக்கைத் துளை போட்டேறியது. அஞ்சுவண்ணம் தெருவின் ஆதி வரலாறு கேட்கும் உற்சாகத்தில் சுருட்டுப் புகையின் கார வாடையைப் பொருட்படுத்தவில்லை. புகைபிடிக்கும் பழக்கம் வாப்பாவுக்கில்லை. புகை பிடிப்போர்களையும் வாப்பாவுக்கு அறவே பிடிக்காது. பகல் முழுதும் ஊரெல்லாம் சுற்றித்திரிந்துவிட்டு வீடடைந்த பக்கீர் பாவா சாகிபுடைய சட்டை போடாத மேனியில் வேர்வையில் கலந்த தூசி காய்ந்தொட்டியிருந்தது. இரவு பசிக்கும்பியில் சுடுசோறு அள்ளிப்போட்ட வேவில் உடலிலிருந்து வேர்வை கொட்டியது. புளித்த வேர்வை நாற்றமும் சுருட்டுப் புகையின் காரமான வாடையும் கலந்த காற்று, வாப்பாவுக்கு தலைக்கிறங்குவது போலிருந்தாலும், வெளியே காட்டிக் கொள்ளவில்லை. அவ்வப்போது மூக்குச் சீந்தினார்.

சட்டை போடாத பக்கீர் பாவா சாகிப் தலையிலிருந்து சிவப்புத் தொப்பியை எடுப்பதே இல்லை. உறங்கும்போதும் குளிக்கும்போதும் மட்டும் எடுத்துவைத்துக்கொள்வது பழக்கம். சிவப்புத் தொப்பியும் நீண்டதாடியும் அஞ்சுவண்ணம் தெருவில் ஆதியில் குடியேறியவர்களுடைய அடையாளம். இன்னும் சொல்லப்போனால் தொப்பி, கிரீடம்!

பள்ளிக் கந்தூரி என்றால் அடக்கம் செய்யப்பட்ட தாய்க்கு ஒவ்வொரு வருடமும் ஷவ்வால் பிறை 14இல் பக்கீர் பாவா சாகிப் முன்நின்று நடத்தும் சந்தனக் கூண்டு, ஏழுநாள் உற்சவம், கொடியேற்று, பட்டுப்போர்த்தல், விளக்கு, சந்தனம் பூசல், அபூர்வ துஆ என்று ஏழு தினங்களுக்கும் ஏழு பெயர்கள். கொடியேற்று நாளன்று கொடிக் கம்பத்தில் சந்தனம் பூசிப் பச்சைக் கொடியைக் கட்டிக் கொடிக் கம்பத்தைத் தோளிலேந்திப் பக்கீர்சா கொட்டுமேளத்துடன் தெரு ஊர்வலம் வருவார்கள். ஊர்வலத்தின் முன் பக்கீர்பாவாசாகிப் அவருடைய தகப்பனார் வழி கிடைத்த நீளப் பச்சை அங்கியை அணிந்துகொண்டு கம்பீரமாக நடந்து வருவார். வருடத்தில் அந்த ஏழு தினங்களில் மட்டும் ஆதிக் குடியேற்றத்தின் அடையாளச் சின்னத்தை அணிந்துகொள்வது ஒரு சடங்கு. கையைத் தூக்கி விலாவை எந்நேரமும் சொறிய வேண்டியிருப்பதால் மற்ற தினங்களில் சட்டை போடாதது கூட ஒருவகையில் வசதிதான், அவருக்கு.

பள்ளிக் கந்தூரி இறுதிநாளன்று குவாஜா முஹியுத்தீன் காதிரி ஹஜ்ரத்திற்குப் பிறகு ஆபூர்வ துஆ ஓதுவது குவாஜா அப்துல் லத்தீப் ஹஜ்ரத். துஆவின்[1] பொருளைத் தமிழில் சொல்லும்போது அஞ்சுவண்ணம் தெருச் சனங்களும் மற்றத் தெருக்களிலிருந்து வந்து குவியும் மக்களும் ஆமீன்[2] சொல்லி, அழுதுவிடுவார்கள். அவ்வளவு உருக்கமான துஆ!

‘அபூர்வ துஆவுக்கு வாங்க வாப்பா.’

வாப்பாவை அபூர்வ துஆவில் கலந்துகொள்ள அழைத்தது வாப்பாவுக்கு வேடிக்கையாகயிருந்தது. சாதகமான பதில் வராததால் அவர் வாப்பாவின் முகத்தை உற்றுப் பார்த்தார். வெறுப்பு கலந்த பாவனையை முகத்தில் கண்டபோது சொன்னார்.

‘பரவா இல்லை. பள்ளிக் கந்தூரி வரும்போ கொஞ்சம் செலவை ஒத்துக்கிடுங்கோ வாப்பா. பக்கத்து வீடல்லா?’

‘அது பிறகு பாப்போம். உங்களைப் பள்ளிப் பக்கமே காணல்லியே..?’ உள்ளர்த்தத்தோடும் கிண்டலாகவும் கேட்டார்.

‘முன்னாடி அஞ்சுநேரம் தொழுதிட்டுதானிருந்தேன். என் முதல் சம்சாரம் மவுத்[3]தானதோட தொழுகையை உட்டுட்டேன்.’

‘ஏன்?’

---

1. துஆ – வேண்டுதல்

2. ஆமீன் – இறைவா, வேண்டுதலை ஏற்றுக்கொள்

3. மவுத் – மரணம்

'அவளுக்க உயிரை எடுத்ததோட எனக்கு ஆண்டவன் மேல வெறுப்பு.'

வாப்பா மூக்கில் விரலை வைத்தார். அவருடைய அவி வேகத்தை எண்ணியபடி அப்படியே உட்கார்ந்துகொண்டிருந்தார். பொதுவாக அவிவேகிகளைக் கண்டால் எட்டி நிக்கக்கூடிய வாப்பா, அங்கிருந்து எழும்பிப் போகாதது, அவரிடமிருந்து ஆதி வரலாறு கேட்டுத் தெரிந்துகொள்ளவேண்டுமென்ற வேட்கையால். 'ஆண்டவன் மேல் வெறுப்பானா அபூர்வ துஆ எதுக்கோ?'

வாப்பாவுடைய கேள்விக்கு அவரால் பதில் பேச முடியாமல் திரு திருவென முழித்தார். எதுக்காக அபூர்வ துஆ என்பது அவருக்கே குழப்பமாகிவிட்டது.

'பள்ளிக் கந்தூரி எதுக்கோ?'

'அடக்கம் செய்யப்பட்ட எங்க பெத்தம்மாவுக்கு அவங்க அருள்கொண்டுதான் மழை பெய்யுது. நெல் வெளயுது. நெருப்பிலிருந்தும் காற்றிலிருந்தும் இந்த தெருச்சனங்களை அவங்கதான் பாதுகாக்குறாங்க. நன்றி செய்யண்டாமா?' ஒரு போடு போட்டார்.

வாப்பா பதிலேதும் பேசவில்லை. அறிவிலிகளோடு பேசி வெல்ல முடியாது என்பது வாப்பாவுக்குத் தெரியும். சமாதியைக் கட்டி அழுதுகொண்டு கிடப்போனிடம் அறிவுரை செய்யப் போனால் தாமே முட்டாளாகிவிடுவோம் என்றுணர்ந்து வாப்பா பேச்சின் திசையைத் திருப்ப முயன்றார்.

'மஹமூதப்பாதைக்காப் பள்ளிக்குத் தென்பக்கம்தான் எங்க பெத்தம்மாயை உசிரோட அடக்கம் செய்தது.'

பக்கீர் பாவா சாகிப் கட்டவிழ்த்துவிட்ட ஆதி வரலாறு வாப்பாவுக்கு அதிர்ச்சியாக இருந்தது. நம்ப முடியாததாகப் பட்டது. ஆனால்/ சனம் நம்புகிறது. சனங்களை நம்பச்செய்யும்படியாகக் கட்டமைக்கப்பட்ட கதைகள் எத்தனையோ உள்ளவற்றில் இதுவும் ஒன்றாக இருக்கலாம். உண்மையானதாகவும் இருக்கலாம்.

ஒரு கோட்பாட்டை நிலைநாட்டுவதற்காக ஒரு பெண்ணை உயிரோடு புதைத்த கொடிய செயலை எவ்வாறு நியாயப்படுத்த முடியும்? இறைவனுக்கு உவப்பான செயலா இந்தப் பெண் கொலை? அரும் கொலை செய்யப்பட்டவள் புனிதவதியாகக் கொண்டாடப்படுகிறாள்! என்ன சொல்ல வேண்டுமென்று தெரியாமல் வாப்பா அந்த வீட்டு வராந்தாவில் கல்லாய் உட்கார்ந்திருந்தார்.

'முன்னாடியெல்லாம் ஓடிப்போன எட்டுப் பேருக்குச் சில கிளைகள் வந்து சியாரத்[4] செய்திட்டுப்போவாங்க.'

'இப்பம்.'

'வாறதில்லை.'

'ஓடிப்போனவர்களில் ஏதோ ஒரு கிளையிலுள்ளவர்தான் மஹமூதப்பா. ஏழாங்கடலுக்கப்பால் தீவில் ஜின்னுகள் நடத்திக் கொண்டிருந்த தர்சில் ஜின் மாணவர்களுக்கு ஆசிரியராகப் பணிபுரிந்துகொண்டிருந்த மஹமூதப்பாவுடைய கனவில் எங்க பெத்தம்மா தோன்றினாங்க. ஈமானும் இஸ்லாமும் இல்லாம ஜாஹிலா நடக்குத தெருச்சனங்களுக்கு நன்மார்க்கம் போதனை செய்ய கட்டளை போட்டாங்க. ஒரு ஜின் மாணவனுடைய துணையுடன் இரவே புறப்பட்டு இங்கு வந்து நன்மார்க்கப் போதனை செய்தாங்க. அன்று முஸ்லிம்களுடைய வணிகக் குழுவாக அறியப்பட்ட அஞ்சுவண்ணம் என்ற பெயரை வணிகர்கள் வாழ்ந்த இந்தத் தெருவுக்குச் சூட்டினாங்க. ஸ்தாணு ரவிவர்மா என்ற சேர நாட்டு அரசன் ஈசோசபீர் என்ற கிறிஸ்தவருக்கு எழுதிக் கொடுத்த செப்பேட்டிலும் அஞ்சு வண்ணத்தாரைப் பெருமைப்படுத்தியிருப்பதினால் அந்தப் பெருமைக்குரிய பெயரையே இந்தத் தெருவுக்கும் சூட்டினாங்க.

இங்கு உறங்கும் எங்க பெத்தம்மா காதில் அஞ்சு நேரமும் பாங்கு ஒலிக்க ஜின்னுகளைக் கொண்டு இந்தப் பள்ளியைக் கட்டினாங்க. மைதீன் பிச்சை மோதினுடைய மூதாதையர்தான் முதல் பாங்கு சொன்னது. வெட்டுவத்தி மம்மேலி!

பள்ளியில் உட்கார்ந்திருக்கும்போதும் தெருவில் நடமாடும் போதும் பல அற்புதங்கள் நிகழ்த்திக் காட்டியிருக்கிறார். பள்ளி ஹவுலின் கரையில் உட்கார்ந்து மிஸ்வாக்[5] செய்துகொண்டிருந்த மஹமூதப்பா, திடீரென மிஸ்வாக் செய்வதை நிறுத்திவிட்டுச் சுவரையும் தெருவையும் துளைத்துக்கொண்டு பார்வையை எங்கேயோ பாய்ச்சினார். கண்ணில் கோபம் எரிந்தது. மிஸ்வாக் குச்சியைத் தூக்கி எறிந்தார். காற்றில் பாண வேகத்தில் மிஸ்வாக் குச்சி பாய்ந்தது.

'அப்பா!' மைதீன் பிச்சை மோதினுடைய முப்பாட்டனார் கோப காரணம் தெரியாமல் அரண்டு போய்க் கூப்பிட்டார்.

'போய் மிஸ்வாக் குச்சியை எடுத்திட்டு வா. குழந்தையை எழுப்பி விடாதே. உறங்கட்டு.' உள் தூண்டுதல் பெற்று,

---

4. சியாரத் – இறந்தவர்களுக்காகச் செய்யும் பிரார்த்தனை

5. மிஸ்வாக் – பல்துலக்கும் வேர்க்குச்சி

தெருவின் கண்ட மத்தியில் வாசல் திறந்துகிடந்த வீட்டிற்குள் ஓடி நுழைந்தார். தரையில் பாயில் ஒரு குழந்தை அமைதியாகத் தூங்குகிறது. குழந்தையின் அருகாமையில் பிளந்த வாயுடன் மாலையில் தெருவில் அலைந்த பேய் நாய், குழந்தையைக் கவ்வப் பிளந்த வாயை மூடவிடாமல் மிஸ்வாக் குச்சி குறுக்கே போய் நின்றது. அவர் வாயில் கையைவிட்டுக் குச்சியை எடுக்கப் பயந்து நிற்பதைப் பார்த்ததும் பேய் நாய் மிஸ்வாக் குச்சியை வாயிலிருந்து முன் காலால் எடுத்து அவர் கையில் கொடுத்துவிட்டு, பேய் விலகிப் பணிவாகப் படி இறங்கி வாசலைக் கடந்ததும் உம்மாக்காரி எங்கிருந்தோ தண்ணீர்க் குடத்துடன் படி ஏறி வருகிறாள். இப்படி எண்ணிலடங்கா கறாமத்துக்கள்.

லுஹருக்கு[6] பாங்கு சொல்லும் வேளையில் பள்ளிக் குள்ளிருந்து தஸ்பீஹ் செய்துகொண்டிருந்த மஹமூதப்பாவை பாங்கு சொல்லி முடித்துவிட்டு வந்து பார்க்கும்பொழுது காணவில்லை. பள்ளிக்கு ஒரே வாசல். அந்த வாசலில் நின்று தான் பாங்கு சொன்னது. எப்படிப்போனார்? எந்தவழியாகப் போனார்? பள்ளிக்குள் வந்து அண்ணாந்து பார்த்தார். ஒரு ஓடு விலகிய இடைவெளியாக உற்று நோக்கினார். ஒண்ணாம் ஆகாசத்துக்குப் போற வாசல் திறந்துகிடக்கிறது. மைதீன் பிச்சை மோதினாருடைய முப்பாட்டனாருக்குக் கண் மசங்கிவிட்டது.

'காடு பிடிச்சு கெடக்குத இந்தத் தைக்காப் பள்ளி வளாகத்துக் குள்ள ஒரு எறும்புகூட இன்னுவரை யாரையும் கடிச்சதே இல்லை. அங்கே தூங்குகிற தாய் போட்ட உத்தரவு. இங்கே வாற யாரையும் கடிக்கக்கூடாது. இதெல்லாம் இப்பமுள்ள பசங்கட்ட சொன்னா நம்புவாங்களா? நேச்சயும் வேணாம்; பள்ளிக் கந்தூரியும் வேணாமெங்கிறானுவோ. நான் பெத்தபுள்ளயே சொல்றானே.'

வாப்பா வராண்டாவை விட்டு எழும்போது சொன்னார்: 'இந்த ஸமானி[7]லுள்ள புள்ளைகள் பகுத்தறிவுள்ள புள்ளைகள் பாய்...' துண்டைத் தோளில் போட்டுக்கொண்டு போவதற்குத் தயாரானார் வாப்பா.

பக்கீர் பாவா சாகிப் வாப்பாவிடம் எச்சரிக்கை செய்தார்.

'இவ்வளவு வெண்ணிக்கையான தைக்காப் பள்ளியை விட உசரமா ஊடு கட்டினதாலத்தான் மதார் சாகிப் பாப்பர் சீட் எழுதினார். கொடிகட்டிப் பறந்த ஆசாமி, பாத்துக்கிடுங்கோ'.

---

6. லுஹர் – மதியத் தொழுகை

7. ஸமான் – காலம்

வாப்பா தாருல் சாஹினாவுக்குள் நுழைவதை எதிர்பார்த்து தாத்தா நின்றாள். வாப்பா படியேறியதும் ஆவலோடு தாத்தா கேட்டாள்.

'எதிர்வீட்டு சாய்பு என்ன சொன்னார்?'

'அவன் கெடக்கானங்கே. அவனும் அவனுக்க தொப்பியும் தாடியும்.'

ஏமாத்துக்காரப் பயன். அவன் பெண்டாட்டி மரிச்சுப் போனதினால அல்லாவெ வெறுத்துட்டானாம். அடக்கம் செய்யப்பட்ட தாயைக் கட்டி அழுதுட்டு நடக்கான். எத்துவாளி.'

'அப்படி பேசாதிங்கோ ... அவர் சாய்பு. பாவம் கிட்டும். மினாரம் கட்டிக் கொடுக்கூதைப் பற்றிச் சொன்னாரா?'

'அவனைப் பேசினா பாவம் கிட்டுமாக்கும். அவன் முகத்தில் முளிச்சாலெ எரணம் கிட்டாதம்மா ...'

'வாப்பா மினாரா?'

'இந்தப் பள்ளியில் தொழுக ஆளில்லை. தொழுக ஆளில்லாத காடுபிடிச்சு கெடக்குத பள்ளி. எதுக்கம்மா அதுக்கு மினாரா? தொழுகைக்கு ஆளுகள் போகாத பள்ளிகளுடைய நிலைமையை பாத்தோமில்லையா? மினாரா கட்டிக் கொடுத்ததினால் வாழ்வும் வந்திடுமோ? அப்படி ஒரு வாழ்வு வேண்டாம். ஆண்டவனா பாத்து தாற வாழ்வு போதும். தொப்பியும் தாடியும் வெச்சுட்டு சடங்கு நடத்துற இந்தப் பயக்களுவத்தான் சமுதாயத்தைச் சீரழிக்கக் கூடிய கொடிய தீய சக்திகள்.'

14

பிற மாநில எல்லையை ஒட்டிய மாவட்டங் களுக்கு அரிசி, கோதுமை போன்ற உணவு தானியங்களைக் கொண்டு செல்வதற்கு அரசு தடைவிதித்தது. அரசு அனுமதி பெறாமல் உணவுப் பொருட்கள் எடுத்துச் செல்ல முடியாத அளவிற்குக் கட்டுப்பாடு. நியாய விலைக் கடைகள் மூலம் அரிசியும் கோதுமையும் வினியோகம் செய்யப்பட்டதிலும் முறைகேடுகள். போதுமான அளவிற்கு உணவுப்பொருட்கள் கிடைக்காததினாலும் வெளிமார்க்கெட்டில் வாங்கக் கிடைக்காததாலும் எல்லை மாவட்ட மக்கள் பெரும் சிரமங்களுக்குள்ளாயினர். ஆங்காங்கே சோதனைச்சாவடிகள். ஒருநேர உணவுக்குத் தேவையான அரிசி கொண்டுபோனாலும் பறிமுதல் செய்யப்படும். உணவுப் பொருட்கள் கடத்துவதைக் கண்டுபிடித்துப் பறிமுதல் செய்து வழக்குப் பதிவு செய்வதற்காகத் தனிப் போலீஸ்படை பேயாக அலைந்தது. அரசின் கெடுபிடி தாங்க முடியாமல் பஜாரில் பல கடைகள் மூடப்பட்டன. வேறு வழியின்றி மச்சானுக்கும் வியாபாரத்தை நிப்பாட்ட வேண்டிய கட்டாயம் ஏற்பட்டது.

அரசு தடையை மீறியும் அரிசி கடத்தல் மும்முரமாக நடந்தது. கடத்தல்காரர்கள் பல இலட்சங்கள் லாபம் பார்த்தனர். சைக்கிளிலும் தலைச்சுமையிலும் கடல் வழியாகவும் கடத்தல்கள் நடந்தன. பெரும் கடத்தல்காரர்களுக்கு அதிகாரிகள் உடந்தையாக இருந்தனர். சிறு கடத்தல்காரர் களுக்கு அவ்வப்போது போலீஸ் தொந்தரவு கொடுத்துக் கொண்டிருந்தது. சில அப்பாவிகளுடைய பொருட் களைப் பறிமுதல் செய்தனர்.

மச்சானுக்குக் கடத்தல் வியாபாரம் செய்வதற்குத் துணிச்சல் இல்லை. வருவாய்க்கு வேறு வழியும் காணவில்லை. ஸ்கூலுக்கும் கல்லூரிகளுக்கும் போகின்ற பிள்ளைகள். நல்ல ராங்க் வாங்கி வெற்றிபெறுகின்ற திறமையான பிள்ளைகள். கல்விக் கட்டணங்கள், துணிமணிகள், வியாபாரம் நின்றுவிட்ட பின் ஒன்றன்பின் ஒன்றாகப் பல சிரமங்கள். நோய்கள், சோதனைகள். ஓடியாடித் திரிந்த மச்சான் திடீரென படுக்கையில் விழுந்துவிட்டார். யாரோ படுக்கையில் பிடித்துத் தள்ளிவிட்டது போன்று. நாட்டு வைத்தியர் வேத சகாயம் வைத்தியருடைய சிகிச்சை, கஷாயமும் லேகியமும். வீட்டில் தைல நெடி, மின்கட்டணம் தாங்க முடியவில்லை. தாருல் சாஹினாவில் எல்லா விளக்குகளும் எரியவில்லை. ஆங்காங்கே பதுங்கிய இருட்டு, தேவைக்கு அவ்வப்போது பற்றச் செய்வதால் மின் கட்டணச் சுமை கொஞ்சம் குறைந்தது.

மவுனம் தொற்றிக்கொண்டிருந்தது அந்தப் பெரிய வீட்டில். பொறியில் அகப்பட்டுப்போன எலிகளின் ஏமாற்றம் முகங்களில். பொறியிலிருந்து தப்பித்துக்கொள்ள வழிதேடும் எலிகள். மனசிற்குள் வாப்பாவைத் திட்டிக்குவித்த கண்ணுக்குத் தெரியாத குவியல்கள். பிறர் காதுகளுக்குக் கேட்க முடியாத ஓசை. முஸீபத் புடிச்ச வீட்டுக்குள் காலூன்றியதுமுதல் பின் தொடரும் சொல்ல முடியாத சோதனைகள். நன்மைக்காகவா, தீமைக்காகவா? தெருச்சனங்கள் சொன்னதில் உண்மை இல்லாமலில்லை; அனுபவத்திலிருந்து சொல்லப்பட்டவை. அனைத்தும் பொய்யென்றும் மூடநம்பிக்கையென்றும் ஈமான் எடுப்பட்ட சனங்களின் பேச்சு என்றும் கூறி வாப்பா உதறித் தள்ளிவிட்டது. இப்போது அனுபவிப்பது வாப்பாவா, நானா? தேங்காய் வெட்டித் தின்றுகொண்டிருந்த தென்னந் தோப்பு கையை விட்டுப்போனது. ஏதோ சிறு வருவாய் கிட்டிக் கொண்டிருந்த கடை நாசம் பிடிச்ச அரசாங்கத்தால் மூட வேண்டியதாயிற்று. நல்லது கெட்டதுக்குக் கூட ஒரு மூடை அரிசி வேண்டுமானால் கலக்டராப்பீசில் பெர்மிட்டுக்காகத் தொங்க வேண்டிய இழிநிலை. பெர்மிட் இல்லாமல் அரிசி கொண்டு செல்ல இயலாது.

செழிப்பாகத் தின்று வளரவேண்டிய பருவத்தில் வாலுவக்காரப் பிள்ளைகள். அவர்களுடைய படிப்புச் செலவிற்குக் கணிசமான தொகை தேவைப்படும். எப்படி எங்கிருந்து ஈட்டுவது? பல பல சிந்தனைகள் தாத்தாவையும் மச்சானையும் அலட்டின. இந்த வீட்டை வாங்கத் திட்டமிடுகையில் சிலர் தங்கள் நன்மைக்காக வாங்க வேண்டாமெனத் தடுத்தனர். அந்நேரம் மாமா அங்கே கெடக்காருனு வீட்ட வாங்காமல் இருந்திருக்க வேண்டும். அவளை விரல் உருட்ட விட்டிருக்கக்

கூடாது. மாமாவானாலும் சொல்வதையெல்லாம் அப்படியே கண்மூடித்தனமாக ஏற்றுக்கொள்ள வேண்டுமென்றில்லை.

நம்முடைய சிந்தனைத் திறனைப் பயன்படுத்தாவிட்டால் சிந்தனை மழுங்கிப் போய்விடும். சரி, படுகுழியில் விழுந்து விட்டோம். இனி கரையேறுவதற்கான வழியைப் பற்றிச் சிந்திக்க வேண்டியதுதான்.

திங்கள் இரவும் வெள்ளி இரவும் முடங்காமல் நாற்பது வாரங்கள் ஹத்தாத் ராத்திபு[1]ம், புர்தா ஷரீபும்[2] ஓதி வந்தால் எல்லா பலா முஸீபத்துகளும் விலகுமென்று குவாஜா அப்துல் லத்தீப் ஹஜ்ரத் மச்சானிடம் உபதேசம் செய்தார். மரைக்காயரப்பா தெருவிலுள்ள ஒலி முஹம்மது சாகிபுக்கு இப்படித்தான் வியாபாரத்தில் சரிவு ஏற்பட்டுவிட்டது. ஜேஜேனு நடந்த வியாபாரம். ஆலிப்புலவருடைய பின் வாரிசான குவாஜா அப்துல் லத்தீப் ஹஜ்ரத்தைப் பார்த்துத் தன்னுடைய துயரத்தைச் சொன்னார்.

'கவலைப்படாதீங்கோ. நானாச்சு.'

நாற்பது வாரம் இஷாவுக்குப் பின் வெள்ளி இரவும் திங்கள் இரவும் முடங்காமல் ஹத்தாத் ராத்திபும் புர்தா ஷரீபும் மூச்சுவிடாமல் ஒருவரி தெற்றாமல் ஹஜ்ரத் ஓதினார். துயரம் நோய்நொடி எல்லாம் நீங்கிப் பழையபடி வியாபாரம் ஜேஜேனு நடந்தது. பிள்ளைகளெல்லாம் வெளிநாட்டிலிருந்து கொண்டு கொட்டத்தான் செய்யானுவோ; பிள்ளைகளுக்கு இப்போது நீண்ட தாடி.

'எல்லாம் நம்ம ஓதலுக்க சக்தி. ரஸுலுல்லாயெ கண்ணால் பார்த்த எங்க பாட்டன் ஆலிப்புலவருடைய கை என் தலைக்கு மேலே எப்பவும் உண்டு'.

குவாஜா அப்துல் லத்தீப் ஹஜ்ரத்துடைய மகிமையான ஓதலைக் கேள்விப்பட்ட மச்சான், வேம்படித் தெருவில் அவர் வீட்டுக்குச் சென்றார். மருத்துவான் மலைக்காற்று கொள்வதற்காக வெளித்திண்ணையில் விரிச்சுப்போட்ட கோரம்பாயில் உட்கார்ந்து வெற்றிலை போட்டுக்கொண்டிருந்தார். அந்நேரம் மச்சானைக் கண்டதும் அவரே முந்திக்கொண்டார்.

'எல்லாம் தெரியும். இப்பம் கொஞ்சம் கெடுபிடி. வியாபாரம் இல்லை. உடல் ரீதியாகவும் சில சங்கடங்கள்.'

---

1. ஹத்தாத் ராத்திப் – இறைப் புகழ்ச்சி

2. புர்தா, புர்தா ஷரீப் – நோய்நொடி, கஷ்டங்கள் வராமலிருக்க இறைவன், இறைத்தூதர், இறைநேசர்களை வேண்டிப் பாடும் பக்திப் பாடல்கள்.

'ஆமா, அஸ்ரத்.'

பலாயும் முஸீபத்தும் விலகவும் புதிய ஒரு வாழ்க்கை கிடைக்கவும் வெள்ளி இரவுகளிலும் திங்கள் இரவுகளிலும் ரஸுலுல்லாயெ கண்ணால் பார்த்த ஆலிப்புலவருடைய கை தலைக்கு மேலுள்ள குவாஜா அப்துல் லத்தீப் ஹஜ்ரத் வந்து சந்தனத்திரி கொளுத்திப் பிடித்துக்கொண்டு தெருவில் செல்லும் சனங்களின் காதுகளில் விழும்படிச் சற்று உரக்க ஓதினார். மச்சான் தீச்சட்டியில் சிங்கப்பூர் குமிஞ்சான் போட்டு வாசமுள்ள புகை வளர்த்தார். புகை வீடு முட்ட நின்றது...

சந்தனத்திரி மணமும் குமிஞ்சான் புகையின் வாசமும் ஓதலும் ஊதலும் உங்கள் வீட்டில் சீதேவி வரும் என்று ஹஜ்ரத் சொன்னதில் அபார நம்பிக்கையுடையவராக மச்சான் இருந்தார்.

மச்சானிடமிருந்து குசாலான ஓஜீபனம் அள்ளி வாயில் போட்டுவிட்டு ஏம்பக்கம் விடவிட மச்சானுக்கு அஞ்சுவண்ணம் தெருவையும் பக்கத்துத் தெருக்களையும் பற்றியுள்ள பழங்கால கிஸ்ஸாக்களைச் சொல்வார். அவற்றை அந்த வாயிலிருந்து கேட்கையில் மச்சான் தன்னை மறந்து அவருடைய கதையிலே ஆழ்ந்துவிடுவார்.

'மரைக்காயரப்பாவைப் பற்றிக் கேள்விப்பட்டதுண்டா?'

ஹஜ்ரத் ஓஜீபனம் தின்ன பிறகு மச்சானிடம் கேட்டார்.

'கேள்விப்பட்டதில்லை பாவா'.

குவாஜா அப்துல் லத்தீப் ஹஜ்ரத் வரலாற்றுக்குத் திரும்பிப் போனார்.

கீழக் கடலோரங்களில் பறங்கிகளின் அட்டூழியங்கள் நாளுக்கு நாள் அதிகரித்து வந்தன. கடலிலும் கரையிலும் முஸ்லிம்களை ஒழித்துக்கட்டுவதுதான் அவர்கள் திட்டம். வரலாற்றில் தோல்வியுற்றுப்போன சிலுவைப் போரின் வஞ்சம் தீர்க்க அதன் பின்தொடர்ச்சியாக இது இருந்தது. மேற்கு – கீழக் கடலோரங்களில் பறங்கிகளுடைய தாங்க முடியாத கொடூரங்கள். போப்பாண்டவரின் ஆசி அவர்களுக்கு இருந்தது. 'எந்த நீசச் செயல்கள் வாயிலாகவும் மதத்தைப் பரப்பி வெற்றியோடு திரும்புங்கள்' என்று ஆசிர்வதித்து அனுப்பியதாக வரலாற்று வரிகள் காட்டும் வெளிச்சம். கடலின் மீது மூர்களான முஸ்லிம்களுக்கு இருந்துவந்த ஆதிக்கத்தை அவர்களிடமிருந்து பறிப்பதும் கரையோரங்களில் மூர்களுக்கு இருந்துவந்த வியாபாரக்

குத்தகையைத் தகர்த்து மூர்களை வறுமையில் வீசுவதும் தான் அவர்களுடைய நோக்கங்கள். தங்கள் ஆதிக்கத்தை எதிர்த்துப் போர் செய்யும் மூர்களை – மரைக்காயர்களை முக்கிய எதிரிகளாகக் கருதிப் போர் செய்தனர். பல வணக்க இடங்கள் இடித்துத் தரைமட்டமாக்கப்பட்டன. அந்த இடிபாடுகளிலுள்ள கற்களைக் கொண்டு கட்டிய தேவாலயங்கள் கரையோரங்களில் வானை நோக்கின. பெண்களைக் கற்பழித்துக் கொன்றனர். சடலங்களில் கூட காமவெறியை அடக்கினார்கள். அதன் மூலம் இங்கு பறங்கிப் புண் பரவியது. பெண்களைப் பலவந்தமாக மதம் மாற்றித் திருமணம் செய்து கிறித்துவக் குழந்தைகள் பிறந்தன. போர்க் கைதிகள் கொடுமைகளைத் தாங்க முடியாமல் மதம் மாறவேண்டியதாயிற்று. கொள்ளையடிக்கப்பட்ட முஸ்லிம் வீடுகள் கட்ட மண்ணாயின.

ரோமிலுள்ள சக தோழர்களுக்குக் கொச்சியிலிருந்து தூய சவேரியர், பிற சமயத்தவர்களை மதம் மாற்றம் செய்ய வேண்டியதன் அவசியத்தை வலியுறுத்தி அன்று எழுதினார். இந்தப் புறச் சமயத்தினர் மத்தியில் சென்று அவர்களைக் கிறிஸ்துவின் விசுவாசத்திற்குள் கொண்டு வருபவர்களுக்கு நம் ஆண்டவராகிய கடவுள் அளிக்கும் ஆறுதல்கள் எவ்வளவு என்றால் இத்தகைய ஆறுதலைத் தவிர உலகத்தில் வேறு ஆனந்தம் இருக்க முடியாது என்று சொல்லலாம். இந்தியாவிலுள்ள ஆளுநர், கிறித்துவராகிறவர்களுக்கு ஒரு பெரிய நண்பர். ஒவ்வோர் ஆண்டும் நாலாயிரம் பொற்காசுகளை நன்கொடையாகக் கொடுக்கிறார். தூய சவேரியர் மிகுந்த பெருமிதம் கொண்டார். ஆயுத வலிமையாலும் பணத்தாலும் அதிகாரத்தாலும் மக்களைப் பலவந்தமாக மதமாற்றம் செய்வதையும் தாய் மண்ணில் ஆதிக்கம் செலுத்தி மண்ணின் மைந்தர்களுக்கு இழைக்கும் கொடுமைகளையும் கண்டு கொதித்தெழுந்த பொன்னானி செய்கு சைனுத்தீன் மக்தூம், அந்நிய ஆதிக்கச் சக்தியை இந்தப் புனித மண்ணிலிருந்து விரட்ட ஜிஹாத் (புனிதப்போர்) செய்ய மக்களுக்கு வேண்டுகோள் விட்டார். 'புறப்படுங்கள் ஜிஹாதுக்கு'.

உலகில் பல்வேறு நாடுகளிலுள்ள முஸ்லிம் ஆட்சியாளர் களுக்கும் பெரிய அறிஞர்களுக்கும் நமது தாய் மண்ணை ஆட்சிபுரியும் மன்னர்களுக்கு உதவி புரியும்படி பொன்னானி மக்தூம் அவர்கள் கடிதம் வாயிலாக நிலைமையை விளக்கி வேண்டிக்கொண்டார். அவருடைய ஒரு கடிதம் நாகூர் சாகுல் ஹமீது ஒலியுல்லாஹ்வுக்கும் கிடைத்ததாக ஊகம். கடித வரிகளைப் பார்த்த நாகூர் சாகுல் ஹமீது ஒலியுல்லாஹ் அவர்கள் சினம் கொண்டு கொதித்து எழுந்தார். உடன் வீரசூரரான அசன் மரைக்காயரப்பாவை அழைத்தார்.

'மரைக்கார் நமது நாட்டுக்குள் அந்நிய சக்தி அத்துமீறி நுழைந்து விட்டது. கடலோரப் பகுதிகளிலுள்ள நமது பள்ளிவாசல்களை இடித்துவிட்டனர். கோவாவிலுள்ள இந்துக் கோவில்களை இடிக்கவும், காஞ்சிபுரம் கோயிலைக் கொள்ளையடிக்கவும் போர்த்துகீஸ் மன்னர் உத்தரவு போட்டிருப்பதாகக் கேள்வி. நம் நாட்டையும் நம் மக்களையும் இறை இல்லங்களையும் காப்பாற்ற வேண்டும். அந்நியச் சக்திகளுக்கு எதிராக மக்களையும் தாய் மண்ணையும் காப்பாற்றுவதற்காகச் செய்யும் புனிதப் போர்தான் ஜிஹாத். இந்த ஜிஹாதால் நீங்கள் ஷஹீதா (இரத்த சாட்சி) னால் உங்களுக்குச் சொர்க்கத்தின் வாசல் திறந்துகிடக்கிறது. மரைக்காயர்களைத் திரட்டிப் படைக்காகப் புறப்படுங்கள். நாட்டை அந்நியனிடமிருந்து விடுதலைசெய்ய போருக்கு ஆயத்தமாகவும்.'

அசன் மரைக்காயரப்பா சுணங்கவில்லை. வீரம் செறிந்த மரைக்காயர்களைத் திரட்டி ஒரு விடுதலைப் படையை உருவாக்கினார்.

கட்டளையிட்டிருப்பது நாகூர் அரசர் சாகுல் ஹமீது சாகிப் ஒலியுல்லாஹ்!

அசன் மரைக்காயரப்பா படை திரட்டிப் புறப்பட்டார். பல யுத்த உத்திகளைக் கையாண்டார். அவர் திரட்டிய படையின் பெயர்தான் 'மரைக்காயர் படை?' எதற்கும் அஞ்சாத பறங்கிகள் மரைக்காயர் படையைக் கண்டு நடுநடுங்கினார்கள்.

கரைப்பகுதியிலுள்ள குன்றுகளில் அமர்ந்து பறங்கிகளுடைய கப்பல்களின் நடமாட்டத்தை நோட்டம் போட அசன் மரைக்காயரப்பா புதியதொரு திட்டம் தீட்டினார்கள். எதிர்த்துப் போராட கராச்சி காளைகளைப் போன்ற இளைஞர்களைச் சேகரித்தார். ஒவ்வொன்றிலும் ஏறத்தாழ நாற்பது ஆயுததாரிகளான மரைக்காயர்கள் ஏறிப் பயணம் செய்யும்படி நூற்றுக்கணக்கில் படகுகளைத் தயார் நிலையில் மறைவான இடங்களில் நிப்பாட்டி கொரில்லா போர் செய்ய ஆயத்தமானார். பறங்கிக் கப்பல்கள் பார்வையில் பட்டதும் உடனே குன்றுகளிலிருந்து தீப் பற்ற வைத்துக் காட்ட கட்டளையிட்டார். அந்த அடையாளத்தைக் கண்டதும் நாலு திசைகளிலிருந்தும் ஆயுதங்களுடன் மரைக்காயர் படை காற்றை முந்தும் வேகத்தில் படகுகளில் சென்று எதிரிக் கப்பல் பாய்க்கு முதலில் தீ வைத்தது. கப்பலை நகர விடாமல் முடக்கினார் அசன் மரைக்காயரப்பா. கப்பலிலிருந்த பீரங்கிகளைக் கண்டு மரைக்காயரப்பா பயப்படவில்லை. கப்பலுக்குள் மரைக்காயரப்பா தலைமையில் மரைக்காயர் படை புகுந்து போர் செய்து நூற்றுக்கணக்கான போர்த்துகீசியர்களைக் கொன்று

கடலில் வீசியது. சில கப்பல்கள் கடலில் மூழ்கடிக்கப்பட்டன. சிலவற்றைக் கரைக்குக் கொண்டு வந்து பறிமுதல் செய்தார். நாகப்பட்டினத்திலும் கீழக்கரையிலும் காயல்பட்டினத்திலும் ஒரே சமயம் அசன் மரைக்காயர் தலைமையிலான மரைக்காயர் படை பறங்கியர்களை எதிர்த்துப் போரிட்டது. பறங்கிகளை, பின்கால் பிட்டத்தில் அடிக்க ஓட ஓட விரட்டியது.

பறங்கிகளுக்கு எதிரான பல போர்களில் அசன் மரைக்காயரப்பா வெற்றி வாகை சூடியது நாகூர் அரசரை மகிழ்வித்தது. கீழக் கடலோரப் பகுதிகளில் போர்த்துக்கீசியர் களை வாலாட்டாமல் பார்த்துக்கொண்டார். ஆனால் எதிர் பாராமல் காயல்பட்டினத்தில் முஸ்லிம்களுக்கும் பரவர்களுக்கு மிடையே மன்னார் பகுதியில் மீன் பிடிப்பது தொடர்பாகத் தகராறு மூண்டது. பரவர்கள் கிறிஸ்தவ மதத்தை ஏற்றுக் கொள்வதாக வாக்குறுதி கொடுத்ததால் பறங்கிகள், பரவர்கள் பக்கம் நின்றனர். முஸ்லிம்கள் வாழும் இலட்சத் தீவைக் கிறிஸ்தவர்களான பரவர்களுக்கு ஒருதனி நாடாக அமைத்துக் கொடுப்பது பறங்கியர்களின் திட்டம். இது தெரிந்து அசன் மரைக்காயரப்பாவுடைய மரைக்காயர் படை காயல்பட்டினம் முஸ்லிம்களின் பக்கம் நின்று போர்செய்ய முன்வந்தது. கடும் போரில் மரைக்காயர் படை பல வீரச் செயல்கள் புரிந்தது. மலபாரிலிருந்து வந்த அலி இபுறாஹீம் மரைக்காயரும் ஹக்கி அஹ்மது மரைக்காயரும் முஸ்லிம்களின் உதவிக்காக வந்திருந்தது மரைக்காயர் படைக்குப் பேருதவியாக இருந்தது.

இதற்கிடையே முஸ்லிம்கள் வாழும் இலட்சத் தீவைப் போர்த்துக்கீஸியர்கள் ஆக்கிரமித்துத் தம் வசமாக்கிக்கொண்ட செய்தி தெரிந்து அசன் மரைக்காயரப்பாவின் மரைக்காயர்படை இலட்சத் தீவுக்குக் கடல் காற்றாய் சீறியது. ஆயுதமில்லாத தீவு மக்கள் பறங்கியர்களை எதிர்த்தனர். ஏராளம் மக்கள் கொலை செய்யப்பட்டனர். வீடுகள் கொள்ளையடிக்கப்பட்டன. பெண்களை மானபங்கம் செய்தனர். நானூற்றுக்கும் அதிகமானவர்கள் போர்க் கைதிகளாகப் பிடிக்கப்பட்டனர். பல பள்ளிகளைக் கொளுத்திச் சாம்பலாக்கினர். அசன் மரைக்காயரப்பாவின் மரைக்காயர் படை தீவுக்குச் செல்லும் முன், எல்லாம் நடந்து முடிந்துவிட்டன. மரைக்காயர் படை கடலில் தம் படித்தது. மரைக்காயரப்பா தீவில் கரை இறங்கினார். அங்கு முகாமிட்டிருந்த பறங்கிப்படைக்கு மரைக்காயரப்பாவை யாரென்று அடையாளம் தெரியவில்லை. இடிபாடுகளையும் பிணக்குவியல்களையும் பெண்களின் கதறல்களையும் கண்டு கலங்கினார். மரைக்காயரப்பா சிறிது காலம் தீவில் சிந்தனை செய்தபடிச் சுழன்று வந்தார். தீவில் எஞ்சிய முஸ்லிம்களை

அணுகினார். தீவில் முகாமிட்டிருக்கும் பறங்கியர்களோடு நீங்கள் இணங்கிப் போக வேண்டும். உங்களுக்கு அவர்களோடு பகைமை இல்லை என்று காட்டுவதற்குத் தீவில் முகாமிட்டிருக்கும் அனைத்து இராணுவத்தினருக்கும் ஒரு விருந்து உபசாரம் செய்து அவர்களோடு இணக்கமாகப் போக வேண்டுமென்று தீவு மக்களுக்கு அறிவுரை கொடுத்தார். மக்களும் நம்பி ஒத்துக் கொண்டு இரவு விருந்து உணவிற்கு அனைத்து இராணுவ வீரர்களையும் அழைத்தார்கள். மிக மகிழ்ச்சியோடு அழைப்பை ஏற்று பசியால் வாடிய இராணுவத்தினர் வந்து விருந்து உணவு உண்டனர். மக்களுக்குத் தெரியாமல் உணவில் விஷம் கலந்து கொடுத்து அங்கு முகாமிட்டிருந்த அனைத்து இராணுவ வீரர்களையும் கொன்றார் மரைக்காயரப்பா. சடலங்களைக் கடலில் வீசிவிட்டு மரைக்காயரப்பா, நாகப்பட்டினத்துக்குக் கரை வழியாகப் புறப்பட்டார். இலட்சத்தீவு, கிறிஸ்துவர்களான பரவர்களுடைய நாடாக மாறாமல் காப்பாற்றப்பட்டது. மரைக்காயர் படை கடல் மார்க்கமாக நாகப்பட்டினத்துக்கு விரைந்தது. அங்கு போர்த்துக்கீசியருக்கும் மரைக்காயருக்குமிடையே சண்டை மூண்டுவிட்டதாகச் செய்தி கிடைத்தது.

கரை மார்க்கமாக வந்து அசன் மரைக்காயரப்பா கோட்டாரில் ஒரு ரா தங்கி, ஆலிப்புலவர் மிஹ்றாஜ் மாலையை அரங்கேற்றம் செய்த இடத்தையும் திருநபி தோற்றமளித்த வேம்படியையும் பார்க்க ஆசைப்பட்டார்.

நீண்டதூரப் பயணக் களைப்பு, உடம்பு வேர்த்துக் கொண்டிருந்தது. மரைக்காயரப்பா குளித்து உடல் சுத்தம் செய்ய பனைமரத்தடியிலுள்ள வற்றாத பொதுக் கிணற்றுக்குச் சென்றார். இடுப்பிலிருந்து வாளை உருவிக் கிணற்றுத் திண்டின் மீது வைத்தார். ஒருவாளி தண்ணீர் கோரி தலையில் விட்டாரோ என்னவோ ஓங்கி ஒரு வெட்டு விழுந்தது முதுகில். சடாரென வாளை எடுத்துவிட்டுத் திரும்பும் முன் அடுத்த வெட்டு கழுத்தில்.

உயிர் பிரிந்தது.

சடலத்தைப் பல துண்டுகளாக வெட்டிக் கிணற்றுக்குள் போட்டுவிட்டுக் கொலையாளிகள் இருட்டில் மறைந்து விட்டனர்.

பனை மரத்தடிக் கிணற்றில் குளிக்கப்போன மரைக்காயரப்பாவைக் காணவில்லை என்று ஊர் சனங்களுக்குப் பதற்றம். புலர் வெளிச்சத்தில் பனை மரத்தடிக் கிணற்றில் குளிக்க வந்த ஊர்ச் சனங்கள் காலம் காலமாக வற்றாத கிணறு வற்றி வறண்டிருப்பதைக் கண்டு அதிர்ந்து நின்றனர். மணல் தெரிந்தது. பல ஆண்டுகள் தண்ணீர் காணாத பாங்கிணறு போல. ரா தங்க விருந்தாளியாக வந்த மரைக்காயரப்பாவை

எங்கு தேடியும் கண்டுபிடிக்க முடியாத கவலை சனங்களுக்கு. உயிருடன் இருக்கிறாரா அல்லது கொலை செய்யப்பட்டாரா? ஒரு புரியாமை மக்களை வலையம் செய்தது. பலமுறை கிணற்றிற்குள் எட்டிப் பார்த்தார்கள். மணல்தான் தெரிந்தது. நூற்றாண்டுக்கு முன்பே பாழடைந்துவிட்ட கிணறு.

பனை மரத்தடிக் கிணற்றுக்கரையில் நிற்கும் பனையிலிருந்து அக்கானி (பதநீர்) இறக்கும் நாடாரின் கனவில் மரைக்காயரப்பா காணாமல்போன நாற்பதாவது நாள் கையில் வாளுடன் தலையில் உறுமால் கட்டிய ஒருவர் வந்து சொன்னார், 'நாளை பனை ஏறும்போது பனையில் உட்கார்ந்துகொண்டு கிணற்றை எட்டிப் பார், கிணற்றுக்குள் என்னைப் பார்க்கலாம்.'

கனவில் வந்தவர் சொன்னபடிப் பனை மண்டையில் உட்கார்ந்துகொண்டு கிணற்றுக்குள் எட்டிப் பார்த்தார். கதி கலங்கி உடல் நடுங்கிப்போய் பனையிலிருந்து இறங்கி வர கை கால் ஓடவில்லை.

மணலாகத் தெரிந்த கிணற்றுக்குள் இரத்தம். அதில் துண்டம் துண்டமாக வெட்டப்பட்ட மனித சடலம் மிதந்தது. கை, கால்கள் நடு நடுங்க இறங்கி ஊருக்குள் வந்து கண்டதைச் சொல்வதற்கு நா எழவில்லை. பேச்சு நின்றுவிட்ட நாடாரின் ஜாடை காட்டலிலிருந்து ஊகித்துக்கொண்டே ஊர்ச்சனம் கிணற்றுக்குள் எட்டிப் பார்த்தனர். துண்டமாக்கப்பட்ட உடல் உறுப்புகளிலிருந்து இரத்தம் கசிந்துகொண்டிருந்தது. நாற்பது நாட்களுக்கு முன் வெட்டிக் கொலைசெய்யப்பட்டபோதிலும் சில மணித்துளிகளுக்குமுன் வெட்டி வீழ்த்தப்பட்ட உடலாகக் காணப்பட்டது. இரத்தம் உறையவில்லை; துர்வாடை இல்லை; சூடு அடங்காத அழுகாத சடலம்.

உடலை வெளியே எடுக்க ஒருவர் கிணற்றுக்குள் இறங்கினார். கிணற்றுக்குள்ளிருந்து திடீரென ஒருவகை வெப்பம் வெளியேறியதால், அவரால் உள்ளே இறங்க முடியவில்லை, வெளியே குதித்துவிட்டார்.

என்னுடைய முப்பாட்டனாரும் மரைக்காயர் படையில் சேவை செய்தவர். நாகூர் சாகுல் ஹமீது ஒலியுல்லாஹ்வுடைய கட்டளைப்படி படையுடன் இலட்சத் தீவுக்குப் புறப்பட்டவர் என் பாட்டனார். என் முப்பாட்டனார் உரக்கக் கூப்பிட்டார்.

'நாகூர் அரசரே, நமது அசன் மரைக்காயரப்பா! நல்லடக்கம் செய்ய உத்தரவு தாருங்கள்.'

ஒரு அசரீரி வந்தது. என் முப்பாட்டன் செவிக்கு மட்டும் கேட்டது. 'நீ இறங்கி உடலை எடுத்து அங்கே அந்தப் புளிய மரத்தடியில் நல்லடக்கம் செய்.'

உத்தரவு கிட்டியதும் என் முப்பாட்டனார் கிணற்றுக்குள் இறங்கினார். குளம் கட்டிக்கிடந்த இரத்தம் குளிர்ச்சியான தண்ணீரானது. துண்டுத் துண்டாக விலகிக்கிடந்த உடல் உறுப்புகள் தானாக வந்து ஒட்டிக்கொண்டன. குளித்துத் தலை துவட்டிக் கரையேறியது போலிருந்தது உடல். அவர் தோளில் மரைக்காயரப்பா உறங்கிக்கொண்டிருந்தார்.

அங்கே தெரு முனையில் தெரியக்கூடிய புளிய மரத்தடியில் இரவு இருட்டில் தோண்டப்பட்டிருந்த கபர் யார் கண்ணுக்கும் புலப்படவில்லை. உடல் ஊருக்குள் கொண்டு வரப்பட்டது. தோண்டப்பட்ட கபர் எல்லாரையும் ஆச்சரியத்தில் ஆழ்த்தியது. இங்கு இந்தக் கபர் தோண்டியது யார்? அந்தக் கபரிலே மரைக்காயரப்பாவுடைய உடலை நல்லடக்கம் செய்தார்கள். அந்தக் கபரைத் தொட்டுவரும் காற்றில் ஊதுபத்தி வாசமும் குமிஞ்சான் வாசனையும் கலந்திருக்கும். இதெல்லாம் இப்பம் உள்ள பசங்களுக்கு சொன்னால் புரியுமா? யார் யாரெல்லாமோ என்னவெல்லாமோ சொல்லிப் பசங்களுக்கிடையே கருத்துக் குழப்பத்தை ஏற்படுத்திப் போட்டதினாலேயே வந்த சண்டையில் யாரோ மரைக்காயரப்பாக்க கபரை இடிச்சு அடையாளம் தெரியாம ஆக்கிப்போட்டானுவோ. அந்தப் பசங்கள், மதத்துக்கப் பேரால் இடித்து அடையாளம் தெரியாமலாக்கினது கற்களால் கட்டப்பட்ட கபர்களையல்ல; அந்நிய ஆதிக்க சக்திகளுக்கு எதிராக நாம் செய்த போராட்ட வரலாற்றுப் பக்கங்களை. இந்த மண்ணிற்காக உயிர் தந்த சுஹதாக்க[3]ளின் வீர காப்பியங்களை அடுத்த தலைமுறைக்குக் கைமாறாமல் கிழித்துவிட்டனர். வேரற்ற ஒரு சமுதாயம்தான் இனி வளர்ந்துவரும். சயனிஸ்டுகள் போட்டுக்கொடுத்த முடிச்சுகள்.

குவாஜா அப்துல் லத்தீப் ஹஜ்ரத்துடைய கண்கள் கலங்குவதையும் தொண்டையில் சப்தம் இடறுவதையும் பார்த்து மச்சான் சோக முகத்தோடு உட்கார்ந்திருந்தார்.

‘கவலைப்படாதீங்க பாவா,’ அவர் மச்சானை ஆறுதல் படுத்தினார்.

‘நாங்களும் மரைக்காயரப்பா திரட்டிய மரைக்காயர் படையில் சேர்ந்து தேச சேவை செய்தவர்களின் பின் வாரிசுதான். புளியமரம் கிளை உலுப்பி அனுப்பும் காற்றில் சில வெள்ளி இரவும் திங்கள் இரவும் நான் ஊதுபத்தி வாசமும் குமிஞ்சான் வாசமும் முகர்வதுண்டு.’

---

3. சுஹதாக்கள் – அறப்போரில் மடிந்தவர்கள்

15

தாத்தாவுடைய வீட்டுக்கு வரும்போதெல்லாம் வாப்பா தொழுவது தைக்காப் பள்ளியில். அசர் தொழுதுவிட்டு வாப்பாவும் மைதீன் பிச்சை மோதினும் அஞ்சுவண்ணம் தெருவில் இறங்கினார்கள். தெருமணல் சூடாறிக் கிடந்தது. ஜில்லென்று மருத்துவான் மலை கிழக்கன் காற்று. அஞ்சுவண்ணம் தெருவையும் தெருக்குழாயையும் அரசாளுகின்ற மம்மதும்மா, ஏற்கெனவே போட்ட சண்டையின் சொஞ்சாடியாக ஆட்கள் நடமாட்ட மில்லாத தெருவில் கை சூண்டி எவளையோ கிளிச்சுப் போடுவேன் வெட்டிப்போடு வேனென்று தானாகக் கத்திக்கொண்டிருந்தாள். வாப்பாவைக் கண்டதும் சங்கையாகக் குரலடக்கிவிட்டு, தலையில் சேலைமுனையைப் போட்டாள்.

'வாங்க மோதீங்கா ஒரு சாய குடிப்போம்.'

வாப்பா மைதீன் பிச்சை மோதினைத் தாருல் சாஹினாவுக்குக் கூட்டி வந்தார். யாரிடமிருந்தும் எந்தப் பிரதிபலனையும் எதிர்பார்க்காமல் தைக்காப் பள்ளியில் ஐவேளை பாங்கு சொல்லி, தினமும் விளக்கு கொளுத்தி, பள்ளியை இருளில் மூழ்கடிக்காமல் பத்தய்ம்பது ஆண்டுகளாக ஊழியம் செய்துவரும் நல்ல மனுசன். வாப்பாவுக்குத் தன்னலம் கருதாத அவர்மீது தனி கிருபை.சடங்கு சம்பிரதாயங்கள் செய்யும் ஆசாமிகளைக் கண்டாலே வாப்பாவுக்கு எங்குமில்லாத வேகாரி.

இருவரும் வீட்டுக்குள் ஏறியதும் மம்மதும்மாவின் அடக்கிய குரல் வெடித்து ஓங்கியது. 'என்னா நெனச் சிங்கவுட்டி.'

'மோளே மோதீனுக்கும் சேத்து சாயா கொண்டா.'

மோதினையும் அழைத்துக்கொண்டு வாப்பா மொட்டை மாடிக்கு ஏறினார். அங்கிருந்தால் மேற்குத் தொடர்ச்சி மலை முகடு தெரியும். தங்கு தடையில்லாமல் மருத்துவான் மலைக் குளிர்காற்றும் கிடைக்கும். இந்த மலையில்தான் ஸ்ரீ நாராயண குரு தவமிருந்தது. ஒடுக்கப்பட்ட மக்களுக்காக அவர் குரல் கொடுத்தார்.

ஒரு சாதி, ஒரு மதம், ஒரு தெய்வம் என்று முழங்கியபடி மக்களிடையே சீர்திருத்தக் கொள்கைகளைப் பரப்பினார்.

அவரை மகானாக்கிய மலை.

அந்த மலையிலிருந்து வீசும் காற்றுக்கும் மகத்துவம் உண்டு என்று வாப்பா சொன்னதை மைதீன் பிச்சை மோதின் ஆமோதித்தார்.

'ஆமா, உண்டு.'

மம்மதும்மாவின் குரல் முழக்கத்தில் தெரு கப்சிப். சில சின்னம் சிறுசுகள் கத்திக்கொண்டு புழுதி கிளப்பியது அவளுக்குப் பிடிக்கவில்லை.

புழுதி மூக்கிலேறிய சினத்தில் தண்ணீர் கோரி சின்னம் சிறுசுகள்மீது வீசி அடித்தாள்.

'சீ போங்கலே பன்னிக் குட்டிகளே. காலை ஒடிச்சுப் போடுவேன் ... ஆமா!'

'இந்த பெம்பிளை ஏன் இப்படிக் கெடந்து அலறுதா ..?'

வாப்பாவுக்கு அவளொரு விசித்திரப் பிறவியாகப் பட்டது.

'இவளுக்க தொண்டை நோவாதா?'

வாப்பா கேட்டதற்கு மைதீன் பிச்சை மோதின் சிரித்ததில் அர்த்தமிருந்தது.

'எல்லா மனுசனும் ஒண்ணுபோல இருக்க மாட்டாங்க. இல்லையா?

ஒவ்வொண்ணும் ஒவ்வொரு தினுசு.

இவொ ஒரு தினுசு.

தெருக்குழாயில் தண்ணி எடுத்துத் தெருத்திண்ணையில காச்சிக் கலக்கிக் குடிச்சிட்டு, தெருத் திண்ணையில் படுத்துறங்கி

காலம் தள்ளி நீக்கணுமென்னா துணிச்சல்காரி இவெொ ஒருத்தியாலத்தான் முடியும்.

அவெொ ஆருக்கும் அடிமை இல்லை. சுதந்திரமான துணிச்சல்காரி.

இந்தத் துணிச்சலும் இந்த வாயும் இல்லேன்னா இந்த அஞ்சுவண்ணம் தெருவில் வாழ முடியாது. கெட்டசாதி பயக்கொ உள்ளதெரு. எவனாலெயும் அவொக்கிட்ட வாலாட்ட முடியாது. இவ்வளவு காலமாச்சே ...

அவெொ மானம் கெட்டு நடக்கல்ல பாவா, அவளுக்கு வாய்தான் அவளுக்குக் கேடயம். அதும் இல்லேன்னா அவனைச் சந்திச் சிரிக்க வெச்சுப் போடுவானுவெொ தெருவிலுள்ள படுபாவி பயக்கொ.

வெயிலும் காத்தும் கொள்ளாம கற்புக்கரசியா ஊட்டுக் குள்ளே இருக்காளுவளே அவங்களைவிட இவெொ நூத்துக்கு நூறு மேல். தெருவில ஒவ்வொரு ஊட்டுலயும் என்ன வென்னவெல்லாமோ நடக்குது. கண்ணால் காணாம காதால கேக்கக் கூடாததெ சொல்லி எதுக்குப் பாவியாகணும்.'

'அப்போ இவளைப் பத்தி மலைவிழுங்கி புரோக்கர் சொன்னதெல்லாம்?'

'ஏளையானவங்களப் பற்றி யாருக்கும் என்னவும் சொல்லலாமே, ஊர் வாயை மூட உலைமூடி உண்டா பாவா?

அவெொ எப்படி இருக்க வேண்டியவெொ, இன்னு ராப்பகலா குடம் தண்ணி தூக்கி பட்டினி இல்லாம மக்களைக் காப்பாத்துதா...

இருக்க இல்லடமில்லாம தெருவும் திண்ணையுமா நாள்களை தள்ளி உடுதா ...

அவெொ கதை பெருங்கதை பாவா ...'

தாத்தா கொண்டுவந்த சாயாவை ஊதிக் குடித்துவிட்டு 'நான் இறங்கட்டா?' எழும்ப முயன்றார்.

'உக்காருங்கோ ... நல்ல காத்து வருது.'

மைதீன் பிச்சை மோதின் சற்றுநேரம் மவுனமாகயிருந்தார்.

தெருவில் இன்னும் யாருக்கும் தெரியாத கதை. அவளுக்குக் கூட தெரிய வாய்ப்பில்லாத கதை. தெருச்சனங்கள் மத்தியில் யாரிடத்திலும் இது மட்டிலும் சொல்லாததை எப்படிச் சொல்வது என்ற யோசனையில் ஆழ்ந்தார், இவ்வளவு காலங்களுக்குப் பிறகு.

யாரிடத்திலும் சொல்லப்படாத ஒரு கதையை இப்போது இந்த முதுமைப் பருவத்தில் சொன்னால் மக்கள் நம்புவார்களா? எழுதப்படாத, வாப்பாவிடமிருந்து காதுவழி கேட்ட கதை. ஒரு வள்ளிப் புள்ளிகூட மறந்துவிடவில்லை. மறந்துவிடாத அந்தக் கதை தனக்குள்ளே மட்டும் அமுங்கிக்கிடந்து தனக்குப்பிறகு யாருக்கும் தெரியாமல் சுவடற்றுப் போவதை விட இன்னுமொருவர் தெரிந்திருப்பதுதானே நல்லது என்று அவருக்குத் தோன்றியது.

'அவளைப் பாத்தீளா?' மோதின் கேட்டார்.

'பாத்தேன் ...'

'எப்படித் தோணுது ..?'

'எனக்கு ஒண்ணும் தோணல்ல.'

'அவொ நெறம், அவொ உயரம், அவொ உடம்பு எல்லாம் எப்படித் தெரியுது ..?'

'கொஞ்சம் வித்தியாசமாத்தான் தெரியுது.' வாப்பா சொன்னார்.

'அவொ நம்ம இடத்துப் பெண்ணல்ல. அவளுடைய வாப்பா உம்மா எல்லாம் தெக்கன் மலபாரில் ஏறநாட்டு தாலுக்கில் ஏதோ ஒரு கிராமத்தில் உள்ளவங்க. அவளுடைய வாப்பா ஒரு அரபிக் கல்யாணத்தில் பிறந்தவர். அயம்மதாஜி.'

வணிகத்திற்காகக் கப்பலில் மலபாரில் வந்திறங்கிய எமனி (எமன் தேசத்தவரான) உபைத் இப்னு அப்துல்லா என்ற அரபி, மிளகு வாங்க அந்தக் கிராமத்துக்குப் போனபொழுது அந்த ஏற நாடன் பெண்ணின் அழகைக் கண்டு ஆசைப்பட்டார். பொன்னும் பணமும் கொடுத்துப் பெண்ணைத் திருமணம் செய்து தரும்படிக் கேட்டார். திருமணம் செய்துகொடுக்க வசதி இல்லாமலிருந்த பெண்ணின் வாப்பா மறுபேச்சு இல்லாமல் அன்று இரவே கத்தீபை[1] அழைத்து இரு சாட்சிகள் முன்னிலையில் உபைத் இப்னு அப்துல்லாவுக்குத் திருமணம் செய்து கொடுத்தார். வியாபாரப் பொருட்கள் வாங்கிச் சேகரிக்க எடுத்துக்கொண்ட மூன்று மாதங்கள் இனிமையானதாக இருந்தது. அரபி தெரியாத அவள் பேசியது உபைத் இப்னு அப்துல்லாவுக்குப் புரியவில்லை. அரபியில் அவர் சொன்ன அன்பு வார்த்தைகள் பாவம் அந்த ஏற நாட்டின் அழகுக்கும் புரியவில்லை. கர்ப்ப அறிகுறிகள் தெரிந்த மூன்று மாதங்களின் முடிவில் ஒரு வெள்ளிக்கிழமை

1. கத்தீப் – முக்கிய பள்ளிவாசலிலிருக்கும் முதன்மை மத வழிகாட்டி

ஜூஆம் தொழுகைக்குப் பிறகு உபைத் இப்னு அப்துல்லா ஊருக்குப் புறப்படுவதாகவும் இன்னும் திரும்பி வருவதாகவும் சைகை காட்டினார். அவள் வயிற்றைத் தொட்டுக் காட்டினாள். அவருக்குப் புரிந்ததோ என்னவோ?

கப்பலேறிப் போனவர் திரும்பிவருவாரென்று கடல்நீர் பரப்பின் மீது கண்ணை ஒட்டிக்கொண்டிருந்தாள். அரபிக் கப்பல்கள் துறைமுகத்தை அடையும்போதெல்லாம் வயிற்றில் வளரும் குழந்தையின் வாப்பா அதிலிருந்து இறங்கிவருவதை ஆவலோடு எதிர்பார்த்தாள்.

வரவே இல்லை.

விபரம் தெரிந்தபோது அயம்மது உம்மாவிடம் கேட்டான்.

'என் வாப்பா யாரும்மா?'

சற்று மவுனத்திற்குப் பின் கண்கள் துளிவிட கணவர் பெயர் சொல்லத் தயங்கியபடி மெல்லச் சொன்னாள் 'உபைத் இப்னு அப்துல்லாஹ்!' அவள் அந்தப் பெயரை மறந்துவிடவில்லை.

உம்மாவைப் போற்ற அவன் பேப்பூர் துறைமுகத்தில் கலாசியானான்.

தலைமொட்டையடித்துத் தொப்பிவைத்து உறுமால் கட்டிப் பயணம் புறப்பட எத்தனித்த மகனிடம் உம்மா கேட்டாள்.

'எங்க போற?'

'எமன் தேசத்துக்கு.'

'எதுக்கு?'

'என் வாப்பாவைப் பாத்து கூட்டி வரப்போறேன்.'

அவள் தடையவில்லை. பேப்பூர் துறைமுகத்திலிருந்து புறப்பட்ட அரபிக் கப்பல் ஒன்றில் ஏறிக்கொண்டான். அலை கீறிக் கப்பல் ஓடியது.

மகன் வாப்பாவை அழைத்துவரும் காட்சியைக் கண்டு அவள் நாட்களை நகர்த்தினாள். வாசலிலே நின்று நீலக் கடலைப் பார்த்தாள்.

நீண்ட பன்னிரண்டு மாதங்களுக்குப் பின் அயம்மது ஒரு ஹஜ் கப்பலில் வந்து இறங்கினான்.

'வாப்பா எங்கே?' அவள் கேட்டாள்.

'வாப்பாவுடைய கபுரை ஒருவர் அடையாளம் காட்டித் தந்தார். சியாரத் செய்தேன். அங்கிருந்து மக்கத்துக்குச் சென்று ஹஜ் செய்துவிட்டு வருகிறேன்.'

ஒரு நீண்ட காத்திருப்புக்கு முடிவு கிடைத்த பின் அவள் மகனை உற்று நோக்கினாள்.

'நீ தாடி வைத்து தலப்பா கட்டியபோது உன் வாப்பாவை அப்படியே உலிச்சு வச்ச மாதிரி இருக்க...'

அயம்மதுக்கு திருமணம் நடந்த மணவாசனை, அறையை விட்டு நீங்கவில்லை. நாணம் தங்கி நின்ற மணவறை. சுருமா[2] கலையாத கண்கள்.

கிலாபத் போராட்டத்தில் கைதுசெய்யப்பட்டுச் சிறையில் அடைக்கப் பட்ட தலைவர்களின் விடுதலை நாள். மலபார் கலக்டர் தாமஸ் துரையின் பங்களாவுக்கு முன்பாகத் தலைவர்களை அழைத்து வரப்போன ஊர்வலத்தின் முன்வரிசையில் காங்கிரஸ் உடையில், தேச விடுதலை வேட்கையோடு அயம்மதாஜி பங்களாவின் மேல்மாடியில் நின்று ஊர்வலத்தைப் பார்வையிட்டுக் கொண்டிருந்த கலக்டருக்கு நேராக அயம்மதாஜி கையை முறுக்கி உயர்த்திக் கோஷம் போட்டார்.

'வெள்ளையனே! வெளியேறு!'

ஊர்வலத்தில் வந்தவர்கள் விண்ணை அதிரவைத்தனர்.

கலக்டர் தாமஸ்துரையின் கோபாக்னி, ஊர்வலத்தில் சென்றவர்கள்மீது தடியடி செய்யக் கட்டளையிட்டது. ஊர்வலம் கலைந்தது. தலைவர்களுக்கு வரவேற்பு அளிக்க ஏற்பாடு செய்திருந்த பொதுக்கூட்டம் தடை செய்யப்பட்டது. வெள்ளை ஆட்சிக்கு எதிராக ஏற நாடு, வள்ளுவநாடு தாலுகாக்களிலுள்ள விடுதலைப் போராளிகள் கிளர்ந்தெழுந்தனர். வெள்ளைப் பட்டாளம் போராளிகளை ஒடுக்கக் கொடூரமான அடக்குமுறை களைக் கையாண்டது. தாலுகா அலுவலகத்தை முற்றுகையிட்ட மாப்பிள்ளைப் போராளிகளுக்கு நேராகத் துப்பாக்கி காட்டிக் குறிவைத்தனர். ஈவிரக்கமில்லாமல் சுட்டனர். சுருண்டு மடிந்த விடுதலைப் போராளிகளைக் கண்ட மாப்பிள்ளைகள் வெகுண்டெழுந்தனர். புகழ்பெற்ற திரூரங்காடி. பள்ளிவாசலுக்கு வெள்ளையர்கள் தீ வைத்ததாக யாரோ பரப்பிய வதந்தியைக் கேள்விப்பட்டு அயம்மதாஜியின் தலைமையில் நீட்டிப் பிடித்த வாட்களுடன் கிராமத்துப் போராளிகள் பள்ளிவாசலைக் காப்பாற்ற விரைந்தனர். ஆனால் அது பொய் வதந்தி.

போராளிகள் பள்ளிவாசலுக்குள் ஏறி, ஓடிவந்த களைப்பைப் போக்க ஓய்வெடுக்கையில், பதுங்கியிருக்கும் கிளர்ச்சியாளர் களைப் பிடிப்பதற்காக வெள்ளைப் பட்டாளம் திரூரங்காடி

2. சுருமா – கண்மை

பள்ளிவாசலைச் சுற்றி வளைத்தது. விடுதலைப் போராளிகளுக்கு தப்பித்துக் கொள்ளவழி இல்லை. சுற்றிலும் துப்பாக்கி ஏந்திய பட்டாளம்.

வெள்ளை நாய்களின் கையில் அகப்பட்டுச் சித்திரவதைப் பட்டு கொஞ்சம் நாட்கள் வாழ்ந்து இறப்பதா, அல்லது வெள்ளையனைக் கொன்றுவிட்டு அந்த இடத்திலேயே ஷஹீதாவதா? அயம்மதாஜி வாளைத் தூக்கினார்.

'எந்த வாசலைத் திறந்து வெளியே செல்வது?'

'வாசலைத் திறந்தால் உள்ளே நுழைந்து பள்ளியை நஜீசாக்கிப் போடுவானுவொ. வாசலைத் திறக்க வேண்டாம். பள்ளி மாடியிலிருந்து எல்லோரும் முற்றத்தில் குதிப்போம். வெள்ளைப் பட்டாளம் துப்பாக்கியைத் தூக்கிக் குறிவைக்குமுன் கையில் கிடைப்பவனை வெட்டிக் கொல்வோம். குறைந்த பட்சம் ஆளுக்கு ஒரு வெள்ளையனையாவது வெட்டிக் கொன்று விட்டுத்தான் ஷஹீதாவணும்' என்றார் அயம்மதாஜி.

பள்ளிவாசலுக்கு நாலு சுற்றும் நின்றுகொண்டிருந்த வெள்ளைப் பட்டாளம் கதவை உடைத்துப் பள்ளிக்குள் நுழைந்து போராளிகளைப் பிடிக்கத் திட்டமிடும்போது கையில் வாளுடன் மேல் மாடியிலிருந்து அயம்மதாஜி முற்றத்தில் குதித்தது ஒரு பட்டாள மேதாவியின் முன்! வாளோங்கி அவனைச் சாய்ப்பதற்குள் அனைவரும் மாடியிலிருந்து தக்பீர் முழக்கிக் கீழே குதித்தனர். அவர்கள் துப்பாக்கியை நீட்டுவதற்குள் கையில் கிடைத்தவர்களை வெட்டி வீழ்த்தினார்கள். துப்பாக்கிகள் சப்தமிட்டன.

அயம்மதாஜியும் அவருடன் சென்ற ஏழு விடுதலைப் போராளிகளும் பள்ளி முற்றத்திலேயே குண்டு பாய்ந்து ஷஹீத[3]ானார்கள்,

சினம்கொண்டு சிறிய வெள்ளைப் பட்டாளம் அயம்மதாஜி யின் கிராமத்தைச் சூறையாடியது. குடிசைகளைப் பிரித்துத் தள்ளியது. பெண்கள் கற்பழிக்கப்பட்டனர். கலவரம் நடந்த மலபார் பகுதியில் எங்கும் பெண்களுக்குப் பாதுகாப்பு இல்லாத நிலை. வெள்ளையன் ஆட்சிக்கு எதிராக விடுதலைக்காகப் போராடிய கணவர்மார்களையும், பிள்ளைகளையும் இழந்த ஆதரவற்ற பெண்கள் பாதுகாப்பான பல இடங்களுக்கு ஓடி உயிர் தப்பினார்கள். வெள்ளைக்காரப் பட்டாளத்தின் கையில் அகப்படாமல் இடம் பெயர்ந்தவர்கள் சிலர் அமைதி நிலவிய திருவிதாங்கூரில் தஞ்சம் புகுந்தனர். 'அன்று அஞ்சுவண்ணம்

---

3. ஷஹீத் – வீரமரணம்

தெருவில் மஹ்ழூதப்பா தைக்காப் பள்ளியின் முன் கர்ப்பிணியான ஒரு பெண் நின்றுகொண்டிருந்ததை என் வாப்பா கண்டார். "யாரம்மா?" என்று கேட்டார்.'

'ஷஹீத் அயம்மதாஜியின் மனைவி' என்றாள்.

கர்ப்பிணியான இளம்பெண், வாப்பா இரக்கப்பட்டு வீட்டில் அடைக்கலம் கொடுத்தார். எங்கும்மாதான் பிரசவம் பார்த்தது.

பெண் குழந்தை.

பெயர் போட்டது எங்க வாப்பா.

முஹம்மது உம்மாள்!'

உபைத் இப்னு அப்துல்லாஹ்வுடைய இரத்தம் ஷஹீத் அயம்மதாஜி வழியாக அவளுடைய நரம்புகளில் ஓடுகிறது. அவளிடமிருக்கும் துணிச்சல் உபைத் இப்னு அப்துல்லாஹ்வின் மகன் ஷஹீத் அயம்மதாஜி வழியாகக் கிடைத்தது. அவள் தன்னுடைய மானத்தைக் காப்பாற்றிக்கொண்டிருக்கிறாள் என்றால் மானம் காப்பதற்காகப் பல நூறு கல் தொலைவுகள் ஓடி இங்கு தஞ்சம் புகுந்தாளே அவளுடைய உம்மா, அவள் வயிற்றில் வளர்ந்ததுதான் காரணம். இதெல்லாம் தெருச் சனங்களுக்குத் தெரியுமா?

சொன்னா ஏற்றுக்கொள்வார்களா? இதெல்லாம் வரலாறு களும் நினைவுகளும். இப்போது புதிய கொள்கை பேசி வரும் இளைஞர்கள் வரலாற்றை அழிக்கணும்னு சொல்றாங்க.

வரலாறு ஆபத்துக் கட்டங்களில் கையெட்டிப் பிடிக்கக் கூடிய நினைவுகளாகும் என்பது அவர்களுக்குத் தெரியாது. பன்னாட்டு ஏகாதிபத்திய ஆதிக்கம் நடக்கும் இன்றைய ஆபத்தான சூழலில் ஏகாதிபத்தியத்திற்கு எதிராகப் போராடுவதற்கு நமக்குச் சில நினைவுகள் தேவைப்படுகின்றன.

அயம்மதாஜியின் போராட்ட நினைவுகள் இப்பம் நமக்கு உறுதுணை புரியும்.

அந்நியச் சக்திகளின் ஆட்சிக்கெதிராகத் தேசத்தின் விடுதலைக்காகப் போராடி ஷஹீதான அயம்மதாஜியின் மகள் இன்று தெருவும் திண்ணையுமாக அலைகிறாள். இந்த வாயும் துணிச்சலுமில்லையானால் அவள் சீரழிக்கப்பட்டிருப்பாள். அவளுடைய கேடயமே அவளுடைய தொண்டை முழக்கமும் அதட்டலும்தான் என்று சொல்லி எழும்பினார். 'நான் வாறேன் வாப்பா'. மைதீன் பிச்சை மோதின் படி இறங்கினார்.

மைதீன் பிச்சை மோதின் சொன்ன நினைவுகள் வாப்பாவை வரலாற்றை அறியத்தூண்டியது. அழிக்கப்பட்ட வரலாறுகளை நினைத்தார்.

தெருக்குழாயிலிருந்து தண்ணீர் பிடித்து இடுப்பில் வைத்துக் கொண்டு சரிந்து கைவீசித் தெரு வழியாக நடக்கும் அவள் வாப்பாவின் பார்வையில் பட்டாள். அவளுடைய சேலை விளம்பில் கிழிந்த இடத்தில் முடிச்சுப் போட்டிருந்ததும் வாப்பாவின் கண்ணில் பட்டது.

தேசத்துக்கும் சமுதாயத்துக்கும் வேண்டி உயிர்த் தியாகம் செய்தவர்களின் பின் வாரிசுகளில் இவளும் ஒருத்தி, பாவம் மம்மதும்மா.

16

மருத்துவான் மலைக்காற்று வீசாததால் தெங்கின் மண்டைகள் அசையவில்லை. பழையாற்றிற்குக் கிழக்குப் பக்கமுள்ள வயல் சலசலப்பில்லாமல் ஊமையாகக் கிடந்தது. புழுக்கம் தாங்க முடியாமல் மச்சான் தெருவழியாக நடந்தார். நாலஞ்சு தெருக்கள் தாண்டி வேம்படித் தெருவுக்குள் நுழைந்ததும் குவாஜா அப்துல் லத்தீப் ஹஜ்ரத்துடைய நினைவு வந்தது. கொஞ்சம் ஏறி இறங்கலாமென்று ஹஜ்ரத்துடைய வீட்டுக்குள் நுழைந்தார். ஹஜ்ரத்தைப் பார்த்தால் மச்சானுக்குக் கொஞ்சம் மன ஆறுதலாகயிருக்கும். ஆலிப்புலவருடைய அருமை வமிசாவழி.

ஹஜ்ரத், வீட்டு முன்திண்ணையில் கோரம்பாயில் உட்கார்ந்துகொண்டிருந்தார். அவர் முன்னால் படிக்கம். இருமிச் சளி முட்டும் போது உட்கார்ந்தபடியே துப்புவதற்கு ஏதுவாக. பக்கத்தில் பனை ஓலை விசிறி. வேம்படிப் பள்ளியில் தொழவைப்பதற்காக அணிந்துசென்ற சீருடையை மாற்றவில்லை. காதுவரை நீண்டு கிடக்கும் சுருள்முடி. தலையில் குஞ்சரமுள்ள சிவந்த துர்க்கித் தொப்பி. சட்டைக்கு மேல் கோட்டு; தோளில் பச்சைப் போர்வை பொன்னாடை போல். காலில் மாட்டியிருந்த கறுப்பு பாட்ட ஷூஸ் வெளியே படிக்கல்லின் மீது.

ஒரு அசல் சூஃபியின் தோற்றம்.

மச்சானைக் கண்டதும் அவர் விசாரித்தார்.

‘என்ன இந்த பக்கம்?’

‘வேத சகாயம் வைச்சியர் கொஞ்சம் நடக்கச் சொன்னார்.’

‘நல்லது. உடல் கெதியா இருக்கா?’

‘பரவாயில்லை.’

நடந்த களைப்பைப் போக்க மச்சான் ஹஜ்ரத்தின் முன் தொழுகைக்கு உட்கார்வதுபோல் உட்கார்ந்தார். குவாஜா அப்துல் லத்தீப் ஹஜ்ரத்துக்குப் பேசுவதற்கு யாராவது கிடைத்தால் மடை திறந்துவிடும். அவுலியாக்கள், ஸூஃபிகள் காண்பித்த அற்புதக் கதைகளின் ஊர்வலம். இம்மாதிரியான கதைகள் கேட்க மச்சானுக்கு ரொம்ப ஆர்வம். ஜீபனத்தையே மறந்துவிடுவார். பேசுவதற்கு மச்சான் கிடைத்ததும் ஹஜ்ரத்துக்குக் குஷி வந்துவிட்டது. அன்று குவாஜா அப்துல் லத்தீப் ஹஜ்ரத் அவர்கள், அவர்களுடைய குடும்பப் பாரம்பரியப் பெருமையை விளக்கினார். பலரிடம் ஆயிரமாயிரம் முறை சொல்லியும் அலுப்புத் தட்டாத கதை. மச்சானுக்குப் புதிய கதை.

ஆலிப்புலவருடைய வமிச பரம்பரையில் பெண் சந்ததியினருக்கிடையில் ஒரே ஒரு ஆண் பிறப்புதானிருக்கும். இது அல்லா மட்டும் தெரிந்த இரகசியம். ஆலிப் புலவருடைய இப்போது இருக்கும் தலைமுறையிலுள்ள ஒரே ஒரு ஆண் பிறப்பு நானேதான் என்று சொல்லிப் பெருமையாகக் கொஞ்சம் நெஞ்சை நிமிர்த்தார். மெஹராஜ் மாலை ஒரு வரிவிடாமல், பாராமல் சொல்லுமளவுக்குத் தலைப்பாடம். இடையிடையே சில வரிகளை நீட்டிப் பாடி விளக்கம் தருவார். தனக்கும் அஞ்சு பெண்களுக்கிடையே ஒரே ஒரு ஆண் பொடி மட்டும் என்று பெருமையாகக் கூறியபோது அவருக்குப் புல்லரித்தது. கருவேப்பிலை கண்ணுபோல் ஒண்ணே ஒண்ணு. வேலூர் பாகியாத்து சாலிஹாத்தில் ஓதிக்கொண்டிருக்கும் குவாஜா அப்துல் நசீர். அடுத்த வருடம் ‘பாகவி’ ஸனது[1] கிடைக்கும். வெகு கெட்டிக்காரன். குர்ஆன் மனப்பாடம். ஓதுவதைக் கேட்க ஏழு காதுகள் வேணும். அவ்வளவு இனிமை. இனிமையை விடவும் இனிமை. நோம்புக் காலங்களிலும் தராவீஹ்[2] தொழ வைக்க பல ஊர்களிலிருந்து செல்வந்தர்கள் பிளசர் காரோடு வந்து, கையோடு கூட்டிச்செல்லக் கெஞ்சுவார்கள். ஓதல் அப்படிக் கணீரென்று இருக்கும். போகமாட்டான். நான் சொன்னாத்தான் போவான். கறார் புள்ளி. அவன்தான் ஆலிப்புலவருடைய வமிச

1. ஸனத் – பட்டம்

2. தராவீஹ் – ரமலான் மாத்தில் இரவில் நடைபெறும் சிறப்புத் தொழுகை

பாரம்பரியத்தை நிலைநாட்ட வேண்டிய அடுத்த தலைமுறை, குவாஜா அப்துல் நசீர் பாக்கவி. குவாஜா அப்துல் லத்தீப் ஹஜ்ரத்துக்கு நாலா திசையிலும் முரீதுகள் (சீடர்கள்).

ஆத்தங்கரை, ஏர்வாடி, முத்துப்பேட்டை போன்ற தர்காக்களில் நடத்தப்படும் கந்தூரி விழாக்களை எதிர்க்கும் கூட்டம் வலுவடைந்து வருவது ஹஜ்ரத்தைக் கோபமூட்டியது. இலக்கியங்களை அழிக்க வேண்டுமென்ற குரல் உயர்ந்தபோது திடுக்கிட்டுப் போனார். கடைசி ஸமானின் (காலம்) அறிகுறி. சமீபகாலமாக ஆத்தங்கரை, ஏர்வாடி, முத்துப்பேட்டை போன்ற தர்காக்களில் கந்தூரி விழாக்கள் நடக்கையில் குவாஜா அப்துல் லத்தீப் ஹஜ்ரத் மெஹராஜ் மாலையின் காகிதம் வெளிறிய மேலட்டை கிழிந்த பிரதி ஒன்றை நெஞ்சோடு அணைத்துக் கொண்டு அதிலுள்ள சில வரிகளை உரக்கப் பாடியபடி தர்காவிற்குள்ளும், மக்கள் நெரிசலிலும், மக்கள் நடமாட்டமுள்ள இடங்களிலும், தெருக்களிலும் வலம் வருவதன் உள்நோக்கம் புதிய கொள்கைக்கு எதிராக மக்களை விழிப்படையச் செய்வதாகும். யாரும் அழைத்து அல்ல, ஹஜ்ரத்து அவர்கள் அந்த தர்கா தலங்களுக்குச் செல்வது. எந்தப் பிரதிபலனையும் நாடியுமல்ல.

கட்டளை! முப்பாட்டனார் ஆலிப்புலவர் அன்று போட்ட கட்டளை'.

வழக்கம் போல் மெஹராஜ் மாலையிலுள்ள சில வரிகளை உரக்க உருவிட்டுக் கொண்டு படுத்தபடியே உறங்கிவிட்டார், குவாஜா அப்துல் லத்தீப் ஹஜ்ரத். ஹஜ்ரத் அவர்களுக்கு நேராக ஒரு ஒளி வந்தது. ஆகாசமும் வீடும் தெருவும் வேம்படிப் பள்ளியும் அந்த ஒளியில் ஜொலித்தன. எங்கு பார்த்தாலும் கண்களைக் கூசச்செய்யும் ஒளி. எங்கும் பரந்து விரிந்து காணப்பட்ட அந்த ஒளி சுருங்கிச்சுருங்கிப் பிரகாசம் சொரியும் ஒரு மனித வடிவமானது. பிறகு உயிருள்ள மனிதனாக வந்து கூப்பிட்டது.

'குவாஜா அப்துல் லத்தீப்'.

கண் முன்னால் ஒளி சிதறும் மனிதர் ஒருவர். சிரித்தபடி. இப்போது ஆகாசமும் வீடும் தெருவும் வேம்படிப் பள்ளியும் இருளில் மூழ்கிவிட்டது. எங்கும் இருள். பாதாள இருள்.

முன்னால் ஒளியாலுள்ள மனிதரிலிருந்து கொட்டும் பிரகாசப் பிரவாகம்.

'உன் பாட்டனார் அழைக்கிறார்.'

அந்த ஒளி முன்னோக்கி நகர்ந்தது. அதன் வெளிச்சத்தில் ஹஜ்ரத் அதைப் பின்தொடர்ந்தார். பின்தொடர்ந்து சில அடிகள் முன்வைத்ததும் திடீரென இரவு பகலானது. நட்டு உச்சி நேரம். கொளுத்தும் வெயிலில் நிழல் பரப்பிக்கொண்டு நின்ற வேப்ப மரத்தின் கீழ் கையில நாராயமும் ஓலைச் சுவடியும் வைத்து முப்பாட்டனார் நின்றுகொண்டிருக்கிறார். வெண்ணிறத் தாடி, வெண்ணிற ஆடை, கறுப்புக் குல்லா. கண்களில் பிரகாசத் தாரை.

ஹஜ்ரத்தைக் கிட்ட அழைத்தார்.

கிட்ட நெருங்கும்போது பகல் நட்டப் பாதி ராவானது. கும்மிருட்டில் முப்பாட்டனார் ஒளியாக மாறினார். கண்கள் கூசிப் போயின. பிரகாசத்தை விடவும் பிரகாசம்.

ஒளியிலிருந்து கட்டளைக் குரல் வந்தது.

'பேரப்பிள்ளை, எனக்குக் கண்பார்வை இல்லாவிட்டாலும் நான் உன்னைப் பார்க்கிறேன். என்னுடைய மெஹராஜ் மாலை அழியாமல் பார்த்துக்கொள். மறைந்த இறைநேசர்களை நினைக்க வேண்டும். வரலாறு என்பது நினைவூட்டல். நமது நினைவுகளைத் திசைதிருப்பி, வரலாற்றை அழிக்க ஒரு இரகசிய சதித்திட்டம் நடக்கிறது. நீ மக்களை நினைவூட்டிக்கொண்டே இரப்பா. மக்களிடமிருந்து நினைவாற்றல் அழிந்துவிடக் கூடாது.

கண்ணிற்குள் ஏதோ தூசி வந்து விழுந்தது. கண்ணைக் கசக்கிவிட்டுப் பார்த்தபோது வேப்ப மரத்தின் கீழ் தெரிந்த ஒளி மறைந்துவிட்டது. எதையோ இழந்துவிட்ட ஏமாற்றம்.

'உறக்கத்திலிருந்து விழித்ததும் ஒளியைத் தேடினேன். இப்போதும் தேடிக்கொண்டேயிருக்கிறேன். என் புலவர் பாட்டனார் ஒரு ஒளியாக்கும். அந்த ஒளியின் ஒரு சிறு அம்சம் என்னிடம் இல்லாமலா போய்விடும்?'

அந்தக் கேள்வியை எழுப்பிவிட்டு தஸ்பீஹ் மணியைக் கையில் எடுத்தார். அதன் பொருள், உங்களுக்கு இனி போகலாம். பொருள் புரிந்துகொண்ட மச்சான், புலவர் பாட்டனாருடைய ஒளியில் ஒரு சிறு அம்சம் ஹஜ்ரத்திடம் கலந்திருப்பதைத் தெரிந்து கொண்டு மிகப் பணிவடக்கத்தோடு எழும்பி நின்று கேட்டார்.

'ஹஜ்ரத் யாவாரம் போச்சு. நோய் வேறு. ஒரு வழி சொல்லித் தாருங்கோ.'

'ஒரே வழிதான். தைக்காப் பள்ளிக்கு மேல ஒரு மினாரா கெட்டிக் குடுத்தா போதும். எல்லா சங்கடங்களும் நீங்கும்.' சொல்லிவிட்டு ஒரு சாண் கறுப்பு நூல் துண்டைத் தேடி

எடுத்து மந்திரித்துக் கொடுத்தார். மந்திரிக்கும்பொழுது கண்கள் மூடியிருந்தன.

'கையில் கெட்டுங்கோ. பலா முசீபத்தெல்லாம் நீங்கும்.'

ஓதி மந்திரிச்சு வாங்கிய நூலை இடது கையில் கட்டினாலும் அன்று இரவு மச்சானுக்கு அறவே தூக்கமில்லை. ஒரே சிந்தனை. அந்த ஒரே வழியைப் பற்றிய சிந்தனை. தைக்காப் பள்ளிக்கு மேல் மினாராக்கள் கட்டணுமானால் பெரும் பணச் செலவு. கறையான் தின்று இற்றுப்போன மரங்களும் உடைந்த ஓடுகளும் வெடித்து ஹவாயில் நிற்கும் சுவர்களும். பள்ளியை முச்சூடும் இடித்துத் தள்ளிவிட்டுப் புதுசா கட்டினால்தான் மினாராக்கள் எழுப்ப முடியும். அதற்கு வேணுமே பல ஆயிரங்கள். யாரால் முடியும், துபை பணமா இருக்கு?

வேத சகாயம் வைத்தியருடைய கஷாயம் மச்சான் குடிப்பதைத் தெரிந்து விசாரித்துவிட்டுச் செல்ல வந்த வாப்பா கொண்டுவந்த சாக்கு மூட்டையில் தேங்காய், கருவாடு, கருப் பட்டி, பனங்கிழங்கெல்லாம் இருந்தன. வாப்பா பின்னால் மூட்டைச் சுமந்துகொண்டு ஒரு கூலி ஆள். பள்ளிக்கூடம் விடுமுறை நாளானதால் முஹியுத்தீன் ஆண்டகை பிறையில் அஞ்சுவண்ணத் தெருவில் கொடிகட்டும் கொடிமரத்தின் மூட்டில் விளையாடிக்கொண்டிருந்த பேரக்குட்டிகள் உப்பா (பாட்டானார்) வைக் கண்டதும் ஓடிவந்து கட்டிப் பிடித்தனர். பேரக்குட்டிகளை அணைத்து உச்சியில் முகர்ந்தார் வாப்பா.

'மக்கா', குரல் கொடுத்துக்கொண்டு வாப்பா தாருல் சாஹினாவில் நுழைந்தார். குரல் கேட்டுத் தாத்தா வருவதற்குள் வாப்பாவின் கண்கள் வீட்டுக்குள் மேய்ந்தன. சில தாளப் பிழைகள். மவுனங்கள். அடுப்பில் கஷாயம் காய்ச்சிக் குறுக்கும் வாடை, தைல நெடி, வறுமையின் கால் நக வடுக்கள் அங்குமிங்கும், தாத்தாவின் முகத்தில் முன்பு பார்த்த மலர்ச்சி இல்லை. உடல் மெலிதாகி முகம் வாடிப்போயிருந்தது. சோக நூல் வேர்கள் ஓடும் கண்கள்.

இந்த பாங்கிணற்றில் எங்களைக் கொண்டு தள்ளிவிட்டீர்களே என்ற கேள்வியைத் தாத்தாவுடைய, மச்சானுடைய முகங்களி லிருந்தும் வாப்பா வாசித்துத் தெரிந்துகொண்டார். யூசுப் நபிமீது அவர்களுடைய தந்தை யாகூப் நபி அவர்கள் மிகுதியான அன்பு காட்டியதால் யாகூப் நபியின் மூத்த பிள்ளைகள் யூசுப் நபி மீது பொறாமை கொண்டு வஞ்சக நோக்கத்தோடு யூசுப் நபி சிறுவராக இருக்கையில் யூசுப் நபியைக் காட்டுக்கு அழைத்துச்சென்று கொலை செய்வதற்காக பாங்கிணற்றில்

தள்ளிவிட்டனர். அந்த மாதிரி தீய நோக்கத்தோடா நான் இந்த வீட்டை வாங்கித் தந்தேன். இது பாங்கிணறா? வாப்பா மனசிற்குள் நுரைத்துக்கொண்டிருந்த உணர்ச்சிகளை அடக்கிக் கொண்டு அவர்களை ஆறுதல்படுத்துவதற்கான சொற்கள் கிடைக்காமல் முகம் குனிந்தபடி சிறிது நேரம் பேசாமல் உட்கார்ந்துகொண்டிருந்தார்.

மதிய உணவிற்கான ஆயத்தங்கள் ஏதும் நடந்ததாகத் தெரியவில்லை. பழையாற்றிற்கு அப்பாலுள்ள வயல்வெளியாக வீசியடித்த மருத்துவான் மலைக்காற்று அஞ்சுவண்ணம் தெருவுக்கு மேல் சுழன்றடித்தபோது நடந்துவந்த களைப்பும் உடலில் ஒட்டியிருந்த வேர்வையும் தணிந்தன. காற்றுக்குள் உடலை மறைத்துக்கொண்டு வந்த ஏதோ மலக்கு (வானவர்) வாப்பாவின் காதருகே வந்து சொல்லிக் கொடுத்ததைக் கேட்டு முகத்தை வெடுக்கென்று உயர்த்தலானார்.

'மக்கா, வாழ்வு தாழ்வு நம்ம படைச்ச அல்லா நிச்சயிச்ச படிதான் நடக்கும். இதெல்லாம் சின்னச் சின்ன சோதனைகள். கவலைப்படாதீங்கோ. வீடுமேல எந்தக் குற்றமும் இல்லம்மா. கொஞ்சம் சபூர் (பொறுமை) செய். உனக்கு எல்லா வாழ்வும் வரும்.'

எந்தவிதமான எதிர்வினையும் வெளிக்காட்டாமல் மிகவும் குளிர்ந்தமட்டில் கவலைப்படும்படியாக ஒன்றுமில்லை என்ற மனஉறுதியோடு ஆறுதல் சொன்னார்.

வாப்பாவின் ஆறுதலான பதில் அவர்களுக்குத் திருப்தி தருவதாக இல்லை . பள்ளியை விட வீடு உச்ரம் கூடிப் போனதால் ஏற்படும் தீய விளைவுகளைப் பற்றி வாப்பாவிடம் எடுத்துச் சொன்னால் அதை ஒருபொருட்டாக எடுத்துக்கொள்ளாமல் சொன்னதையே திரும்பத் திரும்பச் சொல்வதால் அவர்களுக்கு வாப்பாவுடைய பதில் மென்மேலும் கவலையைக் கொடுத்தது.

17

மச்சானுக்கு இப்போது மன அமைதி கிடையாது. தாத்தாவிடத்திலும் அதிகமாகப் பேசுவதில்லை. தொழிலில் சரிவு ஏற்பட்டதாலும் உடல்நலம் சரியாக இல்லாததாலும் சோர்வு தட்டி எப்போதும் படுக்கையில்தான். படுத்தாலும் உறக்கம் வருவதில்லை. உறக்கத்தை இழுத்துக்கொண்டு வரமுயன்றாலும் விலகியே செல்கிறது. கண்ணை மூடியபடி உறங்குவதாக பாவனை காட்டிக் கொண்டுள்ள கிடப்பு, மூடிய கண்களுக்குள் பல சித்திரங்கள்.

ஒருவருடைய வகையாளாகத் தஞ்சாவூரில் நெல் கொள்முதலுக்குப் போன ஒரு குளிர்காலம். நெல் மூட்டை லாரியில் ஏற்றித் தார்ப்பாய் கட்டும்போது இரவு ஒருமணி.

ஒருமணிக்கு ஏது பஸ்? 'லாரியில் ஏறுங்கோ, காலையில் ஊர் போகலாம்.' டிரைவர் சொன்னதைத் தட்ட முடியவில்லை. லாரியில் ஏறி நெடுந்தூரம் பயணம்செய்து பழக்கமில்லை. டிரைவருக்கும் கிளீனருக்கும் மத்தியில் மச்சான். முந்தைய நாள் திருவள்ளுவரில் ஏறி வந்ததால் விலா எலும்புகளின் கட்டுகள் குலைந்துவிட்டன. ஒரே இருப்பில் வந்ததால் இடுப்பு வலி வேறு. வந்து இறங்கியதும் நெல் அளக்க வேண்டியிருந்ததால் சற்று உறங்க நேரம் கிடைக்கவில்லை. நெல் அளவு முடிந்ததும்

மீண்டும் பயணம். டிரைவர் பக்கத்தில் உட்கார்ந்து தூங்கி விழுந்தால் டிரைவருக்கும் உறக்கம் வந்துவிடும்.

தூங்கி விழுவதை டிரைவர் விரும்ப மாட்டார். எரிச்சல் படுவார். அதனால் ஆங்காங்கே இறங்கிச் சூடான ஒரு டீ குடித்து உறக்கத்தை விரட்டியபடியே பயணம். இருந்தாலும் தன்னை அறியாமலேயே உறக்கம் வந்துவிட்ட நிமிடத்தில், டிரைவர் திடீரென போட்ட பிரேக்கில் நெட்டி விழிக்க, கண்களுக்கு முன் நின்றிருந்த பெண் காட்டைப் பார்க்க ஓட முயலுவதற்கிடையில் கிளீனர் குதித்து இறங்கி அவளை எட்டிப் பிடித்தான்.

'நான் சாவத்தான் லாரிக்கு முன்னால் குதிச்சேன்.'

அழகான பெண். துணிச்சலான பதில். 'அவளை உடு.'

டிரைவர் சொன்னதைக் கேட்டு கிளீனர் அவளை விடுவித்தான். இருட்டைக் கிழித்துக்கொண்டு கருவேலம் மரங்கள் அடர்ந்த காட்டுக்குள் நேராக ஓடினாள்.

'இவளுக்கு சாவ வேற எடமா கெடக்கல்லே?' என்று மச்சான் கேட்டதற்கு டிரைவர் சொன்னார். 'முகத்தில் பவுடரும் போட்டு தலையில் பூவும் சூடி நெற்றியில் பொட்டும் வைத்துக் கொண்டா சாவ வருவா?'

'அப்போ ...?'

'ராத்திரி நேரங்களில் இப்படி நெறைய பாக்கலாம். நா ரொம்ப கவனமாத்தான் ஓட்டுவேன். கிளீனர் புதுசு. விசயம் தெரியாம அவளைப் போய்ப் புடிச்சான்.'

குடோன் முன்னால் வந்து லாரி நின்றது.

தூக்கக் கண்ணில் இறங்கும்போது முதலில் இறங்கிய கிளீனர் குந்தி உட்கார்ந்து இரத்தம் கக்கிக்கொண்டிருந்தான். கைத்தாங்கலாக அவனை ஆட்டோவில் ஏற்றி அவன் வீட்டுக்குக் கொண்டு சென்றார்கள். அவன் உயிர் பிழைத்தானா மாண்டு போனானா தெரியாது. அவனை ஏற்றிய ஆட்டோ நகர்ந்ததைப் பார்த்துக்கொண்டு நின்ற டிரைவர் இரக்கப்பட்டுக் கைசேதத்தோடு சொன்னார்.

'ஜீவிக்க வழியில்லாம இந்த வெளக்கம் கெட்ட தொழிலுக்கு வந்தார். ரைஸ்மில் வச்சிருந்தார். அரசாங்கம் போட்ட சட்டத்தால நொடிஞ்சு போனார்.'

மூடிய கண்களுக்குள் அன்று கிளீனர் இரத்தம் கக்கிய காட்சி வந்தபோது மச்சான் வெடுக்கென்று கண்ணைத் திறந்துவிட்டுப் படுக்கையில் எழும்பி உட்கார்ந்தார்.

எப்போதோ நடந்துவிட்ட அந்தக் காட்சி அவருக்கு நடுக்கத்தைக் கொடுத்தது. கண்மூடிக் கிடக்கும்போதும் கனவிலும் இப்படி திகிலூட்டும் பல காட்சிகள் வந்து அவருக்குத் தொல்லை கொடுத்துக்கொண்டிருந்தன. படுத்தாலும் உறக்கம் வராமல் கண்ணைத் திறந்தபடியே படுத்துக்கொண்டிருப்பார். வெயில் சாய்ந்த நேரம் மட்டும் வேத சகாயம் வைத்தியர் சொன்னபடி ஏழு தெருக்களையும் இருமுறை சுற்றி நடப்பார். கொஞ்சம் தெம்பாயிருக்கும்.

குவாஜா அப்துல் லத்தீப் ஹஜ்ரத்தின் வீட்டுக்கு இப்போது அதிகமாகச் செல்வதில்லை. அவர் நினைவூட்டிய விஷயம் அடிக்கடி மச்சானுடைய மனத்தைக் குழப்பிக்கொண்டிருந்தது. அந்த மனக்குழப்பம்தானே நோய்க்குக் காரணம். மனச்சஞ்சலம் சில நோய்களுக்குக் காரணமாவதுண்டு. மனச்சஞ்சலம் ஏற்படுத்தும் விஷயங்களுக்கு நிவாரணம் கிடைக்குமானால் மன அமைதி கிடைத்து நோய்க்குக் குணம் கிடைக்கலாம். அமைதி கிடைக்க ஒரே வழி குவாஜா அப்துல் லத்தீப் ஹஜ்ரத் சுட்டிச் சொன்ன விசயத்தை நிறைவேற்றுதல்.

மஹமூதப்பா தைக்காப் பள்ளிக்கு மேல் இரண்டு மினாராக்கள் கட்டிக் கொடுப்பது.

கட்டிக் கொடுக்கலாமென்றால் விற்பதற்குத் தென்னந் தோப்பு இல்லை. எடுத்துக்கொண்டு விற்று காய் வாங்க நகை நட்டுகள் இல்லை. எடுத்துச் செலவு செய்ய வியாபாரமும் ஓஞ்சு போச்சு. எப்படிக் கட்டிக் கொடுப்பது? ஒருவழியும் காணவில்லை. இனி வாப்பாவிடம் இதுபற்றி எதுவும் பேசக் கூடாதென்ற வைராக்கியத்தில் மச்சான் இருந்துவிட்டார்.

மச்சானுடைய மனப்போக்கைத் தெரிந்துகொண்டு தாத்தாவும் எதுவும் பேசுவதில்லை. வாப்பா ஏதோ தொலைவிடத் திற்குப் போய்விட்டு வாற வழியில் தாத்தா வீட்டில் இறங்கினார். அன்று வாப்பாவுக்கு விருப்பமான மீனும் கறியும் இருந்தது. பயணத்தால் அலைந்த நாக்கிற்கு மீன்கறியும் சோறும் அமுதாக இருந்தது. வாப்பா மூக்குமுட்டத் தின்றுவிட்டு ஏப்பம்விட்ட நேரம் பார்த்துத் தாத்தா பருவத்தால் வெற்றிலை பாக்கு தல்லிக் கொடுத்தாள். தல்லிக் கொடுத்த வெற்றிலையை வாயில் போட்டுவிட்டு வேப்பாணம் போயிலையைக் கையால் திரும்மி எடுத்துக் கொஞ்சம் கசக்கிவிட்டு வாயில் போட்டபோது வாப்பாவின் முகத்திற்குப் பிரகாசம். அபூர்வமாக வாப்பாவின் முகத்தில் காணப்படும் பிரகாசம். இந்த நேரம் ஏதாவது சொன்னால் வாப்பா தட்டமாட்டார் என்பது தாத்தாவுக்கும் தெரியும்; மச்சானுக்கும் தெரியும்.

பலிச்சால் பலிக்கட்டு என்ற முடிவில் மச்சான் பணிவடக்கத்தோடு வாப்பாமுன் வந்துநின்று சொன்னார்.

'பள்ளிக்கு மேல ரெண்டு மினாராக்கள் கெட்டிக் கொடுத்தா எல்லா கேடும் நீங்குமென்று குவாஜா அப்துல் லத்தீப் ஹஜ்ரத் சொன்னார்.'

'உள்ளதுதான் வாப்பா ...' தாத்தா ஏண்டு சொன்னாள்.

வாப்பா பொட்டிச் சிரிக்காமல் சொல்வதைத் தலையாட்டிக் கேட்டுக்கொண்டிருந்தபோது மச்சானுக்கு ஒரு தன்னம்பிக்கை ஏற்பட்டது. வாப்பா ரொம்பவும் நேசிக்கக்கூடிய, மதிக்கக் கூடிய ஆலிப்புலவருடைய பேரப்பிள்ளையின் உபதேசம் வாப்பாவுக்கு சரியெனப்பட்டிருக்கிறது. 'சரி கட்டிக் கொடுப்போம்' என்று வாப்பாவிடமிருந்து வரும் பதிலை எதிர்நோக்கி நின்றார்.

வாப்பா கொஞ்ச நேரம் எதுவும் பேசாமல் சாய்வு நாற்காலியில் சாய்ந்துகொண்டிருந்தார். என்ன பதில் பேச வேண்டுமென்று வாப்பாவுக்குத் தெரியவில்லை என்று சொல்ல முடியாது. மகளைக் கட்டிய மருமகனிடம் வெடுக்கென்று எப்படிச் சொல்வது என்ற யோசனையில் ஆழ்ந்தார். பார்வைக்குப் புலப்படாத ஒரு சரடு வாப்பாவின் நினைவைப் பின்நோக்கி இழுத்தது.

ஜின்னும்மாவை வாப்பா அவளுடைய வீட்டை விட்டு விரட்டிய நினைவு. அவள் குடியிருந்து, சனங்களை ஏமாற்றிவந்த வீட்டை ஒரு இரவில் இடித்துத் தவிடுபொடியாக்கிய நினைவு. 'ஜின்னுமாவை விரட்டி, அவுங்க வீட்டை இடித்தவருடைய குடும்பம் வாழாது' என்று சனங்கள் சொல்லி நடந்தது, ஜின்னும்மாவின் முனிச்சல் கிடைக்குமென்று குடும்பத்தில் எல்லோரும் பயந்தது. என்ன நடந்தது?

எதுவும் நடக்கவில்லை.

ஒருவருடைய வாழ்வுதாழ்வை நிர்ணயம் செய்வது அல்லா. இதுதான் உண்மையான நம்பிக்கை. இறைவன்மீது உண்மையான, உறுதியான நம்பிக்கையுடையவன் இதெல்லாம் சொல்ல மாட்டான், நம்பமாட்டான். ஆலிப் புலவருடைய வம்சா வளியான காரணத்தால் ஒருவர் மகிமைமிக்கவராகிவிடுவாரா? செயலால்தான் ஒருவர் மகிமை மிக்கவராக இருப்பாரே தவிர பிறப்பினால் அல்ல.

வாப்பாவின் மவுனம் மச்சானைப் பொறுமை இழக்கச் செய்தது.

'ஏன் ஒண்ணும் பேசல்லே வாப்பா...' தாத்தா கேட்டதும் வாப்பா வெடித்துச் சிதறினார், ஒரு எரிமலைபோல்.

'அவன போவ சொல்லுள்ளே, அவனுக்கு வேறெ வேலை சோலி இல்லை...'

வாப்பா வெடித்துச் சிதறிச் சொன்னதைக் கேட்டதும் தாத்தாவும் மச்சானும் உறைந்துபோய் நின்றனர்.

வாப்பா ஒரு அக்னிமலையாக வெடிப்பார் என்று அவர்கள் எதிர்பார்க்கவில்லை. வானவெளியில் பறந்துகொண்டிருந்த வெண்கொக்குகளைத் தம்முடைய கராமத்தால் கீழே விழவைத்த ஆலிப்புலவருடைய பேரப்பிள்ளையை வாப்பா இவ்வளவு துச்சமாகப் பேசுவார் என்று அவர்கள் எதிர்பார்க்கவில்லை. வேம்படியில் தோன்றிய அந்த ஒளியின் அம்சம் அடங்கிய குவாஜா அப்துல் லத்தீப் ஹஜ்ரத்தை 'அவன்' என்று இழுக்காகப் பேசிவிட்டதில் அவர்களுக்கு எங்குமில்லாத மன வேதனை. ஆற்ற முடியாத மனவேதனை.

ஊரெல்லாம் பேரு கேட்ட ஜின்னும்மாவை, கள்ள ஜின்னும்மாவென்று சொல்லி வீட்டைவிட்டு ஓட ஓட விரட்டிய வாப்பா ஒரு துணிச்சல்காரர்தான்.

'அவங்க' முனிச்சல் வாப்பாவை எதுவும் செய்யவில்லை.

இனி பள்ளி மினாராக்களைப் பற்றி வாப்பாவிடம் எதுவும் வாய்திறக்க வேண்டாம். என்ன சொன்னாலும் வாப்பாவுக்கு எறிக்காது. ஆண்டவன் நினைச்சபடி நடக்கட்டும். இனி இழப்பதற்கு ஒன்றுமில்லை. இருப்பது இந்த ஒரே ஒருவீடு மட்டும்தான். யாருக்கும் வேண்டாத பேய் வீடு. வாழ்வில்லாத வீடு. வாழ்வை இழக்கச் செய்தவீடு. இந்த வீட்டைவிட்டு இறங்க வேண்டிய நிலை ஏற்பட்டாலும் மகிழ்ச்சியோடு இறங்கிப்போகலாம். ஆனால், போய்த் தங்குவது எங்கே? மாதாமாதம் வாடகை கொடுக்கப் பணம் ஏது? மண்ணு விலைக்கு விற்றுத்தள்ளலாமென்றால் வாங்க யார் இருக்கிறார்?

எதிர்பார்ப்பும் ஆசையும் கெட்டு அடங்கியபோது தாத்தாவும் மச்சானும் இருந்த இடத்தைவிட்டு நகண்டனர்.

இரயில் தண்டவாளம் வெட்டிப் பிளந்து போட்ட வயல் ஏலாவைத் தொட்டுத்தடவிவரும் மருத்துவான் மலைக்காற்றின் குளிர்ச்சியில் கொஞ்சம் கண் அயரலாமென்று சாய்வு நாற்காலியில் சாய்ந்துகொண்டிருந்த வாப்பா தெருவில் மம்மதும்மா போட்ட வெடிக் கத்தல் கேட்டு வெடுக்கென்று விழித்துவிட்டார். குழாயடியில் பெரும் சண்டை. எல்லாக்

குரல்களையும் அவளுடைய தொண்டை கிழிப்பட்ட கத்தல் அமுக்கிவிட்டது. அவளிடத்தில் வாய்கொடுத்து நிற்க முடியாமல் எதிரிகள் குழாயடியைவிட்டுப்போன பிறகும் மம்மதும்மா ஆகாசம் இடியும்படி உரக்க கெட்ட வார்த்தைகளை எய்துவிட்டாள். தானக்கேடு ஏசி ஏசி அஞ்சுவண்ணம் தெருவின் ஆதிக்கத்தை நிலை நாட்டினாள். தெரு அவளுடையது. தண்ணீர்க் குழாய் அவளுக்குத்தான் சொந்தம்; தெருவிலுள்ள ஒரு தூசி கூட யாருக்கும் உரிமைப்பட்டதல்ல.

அஞ்சுவண்ணம் தெருமுனையிலுள்ள காது வடிச்ச சிமிட்டி சவூரா பைப்படியில் கொஞ்சம் துணிபோட்டுத் துவைப்பதை மம்மதும்மா பார்த்துவிட்டாள்.

'எவக்கிட்ட கேட்டடி இங்கே வந்து நாத்தம்பிடிச்ச தூமத் துணிகளை போட்டு துவைக்கிறா ...?'

தூமத் துணியென்று சொன்னது காது வடிச்ச சிமிட்டி சவூராவுக்குக் கோபமூட்டியது. ஏழு தெருச்சனங்களுக்கும் உலக்க பிடிச்சு மாவு இட்டிச்சு வறுத்துக் கொடுக்கிற சிமிட்டிசவூரா உடுவாளா? பிடி பிடினு பிடிச்சா. ஆனானப்பட்ட மம்மதும்மாவுக்கு முப்பிலீஸ்[1] பொங்கிவிட்டது. அடக்கமுடியாத கோபக் கனல். மேகங்கள் சின்னிச் சிதற, ஆகாயம் வெடிக்க, ஆண்ட கடாகமெல்லாம் அதிர, சேலையை இடுப்பில் சொருவிக் கொண்டு ஆட்டம் போட்டாள்.

நெடுந்திண்ணையில் பெண்டுகள் மம்மதும்மாவின் அடுக்குத்தொடர் கேட்க கூடிவிட்டனர். காதுவடிச்ச சிமிட்டி சவூராவுடைய வெளியே அறியப்படாத, மம்மதும்மாவுக்கு அவளுடைய ஜின்னு காதில் சொல்லிக்கொடுத்த இரகசியங்களை யெல்லாம் அம்பலப்படுத்தினாள்.

இவளுக்கு, ஆத்தங்கரைப் பள்ளிக்கு மேட்டுத் தெரு பாதுசாகூட போனது எப்படித் தெரியும்? பேலஸ் தியேட்டரில் பக்கத்தில் உட்கார்ந்து சக்ரவர்த்தி திருமகள் பார்த்ததை எப்படிக் கண்டாள்? பேச்சு மூச்சில்லாமல் சவூரா துவச்சது பாதி துவக்காதது பாதி என்று துணியையெல்லாம் எடுத்துக்கொண்டு தலைதெறிக்க தம்பிரான் புண்ணியமென்று இடத்தைக் காலி பண்ணினாள்.

விரலை நொடித்துக்கொண்டு மம்மதும்மா சவால் விட்டாள். 'எங்கிட்ட வந்தா கிளி கிளீன்னு கிளிச்சுப் போடுவேன். ஒரு துள்ளி தண்ணி எடுக்க தெருக்காரி எவளையும் உடமாட்டேன்.' அஞ்சுவண்ணம் தெரு கப்சிப், பெரியதொரு போர் விளிக்கும்

1. முப்பிலீஸ் – கோபம்

பிறகு வழக்கம் போல் ஒரு குடம் தண்ணீர் கொண்டு தைக்காப் பள்ளி ஹவுளில் விட்டாள். களைப்பு நீங்க குழாயடியை ஒட்டித் தைக்காவுக்குள் ஏறும் கல்படியில் உட்கார்ந்தாள்.

விதையின் குணம் செடியில் தெரியும். மைதீன் பிச்சை மோதின் சொன்ன சரித்திரம் வாப்பாவுக்கு நினைவு வந்தது.

எப்பேர்ப்பட்ட வீர சூரனுடைய விந்தில் பிறந்தவள். வெள்ளையன் கையில் அகப்படாமல் கற்பைக் காக்க பல நூறுமைல் ஓடி வந்து தஞ்சமடைந்த கற்பிற்கரசியின் வயிற்றில் கிடந்து வளர்ந்தது.

சூழ்நிலைக் கைதியாகி இப்படியெல்லாம் ஆகிவிட்டாள். வாப்பா லுஹர் (மதியம்) தொழுகைக்காகத் தைக்காவுக்குச் சென்றார். வாப்பாவைக் கண்டதும் அவள் எழும்பிப் பவ்யமாகக் குழாயையொட்டி ஒதுங்கிநின்றாள். வாப்பா தைக்காப் பள்ளி காம்பவுண்டிற்குள் நுழையும்பொழுது மைதீன் பிச்சை மோதின் தைக்காப் பள்ளியின் வாசலை அடைப்பதற்கான ஆயத்தம். பின்னால் ஏதோ காலடி ஓசை கேட்டது போலிருந்தது. சிலர் ஏறிவரும் காலடி ஓசை கேட்பது வழக்கம். திரும்பிப் பார்த்தால் யாரும் பார்வைக்குப் படுவதில்லை. மைதீன் பிச்சை மோதின் ஊகித்துக்கொள்வார். மஹமூதப்பாவோ அவருடைய பாதுகாவலரான ஜின்களோ தொழவந்துபோவதாக இருக்கும். அன்று திரும்பிப் பார்த்தபோது அரைக் கைச் சட்டை அணிந்து வாயில் கவிணியால் தலைப்பா கட்டிய ஒரு தொழுகையாளி. நெருங்கிவந்தபோதுதான் மேக்கத்திக்காரருடைய மாமாவென்று தெரிந்துகொண்டார்.

'உள்ளேபோய்த் தொழுங்கோ பாவா' அடைப்பதற்காக இழுத்த கதவைத் திறந்துபோட்டார்.

வாப்பா தொழுகை முடித்துவிட்டு வரும்வரை மோதினார் ஹவுலின் கரையில் சுவர் சாரி உட்கார்ந்து தஸ்பீஹ் மணிகளை உருட்டி திக்ர்[2] செய்துகொண்டிருந்தார்.

தொழுகை முடித்துவிட்டு வாப்பா வெளியே வந்ததும் வாசலைப் பூட்டிவிட்டு மோதினார் வாப்பாவை அணுகினார்.

'அம்பது, அறுவது வருசமா இந்த மூஹமூதப்பா பள்ளியை ஆரும் கவனிப்பாரில்லை. தெருக்காரங்க ஆரும் தொழ வாறது மில்லை. எங்க பாட்டன் பூட்டன் காலம் தொட்டு நாங்கதான் பராமரிச்சு வாறோம். நான் ஒருத்தந்தான் அஞ்சு நேரம் பாங்கு சொல்லித் தொழுது வாறேன். ரண்டு நாள் படுத்தா பாங்கு

2. திக்ர் – ஜபம் – தியானம்

முடங்கிப் போவும். மஹமூதப்பாவும் அடக்கம் செய்யப்பட்ட தாயும் துணை இருக்குதுனால பாங்கு முடங்கல்ல பாவா. இப்படி ஒருநாள் படுத்துட்டாலும் இங்கேயிருந்து பாங்கு சொல்லுத சப்தம் தெரு சனங்களுக்குக் கேக்கும்.'

'ஆராக்கும் பாங்கு சொல்லுது ...?'

'தெரியாதா? தீவிலிருந்து ஜின்னு வந்து பாங்கு சொல்லும். கண்ணுக்குத் தெரியாத ஜின்னு.'

'அப்படியா?' அவர் சொன்னதை ஒப்புக்கொண்டதாக வாப்பா காட்டிக் கொண்டார்.

'எனக்கு சம்பளம் இல்லை. முன்னே எல்லாம் மௌலூது யாசீன்னு ஏதாவது கிடைக்கும். இப்ப உள்ள மைனர் பையக்க வந்து குழப்பம் உண்டாக்கி அதும் முட்டிப்போச்சு பாவா.'

'அந்த வருமானம் இல்லியோ?'

'இல்லை. அடக்கம் செய்யப்பட்ட தாயையும் மஹமூதப் பாவையும் நெனச்சு, இந்தப் பாழடைஞ்சு கிடக்கித பள்ளிக்கு ஏதாவது செய்யுங்கோ.'

'என்ன செய்யணும்?'

மைதீன் பிச்சை மோதின் ஓட்டைப் பார்த்தார்.

உடைந்த ஓடுகள்.

'மழை பெய்தா ஒரு துள்ளி தண்ணி வெளியே போவாது'.

'ஓடெல்லாம் மாற்றிப் புதிய ஓடு போட்டுத் தாரேன்.'

வாப்பா மனநிறைவோடு சொன்னார்.

18

அஞ்சுவண்ணம் தெருவில் சீக்கா வீட்டிலுள்ள சாவலுக்கு சவூதி அரேபியாவிலிருந்து திரும்பி வரும்போது தாடி வளர்ந்திருந்தது. ஆத்தங்கரைப் பள்ளியில் ஒரு கிடாய் அறுத்து நெய்ச்சோறு வச்சு பாத்தியா ஓதீட்டுத் திருவனந்தபுரத்திலிருந்து விமானம் ஏறிப்போனவன். வருசம் ரண்டு சிறகடிச்சுப் பறந்துபோனபிறகு ஊருக்கு வந்தவன் வேம்படிப் பள்ளியில் எல்லாரும் தொப்பி போட்டு ஜூம் ஆ[1] தொழுதபோது சாவல் மட்டும் தொப்பியில்லாம தொழுதது அனைவரையும் கோபமூட்டியது. சந்தி தெரு அபுசாலி அவனைத் தெருவில் சட்டையைப் பிடிச்சு நிப்பாட்டி கேட்டான்.

'ஏம்பிலே தொப்பி போடாம தொழ வந்தா?'

'தொப்பி போட்டுத்தான் தொழணுமான்னு கட்டாயமா ஓய்?'

கட்டாயமா இல்லையா என்று சொல்வதற்கு மதரசா பார்க்காத அபுசாலியால் முடியல்ல. 'அல்லா ஒன்ன உடமாட்டம்பிலே' என்று சொல்லி விட்டு அபுசாலி சட்டைப்பிடிப்பை விட்டு விட்டு நகண்டான். திருப்பி ஒரு கேள்வி கேட்டு அபுசாலியை மடக்கிவிட்ட வெற்றி உணர்வோடு ரண்டு மூணு தெரு தாண்டி சாவல் அஞ்சுவண்ணம் தெருவுக்கு வந்தான். மஹமூதப்பா தைக்காப் பள்ளியில் மூத்திரம் பெய்துவிட்டுத் தெருவுக்கு வந்த நாவூரப்பா கூப்பிட்டான்.

---

1. ஜூம் ஆ – வெள்ளிக்கிழமை பிற்பகல் சிறப்புத் தொழுகை

'ஏலே சாவலு நீ எப்பம்பிலே வந்தே...?'

'மக்கா நாவூரு... இனி என்னை சாலமீது (சாகுல் ஹமீது)னு கூப்பிடாதே. கேட்டியா மக்கா. என் பேரை மாத்திக்கிட்டேன். இப்பம் அபூ ஜலீல். நாகூர் ஆண்டவர் பேரால் பல ஷிர்க்குகள்[2] நடக்கூதுனால அவர் பேரால என்னைக் கூப்பிட நான் விரும்பல்ல மக்கா. நான் இப்பம் சுத்த தவ்ஹீத்[3]வாதி. அவுலியாக்களுடைய பேரை வைக்கக்கூடாது. கபர்களை ஒடைக்கணும். மவ்லூது ஓதக்கூடாது. சீறாப்புராணம், மெஹராஜ் மாலை, மஸ்தான் பாடல் எல்லாத்தையும் தீ வைக்கணும் மக்கா... இதெல்லாம் எதுக்கு?'

'என்னாலே இப்படி பேசுதே...'

'எல்லாம் ஷிர்க்.'

ஷிர்க் என்றால் என்னவென்று தெரியாமல் நாவூரப்பா குழம்பிப்போனான். அவனும் மதரஸா படி ஏறாதவன்.

'கேட்டியாடேய் மக்கா, உன் பேரையும் மாத்திப்போடு நாகூர்னு பேரு வைக்கூதே கூடாது. பாவம்.'

அபூ ஜலீல், அவன் பாட்டன், வீட்டு வாசல் விட்டத்தில் பாதுகாப்பாக வைத்திருந்த மஸ்தான் பாடலை எடுத்து வெண்ணீர் அடுப்பில் போட்டதை அவன் உம்மாவால் தாங்கிக்கொள்ள முடியவில்லை. அவனுடைய வாப்பா அவ்வப்போது எடுத்துப் பாடக்கூடிய ஞானப் புகழ்ச்சியை வாப்பா இல்லாத நேரம் பார்த்துத் தடுக்கச் சென்ற உம்மாக்காரியின் கையைத் தட்டி விட்டுக் கொண்டு நங்கிரிபிங்கிரியா கிழிச்சு தெருவில் வீசிய போது பயலுக்குப் பைத்தியம் பிடிச்சுப்போச்சோனு அவன் உம்மா அழுது வடிச்சாள். நாட்கள் நகர நகர தாய் தந்தையருக்கும் தெருசனங்களுக்கும் புரிஞ்சுபோச்சு. பயலுக்குப் பைத்தியமில்லை. சவூதி அரேபியாவிலிருந்து கொண்டு வந்த 'புதிய கொள்கை' என்று. பாலைவன வெயிலில் சுருண்டு சம்பாதிச்சு அனுப்பூதை வச்சு சாப்பிட வேண்டியிருப்பதால் மகனுடைய கொள்கைக்கு எதிராக வாப்பாவும் உம்மாவும் நடந்துகொள்ளவில்லை. மிக இனிமையான சுப்ஹான மவ்லுதும்[4], மங்கூஸ் மவ்லுதும்[*] ஓதக்கூடிய உம்மாக்காரியிடம் அடுத்த வீட்டு கதீஜா மவ்லுது பிறை[5] (ரபியுல் அவ்வல்) பிறந்தபோது கேட்டாள்.

---

2. ஷிர்க் – இறைவனுக்கு இணை வைத்தல்

3. தவ்ஹீத், தவ்ஹீத்வாதி – ஏகத்துவம், இறைவனுக்கு இணை வைக்காதவர்

4, * சுப்ஹான மவ்லுது, மங்கூஸ் மவ்லுது – இறைவன், இறைத்தூதர், இறைநேசர்களின் சிறப்பைப் பாடும் பக்திப் பாடல்கள்.

5. மவ்லுது பிறை – நபி பிறந்த மாதம்

'பிறை பிறந்தாச்சில்லியா. மவ்லுது ஓதல்லியா?'

அபூ ஜலீலுடைய உம்மா மவ்லுது என்று காதில் விழுந்ததும் முகத்தை வெட்டித் திருப்பிக்கொண்டு சொன்னாள்.

'அய்யே மவ்லுது ஓதுதெல்லாம் பாவமெனு தெரியாதா? ஓதுதும் பாவம். ஓதூதெ காதால கேக்கதும் பாவம்.'

'அப்படி எந்த கிதாபுல சொல்லிருக்கு?'

'என் மவன் சொன்னாம்புளா நான் மவ்லுதெல்லாம் ஓதூதை உட்டாச்சு. ஒனக்கட்ட இருக்குத 'சுட்டு விழிச்சுடரே' கேசட்டு கொஞ்சம் தாயேன். போட்டுக்கேட்டுட்டுத் தாறேன். பொழுது போவல்ல.'

தவ்ஹீத் விளக்கப் பொதுக்கூட்டத்திற்கான சுவரொட்டிகள் ஒட்டிக்கொண்டு வீட்டுக்குள் நுழைந்த அபூஜலீல், உம்மா டேப்பில் போட்டுக் கேட்டுக்கொண்டிருந்த 'சுட்டு விழிச் சுட'ருக்குத் தாளம் போட்டு அவனும் சேர்ந்து பாடினான் 'சுட்டும் விழிச்சுடரே.'

மகனுடைய குரல் இனிமையில் சொக்கிப்போய்ச் சொன்னாள் 'நீ அழகா பாடுதயே எம்மோனே.'

அடக்கம் செய்யப்பட்ட தாயின் பிறையில் வருடா வருடம் நடைபெறும் கந்தூரி விழாவுக்குக் கொடி கட்டுவதற்கு இரண்டு நாட்களுக்கு முன் மஹமூதப்பா தைக்காப் பள்ளிக்கு அருகாமையில், அஞ்சுவண்ணம் தெருவில் நடந்த தவ்ஹீத் விளக்கக் கூட்டத்திற்கு அக்கம்பக்கத்து ஊர்களிலிருந்து வேன் பிடிச்சு இளைஞர்கள் வந்து கூடினர். முக்கிய பேச்சாளராக வரவழைக்கப்பட்டவர் மவுலவிகளையும் லப்பைகளையும் அடக்கம் செய்யப்பட்ட தாயையும் கண்டமேனிக்குத் திட்டியதைக் கேட்டுப் பொறுமையிழந்த தெருச்சனங்கள் தொடர்ந்து பேசவிடாமல் கொந்தளித்துக் குழப்பம் உண்டாக்கினர். முக்கிய பேச்சாளர் தவ்ஹீத்வாதிகளைப் பார்த்துக் கேட்டார்:

'உங்களுக்கு வீரமில்லையா?'

தவ்ஹீத்வாதிகள் வேனில் தற்காப்பிற்காக வைத்திருந்த கம்பு, அரிவாளோடு களமிறங்கித் தெருவிலுள்ள சுன்னத் ஜமாஅத்[6]தார்களைத் தாக்கித் தலைவருக்குத் தங்கள் வீரத்தைக் காட்டினார்கள். இப்படிப்பட்ட தொண்டர்கள்தான் வேண்டும் தலைவருக்கு.

6. சுன்னத் ஜமாஅத் – குர்ஆன், நபிவழியுடன் பாரம்பரிய நம்பிக்கைகள் உடையவர்கள்

கொடி கட்டுவோம் என்று சுன்னத் ஜமாஅத்தார்; கட்ட விடமாட்டோம் என்று தவ்ஹீத் கூட்டம்.

‘கொடி கட்டுங்கலே. எவன் வாறான் பாப்போம்.’

மம்மதும்மா நடுத்தெருவில் நின்றுகொண்டு சுன்னத் ஜமாஅத் பசங்களுக்கு ஊக்கமூட்டினாள். ‘அவன் அப்பன் பெருநாள் தொழுகைக்குக்கூட போகமாட்டான். உம்மாக்காரி வட்டி வாங்கித் தின்னுட்டுக் கொழுத்துப்போய்க் கெடக்குதா. அவெொ புள்ளக்கு புதுசா ஒரு இஸ்லாம் கெடச்சிருக்கோ? தெருவை ரண்டாக்குத இஸ்லாம்...’

சீக்கா வீட்டு சாவலுக்க உம்மா, வட்டிக்குப் பணம் கொடுத்து வாங்கும் இரகசியத்தை ஜின்னிடமிருந்து தெரிந்து மம்மதும்மா போட்டு உடைத்த பிறகுதான் தெருக்காரர்களுக்கு விசயம் விளங்கிற்று.

‘தெருசனம் தெரிஞ்சிடுமெனு வெளிச்சனங்களுக்குக் குடுத்து வாங்கூது எனக்குத் தெரியாதுனு நெனச்சாளோ? கொழுப்புதானே, அடக்கம் செய்யப்பட்ட தாய்க்க கொடியெ கெட்ட உடமாட்டேனு சொல்லுது. அவன் அப்பன் வீட்டுக் கொடிமரமா? இல்ல. அவன் உம்மா வீட்டுக் கொடிமரமா? சொல்லுதுக்கு இந்த பயன் யாரு...? தெருவை ரண்டாக்கிப் போட்டானே படுபாவி!’

ஆடி தளர்ந்து தெருவில் தூள் கிளப்பிவிட்டுக் குடத்தை எடுத்துக்கொண்டு குழாயடிக்குச் சென்றாள். கொடிகட்டு நெருங்கிவிட்டது. மஹமூதப்பா தைக்காப்பள்ளியைக் கழுவிச் சுத்தம் செய்யணும். எச்ச வலை அடிக்கணும். எடுக்கும் பாரம் வேலைகள் உண்டு. அடக்கம் செய்யப்பட்ட தாய் பேரால யாருக்குத்தான் அக்கறை இருக்கு? ஒண்ணாய் இருந்த தெருவே இப்பம் ரண்டாச்சு. சுன்னத் ஜமாஅத்தார்கள் தொழுத பள்ளியில் இனித் தொழ மாட்டாங்களாம். புதுசாதவ்ஹீத் பள்ளி கட்டப்போறதாப் பேச்சு அடிபடுது.

அஞ்சுவண்ணம் தெருவில் நடந்த அடிதடிச் செய்தியை வளைகுடாவுக்கு அஞ்சுவண்ணம் அந்தி மேகம் கொண்டு சென்றது.

தவ்ஹீத் பள்ளி கட்டணும்.

வளைகுடாவிலுள்ள தவ்ஹீத்வாதிகள் அள்ளிக் கொடுப்ப தாகச் சொன்ன வாக்குறுதியை, வளைகுடாவிலிருந்து புறப்பட்ட பாலைவன மேகம் அஞ்சுவண்ணம் தெருவிற்கு வடபகுதி யிலுள்ள மேற்குத் தொடர்ச்சி மலையின் முகட்டில் வந்து நின்று

கம்பியில்லாக் கம்பி வழியாக அபூஜலீலின் காதில் சொன்னது. அந்நேரமே அவன் எடுத்த முடிவு. இனி சவூதிக்குப் போக வேண்டாம். இங்கேயே சம்பாதிப்பதற்கு ஒரு வழி கிடைத்து விட்டது. தவ்ஹீத் பிரச்சாரம்.

முதலில் தவ்ஹீத் பள்ளி!

இரண்டாவதாக தனி கபர்ஸ்தான். அதற்காக ஒரு வளைகுடா வசூல்.'

அபூஜலீல் தீவிரமாகச் செயல்பட்டான். கொடிகட்டுவதைத் தடுத்து ஒரு குழப்பம் உண்டாக்கினால் பல இலாபங்கள் உள்ளன. அரசியலுக்குள் மதத்தையும் சாதியையும் புகுத்தினால் அரசியல்வாதிகளுக்கு நன்மைகள் பல உள்ளன. அதுபோன்று மதத்தை அரசியலாக்கினால் போலி மதவாதிகளுக்கு அதனால் நன்மைகள் பல உள்ளன. மதத்தைப் பற்றி எதுவும் தெரியாத வேலையற்ற இளைஞர்கள் மத்தியில் மதவெறியை ஊட்டி அது வழியாகப் பொருளாதார நன்மைகள் அடையலாம். மதமும் சாதியும் இன்று வியாபாரப்பொருளாக மாறிவிட்ட சாதகச் சூழல் அபூ ஜலீலுக்கு மகிழ்ச்சியைக் கொடுத்தது.

மம்மதும்மாவின் வாயைக் கட்டி அவளை ஓர் இடத்தில் தாணித்துவிட்டால் தெருமக்களை வசப்படுத்தித் தன் சொல்படி நடக்கவைக்கலாம் என்பது அபூஜலீலின் எண்ணம். மஹமூதப்பா தைக்காப்பள்ளி வளாகத்தில் ஓய்வெடுக்கும் அடக்கம் செய்யப்பட்ட தாய் பேரால் நடக்கும் கந்தூரி விழாவிற்குக் கொடி கட்டும் நிகழ்ச்சிநாள். சந்தனம் பூசப்பட்ட கம்பத்தின் முனையில் பச்சை வால் கொடி கட்டிப் பக்கீர்சா கொட்டு மேளத்துடன் தெரு ஊர்வலம் வரும்போது சடபிடானு ரண்டு மூணு வேன்களில் தவ்ஹீத்வாதிகள் வந்திறங்கினார்கள். ஊர்வலத்தில் சென்ற சுன்னத் ஜமாஅத்தார்களுக்கும் அவர்களுக்குமிடையே வாக்குவாதம் நடந்தது. கூடுமா, கூடாதா? வாக்குவாதம் முற்றிக் கைகலப்பு. கொடி கிழிக்கப்பட்டது. கொடிக்கம்பம் வெட்டி முறிக்கப்பட்டது. இரு தரப்பிலுள்ளவர்களும் காவல் நிலையத்தில் காத்துக் கிடந்ததால் எதிர்பார்த்தபடிக் கொடிக்கட்டு நடக்கவில்லை.

'பாவிகளே தாய்க்குத் துரோகம் செய்து போட்டேளே.'

நூற்றாண்டுக் காலமாக நடந்துவந்த கொடிக்கட்டு நடக்காததால் மனம்நொந்துபோய்த் தலையில் அடித்துக்கொண்டு மைதீன் பிச்சை மோதின் மஹமூதப்பா தைக்காப் பள்ளிவாசலில் உட்கார்ந்துவிட்டார். கலங்கிய கண்களைத் துடைத்தார். தாருல் சாஹினாவிலிருந்து மச்சான் தெருவுக்கு இறங்கிவந்து புதுமை

பார்த்துக்கொண்டு நின்றார். தாத்தா தலைவாசல் பக்கம் வந்து அல்லோல கல்லோலப்படும் தெருவை எட்டிப் பார்த்தாள்.

மம்மதும்மா மீன் வெட்டும் கத்தி ஒன்றைக் கையில் எடுத்துக் கொண்டு சுன்னத் ஜமாஅத் வாலிபர்களைப் பார்த்து உரக்கச் சொன்னாள்:

'கொடிக்கம்பத்தை வெட்டினவன் தலையை நான் வெட்டுவேன்.'

மீன் கத்தியை உயர்த்திக் காட்டினாள்.

'வெட்டுன துண்டுக் கம்பத்தைத் தூக்கிநாட்டிக் கொடி கட்டுங்கலே ...' ஒரு அரணாக கத்தியும் வைத்துக்கொண்டு மம்மதும்மா கட்டளையிட்டாள்.

சுன்னத் ஜமாஅத் வாலிபர்கள் இரண்டாக துண்டாக்கப்பட்ட கொடிக்கம்பத்தைத் தூக்கமுயலும்போது போலீஸ் வேன் அஞ்சுவண்ணம் தெருவுக்குள் விரைந்து வருவதைக் கண்டதும் வாலிபர்கள் குலை பதறி ஓட்டம் பிடித்தனர்.

மம்மதும்மா கையில் மீன் கத்தியுடன் சற்றும் நகராமல் அங்கேயே நின்றாள்.

'போலீஸ் வரட்டும். நான் பேசுறேன்.'

19

அஞ்சுவண்ணம் தெருவின் ஆதிவரலாறு தெரிந்த மம்மதும்மா ஜின்னை வாசியத் தாக்கி (வயப்படுத்தி)யிருப்பதாக தெருவில் அடிபட்ட வதந்தியை நம்பாத சில அதிகம் படிச்ச பயக்களும் இப்போது நம்பி விட்டனர்.

'ஆமாலே, சீக்காவீட்டு சாவலுக்க உம்மா அநியாய வட்டி வாங்குதாலே' வேம்படி வீட்டு அத்துக்காருக்கு மம்மதும்மா குட்டை உடைத்த பிறகுதான் விசயம் புரிந்தது. அடிக்கடி சாயக்காரத் தெருப்பக்கமும் சேரிப்பக்கமும் சீக்கா வீட்டு சாவலுக்க உம்மா போறது வாறது எதுக்கென்பது விளங்கிவிட்டது. ஒரு சேரி பொம்பளையும் இவளும் முடிக்கொண்டையைப் புடிச்சு சண்டை போட்டுக் குத்திமறிவதை, மாட்டுக்கு வரப்பில் புல் செத்துவதற்காக வயலுக்குப் போற பாதையில சாடமாடயா பார்த்தான் வேம்படி வீட்டு அத்துக்காரு. அந்நேரம் அவனுக்கு இவொ இப்படிப்பட்ட ஆசாமீனு தெரியாது. ஏதாவது புள்ளைச் சண்டையா இருக்குமோனு நெனச்சிட்டுப் போய்விட்டான். சண்டையிலே, போனமாசம், அதுக்கு முந்தின மாசம்மென்னல்லாம் சொல்லிக் கேட்டது. அதன் 'குட்டன்ஸ்' மம்மதும்மாவின் வாய் வழியாக, தெருவின்மேல் ஆகாசவெளியில் சிறகு கட்டிப் பறந்து வட்டமிடும் ஜின் போட்டு உடைத்த பிறகுதான் புரிந்தது. அத்துக்காரு சுன்னத் ஜமாஅத் ஆளானதினால் அ்வன் கண்ணால் கண்டதையும், காதால் கேட்டதையும் கொடிகட்டி தக்பீர்[1] முழக்க

1. தக்பீர் – அல்லாஹு அக்பர் என்ற கோஷம்

கூடி நின்ற பயக்களுக்கிட்ட ஆணையிட்டுச் சொல்லியதைக் கேட்டவுடன் மம்மதும்மாவுக்குத் தெம்பு வந்துவிட்டது. 'நான் சொன்னா பொய், வேம்படி வீட்டு அத்துக்காரு சொல்லுதும் பொய்யாலே... சொல்லுங்கலே...?' கூடி நின்ற சுன்னத் ஜமாஅத் இளவட்டங்களைப் பார்த்துக் கேட்டாள் மம்மதும்மா.

'யக்கா! ஒங்களுக்கு இந்த துப்பெல்லாம் எங்கிருந்து கெடைக்குது...?'

'எனக்காலே கெடைக்காது? இந்த அஞ்சுவண்ணம் தெருவிலயும் இந்த சுற்றுவட்டாரத்திலயும் எந்தந்த ஊட்டுல என்னயென்ன நடக்குதூனு எனக்குத் தெரியும். அலுக்கத்தும் நகையும் நட்டும் போட்டுக் குலுக்கிட்டு நடக்குதாளுவளே. எவொயவொ எப்பேர்ப்பட்ட சிங்கிடினு எனக்குத் தெரியும்பிலே. ஒவ்வொரு ஊட்டுச் சுவரும் தெருத்தூசியும் இருட்டும் ஏங்கிட்ட வந்து காதுல ஊதிட்டுத்தான் போவும்.'

பயக்களிடம் கொஞ்சம் நெஞ்சு நெளிஞ்சு வீராப்போடு பேசினாள்.

மைதீன் பிச்சை மோதினைத் தைக்காப் பள்ளியிலிருந்து தக்பீர் முழக்கித் தெருவுக்கு அழைத்து வந்து, இளவட்டங்கள் தெருவைத் திருதளியாக்கியது, தவ்ஹீத்வாதிகளுக்கு ஒரு சவால் விடுவதாகவே இருந்தது. கொடிக்கம்பம் சற்று உசரம் கட்டையாகிவிட்டாலும் மைதீன்பிச்சை மோதினுடைய துஆ ரொம்பவும் நீண்டதாக இருந்தது. நதிகள் வற்றாது குடிதண்ணீர் கிடைப்பதற்கும் வயல் விளையவும் ஆடு மாடுகளுக்கு மேய்வதற்குப் புல் முளைக்கவும் அல்லாஹ்வுடைய றஹ்மத்தான[2] மழைபெய்ய துஆ கேட்டார். துஆ இரக்கும்போது மைதீன் பிச்சை மோதினுடைய தொண்டை கரகரக்கவும் கண்களிலிருந்து கண்ணீர்ச் சொட்டுகள், மடிப்பு விழுந்த கன்னம் வழியாக ஓடின. 'அடக்கம் செய்யப்பட்ட தாயுடைய முனிச்சலும் மஹமூதப்பாவின் முனிச்சலும் இறங்காமலிருக்க அஞ்சுவண்ணம் தெருவையும் தெருச்சனங்களையும் கெட்ட ஹராமி[3]களிடமிருந்து பாதுகாத்து நல்வழி நடத்துவாயாக' என்று சொல்லிக் கையை முத்தினார். எல்லோரும் கூட்டாக 'ஆமீன்' கூறியபின், முன் ஆண்டுகளில் நடைபெறாத ஒரு புதிய நிகழ்ச்சி அங்கு நடைபெற்றது. எல்லாரையும் மகிழ்வித்தது. அடக்கம் செய்யப்பட்ட தாயின் சந்தனக்கூண்டு கொடி கட்டுக்கு, முன்பு ஒருபோதும் வராத குவாஜா அப்துல் லத்தீப் ஹஜ்ரத்

2. றஹ்மத் – இறையருள்

3. ஹராமி – தீய சக்திகள்

பச்சைத் தலைப்பாகையுடன் வந்ததும் அங்குத் தெருவில் போடப்பட்ட பெஞ்சில் அமர்ந்து மெஹராஜ் மாலையிலிருந்து கொஞ்சம் பாடல்களைத் தட்டிவிட்டதும் அந்தச் சூழலுக்கு ஏற்றபடியாகவும் இருந்தது. எல்லாரையும் மெய்சிலிர்க்கவும் செய்தது. வீறோடு, ஓங்கியகுரலில் பாடியது தவ்ஹீத்வாதிகளின் காதுகளில் போய்க் கணீரென மோதியது போலிருந்தது. தவ்ஹீத் வாதிகள் எரிச்சலடைந்தனர்.

கொடிக்கட்டுக்குக் கூடிய தெருக்காரங்களுக்கு சக்கரைக் கஞ்சி காய்ச்சி நேர்ச்சைக் கொடுப்பதற்கு மச்சான் அறியாமல் தாத்தாவும், தாத்தா அறியாமல் மச்சானும் அஞ்சஞ்சு தேங்காய் கொடுத்தார்கள். இருவரும் ஒருவரையொருவர் தெரியாமல் மனசில் செய்துகொண்ட நேமிசம் ஒன்றாத்தான் இருந்தது. அடக்கம் செய்யப்பட்ட தாய்தான் வாப்பாவின் மனசை மாற்றி மினாரா கட்டத் தூண்ட வேண்டும். பச்சைக்கொடி வானத்தை நோக்கி மேலே செல்லும்போது தாத்தாவின் மன நா அசைந்தது. கொடிக்கட்டு முடிந்து, சக்கரைக் கஞ்சி விளம்பியபின் இளவட்டங்கள் மீண்டும் தக்பீர் முழக்கத்தோடு மைதீன் பிச்சை மோதினை அவர் வீட்டிலும் குவாஜா அப்துல் லத்தீப் ஹஜ்ரத்தை அவருடைய வீட்டிலும் பதனமாகக் கொண்டு விட்டு அவர்களுடைய மதிப்பைத் தெருக்காரங்களிடம் உயர்த்திக் காட்டினார்கள்.

கொடி கட்டிய ஏழாவது நாள்தான் சந்தனக்கூண்டு. ஏழு நாட்களும் ஏழுவிதமான நிகழ்ச்சிகள் இந்த ஆண்டு முதல், இரண்டாவது நாள் பீரப்பா பாடல், மூன்றாம் நாள் மஸ்தான் பாடல், நாலாம் நாள் பதற் பாடல், ஐந்தாம் நாள் குத்துபியத், ஆறாம் நாள் புர்தா, ஏழாம் நாள் சுப்ஹான மவ்லுது. முடிவு நாளான ஏழாம் நாள் களைகட்டுவதற்காகப் பாட்டுக் கச்சேரி. இசைத்தென்றல்.

ஐந்தாம் நாள் நடக்கும் குத்துபியத் மச்சானுடைய செலவு. குத்துபியத்தில் மச்சானுக்கு அபார நம்பிக்கை இருந்ததால் செலவை மச்சானே முன்வந்து ஏற்றுக்கொண்டார். முன்பு அங்கு ஓதாதது.

சதக்கத்துல்லா அப்பா காதிரி, நபிகள் நாயகத்தின் மத்ஹைப் (புகழ்) பற்றிப் பாடல் இயற்றி அரங்கேற்றம் செய்தார்கள். தன்னைப் பற்றிப் பாடவில்லையே என்று முஹியித்தீன் அப்துல் காதர் ஜீலானிக்கு அப்பாமீது கோபம் வந்துவிட்டது. அப்பா உறங்கிக்கிடக்கும்போது முஹியித்தீன் அப்துல் காதர் ஜீலானி அவர்கள் அப்பாவின் இல்லத்தில் ஹாளராகி (தோன்றி) அப்பா அவர்களுடைய குரல்வளையை எட்டிப்பிடித்துக்கொண்டு

‘என் பாட்டனாரை நீ புகழ்ந்து பாடினாய், ஏன் என்னைப் பற்றி நீ பாடவில்லை’ என்று கோபமாகக் கேட்டார்கள். குரல் வளையில் அவர்களுடைய கையிருக்கையிலே சதக்கத்துல்லா அப்பா, முஹியித்தீன் அப்துல் காதர் ஜீலானியைப் புகழ்ந்து பாடினார். அதுதான் ‘யா குத்பா’ என்ற அரபிக் காப்பியம். இது வாப்பா முன்பு சொல்லித்தந்த கதை. யா குத்பா – குத்துபியத் ஓதினால் தீராத நோய்களெல்லாம் தீரும். செல்வம் பெருகும். எண்ணங்கள் நிறைவேறும். அல்லத் தொல்லைகள் விலகும். முஹியுத்தீன் அப்துல் காதர் ஜீலானி குத்துபியத் ஓதக்கூடிய மஜ்லிஸில் தோன்றுவார்கள் என்று மைதீன்பிச்சை மோதின் தெரியாத தெருச்சனங்களிடம் பக்திப் பரவசத்தோடு தாழ்ந்த குரலில் சொன்னார்.

சும்மா ஓதினால் ஹாஊராவமாட்டாங்க. அதுக்கும் சில சட்டதிட்டங்கள் உண்டு. ஓதக்கூடியவங்களெல்லாம் ஒளுவோட (கை கால் சுத்தம்) இருக்கணும். ஒரு சந்தனத்திரி வெளிச்சம்கூட இல்லாம குத்திருட்டில், ‘யாகௌது, யாமுஹியித்தீன், அப்துல் காதர் ஜீலானி’னு ஆயிரத்தி ஒண்ணு தடவ சத்தம்போட்டு அவங்களைக் கூப்பிடணும். வருவாங்க. கூப்பிடும் எண்ணிக்கை. தப்பாமலிருக்க எலப்பமாரு[4] கையில் தஸ்பி (ஜபமாலை) வச்சுருப்பாங்க. இவங்க போடக் கூடிய கூப்பாடு கேட்டு அவங்க பக்தாதிலிருந்து புறப்பட்டு வருவாங்க. எல்லாருக்க கண்ணுக்கும் தரிசனம் கெடைக்காது வாப்பா. எலப்பமாருக்கும் தங்ஙள்மாருக்கும்தான் தரிசனம் கெடைக்கும். மைதீன் பிச்சை மோதின் குத்துபியத் ஓதவேண்டிய முறையைத் தெருவில் நின்று விளக்கும்போது குழாயடியில் நின்றுகொண்டிருந்த மம்மதும்மா தலையில் சேலைத் தும்பைப் போட்டுக்கொண்டாள்.

குத்துபியத் ஓதினால் கிடைக்கக்கூடிய பலன் என்னவென்பது மச்சானுக்கு அத்துப்பிடியானதால்தான் மச்சான் குத்துபியத் செலவை ஏற்றுக்கொண்டார். அஞ்சுவண்ணம் தெருவில் குத்துபியத் ஓதத் தெரிந்த லப்பைகள் யாரும் இல்லாததால், மச்சான் வெளியூரிலிருந்து லப்பைகளையும் தங்ஙள்களையும் வரவழைத்து குத்துபியத்தை சிறப்பாக நடத்திக்காட்டிவிட்டார். ‘குமிஞ்சான் புகைமுட்ட நின்ற மஜ்லிஸில் சந்தனகிரிவாசம்’ நிறைந்து நின்றது. மச்சான் வலிய தங்ஙளுடைய தோளோடு சேர்ந்து நின்றார். விளக்கை அணைத்துவிட்டுச் சந்தனத் திரியையும் வெளியே வைத்து அறைக் கதவுகளையும் ஜன்னல்களையும் அடைத்து இருட்டாக்கிவிட்டு எல்லாரும் எழும்பிநின்று முஹியித்தீன் அப்துல் காதர் ஜீலானியைக் கூப்பிடுவதற்குத் தயாராகும்போது

4. எலப்பமாரு – லப்பைகள்

மச்சான் வலிய தங்ஙளுடைய காதில் அடக்கமாகச் சொன்னார். 'தங்ஙளே! முஹியித்தீன் தங்ஙள் ஹாளராவும்போ எனக்க மாமாக்க மனசை மாத்தணுமென்னு சொல்லுங்கோ.

'பக்தாதில் உறங்கிக்கிடக்கும் முஹியித்தீன் அப்துல் காதர் ஜீலானியைத் தொண்டை வலிக்கச் சத்தம்போட்டுக் கூப்பிட்டுத் தளர்ந்த லப்பைகளையும் தங்ஙள்களையும் மச்சான் தாருல் சாஹினாவுக்கு அழைத்துவந்து வயிறுமுட்டச் சாப்பாடு போட்டார். பல்லுகுத்திக்கொண்டிருந்த வலிய தங்ஙளுடைய அருகில் சென்று பவ்யமாகக் கேட்டார்.

'ஹாளரானாங்களா?'

'ஆனாங்கோ, என் கண்ணுக்கு மட்டுந்தான் தெரிஞ்சுது.'

'மாமாக்க மனசெ மாத்த' – முடிக்கும் முன் வலிய தங்கள் சொன்னார்:

சொல்லல்ல...

'ஏன் தங்ஙளே?'

'சொல்லிப் பயனில்லையே. ஓதிப்படிச்ச லெப்பமாரையும் தங்ஙள்மாரையும் புரோகிதர்களெனு சொல்லி மட்டம் தட்டுதாரு உங்க மாமா. எங்களை அவர் வீட்டுக்குள்ளே ஏத்த மாட்டாரே. நாங்க குத்துபியத் ஓதூதே அவருக்குப் பிடிக்காதே. அவருக்க மனசை அல்லாதான் மாத்தணும் பாவா.'

வலிய தங்ஙளுடைய பதில் கேட்டு மச்சான் அதிர்ந்து போனார். குத்துபியத் ஓதுவதற்கு இந்த ஆசாமிகளை அழைத்து வந்தது வீண்செலவுதானோ என்ற ஒரு ஏக்க உணர்வு மச்சானைச் சூழ்ந்தது. குத்துபியத் ஓதியதால் சிலருக்குச் சில பலன் கிடைத்ததாக மச்சான் கேள்விப்பட்டிருந்தார்.

வாப்பாவுடைய மனசைக் கொஞ்சம் மாற்றிப் பார்க்கலா மென்ற நப்பாசைதான் மச்சானுக்கு. வாப்பா ஒரு விசயத்தைச் செய்ய மறுக்கிறாரென்றால், வாப்பாவிடம் மறுப்பதற்கு அறிவுப்பூர்வமான ஒரு தர்க்கம் இருக்குமென்பது மச்சானுக்குத் தெரியும். எதையும் கண்மூடித்தனமாக எதிர்க்கவுமாட்டார், ஏற்றுக்கொள்ளவுமாட்டார். சிந்தனைத் தெளிவோடுதான் எதைப்பற்றியும் பேசுவார். பகுத்தறிவோடுதான் அணுகுவார்.

மச்சானுடைய முன் அனைத்து வாசல்களும் மூடின. முன்னோக்கிச் செல்வதற்கான பாதைகள் இல்லை. விதிபோல் நடக்கட்டுமென்ற முடிவை முறுகப் பிடிப்பதைத் தவிர வேறு வழிகள் இல்லை.

அய்ந்தாவது நாள் இரவு விடிந்த காலையில் மருத்துவான் மலைக்குப் பின்பக்கமிருந்து எட்டிப்பார்த்த சூரிய வெளிச்சத்தில் குழாயடியில் தண்ணீர் பிடித்துக்கொண்டு நின்றிருந்த மம்மதும்மா ஓவென்று கத்தி ஊரைக் கூட்டினாள்.

'எந்த பேதிலபோவான், எந்த ஆறுதலி பெத்த பயன் அடக்கம் செய்யப்பட்ட தாய்க்க கொடியெ கிழிச்சு சாணில போட்டமிருக்கான்? தலைதெறிச்சுப் போவாதா? கை ஒடிஞ்சு போவாதா? தாய் உடுவாங்களா? மஹமூதப்பா மனம் பொறுப்பாங்களா?'

மம்மதும்மாவின் கதறல் கேட்டு ஓடக்கூடிய தெருச் சனங்களுக்கு, பச்சைக்கொடி கிழிக்கப்பட்டுச் சாணி புரட்டிப் போட்டிருக்கும் பரிதாபத்தைக் கண்டு மனங்கள் வெம்பின. இளவட்டங்கள் சீறி எழுந்தனர். சீறி எழுந்த வீர சிங்கங்கள் தங்கள் சீற்றத்தைக் காட்டியது தவ்ஹீத் கொள்கை பிரச்சார பீரங்கியான சீக்கா சாவலுடைய வீட்டில். கடல் இரைத்து வருவதைக்கண்டு சீக்காசாவல் தலைதெறிக்க ஓட்டம் பிடித்தான். அவனுடைய உம்மா கொல்லப்புறம் வழி ஒரே ஓட்டமாக ஓடிச் சாயக்காரத் தெருவில் ஒரு வீட்டுக்குள் புகுந்து மறைந்து கொண்டாள். அவனுடைய வாப்பா சளிக்கு மருந்துவாங்க அரசாங்க மருத்துவமனைக்குப் போய் நீண்ட வரிசையில் மாட்டிக்கொண்டதால் மனுசன் உயிர் தப்பினார்.

சீக்கா சாவலுடைய வீட்டை உடைத்துச் சேதப்படுத்திவிட்டு சீக்கா பயன் கையில் கிடைக்காத சினத்தோடு வீர நடைபோட்டு வந்த சுன்னத் ஜமாஅத் சிங்கக்குட்டிகள், 'கட்டுங்கலே பச்சிளம் பிறைக்கொடியை' என்று முழங்கினர். கொடிக்கம்பத்தை ஒட்டி நின்ற வேப்ப மரத்தின் உச்சாணிக் கொம்பில் பச்சைக்கொடியைப் பறக்கவிடுவோமென்று சிலர் யோசனை சொன்னார்கள். புதுத் துணி வாங்கிப் பிறையும்பொழுதும் போட்ட பச்சைக் கொடி அடிக்க தையல்காரனிடம் கொடுத்திருந்ததை வாங்கச் சென்றவருடைய வருகையை எதிர்நோக்கித் தைக்காப் பள்ளிக்கு முன் இளவட்டங்கள் நின்றுகொண்டிருந்தனர். எங்கிருந்துதான் வந்துதுவோ எப்படித்தான் வந்துதுவோ தெருவுக்குள் இரண்டு போலீஸ் வேன்கள். நிறைய போலீஸ்காரர்கள் துப்பாக்கியேந்திக் கண்ணில் கண்ட பயக்களையெல்லாம் வேனில் ஏற்றிக்கொண்டு போனார்கள்.

காவல்நிலையம் வராண்டாவில் சீக்கா சாவலுடன் கொஞ்சம் தவ்ஹீத்வாதிகள் நின்றுகொண்டிருந்தனர்.

தொப்பிபோட்ட சுன்னத் ஜமா அத்தார்களை வேனிலிருந்து இறக்கி ஸ்டேசனுக்குள் கொண்டு போனார்கள்.

இன்ஸ்பெக்டர் இரு தரப்பினர்களையும் அழைத்தார்.

தொப்பி போட்டவர்களையும், தொப்பி போடாதவர்களையும் இரு பிரிவாக நிற்கச் சொன்னார்.

அவர் சொன்னபடி இரு குழுவாக நின்றனர்.

'விரல் ஆட்டுற பார்ட்டி யாரய்யா?'

'நாங்கதானய்யா?' சீக்கா சாவல் சொன்னான்.

'விரல் ஆட்டுகிறவர்கள் வடபக்கமும், விரல் ஆட்டாதவர்கள் தென்பக்கமும் குந்தி உட்காருங்கலே.'

வெளியே சென்ற இன்ஸ்பெக்டர் இரவு ஒன்பது மணியான பின்னும் ஸ்டேசனுக்கு வராததால் சப் இன்ஸ்பெக்டர் அத்தனை பேரையும் லாக்கப்பிற்குள்ளே தள்ளி இரும்பு வாசலைப் பூட்ட உத்தரவிட்டார். ஆறாம் நாள் புர்தா ஓதலும் ஏழாம் நாள் சுப்ஹான மவ்லூது ஓதலும் நடைபெறவில்லை. தெருச் சனங்கள் உள்ளே மாட்டிக்கொண்ட தீன் பாதுகாவலர்களை வெளியே எடுக்க அங்குமிங்கும் ஓடிக்கொண்டிருந்தனர். சீக்கா சாவலுடைய உம்மா பீமா பள்ளிக்கு நேர்ச்சை நேர்ந்தாள்; வாலுவக்கார மகனை வெளியே விட. கச்சேரி நடத்த வந்த இசைத் தென்றல் மதார் அலி வந்த வழியே திரும்பிப்போனதைக் கண்டு தெருவிலுள்ள இசை ரசிகர்கள் ஏமாந்து நின்றனர்.

'தாய் புள்ளையா இருந்த தெருச் சனங்களுக்குள்ளே பகை, வந்து போச்சே, தெரு ரண்டா போச்சே.' மம்மதும்மா மனம் புழுங்கிப்போய்க் குழாயடியில் நின்று புலம்பினாள்.

அடக்கம் செய்யப்பட்ட தாயுடைய சந்தனக்கூண்டு அரை குறையா நின்றுவிட்ட கவலை வேறு.

அசர் தொழுவதற்குத் தைக்காப் பள்ளிக்கு வந்த மைதீன் பிச்சை மோதினுடைய கண்கள் கலங்கியிருந்தன.

அவருடைய இதயத்துக்குள் ஒரு சுனாமிக் கடல்.

அஞ்சுவண்ணம் தெருவுக்குள் முசீபத்து வந்துவிட்டது. ஏழு நாள் விழா எடுத்து அடக்கம் செய்யப்பட்ட தாயைத் திருப்திப் படுத்த முடியவில்லையே என்ற மனக்கவலை. இனி நிகழாதது நிகழலாம்...

20

அஞ்சுவண்ணம் தெரு காலை விழித்தது. மலட்டு காசிமுடைய மரணச் செய்தி கேட்டு, கறுப்பு மேகங்களைக்கொண்டு போர்த்தியிருந்தது ஆகாசம். ஆகாசம் கொட்டுமோ என்று பாவாத்துபவர்களுக்கு பயம் வேறு. தெருவில் மலட்டு காசிமுடைய மரணச் செய்தி பரவுவதற்குமுன் பாவு விரிக்கப்பட்டது. கஞ்சி கொடுக்கும்போது செய்தி சொன்னது மய்யித்தின்[1] அடி சுத்தம் செய்துவிட்டு வந்த குழிவெட்டி பாட்சா. கஞ்சி கொடுத்ததினால், உடன் பாவை சுருட்ட முடியாது; காய வேண்டும். சூரியனை வெளியே விடாமல் மடிக்குள்ளே கட்டிக்கொண்டிருக்கிறது கள்ள மேகங்கள். பாவு விரித்தால் போக்குவரத்துக்கு ஏற்படும் இடையூறு. அது வழியாகத்தான் மய்யித்தை அடக்கம் செய்ய கொண்டுபோக வேண்டும். மய்யித்தைத் தூக்கிவரும் முன் ...

அடக்கம் உடனேயிருக்குமென்று, குழி வெட்டுவதற்காகத் தோளில் மண்வெட்டி வைத்துக்கொண்டு போகும்போது பாட்சா எச்சரித்தான். கிடயிலே கிடந்த மய்யித்தானதால் உடன் அடக்கமிருக்கும். ரொம்ப நேரம் போட்டு வைத்திருக்க மாட்டார்கள். மய்யித்து கிடக்கயில் தெருவில் எதிர்பாராத ஒரு சர்ச்சை கிளம்பியது.

மலட்டு காசிமுடைய ரண்டாங்குடி மனைவி இத்தா[2] இருக்க வேண்டுமா, வேண்டாமா? இரு அணிகள். முறுகலான இரு கருத்துகள்.

1. மய்யித் – சடலம்

2. இத்தா – கணவன் இறப்புக்குப் பிறகு மனைவி குறிப்பிட்ட நாட்களுக்குத் தனியாக இருக்கும் காலம்

கட்டின புருஷன் மண்டையப் போட்டால் பெண்டாட்டிக்காரி நாலு மாசம் பத்து நாள் கண்டிப்பா 'இத்தா' இருந்தாக வேண்டும். இது இஸ்லாமியச் சட்டம். தெருவிலுள்ள மூப்பானவர்கள் முடிவாகச் சொல்லிவிட்டார்கள். சுன்னத் ஜமா அத்தாருடைய வாதத்தை ஏற்றுக்கொள்ளாத தவ்ஹீத்வாதிகள் இது பற்றிய விளக்கம் கேட்க, தவ்ஹீத் மேடைகளில் முழங்கும் அபூஜலீல் என்கிற சீக்கா சாவலிடம் சென்றார்கள். அவ்வப்போது திடீர் ஃபத்வா[3] இறக்கும் தலைவரிடம் கேட்டு விளக்கம் சொல்கிறேன் என்று சென்றவர்களைத் திருப்பி அனுப்பினான். தலைவர் துபை சுற்றுப் பயணத்தில். மதச் சட்டம் தொடர்பான ஒரு கேள்விக்குத் தலைவர் ஊரில் இல்லாததால் தக்க விளக்கம் கொடுக்காமல் திணறிய தவ்ஹீத்வாதிகளைப் பார்த்து சுன்னத் ஜமாஅத்தார்கள் கிண்டலடித்தார்கள். படுதோல்வி. வெற்றி எங்களுக்கே, கைகள் உயர்ந்தன.

பொறுக்குமட்டும் பொறுத்தார்கள். பொறுக்க முடியாமல் கொதிப்படைந்து கை கலப்பில் இறங்கினார்கள். பெரும் சண்டையாக முற்றிவிடவில்லை. தெருவில் மய்யித் விழுந்தால் சண்டை போடுவது கூடாது. மய்யித் கனக்கும்.

மலட்டு காசிமுடைய பெண்டாட்டிக்காரியும் இத்தா இருக்க மாட்டேனென்னு அறுத்து முறிச்சுச் சொல்லிப் போட்டாள்.

'பெண்ணாப் பெறந்தவொ! அவொ சொன்னதுதான் சரி.' தெருவில் ஆங்காங்கே தெருச்சனங்கள் கூடி நின்று அவொ இத்தா இருக்கணுமா வேண்டாமா என்பது பற்றிப் பேசிக் கொண்டு நிற்பதைப் காதில் வாங்கி மம்மதும்மா நாலுபேர் கேட்க துணிச்சலாகச் சொன்னாள். ஒரு குருட்டு அடி. மாலை நேரங்களில் கனல் மேல் கேத்தல் வைத்து சுக்குக் காப்பி விற்று நடக்கும் இஸ்மாயில் கேட்டான்:

'என்னா மம்மதும்மாக்கா புதிய கொள்கையா இருக்கே?'

'ஒனக்கு என்னலே தெரியும்? அந்த மலட்டு மனுசன் அந்த பஞ்சப்பாவமான பெண்டாட்டிக்காரியை அடிச்சு விரட்டி வருசம் பனிரெண்டாச்சில்லியா? கா காசு செலவுக்கு குடுக்கூதில்லை. அவர் அவளையும் பார்க்கல்ல, அவொ அவரையும் பாக்கல்ல, அவொ உம்மா ஊட்டுலதான் பன்னெண்டு வருசமா இருக்காலே.'

'அதுனால இத்தா இருக்கண்டாமா?'

'இருக்கண்டாம்' மம்மதும்மா அடித்துச்சொன்னாள்.

'என்னக்கா அப்படி பேசிதியோ?'

---

3. ஃபத்வா – தீர்ப்பு

‘நான் சொல்லூதுதாம்பிலே சரி, ஒனக்கு அந்தக் கதை தெரியாது லே’ என்று சொல்லிவிட்டு மய்யித்தாகக் கிடக்கும் மலட்டு காசிமுடைய கதையைச் சொன்னாள். அது தெருவின் வரலாற்றின் ஒரு பகுதி. தெருச்சனங்கள் மறந்துவிட்ட ஒரு அத்தியாயம். பெண்ணுக்கிழைத்த கொடுமையின் உச்சம்.

தோளில் மஞ்சள் கரைபோட்ட டர்க்கி டவ்வலும் போட்டு தூய வெள்ளை உடை அணிந்து நடக்கும் முகம்மது காசிம்பாய் மகிமையான குதிரை வண்டி குடும்பத்திலுள்ள மூத்த புதல்வன். செல்லப்பிள்ளை. செல்ல மகனுக்குப் பெரிய இடத்திலிருந்து பெண்ணெடுத்தார் வாப்பா.

ஒரு பேரக் குட்டியைக் கண்ணால் பார்த்துவிட்டுக் கால்நீட்டிப் படுக்க வாப்பாக்காரருக்கு மூக்குமுட்ட ஆசை. இவர் குத்தமோ, அவொ குத்தமோ குழந்தை பிறக்கல்ல. இவர் இவரையே மலடுனு நெனச்சாரு. அவொ அவளையே மலடுனு நெனச்சா. இந்த மனுசன்கூட வாழ்ந்து அலுத்துப்போய் அவொ தாய்க் காரியாட்டே போயிட்டாள்.

இவர் பெண்டாட்டி இல்லாம பேயா அலஞ்ச நேரம் அஞ்சு வண்ணம் தெருவில் கள்ளன் இறங்கினான். இரவு நேரங்களில் சுவர் குதிக்கும் சத்தம் சில பெண்கள் கேட்டு அரண்டு போனார்கள். வீட்டின் பின் வளாக சுவர் ஏறிக் குதிக்கும் திருட்டுப் பயலைக் கையும் களவுமாகப் பிடிக்க இளவட்டங்கள் கங்கணம் கட்டி, சுக்கு காப்பியின் உரப்பில் இரவு இருட்டில் பதுங்கி உட்கார்ந்தார்கள். இவருடைய கொழுந்தியா வீட்டுப் பின் சுவர் வழியாகக் கள்ளன் குதிச்சது பதுங்கியிருந்த இளவட்டங்களின் கண்ணில் படல்ல. இவருடைய கொழுந்தியாக்காரி கள்ளனோனு போட்டாளே கூப்பாடு. கூப்பாடு கேட்டு வெட்டுக்கத்தியும் கம்பும் கொண்டு பாய்ந்துபோன இளவட்டங்களின் கண்களில் படாமல் கள்ளன் மாயமாக மறைஞ்சுட்டான். சுவர் குதிச்சு உள்ளே பதுங்கியிருக்கானா என்று தேடிப் பார்த்த இளவட்டங்கள் கருவேப்பிலை மரத்தில் சிக்கிக்கொண்டிருந்த மேல் துண்டை எடுத்தார்கள்.

விளக்கு வெளிச்சத்தில் என்னதுண்டுனு பாத்தா மஞ்சக்கரை போட்ட டர்க்கித்துண்டு.

இளவட்டங்களுக்குப் புரிஞ்சிப்போச்சு, பலே ஆசாமி யாரென்று; பெயரைச் சொன்னால் யாருமே நம்பமாட்டங்களே. ஊரிலும் தெருவிலும் முக்கியப்புள்ளி.

மஞ்சள் கரைபோட்ட டர்க்கித் துண்டை நேரம் புலர்ந்ததும் குதிரை வண்டி வீட்டில் இளவட்டங்கள் கொண்டு ஒப்படைத்தார்கள்; ரண்டாம் பேர் தெரியாமல்.

நடத்தை கெட்டவனை எங்கேயாவது தளைச்சுப் போடனு மென்னுதான் இந்த ஏள பெண்ணை இவருக்குக் கட்டி வச்சது. இந்தக் கௌட்டு மனுசனுக்கு அந்தச் சின்னப் பெண்ணைக் கட்டிவச்சாங்களே மாபாவியோ. அல்லாதான் குடுப்பான்.

பெண்ணுக்கு யாக்கூளுனு தெரிஞ்சதும் மனுசனுக்க குணம் மாறிப்போச்சு. கேட்டாரே ஒரு கேள்வி, பாவி மட்டை. இப்படியும் கேப்பானா?

'நாந்தான் மலடன், எனக்கு குழந்தை உண்டாகாதே. இவளுக்கு எப்படி கெர்ப்பம் உண்டாச்சு?' தெருவெல்லாம் கேட்டு நடந்தான். கேட்டவங்கயெல்லாம் இவர் என்னடா அடி முட்டாள். துஷ்ட மனுஷனு மூக்கில் விரல் வச்சாங்கோ.

'அது என் புள்ளையில்ல. ஒன் ஊட்டுக்கு போடீ'னு அசந்து படுத்திருந்த அவளைத் தட்டி எழுப்பி ராக்கு ராமானம் அவொ ஊட்டுக்கு அடிச்சு வெரட்டி உட்டாரு இந்தப் பாவி மனுசன். பட்டினியும் பசியுமா கெடந்து கொழந்தை பெத்துப் போட்டா. இந்த மனுசனுக்க அச்சு வடிவத்திலேதான் குழந்தை. அவொ எவ்வளவோ அழுது புலம்பிச் சொல்லியும் ஒரே பிடிவாதம். 'எனக்குப் பிறந்ததல்ல.' மனுசனுக்க கல் நெஞ்சு எளகவே இல்லை. பயலுக்கு இப்பம் பந்திரண்டு வயசாச்சு. பயன் முகத்தை வாப்பாவோ, வாப்பா முகத்தைப் பயலோ பார்த்ததில்லை. ஒட்டும் உறவுமே இல்லை. இப்பேர்ப்பட்ட மனுசன் மண்டையைப் போட்டதுக்கு அவொ எதுக்கு இத்தா இருக்கணும்? இந்தப் படுபாவி மனுசன் கழுத்தில தாலி கட்டி நாலு மாசம் கூட வாழ்ந்த குற்றத்திற்கு அவொ நாலு மாசம் பத்து நாள் ஜெயில் தண்டனை அனுபவிக்கணுமா? அவொ எண்ணெமில்லில போயி தலைசுமடு எடுத்தாதாம்ப்லே அம்வா வவுறும் அந்தப் பயலுக்க வவுறும் கழியும். இத்தா இருந்தா, இந்த சட்டம் பேசுதுவொ ஒரு நேரத்தெ கஞ்சி குடுப்பாவளா... சொல்லுலே...'

மம்மதும்மாவின் கேள்விக்கு சுக்குக் காப்பி இஸ்மாயிலிடமோ, அங்குக் கூடி நின்ற தெருச்சனங்களிடமோ பதில் இல்லை.

கண்ட கண்ட இடமெல்லாம் ஏறியும், கண்ட கண்ட குளங்களிலெல்லாம் கால் கழுவியும் தெருவை முடிச்சு வாரீட்டு ரண்டு மூணு வருசமா தங்கச்சிக்காரி ஊட்டுல நடக்க முடியாம சாங்கிடயா கிடந்தார். இருந்த சொத்தைத் தம்பிப் பிள்ளைகளுக்கு,

தங்கச்சிப் பிள்ளைகளுக்கு எழுதிக் கொடுத்துட்டுப் பெத்த புள்ளையையும் மனைவியையும் அம்போனு உட்டுட்டு மண்டைய போட்ட மலட்டு காசிமுடைய மய்யித்தைத் தெருச்சனங்கள் தூக்கிவரும்முன் நெசவாளர்கள் பாவை சுருட்டிவிட்டார்கள். கஞ்சி பசை சிந்திக் கிடந்த தெருமணலை மய்யித் கட்டில் தூக்கி வந்தவர்களுடைய கால்கள் கிளறின. மய்யித்தின் முன்னால் மைதீன் பிச்சை மோதின் 'ஷஹாதத்' கலிமா[4] ஓதிக்கொண்டு நடந்தார்.

ஏழு தெருவுக்கு அப்பாலுள்ள ஊர் மய்யத்தாங்குழியில் குழிவெட்டி பாட்சா கபர் தோண்டிப் போட்டிருந்தான். அதில் மய்யித் அடக்கம் செய்யப்பட்டது. நீளமான மண்ணைக் குவித்த தலைமாட்டிலும் கால் மாட்டிலும் மீஸான் பலகைகள் குத்தி நட்டினான் பாட்சா. ஒரு அடம்பாவள்ளித் துண்டை நாட்டியதும் மைதீன் பிச்சை மோதின் சந்தனத் திரி கொளுத்திப் பிடித்துக் கொண்டு தலைமாட்டில் உட்கார்ந்து 'தல்கீன்'[5] ஓதினார்.

மன் றப்புக்கா[6] ...?

உடன் கூட்டத்திலிருந்து ஒருகுரல் உயர்ந்தது. 'தல்கீன் ஓதக்கூடாது.'

'ஓதணும் ...' வேறு ஒரு குரல் உயர்ந்தது.

'ஓதணும்'

'ஓதவேண்டாம்.'

'எந்த கித்தாபில் ஓதச் சொல்லியிருக்கு?'

'எந்த கித்தாபில் ஓதக் கூடாதுனு சொல்லியிருக்கு?'

'எவன்டா அது?'

'நாந்தான்டா ... வாடா அடிச்சுப் பார்ப்போம் ...'

'உடாதடா ...'

அடி! பிசிர் வச்ச அடி! கபர் மண்ணைக் கிளறி எறிந்தன கால்கள். முட்செடி மேல் உருண்டு புரண்டார்கள். உருவிய கத்திகள் உயர்ந்தன. கபர்மீது பீறிட்டுச் சொரிந்தது ரத்தம். மைதீன் பிச்சை மோதின் பற்றிய சந்தனத் திரியைப் போட்டுவிட்டு 'எக்க அல்லோ' வென்று தலையில் கைவைத்துச் செருப்பு போடாமலே ஓட்டம் பிடித்தார். சிறுவர்கள் அலறிக்கொண்டு ஓடினார்கள்.

---

4. ஷஹாதத் கலிமா – மூல மந்திரம்

5. தல்கீன் – குழிக்குள் வானவர் கேட்கும் கேள்விகளுக்குப் பதில்சொல்லிக் கொடுப்பது.

6. மன் றப்புக்கா – உன் இறைவன் யார்?

கத்தியால் குத்தியவன் எந்த அணியென்று தெரியவில்லை. விழுந்து மடிந்தவன் எந்த இயக்கமும் தெரியாத சுக்குக் காப்பி இஸ்மாயில்.

மலட்டு காசிம் உயிரோடிருந்தும் அஞ்சுவண்ணம் தெருவைக் குட்டப் புழுதியாக்கினார். இறந்தும் இரத்தக் களமாக்கினார். சுக்கு காப்பி இஸ்மாயிலின் 'சுக்குகாப்பி' வேணுமா என்ற நீட்டிய வித்தியாசமான குரல் அன்று மாலையில் அஞ்சு வண்ணம் தெருவில் உயரவில்லை. வெளியூரிலிருந்து மகன் வருவதை எதிர்பார்த்தனர். அன்று இரவாகியும் போஸ்ட் மார்ட்டம் செய்து உடல் கிடைக்கவில்லை.

'இனி நாளை பாத்தா போதும்.' 'சவ ஊர்தி' என்று எழுதிய அரசாங்க மருத்துவமனை ஆம்புலன்ஸை எதிர்நோக்கி நின்றவர்களிடம், உடலைப் பெற்றுக்கொள்ளச் சென்ற மருமகன் வந்து சொன்னான்.

இரண்டு மரணங்கள் ஒன்றன்பின் ஒன்றாய், தெருவை ஒரு உலுக்கு உலுக்கிவிட்டது. தெரு ஆகாசத்தில் சோக மேகங்கள் இழைந்தன. தெருக்காரங்கள்ளெல்லாம் தாய் பிள்ளைகளானதால் சண்டை சச்சரவு நிகழ்வது இல்லை. பிள்ளைகளுக்குள் சண்டை நடந்தாலும் பெரியவர்கள் கண்டுகொள்வதில்லை. அங்கு உயர்ந்து கேட்பது நெசவு செய்யும் சத்தமும் குழாயடியில் மம்மதும்மாவின் கத்தலும். இரண்டுவகையான சத்தங்கள்.

யாருக்கும் பெரிய தொந்தரவு கொடுக்காத சத்தங்கள். அமைதியான அஞ்சுவண்ணம் தெருவை இப்போது அரபிப் பணம் வந்து அதன் நெஞ்செலும்புகளை நொறுக்கி ஒரு ரணகளத்தை ஏற்படுத்திவிட்டிருக்கிறது, 'கொள்கை'யின் பேரால்.

எதற்காக?

அணிகளாகப் பிரிந்து நிற்போருக்கே எதற்கென்று தெரியாது. மக்களுக்கிடையே இருக்கும் மத நம்பிக்கையை அறுவடை செய்து களத்தில் நெல்லைக் குவித்து மூடிப்போட்டுக்கொண்டிருக்கும் பிழைக்கத் தெரிந்த தந்திரசாலிகளான விவசாயிகளுக்கு மட்டுமே தெரிந்த இரகசியம்.

விரல் ஆட்டுவதா, வேண்டாமா?

தல்கீன் ஓதுவதா, வேண்டாமா?

தொப்பி போடுவதா, வேண்டாமா?

இவற்றையெல்லாம் புரிந்துகொண்டுதான் வாப்பா அடிக்கடி சொல்வதுண்டு.

'இந்த ஸமானி (காலம்)லுள்ள முஸ்லிம்களுடைய கையில் கிடந்து இஸ்லாம் அதாபு (சிரமம்)ப்படுது.'

முதல்முறையாக வாப்பா இப்படிச் சொன்னபோது உடல் நடுங்கிப்போனது; எதற்காக வாப்பா இப்படி விமர்சிக்க வேண்டும்?

சமுதாயத்திற்குள் ஊடுருவிச் சென்று சமுதாயத்தின் மனசை வாசித்த பிறகுதான் சில தெளிவுகள் கிடைத்தன. நகரப் பகுதிகளில் வானளவு உயர்ந்த கட்டிடங்களில் வாழ்பவர்களில்ல, சமுதாயத்தின் அசல் முகத்தைக் காட்டும் கண்ணாடி. சேரிகளில், கிராமப்புறங்களில் ஒட்டிய வயிற்றுடன் கீறத் துணிகொண்டு மானம் மறைத்துத் திரியும் மக்களின் முகங்களில் இந்தச் சமுதாயத்தின் நிஜ நிலையைத் தரிசிக்கலாம். செல்வந்தர்களாலும் மத புரோகிதர்களாலும் சூறையாடப் பட்ட சமுதாயமாய்ப் போய்விட்டது.

இந்தச் சூறையாடல் பேர்வழிகளான மத புரோகிதர்களை, வாப்பா வீட்டு நடையில் ஏறவிட மாட்டார். மத அறிஞர்களுக்கும் மத புரோகிதர்களுக்குமிடையே அரபிக் கடல் அளவு அகலம் கிடக்கிறதென்பார். புதுப்புது மத இயக்கங்கள் உருவாகி நம்பிக்கையாளர்களிடம் மனச்சஞ்சலங்களை ஏற்படுத்தி வருவதில் மாமூல் புரோகிதர்களுக்கும் முக்கிய பங்கு உண்டு; மறுக்க முடியாத முக்கிய பங்கு.

அஞ்சுவண்ணம் தெருவில் காணப்படும் குழப்ப நிலை மச்சானுடைய குழம்பிப்போன மனசை மேலும் குழப்பியது.

‘தெருவில் ஒரே சண்டையும் வெட்டும் குத்துமா இருக்கு. ஊட்டெ வித்துட்டு வேற எங்கேயாவது போவோமா?’ தாத்தா நிம்மதி இழந்தவளாகக் கேட்டாள்.

‘எங்க போவச் சொல்லுதா? போற எடமெல்லாம் இந்த சண்டைதான். எங்கயுமே நிம்மதி இல்லை. எங்க பார்த்தாலும் ரண்டு விதமான பள்ளிகள், பள்ளிக்குள்ளேயும் சண்டைதான்.’ மச்சான் வெறுத்துப்போய்ச் சொன்னார்.

நிம்மதி இழந்து, வெறுப்படைந்த நிலையில் மச்சான் இருக்கும்போது தாத்தாவுடைய மகன் ஓடிவந்து சொன்னான்:

‘எனக்கு கெடச்சுது’,

‘என்னடா?’

‘மெடிக்கல் சீட்!’

தாருல் சாஹினாவில் குடிபுகுந்த பிறகு முதன்முதலாக மச்சானுடைய முகத்தில் வானவெளிச்சம் தெரிந்தது.

21

அஞ்சுவண்ணம் தெருவுக்குள் போலீஸ் வேன் மேய்ந்து திரிந்தது. கண்ணில் பட்ட ஆசாமிகளைத் தூக்கி வேனில் போட்டு அஞ்சாறு வெள்ளாவி வைக்கத் தெருவைச் சுற்றிச்சுற்றி வந்தது. இளவட்டங்களுடைய தலைகள் தெருவில் தென்படவில்லை. அஞ்சுவண்ணம் தெருவில் தறிகளின் சத்தமும் அமுங்கிவிட்டது. தெருவில் ஆண்பிறவிகளுடைய நடமாட்டம் அறவே இல்லை. எல்லோரும் தலைமறைவில். தெருச்சனங்களுக்குக் குலைப் பதற்றம். வெறிபிடித்து அலையும் காவல் துறை. இன்னும் கொலையில் தொடர்புடையவர்கள் யாரும் பிடி கிடைக்கவில்லையே என்ற வேகம், கையில் கிடைத்தால் எலும்பை எண்ணி உருவிவிடுவார்கள்.

ஆந்திராவில் பயங்கரவாதிகள் நடத்திய குண்டுவெடிப்பில் பல உயிர்ச் சேதங்கள். செய்தி வெளியான அடுத்த கணம் அஞ்சுவண்ணம் தெருப் புழுதியைக் கிளப்பிக்கொண்டு விரையும் வேனுக்குள் தெரியும் தொப்பிகளும் துப்பாக்கி முனைகளும் தெருவை அதிரச் செய்தது. ஆந்திரா குண்டு வெடிப்பிற்குப் பின் அஞ்சுவண்ணம் தெரு காவல்துறையின் கண்காணிப்பில். தெருச்சனங்கள் வீட்டைவிட்டு வெளியே செல்ல முடியாமலும் தறிக்குழியில் இறங்கி நெசவுசெய்ய முடியாமலும் திணறினர்.

கொலை செய்யப்பட்ட சுக்குக் காப்பி இஸ்மாயிலுக்கு சுன்னத் ஜமாஅத்தும் தெரியாது,

தவ்ஹீத் கொள்கையும் தெரியாது. அவனுக்குத் தெரிந்தது சுக்குக் காப்பி போட்டு சூடாகவிற்பனை செய்வது. அவன் தெரிந்து வைத்திருந்த கொள்கை இது மட்டும்.

சுன்னத் ஜமாஅத்தைச் சார்ந்த கொள்கைப் பரப்பு வீரர், ஆலி ஜனாப் இஸ்மாயில் மீரான் சாஹிப் ஷஹீதானார் என்றும், தவ்ஹீத் கொள்கைப் பரப்புப் போர்வாள் ஜனாப் இஸ்மாயில் மீரான் சாஹிப் ஷஹீத் (தியாகி) ஆனார் என்றும் சுவர்களில் கண்ணீர் அஞ்சலிகள். கொலை செய்யப்பட்ட இஸ்மாயீலைத் தங்களுக்குச் சாதகமாக ஒவ்வொரு பிரிவும் உயர்த்திக்காட்டிக் குற்றவாளிகள் போலீஸ் கண்ணிலிருந்து தப்பிக்க தந்திரம் செய்தனர்.

அவனைக் கொலை செய்தது யார்?

எதுக்காகக் கொலை செய்யப்பட்டான்?

அவனது கொலை இப்போது ஒரு பெரும் வருவாய்க்குப் பொய்க்காலாக அமைந்துவிட்டது சிலருக்கு.

நம்முடைய கொள்கையைப் பின்பற்றியவர் ஃபாத்திஹா[1] பார்ட்டி. யாரால் கொலை செய்யப்பட்டார்? நம்மவர்களுக்குப் போலீஸ் நெருக்கடி தருகிறது. கொள்கைக்காகத் தன்னுயிர் நீத்த அவருடைய கேஸ் நடத்தி வெற்றிபெற வேண்டும். பணம்?

இங்கிருந்து கொண்டு கண்ணாடித் திரையில் எழுதிய வரிகள் அடுத்த கணம் தூரிசினா மலைதாண்டி அரேபியா வெப்பக்காற்றினூடே நுழைந்து அங்குள்ள கண்ணாடித் திரையில் தோன்றின. வாசித்தவருடைய இரத்த நாளங்கள் கொதிகலனாயின. கொள்கையை நிலைநாட்ட உசிரையும் விடத் தயாரானவர்கள் பாலைவன வியர்வு வாடையுள்ள பணத்தை அள்ளி அனுப்பினார்கள், சொர்க்கப் பூங்காவனத்தில் ஊஞ்சல் ஆடுவதற்கு.

பஞ்சப் பாவமான இஸ்மாயிலின் படுகொலைக்குப்பின் மம்மதும்மா ஊமையாகிவிட்டாள். யாரிடத்திலும் பேசுவதில்லை. அவளுடைய நடைவேகம் ஓய்ந்து போனது. சுக்குக் காப்பி இஸ்மாயிலின் படுகொலையை அவளால் தாங்கிக்கொள்ள முடியவில்லை. அவன் இறந்ததாக அவள் நம்பவில்லை. மாலை நேரங்களில் தெரு நீளத்தில் ‘சுக்கு காப்பி என்று நீட்டிய குரல் அவள் காதில் ஒலித்துக்கொண்டிருக்கிறது. அவன் தெருவில் நடமாடுவது அவளுடைய கண்ணுக்குத் தெரிந்தது பூமியை நோக

1. ஃபாத்திஹா பார்ட்டி – குர்ஆன், நபிவழியுடன் ஆன்மிக வழிகாட்டிகளை ஏற்காதவர்கள், குறையுடைய ஆன்மிக வழிகாட்டுதலில் நம்பிக்கையுடையவர்கள் என்பதை குறிக்கப் பயன்படுத்தும் சொல்.

வைக்காமல் நடப்பவன். நாலஞ்சு சின்னச் சின்ன குழந்தைகளின் தகப்பன். யாரிடத்திலும் வம்புக்குப் போனவனல்ல. ஒரே வயிற்றுப் பிழைப்பு அசருக்குப்பின் சுக்குக் காப்பி! விற்பனை செய்து கிடைக்கும் அற்ப வருவாய்.

அவனுடைய குழந்தைகள் பட்டினியால் துவளும்போது அவனுடைய கொடூரமான படுகொலை மதத்தின் பெயரைச் சொல்லிச் சில சவம் தின்னிகளுக்குப் பெரும் வருவாய் வருவதற்கான வழித்தடமாக மாறிவிட்ட அநியாயத்தை நினைத்து மம்மதும்மா மனதிற்குள் குமுறினாள்.

'மஹாபாவிகளே! வெளங்குவீங்களா?'

சொல்லும்போதெல்லாம் அவள் கண்களில் கண்ணீர் முற்றி நிற்கும். இப்போது அவளுக்கும் தன் பயம் கொடுத்துவிட்டது. ஒரு புல்லைக்கூட நோகவைக்காத அவனுடைய முடிவு இதுவானால், அஞ்சுவண்ணம் தெருவையே ஆட்டிப் படைக்கும் தன்னுடைய முடிவு எம்மாத்திரம்? விடை கிடைக்காத இந்த கேள்விக்கு விடை தேடி நிம்மதி இழந்தவளாகக் குழாயடியில் நின்று மேகம் மோதும் மருத்துவான் மலை முகட்டைப் பார்த்துக்கொண்டிருந்தாள். மேகம் மூடிய மலை உச்சியிலிருந்து அவளுடைய மனசைக் குழப்பிக்கொண்டிருக்கும் சந்தேகத் தீர்வுக்கு ஏதேனும் அசரீரி வருமா என்று ஏங்கினாள். மேகம் வாயிலாகப் பல அசரீரிகள் வந்ததாக காஸிம் படைப்போர் பாடும் பெத்தாம்மாகதை சொல்லிக் கேள்விப்பட்டிருக்கிறாள்.

மம்மதும்மாவின் தொண்டைக்குழாயில் ஊற்றெடுத்த நீர், அவளுடைய கண்ணுக்கு ஓடி ஒழுகிய பிறகு அவள் தொண்டை வறண்டுவிட்டது. குழாயடியில் ஜீவசலனமாயிருந்த அவளது குரல் முழக்கம் நின்றுவிட்டது. ஆழிப் பேரலைக்குப் பின் சாந்தமாகக் குட்டி அலைகள் எழுப்பும் அரபிக்கடல், மம்மதும்மாவின் முகமும் பாவனையும் குரலும் ஆடி அடங்கியது தெருச்சனங்களுக்கு ஆச்சரியத்தைக் கொடுத்தது.

அவளுக்கு நேர்ந்தது என்னவென்று யாரும் தெரிந்திருக்க வில்லை. 'என்னா, மம்மதும்மாக்கா'வென்று யாருக்கேனும் கேட்கத் துணிச்சல் உண்டா என்றால் இல்லை. கெட்ட குணம். சில நேரம் கேள்வி ரசிக்காமல் வெடித்துச் சிதறினால் வாயில் வந்தபடிக் கெட்ட வார்த்தைகள் ஏசிக் கொட்டுவாள். பயந்து போய் யாரும் அவளுடைய மவுன காரணம் என்னவென்று கேட்டுத் தெரிய முனையவில்லை.

அவளுடைய மவுனம் எதிர்பாராத ஒரு சோக நிகழ்ச்சியைத் தொடர்ந்து ஏற்பட்டது. அது அவளுடைய சுய விசயம். இஸ்மாயில்

அவளுக்குத் தன்னுடைய மகன் போன்று. அவனுடைய உழைப்பு அவளுடைய உழைப்பை ஒத்தது.

வலது கை செயலிழந்த மனைவி, அவனுடைய ஒத்தாசை தான் அவளுக்கு. செயலிழந்த வலது கையை வைத்துக்கொண்டு அந்தச் சின்னம் சிறுசுகளை இனி எப்படி காப்பாற்றுவாள்? அந்தப் பரிதாபத்தை நினைக்கவே மனம் கொட்டவில்லை. எந்தவித அரவமுமில்லாமல் வீடுகளுக்குத் தண்ணீர் எடுத்துக் கொடுத்துவிட்டு, மஹ்மூதப்பா தைக்காப் பள்ளி முடுக்கை ஒட்டியிருக்கும் வீட்டு இறக்குவாரியில் சூட்டடுப்பு வைத்துக் காச்சிக் கலக்கிக் குடித்துவிட்டு அவளும் கைந்தலைகளும் அந்த வீட்டு வெளித் திண்ணையில் 'அல்ஹம்துலில்லாஹ்'வென்று சுருண்டுகொள்வார்கள்.

தாத்தா வெறிச்சோடிக் கிடந்த தெருவைப் பார்த்து நின்றாள். தெருவில் நிசப்தம் நிலவிக் காணப்பட்டது. ஆண்கள் நெசவு செய்துகொண்டிருந்த வீடுகளில் தறிகள் ஓசையெழுப்பாமல் அசைவற்றுக் கிடந்தன. பாவாற்றுதல் இல்லை. நடமாட்ட மற்ற ஒரு தீவில் தன்னம்தனியாகவிருக்கும் வீட்டில் வாழ்ந்து கொண்டிருக்கின்ற வெறுமை உணர்வு. மச்சான் வீட்டில் சோம்பிச் சோம்பிப் படுத்துறங்கிக்கொண்டிருக்காமல் கடையைத் திறந்துவைத்துப் பொழுதைக் கழித்துக் கொண்டிருந்தார். பிள்ளைகள் தெருவில் இறங்கித் தெருவைக் குட்டப் புழுதியாக்காமல் வீடுகளில் முடங்கிவிட்டனர். தாத்தாவின் பிள்ளைகள் கல்லூரி விட்டு வந்ததும் படிப்பதிலேயே கவனம் செலுத்தினார்கள். தெருவில் திடீர் திடீரென்று போலீஸ் வேன் வந்துபோய்க்கொண்டிருந்தது. தெருவுக்குள் நுழையுமிடத்தில் ஜீப்பை நிப்பாட்டிப் போலீஸ், அஞ்சுவண்ணம் தெருவுக்குப் போவோரையும் வருவோரையும் தடுத்துச் சோதனை செய்தது. ஒரு நாட்டுக்குள் நுழையும்போது செய்யப்படும் தீவிரச் சோதனை. அஞ்சுவண்ணம் தெரு துண்டிக்கப்பட்டது போன்ற ஒரு அச்ச உணர்வு மக்களுக்கு.

பர்தா அணிந்து நடப்போர்களிடையே தீவிரவாதிகளான ஆண்களும் இருப்பார்கள் என்ற சந்தேகம் காவல்துறைக்கு. பர்தா அணிந்து பெண்களுக்கு வெளியே நடமாட அச்சம். பர்தாவைத் தூக்கிப் பார்ப்பதாகப் புரளி. பர்தா நாகரிகத்தைத் தாத்தா பின்பற்றவில்லை. பழைய மாமூல் உடையில் அடக்க ஒதுக்கமாக இருந்தாள். அந்தி சாய்ந்த நேரம் வீட்டுத் தலைவாசலில் வந்து நின்று வயலன் காற்று வாங்குவது வழக்கம். சில்லென்று வீசும் அந்த மருத்துவான்மலைக் குளிர்காற்று ஒன்று மட்டுந்தான் அவளைப் பொருத்தவரையில் தாருல் சாஹினாவுக்குக் குடிவந்தபிறகு அவளுடைய மனசுக்கு இணக்கமானதாகயிருக்கிறது.

தலைவாசலில் வந்து நின்று காற்றுவாங்கிக்கொண்டிருந்த தாத்தா, பூமியை நோவிக்காமல் நடந்துவரும் மம்மதும்மா, இஸ்மாயிலுடைய வீட்டுத் திசையிலிருந்து வருவதைக் கூர்ந்தாள். நடை தளர்ந்திருந்தது. தாருல் சாஹினாவை நோக்கித்தான் அவளுடைய வருகை. வீட்டை நெருங்கியதும் தாத்தாவைப் பார்த்துப் புன்னகைத்தாள். வாடிப்போயிருந்தது புன்னகை. உதடுகள் காய்ந்துபோயிருந்தன. உற்சாகமிழந்துவிட்டதால் கன்னத்தில் வெற்றிலை ஒதுக்கவில்லை.

'அநியாயமா அந்த அப்பாவிப் பயலைக் குத்திக் கொன்னு போட்டானுவோம்மா மாபாவியோ. அந்த அறுதலியும் புள்ளை களும் பட்டினி கெடந்து சாவுதோவும்மா. கஞ்சியாட்டோ தண்ணியாட்டோ காச்சிக் குடிக்கட்டு, உங்கட்ட இருந்தா அரப்பக்கா அரிசிதாம்மா ...'

மம்மதும்மா இரங்கிக் கேட்டதும், தாத்தா உள்ளே சென்று எடுத்துக்கொண்டு வந்த அரிசியை வாங்கிக் கவிணிமுனையில் கட்டிக்கொண்டு, வந்ததைவிட துரிசத்தில் இஸ்மாயில் வீட்டுக்கு நேராக நடந்தாள். அவள் எதிரே வந்த மைதீன் பிச்சை மோதின் மஹமூதப்பா தைக்காப் பள்ளிக்குள் நுழைவதைத் தாத்தா பார்த்தாள். ஒரு எலும்புக்கூடு. கழுத்து எலும்பு வெளியே தெரிந்தது. சொட்டிப்போன கன்னத்தை மறைத்துக்கொண்டிருக்கும் வெள்ளைத்தாடி. முழக்கமாக இல்லாவிட்டாலும் ஒரு நேரமும் முடங்காத பாங்கு. தாத்தா அடிக்கடி எண்ணுவதுண்டு. ஒரு வெள்ளிக்கிழமை ஜும்ஆ தொழுகைக்குப்பின் அவருக்கு ஒரு நேர மதிய ஒஜீபனம் (உணவு) கொடுக்க வேண்டுமென்று. வாப்பா ஊருக்குப் புறப்படும்போது தாத்தாவிடம் சொல்லிச் சென்றதை நினைத்துப் பார்ப்பாள்.

'இந்தப் பள்ளிவாசலைக் கட்டிக் காத்துக்கிடக்குதாரு மக்கா. அல்லாவுக்கப் பொருத்தமே போதும்னு ஊதியமில்லாம அஞ்சு நேரம் பாங்கு சொல்றாரு. வறுமையில் வாடும் மனுசன். எப்போதாவது அவரைக் கூப்பிட்டு ஒருபிடி சோறு குடு மக்கா ...'

வாப்பா சொன்னபடி ஒருநாள் கூட அவருக்கு ஒரு பிடி சோறு கொடுக்க வாய்ப்பு கிடைக்கல்ல. புதிய கொள்கை தெருவுக்குள் நுழைந்தபிறகு கிடைத்த பலமான அடி. பாவம் மைதீன் பிச்சை மோதினுக்கு முன்பு அடிக்கடி பல வீடுகளில் ஃபாத்திஹா, யாசீன், மவ்லுது, ராத்திபு என்று அழைத்து உணவு கொடுத்துப் பசியாற்றி 'கை மடக்கு'ம் கொடுப்பார்கள். ஓரளவு வறுமையில்லாமல் காலம் இழைந்தது. இப்போது எப்போதாவதுதான். மலட்டு காசிமுடைய அடக்க வேளையில் பள்ளி கபர்ஸ்தானில் நடந்த ரகளையும் வெட்டுக் குத்தும்

கொலையும் ரத்தத்தையும் பார்த்து ஈரக்குலை அறுந்து விழும் காட்சி அவர் நெஞ்சத்திலிருந்து விலகவில்லை. அவருடைய கண்களில் பயத்தின் நிழலசைவு தென்பட்டது.

பாங்கு சொல்வதற்கு மேலும் சற்று நேரமிருப்பதை உணர்ந்து ஹவுள் (தண்ணீர் தொட்டி) கரையில் உட்கார்ந்து கொண்டிருந்தார். அன்று அவருக்கு ஏனோ தஸ்பீஹ் (ஜபம்) செய்ய மனம் ஒத்து வரவில்லை. தெருவுக்குள் புகுந்துவிட்ட முசீபத்தும் திடீர் மாற்றமும் தாய், பிள்ளையாக அமைதியுடன் வாழ்ந்துவந்த மக்களிடையே வந்துவிட்ட பிளவும் கசப்பும் அவருடைய மனசைச் சஞ்சலப்படுத்தியது. ஒரு நீண்ட காலம் வாழ்ந்த அனுபவசாலியான ஒரு முதியவருடைய மனக் கவலை. சீக்கா சாவல் அரேபியாவிலிருந்து வந்தபின் ஏற்பட்ட மாற்றங்களும் குழப்பங்களும் போலீஸ் இதுகாலம்வரை மிதிக்காத தெருமணலை இன்று போலீஸ் வேன் கிளறிப் புழுதி கிளப்பிக் கொண்டு அங்குமிங்கும் பேயாக அலையுது. உட்கார்ந்திருந்த சிறிது நேரத்தில் எவ்வளவோ விஷயங்கள் அவருடைய மனசுக்குள் பந்தயக் குதிரைகளாக ஓடின.

'வேம்படிப் பள்ளியிலிருந்து ஒலித்த பாங்கோசை கேட்ட பிறகே அவருக்கு அவர் மறந்துவிட்ட பாங்கின் நினைவு வந்தது. சற்றுச் சத்தமாக பாங்கு சொல்ல வேண்டுமென்று நினைத்தவருக்குத் தொண்டையை விட்டு சத்தம் வெளியே வரவே இல்லை. அரிக்கன் லாம்பை எடுத்துக் குலுக்கிப் பார்த்தார். ஒரு சொட்டு எண்ணெய் கிடக்கிறது. இஷாவரை எரியுமா என்பது சந்தேகம். எரியும்வரை எரியட்டும் என்று பற்றவைத்துத் தூக்கினார். திரி முங்குமளவிற்கு எண்ணை இருந்திருக்காது. பற்ற வைத்த திரியில் பிரகாசம் மங்கி மங்கி வந்தது. அவர் மஃரிப் தொழுது முடிப்பதற்குள் விளக்கு அணைந்துவிட்டது. விளக்கை இறக்கி மீண்டும் குலுக்கிப் பார்த்தார். ஒரு சொட்டு எண்ணெய் கிடக்கத்தான் செய்கிறது. திரி முங்கும் அளவுக்கு எண்ணெய் இருக்காது. ஹயாத் (உயிர்) கிடந்தால் நாளை லாம்பெண்ணெய் யாரிடமாவது கேட்டு வாங்கிப் பற்ற வைக்கலாம். பாதி எரிந்த ஒரு மெழுகுதிரி துண்டு கிடந்ததை எடுத்துப் பற்றவைத்துவிட்டுக் கதவை அடைத்தார்.

தைக்காப் பள்ளி காம்பவுண்டுக்குள் தெருநாய்கள் நுழையாமலிருக்க தென்னம் தட்டி வாசலைத் தூக்கிவைத்து அடைக்கும்போது ஒரு போலீஸ் வேன் தெருவைக் குலுக்கிக் கொண்டு விரைந்துபோனதைக் கண்டு அதிர்ந்துபோய் நின்றார். கொலையில் துப்பு கிடைத்து யாரையோ பிடிக்கப் போறது போன்ற ஒரு தோன்றுதல் அவருக்கு. தெரு ஓரமாக நடந்து

அருடைய வீட்டு வாசல்படியை மிதிக்கும்பொழுது தெருவை ஹெட்லைட் பிரகாசத்தில் முக்கிக்கொண்டு வந்த வேன், வந்ததைவிட அதிவேகத்தில் பறந்தது. வேனுக்குப் பின்னால் சில பெண்கள் ஒப்பாரிவைத்து நெஞ்சில் அடித்துக்கொண்டு ஓடுவதைக் கண்டு அவர் நெட்டிப் போய் நின்றார்.

'எம்புள்ளைய புடிச்சிட்டுப் போறானுவோ... காப்பாத்துங்கோ...'

அஞ்சுவண்ணம் தெரு வீட்டுச்சுவர்களை வெடிக்கச் செய்யும் அலறலாக இருந்தது. நவாஸ் ஹோட்டலில் டீ அடிக்கும் ரவூபும் கோரம் பாய் சைக்கிளில் கட்டித் தெருத்தெருவாய் விற்று நடக்கும் பாய் அனிபாவும் இருட்டு விழுங்கிய கலுங்குச் சுவரில் வேலை முடித்து வந்து உட்கார்ந்து பீடி குடித்துக் கொண்டிருக்கையில் வேனிலிருந்து சாடி இறங்கிய போலீஸ் அவர்களைச் சுற்றிவளைத்து கவ்விப்பிடித்து வேனில் தூக்கிப் போட்டது. மறுநாள் பத்திரிகையில் கொட்டெழுத்தால் செய்தி வெளியானது. 'ஆந்திரா குண்டு வெடிப்பில் ஈடுபட்ட பயங்கரவாதிகள் எனச் சந்தேகிக்கப்படும் இருவர் கைது!'

22

திருநபியின் விண்ணுலகப் பயணத்தைப் பற்றிப் பாடப்பட்ட காப்பியமான 'மெஹராஜ் மாலை' இயற்றிய ஆலிப் புலவருடைய பின் வாரிசு குவாஜா அப்துல் லத்தீப் ஹஜ்ரத், லுஹர் தொழுகைக்கச் செல்லும்போது உச்சி பிளக்கும் வெயிலானதால் குடையை எடுத்துக்கொண்டார். கடுகடுப்பான பளையக்காட்டு லுங்கி கட்டி, வழக்கம்போல பளபளப்பான பூட்டீஸ் மாட்டிக்கொண்டு சிங்கக்குட்டிபோல நடந்துபோனார். குடும்பக் கவுரவத்தைக் காட்ட கறுப்புக் குஞ்சரமுள்ள சிகப்பு துர்க்கித் தொப்பி, தொழுகைக்கப் பள்ளிக்குச் செல்லும்போதெல்லாம் அலங்காரமாக அணிந்து கொள்வதுண்டு. அன்றும் லுஹர் தொழுகைக்கச் செல்லும்போது அணிந்துகொண்டார். வெள்ளிக்கிழமை ஜும்ஆ தொழுகைக்கச் செல்லும் பொழுது அணிந்துகொள்ளும் பூக்கள் – வேலைப் பாடுகள் நிறைந்த பட்டு அங்கியுடன் கண்ணில் ஒரு கறுப்புக் கண்ணாடியும் வைப்பதுண்டு. ஒரு உதிப்பு வந்தது போல் அன்று கறுப்புக் கண்ணாடி எடுத்துக் கண்ணில் வைத்துக்கொண்டார். சிங்கப்பூர் கண்ணாடிக் கடைத்தெருவிலுள்ள ஒரு ஹாஜியார் எப்போதோ கொடுத்தது.

லுஹர் தொழுகைத்தார். துஆ ஓதினார். ஸலவாத் (நபி புகழ்) சொன்னார். கையை முத்தமிட்டுக் கொண்டு ஹஜ்ரத்தின் பின்னால் நின்று தொழுக வந்தவர்களெல்லாம் எழும்பிவிட்டனர். குவாஜா அப்துல் லத்தீப் ஹஜ்ரத் உட்கார்ந்த இடத்தை விட்டு

எழும்பவில்லை. தானாக எழும்ப எவ்வளவோ முயன்றும் எழ முடியவில்லை. ஹஜ்ரத்துடைய முழி சரியல்ல என்று உணர்ந்த ஒருவர் என்னவென்று கேட்டு கிட்டச் சென்றார்.

ஹஜ்ரத் இடது கையால் சில சைகைகள் காட்டினார். கிட்டச் சென்றவருக்கு விஷயம் புரிந்துவிட்டது. லேக்கா அடிச்சதுதான். திடீரென பக்கவாதம் தாக்கிவிட்டது. வலப் பக்கம்.

பேச்சாற்றல் நின்றுவிட்டது. கண்களை மேலும் கீழுமாகக் காட்டி என்னவெல்லாமோசொல்வதற்கு உதடுகள் அசைந்தன. ஆனால், சத்தம் வெளியே வரவில்லை. கண்ணிலிருந்து கண்ணீர் வடிந்தது. பள்ளியில் எஞ்சியிருந்தவர்கள் ஹஜ்ரத்தைச் செந்தூக்காகத் தூக்கித் தெருவழியாக அவருடைய வீட்டில் கொண்டு படுக்கவைத்தனர்.

மனைவி ஒப்பாரி. நாலு பெண் மக்களும் ஒப்பாரி. கூட்ட ஒப்பாரி.

'குதிரக்குட்டி போலல்லா போனாரு . . .' அண்டைய வீட்டுக்காரி கைசேதப்பட்டாள்.

'மனுசன் காரியம் இப்படித்தாம்பிளே ...' ஒருத்தி தத்துவம் பேசினாள்.

குவாஜா அப்துல் லத்தீப் ஹஜ்ரத் பக்கவாதம் தாக்கிப் படுத்த படுக்கையில் கிடக்கும் செய்தி அஞ்சுவண்ணம் தெருவுக்கு மேலே நகர்ந்துகொண்டிருக்கும் மேகம் வழியாகக் கேள்விப் பட்ட பல திசைகளிலுள்ள அவருடைய முரீதுகள், நோய் விசாரிக்க வேம்படித் தெருவில் குவிந்தனர்.

கடையாலுமூடு பள்ளியில் இமாமாகப் பணியாற்றிக் கொண்டிருந்த, ஆலிப்புலவருடைய வம்ச பரம்பரையை நிலை நாட்ட வேண்டிய, குவாஜா அப்துல் நசீர் பாக்கவி, வாப்பாவைப் பக்கவாதம் தாக்கிய செய்தி கேட்டுப் பதறியடிச்சு ஓடி வந்தார் குழந்தைப் பிள்ளையைப் போல் அவரும் ஏங்கி ஏங்கி அழுதார்.

'இனி அவ்வளவுதான்'. குவாஜா அப்துல் லத்தீப் ஹஜ்ரத் பொல்லாத நோயிலிருந்து மீண்டு வரமாட்டார் என்பதை ஊர் மக்கள் தீர்ப்பு எழுதிவிட்டார்கள். வேம்படிப் பள்ளி ஜமாஅத் தலைவர், நோய் விசாரிக்கச் சென்றதுபோல குவாஜா அப்துல் நசீர் பாக்கவியை வாப்பாவுடைய இடத்தில் கூப்பிட்டு அமர வைக்கச் சென்றார். பேரு கேட்ட வேம்படிப் பள்ளி இமாம் பதவி பரம்பரை பரம்பரையாக ஆலிப்புலவருடைய வம்சாவளிகளுக்கு உரிமைப்பட்டது. அந்த உரிமையை நிலைநாட்டுவதற்காக பாகவி கடையாலுமூடு ஜமாஅத்துக்கு தூது அனுப்பினார்.

'வேற ஆளெப் பாருங்கோ.'

குவாஜா அப்துல் லத்தீப் ஹஜ்ரத் படுக்கையில் விழுந்தது, சுன்னத் ஜமாஅத்தார்களுக்குப் பலத்த அடி. எதிர்பாகம் அவ்வப்போது அச்சடித்து வினியோகம் செய்யும் நோட்டீஸ்களுக்குச் சுடச்சுட தக்க பதில், கவிதைத் தமிழில் எழுதிக் கொடுப்பவர் முடங்கிவிட்ட கவலை. புலவர் வாரிசானதால் தமிழ் அவருடைய பேனா முனையில் துள்ளி விளையாடும். சந்தனக்கூடு நடத்த வேண்டியதன் அவசியத்தை, முந்தைய நூற்றாண்டுகளில் இறந்தவர்களுடைய சமாதியில் சென்று நேர்ச்சை கொடுப்பதால் கிடைக்கும் போரிசை, மாலைகளும் கிஸ்ஸாக்களும் படைப்போர்களும் வாசித்துப் பாதுகாக்க வேண்டியதன் தேவை... இப்படி எத்தனை எத்தனையோ முக்கிய விஷயங்களைப் பற்றி அருவிபோல் கொட்டிய பேனாவைப் பிடித்த வலதுகை இன்று செயல் இழந்துவிட்டது.

மனமுருகிப் பாடிப்பாடி எம்பெருமானை (திருநபி) வேப்பமரச் சுவட்டில் வரவழைத்த குத்றத்தான ஞானப் புலவருடைய பின் வாரிசுமீது அல்லா இத்திக்கூட கருணை காட்டாமல் படுக்கையில் உருட்டிப்போட்டதில் மனம் விம்மி நிற்பது மைதீன் பிச்சை மோதினும் இப்போது நாவடங்கிப் போன மம்மதும்மாவும்.

சுன்னத் ஜமாஅத்தின் நெடுந்தூணாக நின்றுகொண்டிருந்த குவாஜா அப்துல் லத்தீப் ஹஜ்ரத்தைப் படுத்த படுக்கையிலே தளைத்துப்போட்ட வல்ல நாயனுக்கு எதிர்பாகம் நன்றி சொல்லித் தங்கள் கொள்கை வெற்றியைப் பறை கொட்டினார்கள். தவ்ஹீத் வென்றது.

அடக்கம் செய்யப்பட்ட தாயின் தலைமாட்டில் நூற்றாண்டு காவலாளியாக நின்றுகொண்டிருக்கும் சத்தியமுள்ள பாம்புக்கு வெள்ளி இரவும் திங்கள் இரவும் பால் பாத்திஹா ஓதிப் பாலும் பழமும் நேர்ச்சை கொடுப்பது நாளாவட்டத்தில் நின்று வருவது மைதீன் பிச்சை மோதினுக்குப் பெருத்த மனக் கவலையைக் கொடுத்தது. தான் அறியாமல் காலம் எங்கோ போய் நிற்கின்றது, பிந்தைய நூற்றாண்டுக்கு.

மஹமூதப்பா சத்தியம் வாங்கிவிட்டுச் சென்ற பாம்புக்கு அல்லாஹ¬ நீண்ட ஆயுளைக் கொடுத்திருக்கிறான். கியாம (உலக முடிவு) நாள் வரையிலான நீண்ட ஆயுள். உலக முடிவு நாளில் அஸ்ராயில் என்ற மலக்கு (வானவர்) 'ஸூர்' என்ற கொம்பில் ஊதும்வரை அதற்கு மரணமில்லை. அப்பேர்ப்பட்ட சத்தியமுள்ள இஸ்லாமான பாம்பைப் பட்டினி போடுவது,

பெரும் பாவமல்லவா? அது தன்னுடைய விஷப் பல்லை மஹமூதப்பா அஞ்சுவண்ணம் தெருவை விட்டும் போகும் போது கழற்றிக் கையில் கொடுத்தது.

'நான் யாரையும் கொத்தமாட்டேன்.' சத்திய வாக்குமூலம். அவ்வாறு உறுதிமொழி கொடுத்த சத்தியம் தவறாத பாம்பு, சொர்க்கலோகத்தில் இபுலீஸ் உருமாறி ஆதம்பாவாவயும் ஹவ்வா உம்மாவையும் வழிகெடுத்த பாம்பல்ல. யார் கொடுக்கிறார்களோ இல்லையோ மம்மதும்மா திங்கள் இரவும் வெள்ளி இரவும் பால் பாத்திஹா ஓதி அடக்கம் செய்யப்பட்ட தாய்க்குக் காவல் நிற்கும் பாம்புக்குப் பாலும் ஜின்னுக்குப் பழமும் தாயின் தலைமாட்டில் கொண்டு வைப்பாள். புலர்ந்ததும் காலிப் பாத்திரத்தை எடுத்துக் குழாயடியில் போட்டுச் சுத்தம் செய்து கொண்டிருக்கையிலெல்லாம் சீக்கா சாவலைக் கண்டமேனிக்கு ஏசிக்கொட்டுவாள்.

'அந்த பேதீலபோவான் பெட்ரூல் குடிக்கிற ஊருக்குப் போயிட்டு வந்து தெருவையும் ஊரையும் முடிச்சு வாரிக் குட்டிச் சோராக்கிப் போட்டானே பாவி. வெளங்குவானா? அவன் பிக்கிளைத் தொலைக்கும். நாசமாப் போவான். தாய்க்கு உதவாத புள்ளையாப் போவான்.'

தனக்கு முன்னால் நிற்கும் ஒருவரிடம் மனக்குமுறலைச் சொல்வதுபோல் தானாக ஏசிக் குமுறலை அடக்குவாள். அவள் கண்ணுக்கு மட்டும் தெரியும் ஒருவர் அவள் முன்னால் நின்று கொண்டிருப்பார்.

அஞ்சுவண்ணம் தெருவுக்குத் திரும்புமிடத்திலுள்ள பாலத்தை ஒட்டியிருக்கும் முத்துச்சாமி பிள்ளையின் இட்லிக் கடைக்கு மூணு இட்லியும் சாம்பாரும் வாங்க தூக்குப் போணியுடன் போன மைதீன் பிச்சை மோதினுடைய காதில் மம்மதும்மா திட்டுவது விழுந்ததும் மனம் பொறுக்காமல் நின்றுவிட்டார். மம்மதுமமாவோடு அதிகம் பேச்சு கொடுக்க விரும்பமாட்டார். இருந்தாலும், ஒருவரைத் திட்டிச் சாமம் (சாபம்) போடுவதைக் கேட்க அவரால் தாங்கிக்கொள்ள முடியவில்லை.

'இப்படி, யாரையும் திட்டிச் சாமம் போடாதே தாய். அவனவன் செய்யூதுக்கு அல்லா குடுப்பான்.' அமைதியாகச் சொன்னார்.

'ஒம்ம சோலியைப் பாரும். வக்காலத்துக்கு வந்திருமோ...?' அவள் வெடித்துச் சிதறியதும் மைதீன் பிச்சை மோதின் நமக்கேன் வம்பு என்று இட்லிக் கடைக்கு வந்தார்.

அன்று வியாழன் அஸ்தமித்த வெள்ளி இரவு. குண்டப்பா வீட்டிலுள்ள சினை ஆட்டைக் காணவில்லை. காணாமல்போன ஆட்டைக் கண்ணில் காட்டித் தருவதற்காக குண்டப்பா, அடக்கம் செய்யப்பட்ட தாய்ப் பேருக்குப் பால் பாத்திஹா ஓத நேமிசம் செய்திருந்தார். அசருக்குப் பிறகு ஒரு பாத்திஹா ஓதுவதற்காக மைதீன் பிச்சை மோதினிடம் சட்டம் கட்டியிருந்தார். அசருக்கும் மஃரிபுக்கும் இடையில் பாத்திஹா ஓதினால் போரிசை அதிகம் என்ற அறிவைக் குண்டப்பாவுக்குச் சொல்லிக் கொடுத்தார். மஃரிபுக்குப் பின் பாலும் பழமும் தலைமாட்டில் வைப்பதுதான் போரிசை. இரவு நேரந்தான் சத்தியமுள்ளபாம்பு பால் குடிக்கும். ஜின் இஷா தொழுகைக்குப் பிறகுதான் பழத்தைத் தோல் உரித்துத் திங்கும். இதெல்லாம் அறிவில்லாத சனங்களுக்கு, தமக்குப் பரம்பரையாகக் கிடைத்த அறிவைப் பகர்ந்து கொடுத்தார் மைதீன் பிச்சை மோதின்.

மைதீன் பிச்சை மோதின் பாம்பைக் கண்ணால் பார்ப்ப துண்டு. பார்க்கும்போதெல்லாம் சலாம் சொல்லுவதுடன் சில இருட்டு இரவுகளில் பள்ளி வளாகத்தில் கண்முன்னால் தெரியும் ஒளிக்கும் சலாம் கூறுவதுண்டு. அது ஜின் என்பது மோதீனாருக்குத் தெரியும். இது மட்டிலும் சலாம் கூறும் இரகசியத்தை யாரிடத்திலும் சொன்னதில்லை, சொல்லப் போறதுமில்லை.

இது மூவருக்குள் தெரிந்த விஷயம் பாம்பு, ஜின்னு, மோதினார்.

ஒருமுறை பள்ளித் தெருவில் பாலுக்காய்ச்ச ஒரு வீட்டுக்கு மைதீன் பிச்சை மோதின் தக்கலப்பா பாட்டுப் பாடச் சென்றிருந்தார். பாட்டு முடிய இரவு மணி பன்னிரண்டு ஆகிவிட்டது. பக்தி நிரம்பிய ஞானப்பாட்டில் மூழ்கிப்போனதால் பாடல் குழுவினர் இஷா தொழ மறந்துவிட்டார்கள். மைதீன் பிச்சை மோதின் நான் தைக்காவில் போய்த் தொழுகிறேன் என்று கூட்டத்தை விட்டுப் பிரிந்துவந்துவிட்டார். எந்த நடுச்சாம மானாலும் மோதினார் தைக்காவில் வந்து தொழுதுவிட்டுத்தான் வீட்டுக்குச் செல்வது வழக்கம். தக்கலப்பா பாட்டு முடிந்து, நேராக மஹமூதப்பா தைக்காப் பள்ளிக்கு வரும்போது தாருல் சாஹினாவில் சுவர் மணி அடிப்பதை எண்ணினார்.

மணி பன்னிரண்டு.

இனி மைதீன் பிச்சை மோதினே பிறகு என்ன நடந்தது என்பதை அவர் வாயாலே சொல்வார்:

குத்தா குத்திருட்டு . . . அன்னேப் பாத்து பேதீல போன தெருவெளக்கு ஒண்ணுகூட எரியல்ல. பள்ளித் தெருவிலிருந்து

அஞ்சுவண்ணம் தெருக்கு நடக்காண்டாமா? சின்னச் சின்ன முடுக்குவொ. ஒரே நாத்தம். பீயும் மூத்திரமும் மீன் தலையும் கோழிக்குடலும். படச்சவனே! மூக்கு குடுத்து நடக்க முடியல்ல. கூட தக்கலப்பா பாட்டு பாடுனவங்களெல்லாம் அவங்க அவங்க பாட்டுக்கு ஊட்டுக்குப் போயிட்டாவோ. இஷா தொழாம ஊட்டுக்குப் போற பழக்கமே எனக்கு இல்லையே.

அஞ்சுவண்ணம் தெருவும் தைக்காப் பள்ளியும் இருட்டுல மூழ்கிக் கிடக்குது. ஓல மட்டைக்கள்ளி மேபூபா வீட்டுத் திண்ணையிலிருந்து மம்மதும்மாக்க குறட்டை சத்தம் கேட்டப்பம் முதல்ல பயந்தே போனேன். மலையிலிருந்து ஏதாவது காட்டு மிருகம் இறங்கிவந்து முறுவதோனு நெனச்சேன். தெருவில் ஒரு மீன் குஞ்சுக்க நடமாட்டம்கூட இல்லை, ஒரு நிழல் என்னைப் பின்தொடர்ந்து வருதுபோல தெரிஞ்சுது. பயப்படல. மஹமூதப்பாக்க காவலுண்டுமே. பலா முசிபத்து வராம அடக்கம் செய்யப்பட்ட தாய் தடுப்பாங்கோ எங்கிற தைரியம் எனக்கு. அவங்க உருவாக்குன தெரு அல்லவா?

அஞ்சுவண்ணம் தெருவுக்குள்ளே நுழைஞ்சதும் கொஞ்சம் வெரசா நடந்தேன். ஊட்ல நம்ம கெழவி தனியா இருக்காளேன்னு நினைச்சு கொஞ்சம் வெரசா நடந்தேன். கெழவி பயப்பட மாட்டானு தெரியும். நல்ல தைரியசாலி. தெருவுல பாம்போ தேளோ நடமாடுவதைப் பாத்தாளானா உடமாட்டா. ஓடிப்போய் ஒரே அடி போட்டுக் கொன்னே போடுவா. செத்த பாம்பைக் கம்பில் கோரி எடுத்துத் தெரு சனங்களுக்கிட்ட காட்டிட்டுத்தான் குழியெடுத்து மூடுது. பாம்பை அடிச்சுக் கொல்லுதுக்கே தனியா ஒரு கம்பு வச்சிருக்கா. அவ பெத்தாப்பா பெரிய பாம்புபுடிக்காரராக்கும். பத்மநாபம் கொட்டாரத்துக் குள்ளே போய் மொண்ண மொண்ண பாம்புகளைப் புடிச்சு ராஜாவுட்டயிருந்து தம்மானம் வாங்கின ஆசாமி. கடைசியில பாம்பு கொத்தியாக்குமே அவர் மவுத்தானது.

பெரிய ராஜ நாகம். தெருவுல அடிக்கடி நடமாடிப் பலரையும் கொத்த வெரட்டியிருக்கு. பெத்தாப்பா வாறத பாத்ததும் எங்கையாவதுப் போய் பதுங்கும். பெத்தாப்பாக்கு அவனை உடப்படாதனு ஒரு வைராக்கியம். புடிச்சி தெருச்சனங்க கிட்ட காட்டி தோலுரிச்சி, மஞ்சள் புரட்டித் தொங்கப்போட்டுக் காயவைக்கணும்.

சங்கு சக்கர முத்திரையுள்ள ராஜநாகத் தோலுக்குப் பெரும் கிராக்கி. காயவச்ச பாம்பு எறச்சி நாட்டு வைத்தியத்துக்கு நல்லது. பாம்பு எறச்சியில் செய்த லேகியம் சாப்பிட்டால் குஷ்டம் குணமடையும். சுடலைமாடன் குளத்தாங்கரையிலிருந்து வந்த

ராஜநாகம் யாரையோ குறிவச்சு அஞ்சுவண்ணம் தெருவுக்குச் சீறி ஊர்ந்து போறது பெத்தாப்பா கண்ணுக்குத் தெருஞ்சுது.

பய்யப் பின்னால் பதுங்கிப்போய் வாலைப் புடிச்சுட்டு அப்படியே ஒரு உலுக்கு உலுக்கிட்டுத் தலைகுப்புறத் தூக்கினதும் பாம்பு பய்ய தலையை உயர்த்தின தக்கம் பாத்து அலவை எட்டிப்பிடித்தார். பின்னே பாம்புக்கு ஒண்ணும் செய்ய முடியாதே. பெத்தாப்பா அலவிலுள்ள பிடிப்பை உடாம பாம்பை ஒரு கையில் சுத்தினார். அந்த நேரம் பாத்து அஞ்சு வண்ணம் வானத்தில் முன்பு கேக்காத ஒரு பெரும் சத்தம் கேட்டது. அஞ்சுவண்ணம் தெருச்சனங்கோ உலக அழிவைப் பாக்க தறிக்குழியிலிருந்து தெருவுக்கு ஓடிவந்தாங்கோ. உலகம் முடியப் போறது. அஸ்ராயீல் என்ற மலக்கு ஸூர் என்ற கொம்பு எடுத்து ஊதும் ஓசை!

வானத்தைப் பார்த்த சனங்கள் கண்ணுக்கு வெள்ளிநிறத்தில் சிறகு விரிச்சு ஓசையிட்டுப் பறக்கும் ஒரு அதிசயப் பறவையை முதல்ல கண்டார்கள். அந்த அதிசயப் பறவையைக் கண்ணிலிருந்து மறையும்வரை பார்த்து நின்றதால் பெத்தாப்பா கையில் சுற்றிய பாம்பை மறந்துவிட்டார். பாம்பு அதுக்க உடலைக் கொண்டு கையை நெருக்கியது. பெத்தாப்பா கை ரத்தம் ஓடாமல் மரத்துப்போய் பாம்புக்க அலவிலிருந்த பிடிப்பு தானாகவிட்டது. உடனே உஷாரான ராஜ நாகம் கோபத்தோடு ஒரு போடு போட்டது.

முதலில் மானத்தைப் பார்த்த கண் நிலம் பாவித்தது. பாம்பு பிடிப்பது பெத்தாப்பாவோடு நின்றுவிட்டது. இருந்தாலும் பாம்பு பிடிக்கும் சாட்டுளி வீட்டுலதான் இருக்குது. பெத்தாப்பாவைக் கொத்திக் கொன்ற பாம்பு வர்க்கத்தைக் கண்டாலே கெழவிக்குக் கோபம் தலைக்கேறும். கையில் கிட்டும் கம்பெடுத்துட்டு ஓங்கி ஒரே அடி, மண்டையில். பாம்பு ஒரு நெளிநெளிஞ்சு விட்டுச் செத்ததும் அவள் ஒரு காலமும் பாத்திட்டில்லாத பெத்தாப்பா அவொ முன்னால சிரிச்சிட்டு நிப்பதை அவொ பாப்பா. தலையில் வட்டத் தலைப்பா, கையில் சாட்டுளி.

அவொ தைரியசாலிதானு நான் நேரே தைக்காவுக்குப் போனேன். அப்பவும் அந்த நிழல் என் பின்னாலே வந்தது.

யார் அது?

யார் நிழல்? தீவிரவாதிகளைத் தேடிவரும் போலீஸ்காரங்க நிழலா? தெரியல்ல. தைரியந்தான். மஹ்மூதப்பாவுடைய தைரியம். அடக்கம் செய்யப்பட்ட தாயுடைய தைரியம்.

ஒளு செய்ய உக்காந்தேன். அப்பவும் நிழல் என் பின்னால உண்டு. இது என்னடா இந்த இருட்டுலயும் ஒரு நிழல். ஏதோ ஒண்ணு என்னை விடாம தொரத்துது? எக்கே ரூஹை (உயிரை)ப் பிடிக்க வரும் இஸ்ராயீல் என்ற மலக்குக்க நிழலா? சர்வ வல்லமை படைத்த அல்லாஹ் என ரூஹைப் பிடிக்க இஸ்ராயீலை அனுப்பியிருக்கலாமா? முன்னால் துணிச்சலாக வந்து துள்ளி எடுத்துச் செல்லாம, பின்னால் திருடனைப்போல பதுங்கி வந்து எதுக்குக் கூட்டைத் திறந்து உள்ளே கையைப் போட்டு நுள்ளி எடுக்க முயற்சிக்கணும்?

ஒளியால் படைக்கப்பட்ட மலக்குகளுக்கு மனிதனை விடவும் அபார சக்தி அல்லாஹ் கொடுத்திருக்கான். நம்ம கண்ணுக்கு மலக்குகள் தெரியாது. நம்மொ பாதாளத்துலயோ பஹரு[1]க்குள்ளேயோ பதுங்கியிருந்தாலும் மலக்குகளுக்கு கண்ணுக்குத் தெரியும். ஆயிரம் கண்களால் சுரந்திறங்கும் அபார பார்வை. அவன் தந்த ஆயுசுமுடிய கொஞ்சம் வினாடிகள் இருக்குது போல... அதுக்குள்ள தொழுதுவிடுவோம்னு விட்டத்திலிருந்து சாவி எடுத்துத் திறந்து பள்ளிக்குள்ளே போனேன். அங்கேயும் பின் தொடரும் நிழல். தொழுவதற்காகக் கையைக்கட்டினேன். பின்தொடர்ந்த நிழல் இப்போது நிழலாக இல்லாம வெள்ளை உடையில் எனக்குப் பின்னால் நின்று தொழுதது. இப்போது, என்னைப் பின்தொடர்ந்தது முஸ்லிம் நிழல்தானு புரிஞ்சு போச்சு. யாருடைய நிழல்? சந்தேகம் குழப்பிய மனம். சடார் பிடார்னு பள்ளியைப் பூட்டிவிட்டுக் கீழே இறங்கினேன்.

எனக்குப் பின்னால் நின்று, வெள்ளை உடையில் தொழுத உருவம் மீண்டும் நிழலாக மாறியது. ஒரே மனக் குழப்பம்.

வழக்கமாக தக்கலப்பா பாடலுக்குத் தலைமையேற்றுப் பாடும் குவாஜா அப்துல் லத்திப் ஹஜ்ரத் படுக்கையில் விழுந்ததால் அவர் இடத்தை யாரும் நிரப்பாத ஒரு குறை அன்றைய பாடலுக்கு இருந்தது. அது தக்கலப்பாவுடைய மனசை நோக வச்சு, அவுங்கதான் நிழலாகப் பின் தொடர்ந்து வருதாங்களோ?

தைக்காப் பள்ளி வெளிநடையை ஓலைத் தட்டியைத் தூக்கி அடச்சிட்டுக் காலைத் தெரு மணலில் வச்சதுதானுண்டு. பின்னால் வந்த நிழல் எனக்கு முன்னால் நடந்தது. நிழலுக்குப் பின்னால் நான் நடந்தேன். வீட்டு நடைப்படியை மிதிச்சதும் எனக்கு முன்னால் போன நிழல் கண்ணிலிருந்து மறைஞ்சிட்டுது.

---

1. பஹர் – கடல்

உசிரைப் பிடிக்கும் இஸ்ராயீலுடைய நிழலானால் ஊட்டுக் குள்ளேயும் பின் தொடர்ந்திருக்க வேணுமே? நிச்சயமாக என் உசிரைப் பிடிக்க வந்ததல்ல.

கிழவி தூங்கவே இல்லை. எந்த அந்திபாதிராவானாலும் நான் போனபிறகுதான் பாய் விரிப்பாள். கிழவிக்குப் பொதுவாக ராத்திரி தூக்கமே இல்லை. முனங்கிக்கொண்டே கிடப்பாள். அவளுக்கும் சாக்காலை நெருங்கிவிட்டது.

‘உறங்கல்லியா?’

‘எனக்கெங்கே உறக்கம் வரும்.’ கிழவி சொன்னாள்.

ஒரு நிழல் என்னைத் துரத்தி வந்ததைப் பற்றிக் கிழவியிடம் சொன்னால், தைரியசாலியானாலும் சிலவேளை பயந்து விடலாம். சொல்லல்ல. வாற வழியில் யாரையாவது பாத்தீளா? கேட்டாள். இல்லையென்று ஒரு பொய் சொன்னேன்.

‘ஏறி வரும்போ ஊட்டுலிருந்து யாராவது இறங்கிப் போனதப் பாத்தீளா?’ கேட்டாள்.

இல்லையெனு தலை அசைத்துவிட்டுக் கிழவி முகத்தை உற்றுநோக்கிக்கொண்டிருந்தேன். என்னவோ நிகழ்ந்திருக்கிறது. ஒருபோதும் கேட்காத கேள்வி’. இனி கிழவியின் வாய்மொழி.

‘நீங்க வருவீங்க வருவீங்கனு ரொம்ப நேரம் வாசலை திறந்து போட்டுக்கிட்டே இருந்தேன். வரக்காணல்ல. உறக்கமும் வரல்ல, போலீஸ் வேன் ரண்டு மூணு தடவை அங்குமிங்கும் ஓடினதைப் பாத்தப்போ பயமா இருந்தது. ஊட்டுக்கு உள்ளே வந்துட்டாலோ? வாசலை அடச்சுப் போட்டேன். நாலகம் விளிம்புல உக்காந்து நாலக முற்றம் வழியாக அஞ்சுவண்ணம் வானத்தைப்பார்த்தேன். வெள்ளை மேகம் ஓடிக்கொண்டிருந்தது. ஒரு துண்டு மேகம் ஓடாம வான மூலையில் மண்டி நின்னுது. அந்த மேகத்திலிருந்து ஒருவர் என்னையே உற்றுப் பார்த்துக்கொண்டிருந்தார். பார்த்துக் கொண்டிருந்த மனுசன் மேகத்திலிருந்து மெல்ல இறங்கிவந்து மதார் சாய்பு விற்றுப்போட்ட ஊட்டுக்கு மோட்டில் உக்காந்து திரும்பவும் என்னையே பார்த்துக்கொண்டிருந்திருந்தார். நாலக முற்றத்து திறந்த வெளியாகப் பாத்தா மதார் சாய்பு ஆகாசம் முட்ட கட்டின ஊடு தெரியும். மாபாவி மனுசன் புத்தியில்லாம தைக்காவைவிட உசரமா ஊட்டைக் கட்டிக் கை கெட்டுப் போனார். மோட்டில் உக்காந்து என்னைப் பார்த்துக்கொண்டிருந்த மனுசன் வான வீதியில் நடந்து வந்தாரா, அல்ல பறந்து வந்தாரா, இல்ல நீந்தி வந்தாரானு தெரியல்ல. வானத்துக்கு நேராகத் திறந்த நாலக முற்றம் வழியாக அந்த மனுசன் இறங்கி வாற நிழலாட்டம்

தெரிஞ்சுது. அதே மனுசனுக்க மங்கிய நடமாட்டம். மனசை இறுக்கிக் கட்டினேன். என்னதான் வருது பார்ப்போம். எங்க பெத்தாப்பா பாம்பு புடிக்கித சாட்டுளியை கையில எடுத்து வச்சுக்கிட்டேன். களவாணிப்பயலா இருந்தாஓங்கி ஒரே குத்து, கொடல் வெளியே வந்துரும்.

தக்கலப்பா பாட்டுக்குப் போன மனுசனை நேரம் நட்டபாதிரா ஆனபோதும் இன்னும் காணாத வேவலாதி. வயசாளி. தெருவெல்லாம் கும்மிருட்டு. கண்பார்வை போதாது. எங்காவது உருண்டு விழுந்து கெடக்கப்படாதே. மஹமூதப்பாவையும் அடக்கம் செய்யப்பட்ட தாயையும் கூப்பிட்டுக் காவல் தேடினேன்.

'எந்த ஆபத்தும் எடங்கேறும் இல்லாம கொண்டுவிடுங்கோ தாயே...' என்று தாயைக் கூப்பிட்ட நேரம் பாத்து மேகத்திலிருந்து இறங்கி, வானத்துக்கு நேராகத் திறந்த முற்றம் வழியாக உள்ளே பூந்த மனுசன் மச்சுக்கு ஏறிப்போனதைப் பார்த்தேன். வாடா! திருட்டுப்பயலே. கள்ளபடுவா, மச்சில ஏறினதும் திருடந்தானு உறுதியாச்சு. சாட்டுளியைக் கையிலேடுத்து வச்சுட்டுக் கதவிடுக்கில் பதுங்கி நின்னேன். படுவா இறங்கி வரட்டு, ஒரே குத்து குத்தி கொடல சொரிக்கணும்.

கதவிடுக்கில் நின்னுநின்னு காலு கடுத்தது. மச்சில ஏறிப்போன பேதில போவான் இறங்கி வருவான் வருவானு நின்னுக்கிட்டே யிருந்தேன். ஒருப்போக்காப் போனான் வரவே இல்லை.

இறங்கி வராததினால எனக்கு ஒரு சம்சயம். திருடனாயிருக்க மாட்டான். ஏதோ ரூஹானியத் மனித உருவமெடுத்து வந்திருக்கலாம். பெத்தாப்பா சாட்டு எடுக்கத்தா வந்தாரோ... சாட்டு என் கையில் இருந்ததைக் கண்டு திரும்பப் போயிருக்கலாம். போனது ஏது வழி? கதவு திறந்து போகல்ல, வானத்துக்கு நேராகத் திறந்த முற்றம் வழியாகவும் போகல்ல.

போனது எப்படி?

தக்கலப்பா பாட்டுக்குப் போன மனுசன் வருவார், வருவார்னு நாலகத்து விளிம்பிலே தூணு சாரி உக்காந்தேன். முற்றம் வழியாக வானத்தைப் பாத்தேன். வான மூலையில் மண்டிக்கிடந்த ஒரு வெண் மேகத்துண்டிலிருந்து மீண்டும் அந்த மனுசன் என்னையே பார்த்துக்கொண்டிருந்தார். என்னடா இது? பயந்தே போனேன்.

உங்களுக்குக் கதவு திறந்து தந்துட்டு, உங்களுக்குக் காட்டித் தர நாலகத்துக்கு வந்தப்பம் அந்த வெண்மேகத் துண்டைக் காணல்ல. கண்மூடி திறக்குமுன் எங்கே போய்ப் பதுங்கியது?

கிழவி வெண்மேகத் துண்டிலிருந்த மனுசனைக் காணாத கை சேதத்துடன் நடந்தவற்றையெல்லாம் சொன்னாள். கேட்டதும் மைதீன் பிச்சை மோதினும் நடந்தவற்றை மனைவியிடம் படிப்படியாகச் சொன்னார். இருவருடைய அனுபவங்களும் ஒரு புள்ளியில் சந்திப்பதாக அவருக்குத் தோன்றியது.

பேசிப்பேசி மூன்றாம் சாமத்தை நெருங்கினார்கள். சுபுஹுக்கு முழிக்கணும் கொஞ்சம் படுப்போம். இருவரும் கிழிந்த பாயில் கட்டையைச் சாய்த்தார்கள். கிழவியின் தலை மாட்டில் சாட்டுளி. இரவு அவிழ்த்துவிட்ட ஷைத்தான்களின் கால்களில் கட்டுப்போட அல்லாவுக்கு நினைவுபடுத்துவதற்காக பாங்கு சொல்ல தைக்காவுக்கு ரப்பர் செருப்பு சத்தமெழுப்ப நடந்தார். செருப்பின் சத்தம் கேட்டு மம்மதும்மா சடவு முறித்துக் குடம் கொண்டு குழாயடிக்கு வந்தாள். குழாயடிக்கு உயிர்ப்பு வந்தது, மைதீன் பிச்சை மோதின் பாங்கு சொல்லி, சுபுஹு தொழுதுவிட்டுக் கிழவிக்குத் தெருமுக்கிலுள்ள பாலத்தடி பிள்ளைவாள் கடையிலிருந்து மூணு இட்லியும் ஒரு பார்சல் டீயும் வாங்கிக்கொண்டு வெரசா நடந்தார். சுபுஹுக்கு வருகையில் திறந்துபோட்ட கதவை கிழவி அடைக்க மறந்துவிட்டாள் போலும்.

மூன்றாம் சாமத்தில் உறங்கியதல்லவா, களைப்பாக இருக்கும். விழிக்காமல் உறங்கிக்கொண்டிருந்த கிழவியின் தலைமாட்டில் பெத்தாப்பா வைத்துவிட்டுப் போன சாட்டுளி!

அவள் தலைமாட்டிலிருந்து எடுத்த சாட்டுளியை யாரிடம் இனி கொடுப்பதென்று புரியாமல் தனிமையாக்கப்பட்ட மைதீன் பிச்சை மோதின் குழம்பிப்போய் நின்றார்.

23

'இனி அதிகம் நாளில்லை. நேரம் நெருங்கி வருது...'

கிழவிபோன பிறகு தனிமையாக்கப்பட்ட மைதீன் பிச்சை மோதின் விரல் மடக்கி, நெருங்கி வரும் நாளை எண்ணிக்கொண்டு அஞ்சுவண்ணம் தெருவிலுள்ள கஞ்சி காய்ந்து உறைந்த பூமி மணல் வழியாகப் புலம்பிக்கொண்டே நடந்தார். எதிரில் வருவோரிடமெல்லாம் தானாகச் சொன்னார்:

'கெழவி போனா! நான் இன்னோ நாளையோ...' மைதீன் பிச்சை மோதினுக்கு வீட்டில் அடங்கியிருக்க முடியவில்லை. கிழவியின் நினைவு. மூலையில் கிடக்கும் சாட்டுளி கண்ணில் படும்போதெல்லாம் கிழவியுடைய பெத்தாப்பா அந்தச் சாட்டுளியைக் கையில் பிடித்துக்கொண்டு கரி மூர்க்கன் மலைப் பாம்புகளோடு காட்டிய வீர சாகசங்கள் அவருக்கு நினைவு வரும். கிழவி, உறக்கம் வராத இரவுகளில் அவருக்குப் பாம்பு பிடிக்கும் பெத்தாப்பாவுடைய வீரக் கதைகளைச் சொல்லி உறக்காட்டும் நினைவில் சிலவேளை தேம்பி விடுவதுண்டு. 'என்னை உட்டுட்டுப் போயிட்டியே'

இப்போது அவரை அதே நிழல் பின்தொடர்வது அவர் கண்ணுக்குப் புலப்படாவிட்டாலும் அந்த நிழல் அவரைப் பின்தொடர்ந்துகொண்டிருக்கிறது என்று பலமாக நம்புகிறார். அப்படியான நம்பிக்கை யினால் இறுக்கப்பட்டவரானதால் அஞ்சுவண்ணம் தெருவில் அவர் எதிரில் வருவோருக்கு இவராகவே

சலாம் சொல்ல முந்திக் கொள்வார். அது தாம் விடைபெறுவதற்கு முன்பான கடைசி சலாமாக இருக்குமென்ற நம்பிக்கையில் அவருடைய நாட்கள் நகர்ந்தன.

இன்னும் கொஞ்சம் நாட்கள் இந்த துனியா[1]வில் இருக்க வேண்டுமென்ற ஆசை மைதீன் பிச்சை மோதினுக்கு அறவே இல்லை. தூணாகயிருந்த கிழவி அவனிடம் போய்ச் சேர்ந்து விட்டாள். மெஹராஜ் மாலை வரிகள் பாராமல் பாடியும் விசேஷ வீடுகளில் தக்கலப்பா பாடல் முழக்கியும் சுன்னத் ஜமா அத்தின் கொள்கைப் பிரச்சாரம் செய்துகொண்டிருந்த குவாஜா அப்துல் லத்தீப் ஹஜ்ரத் படுத்த படுக்கையில். காலம் மாறிக்கொண்டே வருகிறது. மவ்லுது வேண்டாம். காப்பியங்கள் வேண்டாம். ஒன்றும் வேண்டாம். இவை எதுவும் இல்லாத சமூகத்தில் தன்னால் வாழ முடியாது என்ற எண்ணம் அவருடையது. பழைய காலங்களிலிருந்து புதிய காலத்தை எட்டுவதற்கு எடுத்துக்கொண்ட கால நகர்தலில் நிகழ்ந்த பலவற்றை எண்ணி அவருடைய மனசின் சமநிலை குழம்பிப்போனது.

மனநிலை சீர்கெட்ட நிலையில் தைக்காப் பள்ளியிலிருந்து பாங்கு சொல்லி அசர் தொழுதுவிட்டு வந்த மைதீன் பிச்சை மோதின், வாய் வறண்டுபோன குழாயடியில் உருண்டு ஓடிப்போன நாட்களை எண்ணியவாறு முகம் வாடி நின்ற மம்மதும்மாவிடம் கேட்டார்:

‘கோவப்படாதம்மா. நீ வாற போற வழில ஏதாவது ஒரு நிழல் உன் கண்ணுக்குத் தெரிஞ்சுதா ...?’

மிக அமைதியாகப் பதில் சொன்னாள்: ‘இல்லியே’. அவளுக்கு எந்த நிழலென்று புரியவில்லை. அவள் அவரை ஏற இறங்கப் பார்த்தாள், மனைவியின் மறைவுக்குப் பின் அவருக்கு நட்டு கழன்றுவிட்டதோவென்ற சந்தேகத்துடன் மீண்டும் பார்த்தாள். இப்போது அவளுக்கு அவர் மீது வெறுப்பு இல்லை. ஒருவகையான பரிவு. ‘எந்த நிழல்?’

‘ஏதுனு சொல்லத் தெரியல்லம்மா’ என்று சொல்லிவிட்டுத் தெருமுக்கிலுள்ள பாலத்தடி முத்துச்சாமி பிள்ளைவாள்கடைக்கு நேராக வழக்கம் போல் ஒரு சாயா குடிக்கச் சென்றவரை மம்மதும்மா பரிதாப உணர்வுடன் நோக்கிக்கொண்டே நின்றாள்.

ஸூஃபிக் கதைகள் சொல்லியும் ஸூஃபிப் பாடல்கள் பாடியும் தெருவின் ஜீவ நாடியாக ஓடிய குவாஜா அப்துல் லத்தீப் ஹஜ்ரத் படுத்த படுக்கையில் ஒட்டிப்போய் வருடங்கள் சில

---

1. துனியா – உலகம்

ஆயின. தக்கலப்பா பாடல் குழுவின் தலைவரான அவரை, தன்னை, நெருங்கிக்கொண்டிருக்கும் இறுதி நெருங்கிவரும்முன் ஒரு கண்பார்ப்பதற்காகப் பாலத்தடி முத்துச்சாமி பிள்ளைவாள் கடையிலிருந்து குவாஜா அப்துல் லத்தீப் ஹஜ்ரத்துடைய வீட்டுக்கு நேராகச் சென்றார் மைதீன் பிச்சை மோதின்.

தம்முடைய தக்கலப்பா பாடல் குழு உறுப்பினரும் நீண்ட கால நண்பருமான மைதீன் பிச்சை மோதினைப் பார்த்ததும் குதித்தெழும்பி ஆரத் தழுவி வரவேற்க வேண்டும் போலிருந்தது அவருக்கு. இயலாமையை உணர்ந்து, கிடந்தபடியே கிடந்தார். சிரித்தார். உட்காருங்கள் என்று சொல்லும்போது பேச்சில் குழறல். கடை வாய் ஓரத்தில் எச்சில் வடிந்தது.

'கொஞ்சம் எங்கிட்ட நெருங்கி உட்காருங்கோ' என்றார்.

மைதீன் பிச்சை மோதின் கிட்ட நெருங்கி உட்கார்ந்தார். சிறிதளவு செயல்படும் இடது கையால் மோதீனாருடைய வெள்ளைத்தாடியைத் தடவி அன்பைப் பரிமாறினார். காய்த்துத் தொங்கும் ஒரு பலாமரம் விழுந்துகிடப்பதைப் பார்த்து மோதினாருடைய கண்ணில் கசிந்த நீர் வடியாமல் அடி இமையில் தேங்கி நின்றது.

'உங்க பெஞ்சாதி சுகமா இருக்காங்களா?'

கேள்வி மைதீன் பிச்சை மோதினுக்கு அதிர்ச்சியாக இருந்தது. கிழவியுடைய மவுத்தை இவர் இன்னும் தெரியாமலா இருக்கிறார்? ஓரம் கட்டப்பட்டுவிட்டவராகத்தான் காணப்பட்டார். தண்ணீர் ஓடிச் செல்லும் ஒரு மடை ஓரமாக போடப்பட்ட கட்டிலில் நகர முடியாமல் மல்லாந்து படுத்துக்கொண்டிருக்கிறார். அங்கு தைல நெடி கட்டி நின்றது.

'அவொ சொர்க்கத்தில் சொகமாயிருக்கா' மெல்லச் சொன்னார். 'என்னா! மவுத்தாப் போனாங்களா?' அதிர்ச்சியோடு கேட்டார் ஹஜ்ரத்.

'ஆண்டு பாத்திஹா முடிஞ்சுது. நான் இன்னோ நாளையோ?'

'அவன் கையில் நம்ம ஆயுசு பொத்தகம் இருக்கு...' சொன்னதிலிருந்து அவர் இன்னும் கொஞ்சகாலம் வாழ்வதற்கு ஆசையுடையவராகத் தெரிய முடிந்தது. அவர் மனைவிக்கு அதிர்ச்சியைக் கொடுக்கும் ஆசை. எல்லாம் படுக்கையிலானதால் கட்டில் காலியாய்க் கிடைப்பதற்கு குவாஜா அப்துல் லத்திப் ஹஜ்ரத்துடைய மனைவியும் பிள்ளைகளும் அடக்கம் செய்யப்பட்ட தாயின் தலைமாட்டில் வெள்ளி இரவும் திங்கள்

இரவும் மெழுகுவர்த்தி கொளுத்திவைத்து அஞ்சுவண்ணம் தெருவையும் அக்கம் பக்கத்திலுள்ள தெருக்களையும் பாதுகாக்கும் தாயுடைய தயைக்காக வேண்டினார்கள். வேண்டுதல் விரைவில் நிறைவேறிக் கிடைக்க அவ்வப்போது தலைமாட்டில் காவல் நிற்கும், யாரையும் கொத்தாத சத்தியமுள்ள பாம்புக்குப் பால் ஊற்றினார்கள்.

‘அஸ்ரத் மேலுக்கு வாசியுண்டா...? யார் சிகிச்சையோ ...?’ நலம் விசாரித்தார் மோதினார்.

‘ஆற்றூர் ஆசானுக்க சிகிச்சை நடக்குது ...’

‘கை கால்கள் அசைக்க முடியுதா ...’

‘கொஞ்சம்... கொஞ்சம்... நம்ம ராவுத்தர் ஊட்டுப் பெரியவர் எப்படியிருக்கார் ...?’

‘இப்பவும் படுக்கையில்தான்.’

‘நடக்க முடியாதோ ...’

‘கம்பூணிக் கொஞ்சம் ஊட்டுக்குள்ள நடமாடுவார். வெளி யாட்டம் இல்லை.’

‘மேக்கத்திக்காரர் தைக்காவுக்கு மினாராக்கள் கட்டிக் கொடுத்தாரா ...?’

‘இல்லியே வாப்பா.’

‘அவருக்குக் கட்டிக் கொடுக்க மனசுதான். அவருக்க மாமாக்காரர் ஒரு வஹாபி மனுசன் அதிகப் பிரசிங்கி உண்டே. அவர் உடமாட்டார்.’

‘சொல்லியாச்சு. அவங்க அவங்க விருப்பம்...’ மைதீன் பிச்சை மோதின் மஃரிபுக்கு நேரமாகிவிட்டதென்று சொல்லி எழும்பினார்.

‘இப்போ தக்கலப்பா பாட்டுக்குப் போறதுண்டா ...?’ ‘அதுதான் இப்பம் இல்லியே ... புதிய கொள்கைக்காரங்கோ வந்து எல்லாம் போச்சே ...’

‘அந்த வாயாரி மம்மதும்மா இப்பம் தெருக் குழாயடியில் சண்டை போடுதாளா ...?’

‘அவெ ஆங்காரம் நின்னு போச்சு அஸரத். குழாயில தண்ணி இப்பம் வாறதில்லை. பல்லும் விழுந்து தொண்டையும் கட்டிப்போச்சு.’ மைதீன் பிச்சை மோதின் படி இறங்கினார்.

மம்மதும்மாவின் வெற்றிலைக் கறைபடிந்த பற்களெல்லாம் விழுந்து கன்னம் சொட்டிவிட்டது. முனிசிபல் குழாயின் வாய், காற்றை வெளியேற்றியது. இனி தண்ணீர் கொப்பளித்தாலும் எடுத்துக் கொடுக்க முடியாத உடல் நிலை. அவளுடைய தொண்டைக்கடியிலுள்ள கிட்டங்கியில் கட்டிக் கிடந்த ஓசை காலியானதால் குழாயடியிலும் அஞ்சுவண்ணம் தெருவிலும் நிசப்தம் நிலவியது. சில நேரங்களில் தெரு நிசப்தத்தை மீறிக் கொண்டு நாகூர் அனிபாவின் பாடல்கள் டேப் ரிக்கார்டர் களிலிருந்து ஒலித்தது. சில வளைகுடாக்காரர்களின் வீடுகளிலிருந்து மலையாள மாப்பிள்ளை பாட்டுகள். 'கரையானும் பறயானும்; மனம் துறன்னிரக்கானும்...' ஏசுதாசின் இனிமையான துஆ...

பதினைந்து நாட்களுக்கு ஒருமுறை முனிசிபல் குழாயிலிருந்து சொட்டிடும் தண்ணீர் பிடிக்க தெருச்சனங்கள் குழாயடியில் குழுமியிருந்து. அந்திப் பாதிராத்திரியை ஓசை மயமாக்கினார்கள். மம்மதும்மா, ஒரு துளிக் குடிநீருக்காகச் சண்டைபோடுவதைக் கேட்டுக்கொண்டு தெருத்திண்ணையில் சுருண்டு படுத்துக்கொண் டிருந்தாள். இருபத்துநான்கு மணி நேரமும் குழாய் வாய்நிரம்ப கொட்டும் தண்ணீர் ஆறாகத் தெருவில் பாய்ந்துகொண்டிருந்த நாட்களை நினைவு கூர்ந்தாள். நான் எடுத்துத் தந்த தண்ணியிலே துணி துவைச்சீளேடி. ஆடு மாட்டை குளிப்பாட்டினீளேடி. விடிய விடிய நீராடினீளேடி ... அப்பம் மம்மதும்மாக்க அருமையை நீங்கள்லாத் தெரியல்ல. இப்பம் ஒரு செம்புத் தண்ணிக்கு ஒரு ராவு உறக்கம் முளிச்சி நிக்கிதேளடி. உடம்பிலே கெப்பில்லை. தின்ன தீவனமில்லை. பட்டினி ... பட்டினி, ஒருநேர ஆகாரம் அந்தப் பழைய மம்மதும்மாவை நெனச்சு இன்னானு தாறீளாடி ...?

நன்றி கெட்ட மஹாபாவிகள்.

மைதீன் பிச்சை மோதின் குவாஜா அப்துல் லத்தீப் ஹஜ்ரத்துடைய வீட்டிலிருந்து நேராக மஹமூதப்பா தைக்காப் பள்ளிக்கு வந்தார். மஃரிப் பாங்கு சொல்லித் தொழுதார். பின்னால் ஏதாவது நிழல் தொடர்கிறதா என்று சுற்றுமுற்றும் பார்த்தார். எந்த நிழலும் பின்தொடர்வதாகத் தெரியவில்லை. நடந்த தளர்ச்சை மாறுவதற்காக அங்கேயே கொஞ்சநேரம் உட்கார்ந்திருந்தார். மனசுக்குள் பல்வேறு சிந்தனைகள். குவாஜா அப்துல் லத்தீப் ஹஜ்ரத்துடைய நோய் நிலை, அவருடைய சில அவசரத் தேவைகள் நிறைவேற்ற பிறருடைய உதவியை நாடியிருக்க வேண்டிய கட்டாயம். கட்டிய மனைவியும் பிறப் பித்த பிள்ளைகளும் கிட்ட அண்டாமல் விலகிச் செல்கிறார்கள். அவருடைய மூச்சு அடங்கும் நிமிடத்திற்காக ஆவலோடு எதிர்நோக்கி நிற்கின்றனர். தெருக்காற்றில் அத்தர் மணம் பரப்பி,

குஞ்சரம் போட்ட துர்க்கி தொப்பி மாட்டி ராஜ தோரணையில் நடந்து திரிந்த அவருடைய நிலைமையை எண்ணியபடி, பற்கள் கழன்றுபோன வீர சிங்கமாக, தெருவை அடக்கியாண்ட மம்மதும்மாவுடைய நிலையை எண்ணியபடிச் சொர்க்கத்தில் வீற்றிருக்கும் தம்முடைய கிழவியை எண்ணியபடி, பள்ளி வாசலைப் பூட்டிவிட்டு இருட்டு பதுங்கிய கீழ்ப்படியில் காலை வைத்தார். நறுக்கென்றிருந்தது.

அல்லான்னு கூப்பிட்டவாறு அங்கேயே உட்கார்ந்து விட்டார். கண் மசங்குது போல் இருந்தது. தளர்ந்துவிட்ட வயோதிக உடம்பை அங்கேயே சாய்த்தார்.

24

மைதீன் பிச்சை மோதினுடைய மரணம் அஞ்சுவண்ணம் தெருச்சனங்களுக்கிடையே பெரியதொரு சர்ச்சையைக் கிளப்பிவிட்டது. அடக்கம் செய்யப்பட்ட தாயும்மாவுக்குப் பணிவிடை செய்து, மஹமூதப்பா தீவிலிருந்து அழைத்துவந்த ஜின்களால் கட்டப்பட்ட தைக்காப் பள்ளி, இருளில் மூழ்கிவிடாமல் தினமும் விளக்குப் பற்றவைத்து ஒளியூட்டிய மைதீன் பிச்சை மோதினுடைய ரூஹை (உயிர்) அதே தைக்காப் பள்ளிப் படிக்கல்லில் வைத்துப் பிடித்தது பேரதிர்ச்சியைக் கொடுத்தது.

அல்லாஹ் உயிரைப் பிடிக்கும் இஸ்ராயீலைச் சிறகு கட்டிப் பறக்கும் குதிரையில் அனுப்பிவைத்து அவருடைய நெஞ்செலும்பைத் துளைபோட்டுக் கொரடைக் கொண்டு துடித்துக்கொண்டிருந்த பிராணனைக் கவ்விப் பிடித்தது தெருச்சனங்களால் தாங்கிக்கொள்ள முடியவில்லை. நம்ப முடியாத மரணம். படச்சவன் இப்படி அதறப்பதற புடிச்சிரிக்க வேண்டாம்.

ஒரு ஆயுள் காலம் முழுவதும் தைக்காப் பள்ளியைக் கட்டிக்காத்துக்கொண்டிருந்த மனுசனுக்குச் சொந்த வீட்டுக் கட்டிலில் கால் நீட்டிக் கிடந்து கலிமா சொல்லி மவுத்தாகக் கொடுத்து வைக்கலியே என்று சொட்டிட்ட கண்ணீரைத் துடைத்துக்கொண்டு மம்மதும்மா புலம்பினாள்.

‘ஷேக் மதார் சாய்புக்க வீட்டை வாங்கின மனுசன் தைக்காப் பள்ளிக்கு ரண்டு மினாராக்கள் கட்டிக்கொடுத்திருந்தால் இந்த இடங்கேறு (ஆபத்து)

நடந்திருக்காதே தாயே. பாவம் மனுஷன் அநியாயமாகப் போயிட்டாரே' என்றாள்.

பாம்பின் வடிவம் எடுத்துச் சிறகு கட்டிப் பறக்கும் குதிரையில் பறந்துவந்து, கருக்கலில் பள்ளி கல்படியின் கீழ் பம்மிக் கிடந்தது அல்லாஹ் அனுப்பி வைத்த இஸ்ராயீலா? அல்ல, மஹமூதப்பாவிடம் சத்தியம் செய்து விஷப் பல்லைக் கழற்றிக் கொடுத்துவிட்டுத் தாயின் தலைமாட்டில் காவல் நின்றுகொண்டிருந்த சத்தியமுள்ள பாம்பு சத்தியத்தை மீறிச் செய்த செயலா? அதுமல்ல, கரிய மாணிக்கப்புரம் புன்னைக் காட்டுக்குள்ளிருந்து வழிதவறிக் கன்னியாகுமரி நெடுஞ் சாலையைக் குறுக்கே கடந்து, சுடலைமாடன் குளக்கரையில் வளர்ந்து கிடக்கும் புதர்களில் சுருண்டுகிடந்துவிட்டு இருட்டில் திசை தெரியாமல் மஹமூதப்பா தைக்காப் பள்ளி வளாகத்திலுள்ள அடர்ந்த புதருக்குள் பம்மிக்கொண்டிருந்த மலை இறங்கிவந்த ஏதோ கொடிய விஷப் பாம்பா?

மய்யித்தைக் குளிப்பாட்டும்போது கரண்டைக்கு மேல் பகுதியில் கூரிய பல்லால் ஓங்கிக் கொத்திய பல் அடையாளம் தெரிந்தது என்று மய்யித்தைக் குளிப்பாட்டும் சதுக்குப் பிள்ளை சொன்னார். சரியான போடு போட்டிருக்கு. உடல் முச்சூடும் நீலம் பரவியிருந்தது. கண்கள் கட்டி நீலமாக இருந்தது. படிக்கல்லின் மீது விழுந்த இடத்திலேயே மரணம் நிகழ்ந்ததால் விஷம் விர்ரென்று தலைக்கேறியதுதான் காரணம் என்றார்கள்.

ஏதோ கொடிய விஷமுள்ள பாம்பு.

மஹமூதப்பா நிப்பாட்டிச் சென்ற பாம்பு நிச்சயம் கொத்தி யிருக்காதென்று மக்கள் திடமாக நம்பினார்கள். கொத்துவதற்கு அதற்கு விஷப் பற்கள் இல்லை. இருந்த பற்களைச் சத்தியம் செய்து மஹமூதப்பாவிடம் கழற்றிக்கொடுத்துவிட்டது.

கொடுத்துவிட்டுச் சத்தியத்திற்கு மாறுபாடு செய்தால் மஹமூதப்பா வாலைப் பிடித்துத் தூக்கித் தரையில் நச்சென்று ஒரே அடி. சிதைந்து சிதறிச் சின்னாபின்னமாகி இருக்குமே?

சரி அப்படியானால் முன்பின் பரிச்சயமில்லாத, மலை இறங்கி வந்த ஏதோ கொடிய விஷமுள்ள ஒரு கள்ளப் பாம்பு, தான் காவல் காக்கும் எல்லைக்குள் நுழைந்தால் சத்தியமுள்ள பாம்பு என்ன செய்ய வேண்டும்? எந்தச் சரக்கானாலும் அத்துமீறி நுழைந்தால் கொத்தி விரட்ட வேண்டாமா? ஏன் விரட்டல்ல?

தெருச்சனங்களுக்குக் கக்கவும் முடியவில்லை; விழுங்கவும் முடியவில்லை; விளக்கமும் கிடைக்கவில்லை. புரியாத புதிராகவே

இருக்கிறது. தவ்ஹீத்வாதிகளுக்குச் சொல்லிப் பரப்ப ஒரு விஷயம் கிடைத்துவிட்டது.

உண்மையில் என்ன நடந்தது? எந்தப் பாம்பு கொத்தியது? தெருச்சனங்களுக்கு கேட்டுத் தெரிந்துகொள்ள நா எழவில்லை. பயம். விஷயம் விளங்காமல் மஹமூதப்பா நிப்பாட்டிச்சென்று சில நூற்றாண்டு காலமாக உயிர்வாழ்ந்துகொண்டிருக்கும், யாருடைய கண்ணுக்கும் தென்படாமல் மறைவாக நின்று அடக்கம் செய்யப்பட்ட தாய்க்குக் காவல் நிற்கும் சத்தியமுள்ள இஸ்லாமான பாம்பின் மீது பழிபோடுவது கூடாதல்லவா? ஓர்இரவு கொண்டு பாலைவனத்தையும் ஏழு கடலையும் தாண்டி வந்த மஹமூதப்பாவின் முனிச்சல் கிடைக்கும். தாய்க்குக் காவலாக நிற்கும் சத்தியமுள்ள பாம்பு, தாய்க்கு வாழ்நாள் முழுவதும் பணிவிடை செய்துகொண்டிருந்த வயோதிகரான மைதீன் பிச்சை மோதினை மலை இறங்கி வந்த பாம்பிடம் இருந்து ஏன் காப்பாற்றவில்லை? சிலருடைய தலைக்குள் கேள்விகள் நுரைத்தன. தவ்ஹீத்வாதிகள் முகத்துக்கு நேராகக் கேட்டுவிட்டனர். ‘உங்க பாம்பு எங்கலே போச்சு?’

மக்களிடையே வெளியே சொல்லத் துணிச்சல் இல்லாத பல சந்தேகக் கேள்விகள். அன்று தெருவில் ஓதும்போது அஞ்சுவண்ணம் தெருச்சனங்களைக் குலை நடுங்கச் செய்துகொண்டு பட்டப்பகலில் தெருவுக்குக் குறுக்கே வெட்டிப் பாய்ந்துபோன இனம் தெரியாத அந்தப் பாம்புதான் தைக்காப் பள்ளியின் வளாகத்திலுள்ள புதருக்குள் இவ்வளவுகாலம் பதுங்கி இருந்து விட்டுத் தக்கம் பாத்துக் கொத்திவிட்டதோ? பால் பாத்தியா முடங்கியதால் மஹமூதப்பா, அவர் காவலுக்கு நிப்பாட்டிச் சென்ற பாம்பைத் திரும்ப பக்தாதுக்குக் கூப்பிட்டிருப்பார். ஒரு பகல் போதும் அதற்குப் பாலை மணலும், அடர்ந்த காடும், ஏழு கடலும் கடந்து மஹமூதப்பா காலடியில் சென்று விழ?

அஞ்சுவண்ணம் தெருவிலுள்ள இளசுகளுடைய இரத்தம் சூடானது. என்னவென்று தெரியாமல் விடப்படாது. ஒரு கை பாப்போம். இப்படியே பயந்தாங்கொள்ளியாகிவிட்டால் தெருவே பாம்புக்காடாகிவிடும். எதிராளிகளின் வாயை அடக்க வேண்டும். தைக்காப் பள்ளி வளாகத்திலுள்ள அடர்ந்த முட்புதர்களை வெட்டி வெளியாக்க முன்வந்த தெரு இளசுகளுடன் தெரு தவ்ஹீத் இளசுகள் ஒத்துழைக்காதது ஒரு சலசலப்பை ஏற்படுத்தியது. சொன்ன பதில், ‘கபர் வணக்கம் நடக்கும் பள்ளி வளாகத்திற்குள்ளே நாங்கள் மிதிக்க மாட்டோம்.’

இது, மதம் தொடர்பானதல்லவே. தெருவைப் பாதிக்கக் கூடிய பொதுப் பிரச்சினையல்லவா என்று சில நடுநிலை

யாளர்கள் கேட்டதற்கு 'மைதீன் பிச்சை மோதின் தவ்ஹீத்வாதி இல்லையே' என்று சொல்லித் தட்டிக்கழித்தார்கள்.

'அந்த மைராண்டியோ கெடக்கானுவோ, நீங்க வாங்கல. நமக்கு வெட்டுவோம்.' சுன்னத் ஜமாஅத் இளவட்டங்கள் இடுப்புக்குக் கச்சையைக் கட்டினார்கள். வெட்டுக்கத்தியும் மம்மட்டிகளும் எடுத்தார்கள். படம் எடுக்கும் பாம்பை அடிக்க முருங்கைக் கம்புகளும். இதை இப்படியே விட்டால் நாளை தெருவழியே நடக்க முடியாது.

முட்காட்டில் மூட்டில் முதல்வெட்டு போடுவதற்கு முன் அத்துக்காரு காடுவெட்ட வந்த இளசுகளோடு எச்சரிக்கை செய்தான்.

'எலே ... காடு வெட்டும்போது சரக்கு கலையும். கவனம். தவ்ஹீத் பயக்களுக்க வூட்டுக்குள்ளே ஓடிப்போனால் எவனும் சரக்கெ அடிக்கப் போவப்படாது. அவனவன் பாக்கட்டும்பிலே.'

'சரிதான்.'

ஒரு ஓரத்திலிருந்து காட்டை வெட்டினார்கள். அரணை, பூரான், பல்லி, ஓந்தான், மாக்கான், தேள் ... என்ன எளவெல்லாமோ அங்கிடி இங்கிடியா கெடந்து ஓடிச்சு. பொந்து புனங்கள் ஒன்றும் இல்லை. ஒன்று இரண்டு எலிப் பொந்துகள், தாருல் சாஹினா சுவரையொட்டிக் காணப்பட்டன.

'சரக்கு ஒண்ணையும் காணல்லியே' காடு வெட்டிக் கொண்டிருந்த ஒருத்தன் கேட்டான்.

'காணும்பிலே, இல்லாமலா மோதீயாரப்பாவைப் போடு போட்டுது. வெட்டுங்கலே காணும்.'

சிலவேளை எதிர்பாராமல் சீறிப் படம் தூக்கி வந்தாலோ? ஒரே அடியில் அடிச்சுக் கொல்ல முருங்கைக் கம்பு தயார்செய்து வைத்திருந்தார்கள். முருங்கைக் கம்பால் அடி போட்டால் அந்த இடத்திலேயே செத்துப்போகும். முருங்கை வாசம் அதற்கு ஆகாது. பாம்பு கொத்தினால் ஓடிப்போய் முருங்கை மரத்தைக் கடித்தால் விஷம் இறங்கிப்போகும் என்று மூப்பாசாப்பான ஆட்கள் சொல்லுவதுண்டு; அல்லது நல்ல மிளகு சவைக்கணும்.

ஒரு பகல்பொழுதும் எட்டு, பத்து வாலுவக்கார பயக்கோ பச்சத்தண்ணிகூட குடிக்காமல் வெட்டி வெளியாக்கினபோதும் ஒரு சரக்கையும் காணவில்லை. கலைஞ்சித் தெருவில் ஊர்ந்து போனதையும் யாரும் பார்க்கல்லே.

மோதீயாரப்பாவைக் கொத்திய பாம்பு எங்கே போச்சு?

பிறர் காதில் விழும்படிக் கேட்காவிட்டாலும் ஒவ்வொரு வனுடைய முகத்திலிருந்தும் அக்கேள்வி ஒலித்தது.

அடக்கம் செய்யப்பட்ட தாயினுடைய கபரின் அடையாள மாக இரு மீஸான் கற்கள் தெற்கும் வடக்கும் காணப்பட்டன. பாசி படிந்திருந்த மீஸான் கற்கள். தலைமாட்டில் உள்ள மீஸான் கல்லில் உள்ள சிறுகுழியில் விளக்குவைக்க விட்ட எண்ணெய்யின் வழுவழுப்பும் கருகிய கரித்துண்டுகளும். மீஸான் கல்லை ஒட்டிப் பாம்புக்குப் பால்விட்டுக் கொடுக்கும் ஏனம் வறண்டு காணப்பட்டது. ஜின் பழம் உரித்துத் தின்ன பழத் தோல்கள் இல்லை. பாம்பு உருவிப்போட்ட சட்டைகளும் இல்லை. பாம்பு ஊர்ந்து வந்த தடங்களும் இல்லை.

பாம்பின் நடமாட்டம் இருந்ததாக எந்தத் தடயங்களும் தென்படாததால் காடுவெட்டிய பயக்களுக்குப் புரிந்துவிட்டது. ஏதோ ஒன்று பாம்பு வடிவில் பறந்து வந்து தைக்காப் பள்ளிப் படிக்கடியில் பதுங்கிக்கிடந்து, அல்லாஹு எழுதிவைத்த ஆயுள் புத்தகத்தில் குறிப்பிட்டிருந்த கடைசி வினாடி வந்ததும், மைதீன் பிச்சை மோதினார், முதல்படியில் காலை வைத்த கணம் அல்லாஹ்வின் உத்தரவு கிடைத்தது. ஓங்கி ஒரு போடு போட்டு, கால்வழியாக உயிரை உருவி எடுத்துவிட்டுப் பறந்து சென்றது.

தைக்காப் பள்ளி வளாகத்தில் வெட்டிய முட்காடுகளையும் காட்டுச் செடிகளையும் வள்ளிகளையும், மலைபோல் குவித்துப் போட்டார்கள், காய்ந்தால் தீ வைக்க. வாப்பா வந்தது காடு வெட்டிய மறுநாள் லுஹர் நேரம். தாருல் சாஹினாவின் தென்பக்கமுள்ள தைக்காப் பள்ளி வளாகத்தில் லுஹர் வெயில் விழுந்ததைக் கண்டதும் மைதீன் பிச்சை மோதினின் லுஹர் பாங்கு வாப்பாவின் காதில் விழுந்தது.

'வாங்கு போட்டு கேட்குது. நான் தொழுதிட்டு வாறேன் மக்கா'. வாப்பா சாய்வு நாற்காலியிலிருந்து எழும்பித் தலைப் பாகை கட்டுவதைக் கண்டதும் தாத்தா சொன்னாள்:

'வாங்கு போடல்ல வாப்பா ...'

'மைதீன் பிச்சை மோதின் வாங்கு போடுது என் காதுக்கு கேட்குதே ...'

'அவரைத்தான் கள்ளப் பாம்பு கொத்தி மரிச்சு நேத்தே அடக்கம் செய்தாச்சே ...!'

'அப்படியா? பாம்பு கொத்தி மவுத்தாப் போனாரா?' அதிர்ச்சி அடைந்து கேட்டார். 'அப்போ என் காதில் விழுந்த வாங்குச் சத்தம்?'

வாப்பா சுவர் மணியைப் பார்த்தார். பாங்கு சொல்லக் கூடிய அதே நேரம். அவருடைய குரல் அதே குரல். மெல்லிய இடறிய குரல்.

கப்ருக்குள்ளிருந்துதான் அவர் பாங்கு சொல்கிறார். காதில் ஒரு பாங்கு சத்தம் விழுந்துவிட்டது. உடன் தொழச் செல்ல வேண்டும். வாப்பா புறப்பட்டார். தாத்தா தடுத்தாள்.

‘மைதீன் பிச்சை மோதினக் கொத்தின பாம்பு தைக்காப் பள்ளி வளாகத்திற்குள்ளேதான் பம்மிக் கிடக்குது. போவாதீங்க. அதுக்கு அரிசம் (கோபம்) தீரல்ல.’

வாப்பா தாத்தாவுடைய விலக்கை மீறித் தைக்காப் பள்ளிக்குப் போனார். ஹவுள் தண்ணீரில் பாசி படர்ந்துகிடந்தது. பாசி நீக்கி வாப்பா ஒளூ செய்துவிட்டு மைதீன் பிச்சை மோதின் வைக்குமிடத்திலிருந்து சாவியை எடுத்துப் பள்ளியைத் திறந்து உள்ளே சென்றார். புறாக்களும் குருவிகளும் பல்லிகளும் போட்ட எச்சங்கள் பாய் எங்கும். மைதீன் பிச்சை மோதின், தான் தொழுவதற்காகச் சுருட்டிவைத்திருந்த பாயை விரித்துப் போட்டு வாப்பா தொழுதார். பள்ளியைப் பூட்டிச் சாவியை இருந்த இடத்தில் வைத்துவிட்டு மய்யித்தாக இல்லாமல் உயிரோடு தெருவில் இறங்கிவரும் வாப்பாவைத் தெருச்சனங்கள் ஆச்சரியமாகப் பார்த்தனர்.

இந்த மனுசனுக்கு இவ்வளவு துணிச்சலா?

வீட்டுக்குள் ஏறியதும் தாத்தா கேட்டாள்.

‘ஏன் வாப்பா பாம்பு நடமாடுத பள்ளிக்குப் போனீங்க?’

‘அன்னிய பாம்புகளை நடமாடவிடாம தாய் தலைமாட்டில் காவல் நின்ன பாம்பு என்ன ஆச்சு?’ வாப்பா கிண்டலாகக் கேட்டார்.

‘பால் பாத்திஹா ஓதாதுனாலே மஹமூதப்பா அந்தப் பாம்பைத் திருப்பிக் கூப்பிட்டுப் போனதும், கள்ளப் பாம்புகள் உள்ளே வந்துட்டது.’ இதைக் கேட்டதும் வாப்பா விழுந்தடிச்சு சிரிச்சார். சிரிச்சு முடிய கொஞ்ச நேரமெடுத்தது.

‘கள்ளப் பாம்புகள் நடமாடுத பள்ளியிலே தொழப் போவ வேண்டாமின்னு சொல்லுதா? தொழுகை நடக்காத பள்ளிக்கு எதுக்கு மினாராக்கள்?’

வாப்பாவின் கேள்வியிலிருந்த தர்க்கம் தாத்தாவையும் மச்சானையும் வாயடைக்க வைத்தது. வாப்பா காலைத் தூக்கிச் சாய்வு நாற்காலி காலில் வைத்தது ஏதோ முக்கிய விஷயம் பேசுவதற்கு.

‘அல்லாஹ் இந்தப் பூமியை விரிச்சுப் போட்டுருக்குது மனுசனுக்கும் ஊர் இனங்களுக்கும் விலங்குகளுக்கும் பச்சிப் பறவைகளுக்கும் ஸ்வைரமாக நடமாடுக்குத்தான். மனுசனைப் படைக்கும் முன் பூமி, சந்திரன், சூரியன். கோளங்கள் எல்லாம், மனுசனுக்காக அல்லாஹ் முதலில் படைத்துவிட்டான். அல்லாவுடைய கடைசி சிருஷ்டிதான் மனுஷன். அவன் முன்பு படைத்த அனைத்துப் படைப்புகளுக்கும் மனிதன் எதிரி ஆவான் என்று அல்லாஹ் முன்கூட்டியே அறிவான். காட்டை அழிப்பான். பூமியின் ஆணியான மலையை உடைப்பான். காற்றை மாசுபடுத்துவான். நதியை விலை பேசுவான். மனிதரிடமிருந்து மட்டுமில்லாமல், தங்களைத் தற்காத்துக்கொள்ள அந்தப் படைப்பினங்களுக்கு எதிரியைத் தாக்குவதற்குள்ள ஆற்றலைக் கொடுத்துள்ளான் அல்லாஹ். எறும்பு எதிரியைக் கடித்தும், தேள் கொட்டியும், பாம்பு கொத்தியும், யானை மிதித்தும், சிங்கம் அடித்தும், இயற்கை சுனாமியாலும் பூகம்பங்களாலும் தாக்கியும் தங்களைத் தற்காத்துக்கொள்ளும்.

பாம்பு ஒரு பயந்தாங்கொள்ளி ஜீவி. அதை மிதித்தால் மட்டுமல்ல, தன்னைத் தாக்க வருகிறான் என்று புரிந்து கொண்டாலே போதும். அதே முந்திக்கொண்டு கொத்தித் தன் உயிரைக் காப்பாற்றிக்கொள்ளும். விஷப் பற்களால் கொட்டும் தன்மை ஆண்டவன் அதற்குக் கொடுத்த கேடயம். கொத்துவது அதன் இயற்கை குணம். தௌர்[1] குகைக்குள் எதிரிகளைக் கண்டு நபியும் அபூபக்கர் சித்திக்கும் பதுங்கியிருந்தபோது, அபூபக்கர் சித்தீக்கைத் தேள் கொட்டவில்லையா? குகையும் பொந்து புனங்களும் அதன் தங்குமிடங்கள். அதற்குள் நுழைந்த மனிதர்கள் அந்தத் தேளுக்கு எதிரிகளாகப் பட்டதால் கொத்தித் தாக்கியது.

அல்லாஹ் அவனுடைய ஆயுள் புத்தகத்தில் யார் யாருக்கு எத்தனை ஆண்டு, எத்தனை மாதம், எத்தனை நாள், எத்தனை மணி – நிமிடம் என்று எழுதிவைத்திருக்கிறான். அந்த விநாடி வந்ததும் தந்த ரூஹை அவன் திருப்பி எடுத்துவிடுவான். அவன் ஆயுள் புத்தகத்தில் நிர்ணயம் செய்த விநாடியிலிருந்து ஒரு விநாடி கூட நீட்டிக்கொடுக்க மாட்டான். யாரானாலும் சரி அல்லாஹ்வின் உவப்பான நபிக்கு 63 வயதுதான் எழுதிவைத்திருந்தான். அதிலிருந்து ஒரு இம்மாணிகூடக் கூட்டிக் கொடுக்கவில்லை. இன்னும் ஒரு ஆண்டு நீட்டிக் கொடுத்திருந்தால் அவனுடைய தீனுல் இஸ்லாம் இன்று எவ்வளவு பரவி இருக்கும்! ஏன் நீட்டிக் கொடுக்கவில்லை? இரண்டாம் கலீபாவான உமரின் ரூஹை அவருடைய வீட்டில்

---

1. தௌர் – அரேபியாவிலுள்ள ஒரு குகை

படுக்கையில் வைத்தா எடுத்தான்? தொழுகையிலிருக்கும்போது அந்த விநாடி வந்ததும் எதிரியின் கத்திமுனையைக் கொண்டு எடுத்தான். எங்கு வைத்து ரூஹை எடுக்க வேண்டும் என்பதும் அவன் புத்தகத்தில் எழுதிவைத்திருக்கிறான். உமரை இன்னும் கொஞ்ச காலம் உயிர்வாழ வைத்திருந்தால் இஸ்லாத்திற்கு எவ்வளவு ஏற்றம் கிடைத்திருக்கும்? அல்லாஹ்! எனக்கு ஆயுளை நீட்டித்தாஎன்று இரவுபகலாக விழுந்தடித்துத் தொழுது துஆ கேட்டாலும் அல்லாஹ் நீட்டித் தரவே மாட்டான். அவன் எழுதியதை ஒருபோதும் அழிக்கமாட்டான். ஆயுளை நீட்டிக் கேட்பது அறியாமை; வீணான துஆ.

மைதீன் பிச்சை மோதின் ஊதியம் இல்லாமல் தைக்காப் பள்ளியில் பாங்கு சொன்னார். ஐந்து நேரம் தொழுதார். மவ்லுது ஓதினார். தக்கலப்பா பாட்டுப் பாடி நடந்தார். அதற்காக அவருடைய ஆயுளை நீட்டிக் கொடுப்பான் என்று நினைச்சியா? கொடுக்கமாட்டான். அவரது விநாடி நெருங்கி வந்ததும் பாம்பின் விஷப் பல்லைக்கொண்டு அவருடைய ரூஹை எடுத்தான்.

பாம்பு கொத்திப்போடும் என்று பயந்து பள்ளிக்குப் போக வேண்டாம், தொழ வேண்டாமுனு சொல்லுது அல்லாஹ்வை மறந்தபேச்சு மோளே. காட்டை வெட்டினாங்களே . . . பாம்பு குடியிருந்தால் ஒண்ணாவது கண்ணில் படாதா? அந்த சுடலை மாடன் குளத்தாங்கரையிலிருந்து ஏதோ ஒரு பாம்பு இரை எடுக்க வந்திருக்கும். இவர் தெரியாமல் மிதிச்சதும், கொத்திட்டுப் பயந்து ஓடியிருக்கும். அங்கு மஹ்மூதப்பா நிப்பாட்டிச் சென்ற பாம்புமில்லை, ஒரு மண்ணுமில்லை.

ரெண்டு, மூணு நூற்றாண்டு காலமாகச் சாவாம ஒரு பாம்பு தாய் தலைமாட்டில் காவல் நிக்குதுனு சொன்னா நம்ப முடியுமா? பாம்புக்குனு ஓர் ஆயுள் காலம் இல்லையா? சில நம்பிக்கைகளின் உண்மைகளை அறிவுபூர்வமாகச் சிந்தனை செய்து புரியணும். ஏதோ காலத்துலே யாரோ சொல்லிவைத்த கதையை இன்னும் நம்பிக்கிட்டு இருக்கலாமா?'

வாப்பா சாய்வு நாற்காலிக் காலிலிருந்து காலைக் கீழே வைத்ததற்குப் பேச்சு முடிந்தது என்று பொருள்.

'மைதீன் பிச்சை மோதின் லுஹர் பாங்கு சொன்னார். நீங்கள். கேட்டீங்களே.'

'இங்கு வரும்பொழுதெல்லாம் அந்தந்த நேரம் அவருடைய மெல்லிய பாங்கு சப்தம் என் காதில் விழும். அந்த நேரம் வந்தப்பம் அவருடைய மெல்லிய பாங்கு சத்தம் காதில் விழுந்தது

போல் இருந்தது. அது ஒரு தோற்றம். அதற்காக அவர் கபுரிலிருந்து போட்ட பாங்கு சத்தம் என்று நம்பிவிடாதம்மா.'

'இல்ல வாப்பா இன்னு சுபெய்க்கும் அவர் பாங்கு சொன்னார். ஹவுள் தண்ணீர் அலம்பும் சத்தம் கேட்டது. அவர் இருமிச் சளி துப்பும் சத்தம் கேட்டது.'

வாப்பா, தாத்தா சொன்னதைக் காது கொடுத்துக் கேட்க வில்லை. பார்வையைத் தெருவில் செலுத்திக் கொண்டிருந்தார்.

25

அஞ்சுவண்ணம் தெருவிலுள்ள குழாயடிக்கு மைதீன் பிச்சை மோதினின் மறைவுக்குப்பின் தெருப்பெண்கள் யாரும் அதிகம் வருவதில்லை. சுபுஹூ நேரமுள்ள குளியல் நின்றுவிட்டது. கருக்கல் நேரம் குழாயடியில் நடந்துவந்த குண்டணிகளும் நின்றுவிட்டன. இப்போது வழிகெட்ட ஷைத்தான்கள் கால் கட்டுகள் இல்லாமல் தெருவெங்கும் மதம் பொட்டித் திரிகின்றன.

கால் சங்கிலியோடு தெருவைப் படாதபாடுபடுத்தி உலுக்கிக்கொண்டு நடமாடும் அந்த ஷைத்தான்களைப் பிடித்துத் தளைப்பதற்கு, சுபுஹூ பாங்கு சொல்லி ஆகாசக் கோட்டைக்குள் வீற்றிருக்கும் அல்லாஹ்வை நினைவுபடுத்தும் மோதியாரப்பா இல்லையே என்ற பெருங்கவலை தெருப் பெண்களுக்கு.

இறந்துவிட்ட மைதீன் பிச்சை மோதினாருடைய எலும்பில் ஒட்டியிருக்கும் சுளுக்கு விழுந்த தோலையும் இத்திக்காணும் சதையையும் மண் திங்கத் துவங்கிய மூன்றாவது நாளன்று வெள்ளி உதித்த சுபுஹூநேரம் மைதீன் பிச்சை மோதின் நடந்து செல்லும் செருப்புச் சத்தம் கேட்டு, ஓலமட்டைக் கள்ளி மேபூபா வீட்டு வெளித்திண்ணையில் மூடிப் போர்த்திக்கொண்டு கிடந்த மம்மதும்மா வெடுக்கென்று விழித்துப் பார்த்தாள்.

மைதீன் பிச்சை மோதின் மஹமூதப்பா தைக்காப் பள்ளிக்கு நேராக நடந்துசெல்வதைக் கண்டு வியப்படைந்துபோய் 'மோதியாரப்பா'

என்று கூப்பிட நினைத்தவளுக்கு நா எழவில்லை. நாக்கை யாரோ உள்ளிருந்து இழுத்தார். தைக்காப் பள்ளிக்குள் ராந்தல் வெளிச்சமும் அவர் தொழுதுகொண்டு நிற்பதும் அவளுடைய வலை கட்டிய கண்களுக்குத் தெரிந்தன.

மோதியாரப்பா மவுத்தாகல்லியா?

அப்போ மவுத்தானது? அவர் வீட்டுக்கு முன் தெருக்கூட்டம் கூடியது, சந்தூக்[1] வந்தது, குளிப்பாட்டித் தூக்கிச் சென்றது, கபன் சுற்றியது, சந்தூக்கில் வைத்து மேக்கமாற மய்யத்தான் குழிக்குத் தூக்கிச் சென்றதெல்லாம் யாரை? அவளுக்கு ஒன்றும் புரியாத ஒரு திகைப்பு.

மைதீன் பிச்சை மோதின் வெள்ளி உதித்த நேரம் தைக்காப் பள்ளிக்கு நேராக நடந்து சென்றதும், பள்ளிக்குள் ராந்தல் வெளிச்சத்தையும் அவர் தொழுவதையும் மம்மதும்மா ரண்டு திருட்டியால் கண்டதும் உண்மை. இதைச் சொன்னால் தெருச்சனம் நம்புவார்களா? நம்ப மாட்டார்கள்.

தனக்குப் பைத்தியம் என்பாளுவெொ.

அவள் யாரிடத்திலும் கண்ணால் கண்டதைப் பற்றிப் பேசாமல் ஊமை கண்ட கனாபோல் இருந்துவிட்டாள்.

அப்படி இருந்தாலும் அவளுக்கு இருப்புக்கொள்ளவில்லை. யாரிடத்திலாவது கண்டதைச் சொல்லாவிட்டால் வயிறு வெடிச்சுப் போகுமோ என்ற அச்சம். சொல்லியாக வேண்டும்; யாரிடத்திலாவது சொல்லியாக வேண்டும்.

அஞ்சுவண்ணம் தெருவின் மேல் ஆகாசத்தில் ரூஹைப் பிடிக்கும் மலக்கு (வானவர்) செம்பருந்து போல் வட்டமிட்டுப் பறந்துகொண்டிருப்பது அவள் கண்ணுக்குத் தெரிந்தது. வட்டமிட்டுக்கொண்டிருந்த செம்பருந்து ஆலிப்புலவருடைய வம்ச பரம்பரையை நிலைநாட்டிக்கொண்டிருக்கும் குவாஜா அப்துல் லத்தீப் ஹஜ்ரத்துடைய வீட்டுக்கு மேல்பகுதி வழியாகப் பறந்து வந்தது அவளுடைய சூட்சும உள் கண்ணுக்குத் தெரிந்தது.

ஹயாத் மவுத்!

ஒரு கண்ணு பாப்போமென்னு நேராக குவாஜா அப்துல் லத்தீப் ஹஜ்ரத்துடைய வீட்டுக்குப் பீமுடுக்கேறிக் குறுக்குவழியாகச் சென்றாள்.

'தாடிவளர்ந்து, எலும்பும் தோலுமாகக் கட்டிலில் கிடக்கும் குவாஜா அப்துல் லத்தீப் ஹஜ்ரத்தைப் பார்த்ததும் அவளுடைய கண்கள் ஈரமாயின.

---

1. சந்தூக் – சவப்பெட்டி

எத்தா தண்டியாயிருந்த மனுசன் ஒரு சுள்ளிக் கம்பு போல் அசைவில்லாமல் கிடப்பதைப் பார்க்கச் சகிக்கல்ல. வேண்டா ஒரு துண்டுக் கந்தலை மூலையில் தூக்கி வீசியிருப்பதுபோல் தண்ணி ஓடிச்செல்லும் ஒதுக்குப்புறமாக ஒரு பழைய கட்டிலில், கட்டிலோடு ஒட்டிப்போயிருப்பதைப் பார்த்ததும் சுளுக்கு விழுந்த கன்னம் வழியாக வடிந்த கண்ணீரைச் சேலை முனையால் துடைத்தாள்.

ரஸூலுல்லாஹ்வைக் கண்ணால் பார்த்த ஆலிப்புலவருடைய இரத்தம். ஊரெங்கும் தீன் முழக்கமிட்டும் தக்கலப்பா பாட்டை உரக்க இராகத்தோடு நீட்டிப் பாடியும் திரிந்த மனுசனுடைய நாக்கு குழைந்துவிட்டது. அந்நேரம்தான் தெரியும்.

அவளை ஏற இறங்கப் பார்த்துவிட்டு உட்காரச் சொன்ன போது பேச்சு, அரைகுறைவாகவே இருந்தது. உள்ளிருந்தே ஒடிந்துவிழும் சொற்களை வலுக்கட்டாயமாக இழுத்தெடுத்து அஞ்சுவண்ணம் தெரு சமாச்சாரங்களை விசாரித்தார். குழறிய முறிச்சொற்களுக்கு முழுமை வடிவம் அவளே கொடுத்துப் புரிந்துகொண்டாள்.

'முனிசிபல் குழாயில் தண்ணி வருதாம்மா?' விசாரித்தார்.

'இல்ல வாப்பா, எப்போதாவது கொஞ்சம் வரும்.'

'உங்க மோதீயாரப்பாக்கு சுகம்தானா?'

அவளுக்குத் தூக்கிவாரிப்போட்டது. ஏழு தெருவும் கேள்வி கேட்ட மரணத்தைப்பற்றி இன்னும் தெரியாமலா இருக்கிறார். வீட்டில் அனைவரும் இவரிடமிருந்து விலகி நிற்கின்றனர் என்பதை இப்போது ஊகித்துக்கொண்டாள். மலஜலம் எல்லாமே படுக்கையிலானதால் அந்த இடத்திலிருந்து வந்துகொண்டிருந்த துர்வாடையை அவள் பொருட்படுத்தவில்லை. உறவுகள் விலகி நிற்கக் காரணமான துர்வாடை.

அவளுக்கு அது கஸ்தூரி நறுமணமாகவே இருந்தது. ஒளியாகத் தோற்றமளித்த ஆலிப்புலவருடைய ஒளியின் ஓர் அம்சம் இவரிடத்தில் இருப்பதால் இவருடைய வியர்வை நாற்றம், வாய் நாற்றம், மல மூத்திர நாற்றம் எல்லாமே ஒரு ரசாயன மாற்றம் பெற்றுக் கஸ்தூரி நறுமணமாக அவளுடைய மூக்கிற்குள் ஏறின. கஸ்தூரி நறுமணத்தை முகர்வதற்காக, அவரோடு சற்று நெருக்கமாக உட்கார்ந்துகொண்டு சொன்னாள்.

'வாப்பா, மோதியாரப்பா மவுத்தாப்போனார்.'

'நே! எப்போ?' ஏங்கி நெட்டினார்.

‘மூணு நாளாச்சு. தைக்காப் பள்ளிக் கல்படியில் கிடந்த பாம்பு கொத்தி அந்த இடத்திலே மவுத்தாப்போனார் வாப்பா.’

‘மஹமூதப்பா காவலுக்காக விட்டுச்சென்ற பாம்பு கொத்தாதே. அதுக்கு விஷப்பல் இல்லியே?’

‘ஏதோ கள்ளப் பாம்பு உள்ளே வந்து கொத்தீட்டு ஓடிப் போயிட்டுது.’

‘பால் பாத்திஹா முடங்கிப் போச்சோ?’

‘பால் பாத்திஹா ஓதாதெ உட்டுட்டாங்களே சனங்கோ?’

‘அப்படி வரட்டு, மதார் சாய்புக்க ஊட்டெ வாங்கி குடியிருக்காரே மேக்கத்திக்காரர், அவர் எப்படியிருக்கிறார்?’

‘இருக்கார்...பசங்கயெல்லாம் படிச்சு முன்னேறியிட்டாங்கொ?’

‘நீ எப்படி இருக்கா?’

‘நல்லாதான் இருக்கேன். பசியும் பட்டினியும் வாப்பா’. இரு திருட்டியால் நேரில் பார்த்த சத்தியத்தை இப்போது இவரிடம் சொல்லி மனசுக்குள் அடைபட்டுக் கிடக்கும் கனமான பாரத்தை இறக்கிவைக்கத் தகுந்த நேரம் இதுதான் என்று உணர்ந்து சொன்னாள்.

‘வாப்பா, இன்று காலையிலெ மோதீயாரப்பாக்க செருப்பு சத்தம் கேட்டு முளிச்சேன். தைக்காப் பள்ளிக்கு நேராக மோதீயாரப்பா நடந்துபோவதைப் பார்த்தேன். தைக்காப் பள்ளிக்குள்ளே ராந்தல் விளக்கு வெளிச்சமும் தெரிஞ்சுது.’

அவள் பேசி வந்ததன் உள்ளர்த்தம் என்னவென்று அவர் புரிந்துகொண்டார். ‘மைதீன் பிச்சை மோதின் மறைந்த மூன்றாவது நாள் அவர் நடந்துபோனதைப் பார்த்தேன்’. அதன் அகப்பொருள் என்னவென்று தெரிவதுதான் அவள் வருகையின் நோக்கம் என்பதை அவர் உணர்ந்துகொண்டு சொன்னார்.

‘நீ பாத்தது மோதீயாரப்பாவைத்தான். அவர் மவுத்தாகல்லம்மா. நம்ம வெளிக்கண்ணுக்குப் புலப்படாம அல்லாஹ் மோதீயாரப்பாவை மறச்சு வெச்சிருப்பான். அவர் உடலை மண் திங்காது. அவர் பணிவிடை செய்துவந்த தைக்காப் பள்ளியைச் சுற்றிப்பற்றி யாருடைய பார்வையிலும் படாம அவரை மறைவாக அல்லாஹ் நிப்பாட்டியிருக்கான், தெரிஞ்சுக்கோ.’

குவாஜா அப்துல் லத்தீப் ஹஜ்ரத் இது சொல்லி முடித்ததும் அங்கு சந்தன வாசமுள்ள ஊதுபத்தியின் புகை எங்கிருந்தோ

வந்து அவள் மூக்கிற்குள் நுழைந்தது. அவள் புகையை மட்டும் பார்த்தாள். வாசனையை முகர்ந்தாள். ஊதுபத்தி கண்ணுக்குத் தெரியவில்லை. மோதியாரப்பா வெள்ளி இரவும் திங்கள் இரவும் தைக்காப்பள்ளியில் கொளுத்திவைப்பது சந்தன வாசமுள்ள திரிகள். அவளுக்குப் பிடித்தமான வாசம்.

ஹஜ்ரத்துடைய வீட்டிற்கு மோதீயாரப்பாவுடைய வருகையின் அறிகுறியாக ஊதுபத்தி வாசம் இருக்குமென்று உணர்ந்து அவள் எழும்பினாள்; தடங்கலாக இருக்க வேண்டாம்.

'வாறேன் வாப்பா' மனப்பளு இறங்கிய திருப்தியில் வெளியில் கிளம்பும் நேரம் எதிரில் வந்த ஹஜ்ரத்துடைய மனைவியிடம் தாழ்மையாகச் சொன்னாள்.

'உம்மா, சீதேவி அஸ்ரத் கெடக்குத இடத்துல கொஞ்சம் குமிஞ்சான் புகை காட்டுங்கம்மா ...'

'ஆமா, வேறு வேலை சோலி இல்லை. தரையில கெடந்து எனக்கு மூட்டுவலி வந்தாச்சு. கட்டில் எப்போ காலியாயி கிடெக்குமென்னு நா பாத்துக்கிட்டே இருக்கேன். எதுக்கு கெடக்காரு? நேரம் காலத்தே போய்ச்சேர வேண்டீதுதானே?'

'அப்படிச் சொல்லாதீங்கோ தாயே.'

'உனக்கு என்னளா தெரியும்? ஊட்டுக்குள்ளே நாறி இருக்க முடியல்ல. எரணம் எறங்கல்ல. எம்மொவன் குவாஜா அப்துல் நசீர் பாக்கவி இந்தக் கண்ராவிகளைப் பாக்கண்டாம்னு ஊட்டுக்கே வாறதில்லை. வேம்படிப் பள்ளியில்தான் உறக்கம். இவர் உயிரை எடுத்து ஆண்டவன் எங்களை சலாமத்தாக்கு தானில்லையே.[2]'

கட்டின மனைவியும் பெத்த புள்ளையும் வெறுத்துப் போய்ச் செத்த எலியைத் தூக்கி வீசினதுபோல் வீசப்பட்டுக் கிடக்கும் ஹஜ்ரத்துடைய நிலையை நினைத்து நொந்துபோய்ப் படி இறங்கினாள்.

சொற்பொழிவு, பாடல், அறிவாற்றல் எல்லாம் பெருமையடைவது ஆரோக்கியத்தோடும் செல்வச் செழிப்போடும் நடமாடும் காலம் மட்டுமே. நோய் வாய்ப்பட்டுப் படுக்கையில் விழுந்து பிறர் உதவியை நாடும் நிலை ஏற்படும்போதுதான் நட்பின், பாசத்தின் நிஜமான பொய் முகங்களைப் பார்க்க முடியும். இந்த உலக வாழ்வின் எதார்த்தங்களை அவள் உணர்ந்து கொண்டு பீ முடுக்கு வழியாக நடக்கையில் ஒரு உள்உந்துதலால் ஆகாசத்திற்கு நேராகக் கையை உயர்த்தி துஆ கேட்டாள்.

---

2. சலாமத் – நிம்மதி

'அல்லா! என்னைப் படுக்கையில் போடாமல் என் ரூஹை இப்படியே எடுத்துப்போடு அல்லா ...!'

அவள் நெஞ்சுருகி துஆ கேட்கும்போது குவாஜா ஒரு மரக்கட்டிலில் அசைவற்று மல்லாக்கப் படுத்துக்கொண்டிருந்தார். இடுப்பில் மட்டும் ஒரு கிழிந்த துண்டு ஆடை ஒட்டியிருந்தது.

தைக்காப்பள்ளி முடுக்கு வழியாக ரண்டு கால் எட்டிப் போட்டு அஞ்சுவண்ணம் தெருவிலுள்ள கொடிமரத்தடியில் வந்தபோது, கையில் பத்திரிகையோடு அங்குவந்த அஞ்சு வண்ணம் தெருவின் ஆதி வரலாறு தெரிந்த பக்கீர்பாவா சாகிப் மம்மதும்மாவிடம் கேட்டார்.

'விசயம் தெரியுமாளா?'

'தெரியாதே வாப்பா. என்ன வெளப்பம்?'

அஞ்சுவண்ணம் தெருவின் ஆதி வரலாறு மனப்பாடம் செய்திருப்பவரும் ஐவர் குடும்பத்துக்கு ஒருகாலத்தில் சொந்தக்காரரும், சுல்தான் அலாவுத்தீன் சாகிபின் பின் வாரிசுமான பக்கீர் பாவா சாகிப் அஞ்சுவண்ணம் தெருச்சனங்கள் இன்னும் தெரியாத ஒரு விசயத்தை மம்மதும்மாவுக்குச் சொல்லிக் கொடுத்தார்.

ஆந்திராவில் எங்கேயோ குண்டு வெடிச்சது. அந்தக் குண்டு வெடிப்பில் ஈடுபட்டிருந்ததாக நவாஸ் ஹோட்டலில் டீ அடிச்சிட்டிருந்த ரவூப் பயலையும் தெருத்தெருவாகக் கோரம்பாய் விற்று நடந்த அனிபா பயலையும் போலீஸ்காரன் புடிச்சிட்டு போனானில்லையா? பாவம் பயக்க பகல் முழுக்க நாயா உழைச்சுக் களைப்பு நீங்க கொஞ்சம் காற்றுக்கொள்ள கலுங்கில் இருட்டு நேரம் உக்காந்திருந்தானுவோ. ஒண்ணும் தெரியாத அப்பாவி பயக்களைப் புடிச்சிட்டுப்போய்க் குண்டுவெடிப்பு கேஸுல சேத்துப் போட்டானுவொ பேதில போவானுவோ.

முதல்ல குண்டு வச்சயாலே, வச்சயாலேனு போட்டு அடிச்சு நொறுக்கினானுவொ. மூத்திர துவாரம் வழி பச்சை ஈர்க்கிலை போட்டு குடஞ்சானுவோ, செய்யாத குற்றத்தைச் செய்ததாக ஒப்புக்கொள்ளச் சொன்னானுவொ. உயிருக்குப் பயந்து செய்ததாட்டு ஒப்புக்கொண்டானுவொ. பின்னையும் அடிச்சு நொறுக்கினானுவோ. நாங்க சொல்லித் தாறது போல் சொல்லணும்னு. சரியென்னானுவோ.

எங்கள் ஜிஹாத் தலைவருடைய கட்டளைப்படி அஞ்சு வண்ணம் தெருவிலிருந்து ஒரு டிரங்குப் பெட்டியில் குண்டை எடுத்துக்கொண்டு ஆந்திராவுக்குப் போனோம். தலைவர்

சொன்னபடிக் குண்டை வைத்துவிட்டு இரவோடு இரவாக ரயில் ஏறி அஞ்சுவண்ணம் தெருவுக்கு வந்தோம். வந்து இருட்டில் கலுங்கில் உட்கார்ந்திருக்கும்போதுதான் நாங்கள் பிடிபட்டோம்.

போலீஸ் அதிகாரிகள் சொல்லிக் கொடுத்தபடி நீதிபதி முன்னால் சொன்னானுவோ. இன்னும் சில தெளிவுகள் எடுக்க வேண்டியிருப்பதால் போலீஸ் கஸ்டடியில் வேண்டுமென்று நீதிமன்றத்தில் போலீஸ் தரப்பில் கேட்டபடி ஒரு வாரம் போலீஸ் கஸ்டடியில் வைக்கும்படி உத்தரவு பிறப்பித்தார்.

போலீஸ் லாக்கப்பில் இருந்த இருவரையும் இரு போலீஸ் காரர்கள் லாக்கப்பைத் திறந்து வெளியே கொண்டு வந்தார்கள். ஒரு ஜீப்பில் ஏறச் சொன்னார்கள். ஆட்கள் நடமாட்டமற்ற ஒரு மொட்டைக் குன்றின் அடிவாரத்தில் இருவரையும் இறக்கி விட்டுவிட்டு இருவரையும் தப்பி ஓடச் சொன்னார்கள். கால்கள் புண்பட்டுப்போன அவர்களால் ஓட முடியவில்லை. தம்மீது இரக்கப்பட்டு வெளியே விட்டுவிட்டார்கள் என்ற நம்பிக்கையில் அவர்களுடைய சொல்படி வலியைப் பொருட்படுத்தாமல் ஓடினார்கள். ஓடியவர்கள் துப்பாக்கிக் குண்டு பாய்ந்து விழுந்தார்கள்.

பக்கீர்பாவா சாகிப் பத்திரிகையில் வெளியான படத்தைக் காட்டினார். இருவரில் ஒருவருடைய கையில் துப்பாக்கி.

ஆந்திரா குண்டு வெடிப்பில் சம்பந்தப்பட்ட தீவிரவாதி களான அப்துல் ரவூபும் (28) முகம்மது அனிபாவும் (19) போலீஸ் பாதுகாப்பிலிருந்து தப்பி ஓடினார்கள். பின்னால் விரட்டிச் சென்ற காவல்துறையினருடன் காட்டுப்பகுதியில் நடந்த மோதலில் தற்காப்புக்காகச் சுட்டதில் இரு தீவிரவாதிகளும் அந்த இடத்திலேயே மாண்டனர்.

பக்கீர் பாவா சாகிப் போனபிறகும் அவள் கொடி மரத்தடியில் அசைவற்று நின்றாள். செம்பருந்து அஞ்சுவண்ணம் ஆகாசத்தில் வட்டமிட்டுப் பறந்து திரிவது அவளுடைய கண்ணுக்குத் தெரிந்தது.

26

குவாஜா அப்துல் லத்தீப் ஹஜ்ரத்துடைய நோயை விசாரித்துவிட்டு வந்ததிலிருந்து இறைவனிடம் மம்மதும்மாவுக்கு ஒரே ஒரு வேண்டுகோள்தானிருந்தது. பாயில் படுக்க வைக்காமல், இந்த இருப்பிலேயே தன்னுடைய ரூஹை (உயிரை) எடுத்து விடவேண்டும். படுக்கையில் போட்டால் கால் நீட்ட ஓரிடமில்லை. பணிவிடை செய்ய தனக்குப் பெண் பிள்ளைகள் இல்லை. இருப்பது ஆண் பிள்ளைகள். குவாஜா அப்துல் லத்தீப் ஹஜ்ரத்துக்கு மனைவியும் மக்களும் இருந்தென்ன பயன்? அவளுக்கு உடன் மரணம் வரவேண்டுமென்ற ஒரே சிந்தனை.

ஓலமட்டைக்கள்ளி மேபூவா வீட்டு வெளித்திண்ணையில் உட்கார்ந்திருப்பதால் தைக்காப்பள்ளி தெரியும். அல்லாஹ் பிறருடைய கண்ணிலிருந்து மறைவாக நிப்பாட்டியிருக்கும் மைதீன் பிச்சை மோதினுடைய நடமாட்டம் தெரிகிறதா என்று அவ்வப்போது தைக்காப்பள்ளி வளாகத்தில் எட்டிப் பார்த்தாள். கண்ணுக்குப் புலப்படாவிட்டாலும் தொழுகை நேரங்களில் தைக்காப் பள்ளிக்குள் மோதீயாரப்பா ஹாளராகத்தான் செய்வார் என்பது அவளுக்குத் திட்டமாகத் தெரியும். சாமானியமானவர்களுடைய உயிரை அல்லாஹ் உடலைவிட்டு எடுத்து விடுவான். கப்ருக்குள் கேள்விக் கணக்கு உண்டு. மண் அவர்களுடைய உடலைத் திங்கும். அல்லாஹ்வால் நேசிக்கப்படுகின்ற மைதீன் பிச்சை மோதீயாரப்பாவைப் போன்ற நல்லடியார்களுடைய

உடலிலிருந்து உயிரைப் பிரிக்க மாட்டான். இவர்கள் உடலை மண் திங்காது. கப்ருக்குள் கேள்விக் கணக்கு இல்லை. கப்ருக்குள் இவர்களுக்காக அல்லாஹ் ஒரு இரகசிய வாசல் போட்டிருப்பான். அது வழியாக வெளியேற வைத்துப் பாவிகளுடைய கண்களிலிருந்து மறைவாக நிப்பாட்டியிருப்பான். தைக்காப் பள்ளியை மையம் கொண்டுதானிருக்கும் அவருடைய நடமாட்டம்.

பதினைந்து நாட்களுக்குப் பின் நா வறண்ட குழாய் வழியாகச் சொட்டிட்ட முனிசிபாலிட்டி தண்ணீரைப் பிடிக்க குழாயடியில் குழுமிய தெருப்பெண்களிடம் மம்மதும்மா கூப்பிட்டுச் சொன்னாள்.

'ஏளா, உங்களுக்குத் தெரியுமா?'

'என்னக்கா ...?'

'மோதீயாரப்பா மவுத்தாவல்லவுளா, தெரிஞ்சிக்கிடுங்கோ'. கூடிய பெண்கள் இவளை ஆச்சரியமாகப் பார்த்தனர். இவளுக்கென்ன கிறுக்கா? மவுத்தாயிப் போய் அடக்கம் செய்யப் பட்ட மனுசனை மவுத்தாகவில்லை என்கிறாளே?

'என்னக்கா, உங்களுக்கு என்னாச்சு?' மம்மதும்மாவுடைய சர்வ நாடியும் அடங்கிப்போனதால் இப்போது அவளிடம் பேசுவதற்குத் தயங்க வேண்டியதில்லை. என்ன வேண்டுமானாலும் பேசலாம். சீறமாட்டாள்.

'நான் சுய உணர்வோடதாம்புள்ள பேசுதேன். மோதீயாரப்பா நாம் நெனச்ச மாதிரி சாதா மனுசனில்லை. அவுலியா, அல்லா, அவுங்களை நம்ம கண்ணிலிருந்து மறச்சு வெச்சிருக்கான் பாத்துக்கிடுங்கோ ...'

'மம்மதும்மா சொன்ன பிறகுதான் தெருச்சனங்களுக்கு மோதீயாரப்பா அவுலியா என்ற மறைக்கப்பட்டிருந்த விஷயம் தெரியவந்தது. மோதீயாரப்பாவின் நடமாட்டத்தைப் பற்றி மம்மதும்மா தெருவில் சொல்லி நடந்தாள். மோதீயாரப்பா தைக்காப் பள்ளிக்குள் நடந்துபோவதையும் தைக்காவுக்குள் ராந்தல் வெளிச்சத்தில் அவர் தொழுதுகொண்டு நிற்பதையும் கண்ணால் பார்த்ததாகச் சொல்லிப் பரப்பினாள்.

நம்பிய சனம் மம்மதும்மா தலைமையில் மோதியாரப்பாவை அடக்கம் செய்த இடத்தில் சந்தனத் திரி பற்றவைத்து ஊன்றினர். இதைக் கேள்விப்பட்ட தவ்ஹீத்வாதிகள் எதிர்ப் பிரச்சாரம் செய்தனர். வீட்டுச் சுவர்களிலும் தைக்காப் பள்ளிச் சுவரிலும் சுவரொட்டிகள் ஒட்டப்பட்டன.

அவுலியாக்களை நம்பாதீர்கள்!

கபர் வணக்கம் செய்யாதீர்கள்!

காவல்துறையின் கண்காணிப்பிலிருந்த அஞ்சுவண்ணம் தெருவில் திடீர் சுவரொட்டி கண்ட பிறகு புகை மூட்டம். எந்நேரமும் மோதல் வெடிக்கலாம். தெருமணல் சிவக்கலாம். பிணங்கள் விழலாம். மோப்பம் பிடித்த காவல்துறையினர் கொஞ்சம் சுறாவளிகளை முன்னெச்சரிக்கையாகக் கைதுசெய்து உள்ளே போட வெறிபிடித்துப்போய்த் தெருவில் தூசி கிளப்பினர்.

ஆண்கள் பாத்தும் பதுங்கியும் நடந்தனர். தெருவில் உயர்ந்து கேட்ட தறிகளின் ஓசை அடங்கிவிட்டது. பெண்களுக்கும் பயம். பல இடங்களில் பெண்களும் கைது செய்யப்படுவதாகக் கேள்வி. எங்கேயோ ஒரு பெண்ணைச் சுட்டுக் கொன்றுவிட்டார்களாம்.

பக்கீர் பாவா சாகிப் தைக்காப் பள்ளிச் சுவரில் ஒட்டியிருந்த சுவரொட்டியை வாசித்தார். தூக்கிவாரிப் போட்டது.

பயித்தியக்கார பயலுவளுக்கு வேற சோலி இல்லை. கபரையும் அவுலியாக்களையும் சொல்லி அரசியல் நடத்துதானுவோ. ரண்டு பயக்களுக்குமே நோக்கம் சமுதாய சீர்திருத்தமல்ல. வயிறு வளத்தூது. வெளிநாட்டு வசூல்.

பக்கீர் பாவா தைக்காப் பள்ளிக்கு நேராக நின்று தலையில் துண்டைப் போட்டுக்கொண்டு இரு கரங்கள் நீட்டி இரங்கிச் சொன்னார்.

‘எங்க குடும்ப குலத்தாயே! எங்கள் தாய்பேரைத் துலக்கவும், தீன் நடத்தவும் வந்த எங்கள் முப்பாட்டன் மஹமூதப்பாவே! என் மகன் அப்துல் சமது, மேக்கத்திக்காரருடைய மகனைப் போல் டாக்டராகணும். அவனுக்குப் பரீட்சையில் நிறைய மார்க் கிடைக்க அருள் புரியங்களப்பா . . .!’

அப்துல் சமதுக்கு நல்ல மார்க் கிடைத்தது. பக்கீர்பாவாசாகிப் எதிர்பார்த்தபடி அவனுக்கு மெடிக்கல் சீட்டும் கிடைத்தது.

மைதீன் பிச்சை மோதினுடைய மவுத்துக்குப்பின் தைக்காப் பள்ளியில் ராந்தல் எரியாவிட்டாலும் மம்மதும்மா கண்ணுக்கு ராந்தல் விளக்கு எரிந்து வெளிச்சம் தெரிந்தது. அப்துல் சமதுக்கு சீட் கிடைத்துவிட்டது. இனி டாக்டர் தைக்காப் பள்ளியை மேலும் இருட்டில் மூழ்கடிக்கக்கூடாது என்று பக்கீர் பாவா சாகிபுக்கு ஓர் உதிப்பு வந்தது. மண்ணெண்ணெய் கிடைப்பது அரிது. கள்ள மார்க்கெட்டில்தான் வாங்க வேண்டும். யார் போய் வாங்குவது? யார் தினமும் விளக்கு துடைத்துப் பற்ற

வைப்பது? சிந்தனையில் ஒரு பொறி தட்டியது. தைக்காப் பள்ளியில் இசக்கிமாடனை விட்டு வயரிங் செய்தார். உள்ளே ஒரு பிலிப்ஸ் டியூப் விளக்கும், வெளியே ஒரு 40 வால்ட் பல்பும் மாட்டினார். பக்கீர் பாவா சாகிப் ஊரில் இருந்த நாள்வரை அவரே கருக்கல் நேரம் விளக்கைப் போட்டு இரவு எட்டு மணிக்கு அணைத்துவிடுவார். ஒழுங்காக பதினைந்தாம் தேதி கரண்டுக்குப் பணம்கட்டிவிடுவார்.

அப்துல் சமதுக்கு அடிக்கடி இழுப்புநோய் வரும். ஹோட்டல் சாப்பாடும் ஹாஸ்டல் சாப்பாடும் அவனுக்கு ஒத்துவராது. பக்கீர் பாவா சாகிப் திடீரென்று எடுத்த முடிவில் மகனுக்காக மதுரையில் ஒரு வீடு எடுத்துத் தங்குவதற்குச் செல்லும்போது தைக்காப்பள்ளிச் சாவியை மம்மதும்மாவிடம் கொடுத்துவிட்டுச் சொன்னார்:

'தெனமும் லைட் போட்டு அணச்சுடு. பரக்கத் கிடைக்கும்புளா.'

ஜின் சீடர்களைக் கொண்டு இரவோடு இரவாக தைக்காப் பள்ளியைக் கட்டி முடித்த மஹமூதப்பாவுடைய அருள் கிடைக்குமென்ற பூரிப்பில் இரு கை நீட்டிச் சாவியை வாங்கிக் கொண்டாள். தினமும் கருக்கலில் சென்று விளக்கு போட்டு, எட்டு மணிக்கு அணைத்துவிடுவாள்.

மோதீயாரப்பாவின் மறைவுக்குப் பின், ஹவுளு தண்ணீரில் பாசி மிதந்து புழுக்கள் நெளிவதைக் கண்டதும் மம்மதும்மா வருந்தினாள்.

'அல்லாஹ், தாய் தலைமாட்டிலுள்ள இந்தப் பள்ளியைத் திரும்பிப் பார்ப்பாரில்லையே?'

மீட்டருக்குக் கீழ் தொங்கிய அட்டையில் கால் சுறா போட்ட ஒருத்தன் வந்து எழுதிவிட்டுப் போனதைப் பார்த்தாள். கரண்டு பணம் எவ்வளவு என்று எழுதிட்டுப் போறான். அப்போது தான் கரண்டுக்குப் பணம் கட்டுவதைப் பற்றி நினைத்தாள். யார் கட்டுவார்? அவளுக்கு ஒன்றும் பிடிபடவில்லை.

பக்கீர் பாவா சாகிப் வந்து கரண்டு பணம் கட்டுவாரா அல்லது வேறு யாரிடமாவது பணம் கட்டிவிட ஏற்பாடு செய்திருப்பாரா? தெரியவில்லை.

அஞ்சுவண்ணம் தெரு அனல் கக்கிக்கொண்டிருந்தது.

உடம்பு அசதியாக இருந்ததால் ஓலை மட்டைக்கள்ளி மேபூவா வீட்டு வெளித் திண்ணைக் குளிர்ச்சியில் சேலைமுனை விரித்துச் சற்றுத் தலை சாய்த்தாள். பள்ளிக்கூடம் விடுமுறையானதால்

தறுதலைகளின் கூப்பாடு. ஒரு தெருவை ஏழு தெருவாக்கும் புலிக்குட்டிகள்.

தைக்காப் பள்ளிக்கு முன்னால் தண்ணீர்க் குழாயிலிருந்து கொஞ்சம் விலகி நாட்டப்பட்டிருந்தது மின் தூண். அதில் எரியாத ஒரு விளக்கு தொங்கிக்கொண்டிருந்தது. விளக்கு எரியாதது குழாயடிக்கு வரும் பெண்களுக்கு வசதியாகத் தானிருந்தது. அந்த மின்தூணிலிருந்து தைக்காப் பள்ளிக்கு மின் இணைப்பு செய்யப்பட்டிருந்தது.

தெருவைக் குட்டப் புழுதியாக்கிய கால்கட்டாத் தறுதலை களின் கூப்பாட்டில் நெட்டி விழித்த மம்மதும்மாவின் கண்ணுக்கு மின் தூணில் காக்கிக் கால்சட்டை போட்ட லைன்மான் ஏறுவது தெரிந்தது.

‘பேதீல போவான் எதுக்கு ஏறுதான்?’

ஃபியூஸை உருவிக்கொண்டு இறங்கினான்.

‘எதுக்கு பீஸ் கட்டையை எடுத்தீரும்?’ உட்கார்ந்தபடியே கேட்டாள்.

‘பணம் கட்டல்ல.’

‘லைன்மேன் சைக்கிளில் ஏறிச் சென்றதும் சாபம் போட்டாள்.

‘உன் கை வெளங்காம போட்டு. தாயும்மாக்கு வெளிச்சம் கிட்டாம ஆக்கிப் போட்டாயே. பீச்சல் எடுத்து பாயோட கெடப்பாலே நாயே...’

தைக்காப்பள்ளி இரண்டு நாட்களாக இருளில் மூழ்கி விட்டதைக் கவனித்த தாத்தா, பாக்கு வெற்றிலையும் வேப்பாணம் போயிலையும் வாங்கிக்கொண்டு தெருவழியாக நடந்து வந்த மம்மதும்மாவிடம் கேட்டாள்.

‘என்னக்கா, தைக்காவிலெ விளக்கு போட மறந்திட்டீளோ...?’

‘இல்ல சீதேவி. அந்த கை ஒடிஞ்சி கழுத்தோட கட்டிப் போவான் தூணிலெ ஏறி கரண்டு கட்டையே உருவியீட்டுப் போயிட்டான். பக்கீர் பாவா சாகிபிட்ட சொல்ல வழியில்லை. தாயும்மாயெ இருட்டுலெ போட்டா அவுங்க மனம் பொறுக்க மாட்டாங்க. தீ மழையெ பெய்ய வைப்பாங்கொ’ என்று கூறிவிட்டு நகர்ந்தாள்.

தாயும்மாயெ இருட்டுலே போட்டா மனம் பொறுக்க மாட்டாங்க. தீ மழையப் பெய்ய வைப்பாங்கொ என்று கேட்டபோது தாத்தாவுக்குக் கதிகலங்கியது. அவள் ஆகாசத்தைப்

பார்த்தாள். தெற்கு மூலையில் கறுப்புத் தெரிகிறதா ? தெற்கு மூலை கறுத்துப் போயிருந்தால் மழை பெய்யும். தண்ணியை அல்ல சொரிச்சு இறக்குவது, நெருப்பை. அந்த நெருப்பில் அஞ்சுவண்ணம் தெரு எரிஞ்சு சாம்பலாகும். மனுசன்மார்களெல்லாம் எரிஞ்சு கட்டையாக் கிடப்பார்கள். அடக்கம் செய்யப்பட்ட தாய்க்குக் கோபம் வந்துவிட்டால் பிடிச்சால் நிக்காது. தாயும்மாக்க வீடுதான் கப்ரு. கப்ருக்குள் தொழுது தஸ்பீஹ் செய்திட்டே இருப்பாங்கொ எந்நேரமும். ஊணும் உறக்கமும் இல்லை. தாயும்மா தொழுகையில் இருக்கும்போது எவளோ ஒரு மாதவிடாய் பாறுகாலி அவொ குட்டி ஆட்டைப் பிடிக்க தைக்காப் பள்ளி வளாகத்துக்குள் போனாள். அவ்வளவுதான். அவள் வீட்டுக்குள் நுழைந்ததும் நீக்கம்பு (காலரா) தீனம் பிடிச்சு கெடந்தா. அவளிலிருந்து நீக்கம்பு தீனம் தெருவெங்கும் பரவியது. பலரும் தெருவை விட்டு ஓடிப்போனார்கள். தாயும்மாவின் கோபத்தால் வந்த நோய் என்று புரிந்துகொண்ட தெருச்சனங்கள் அடக்கம் செய்யப்பட்டதாயின் தலைமாட்டில் நின்று நூற்றியொரு யாசீன் ஓதி அழுதழுது மன்னிப்பு கேட்டார்கள். மம்மதும்மா ஒரு முறை சொன்ன நினைவு தாத்தாவுக்கு.

'கேட்டீளா, நம்ம மக்களெல்லாம் படிச்சு முன்னேறியாச்சு. வீட்டோட சேர்ந்து இருக்கும் தைக்காவை இருட்டில் போடப்படாது. தாய்க்குக் கோபம் வந்தா புடிச்சா நிக்காதாம். தைக்காவுக்குள் பியூஸை புடுங்கிட்டுப் போயிட்டானாம். செலவோட செலவு அந்த கரண்டு பணத்தைக் கட்டுங்கொ.'

மச்சான் யோசிக்கவில்லை. அபராதத்தோடு கரண்டு பணம் கட்டினார். பணம் கட்டியதும் பியூஸ் போட வந்த லைன்மேனுக்கு மம்மதும்மா தன்து வெற்றிலைப் பெட்டியைத் திறந்து ஒரு வாய்க்கு பாக்கு வெற்றிலையும் கொஞ்சம் வேப்பாணம் போயிலையும் கொடுத்தாள்.

27

திருநபி தோற்றமளித்து, ஆலிப்புலவருடைய மெஹராஜ் மாலையை அரங்கேற்றம் செய்வதற்கு நிழல் கொடுத்த புகழ்பெற்ற வேப்பமரத்தை தரிசிக்கக் காலம்காலமாகப் பல ஊர்களிலிருந்தும் மக்கள் வந்துபோவதுண்டு. வேப்பிலையை நுள்ளி எடுத்து வாயில் போட்டுக்கொள்வார்கள். கசக்கவே கசக்காது; இனிக்கும். சிலர் போரிசையான வேப்பமரத்தின் பட்டையைச் சுரண்டி எடுத்து பர்க்கத்துக்காக ஜேப்பில் போட்டுக்கொண்டு ஊருக்குப் போய் அங்குள்ளவர்களிடம் காட்டுவார்கள். நூற்றாண்டு களைப் பின்னுக்குத் தள்ளிக்கொண்டு நிமிர்ந்து கிளை பரப்பி நின்றிருந்தது வேப்பமரம். காலத்தின் விரல் நகம் எந்த விதப் போறலும் ஏற்படுத்தவில்லை. வேப்ப மரத்தில் பூ பூக்கும். காய்கள் குலைகுலையாகத் தொங்கும், பிறகு உதிரும். மூட்டில் உதிர்ந்துகிடக்கும் காய்களைப் பொறுக்க சின்னம் சிறுசுகளின் போட்டி, மம்மதும்மாவுடன்.

வேப்பங்காய்களைக் காயப்போட்டு எண்ணைச் செட்டியாருக்கு விற்பார்கள். இந்த வேப்ப மரத்திலிருந்து பொறுக்கிக்கொண்டு செல்லும் காய்களுக்குத் தனிவிலை கொடுப்பார் செட்டியார். மம்மதும்மாவும் ஒரு பெட்டி பொறுக்குவாள்.

இப்போது வேப்பமரத்தைத் தரிசிக்க வருவோருக்கெல்லாம் பெரும் ஏமாற்றம். நேற்று நின்றிருந்த மரம் இன்று அந்த இடத்தில் இல்லை. ஊர்க்காரர்களுக்கும் கேள்விப்பட்டவர்களுக்கும் அதிர்ச்சியாயிருந்தது. நூற்றாண்டு காலமாக

ஊருக்குள் நடந்த நல்லது கெட்டதுகளுக்கெல்லாம் பார்வை சாட்சியாக நின்று ஒரு அற்புத வரலாற்றைத் தன்னுள்ளே அடக்கிக்கொண்டிருந்த வேப்பமரம். இரவோடு இரவாகப் போன இடம் எங்கே என்று தெரியவில்லை. வேரடி மண்ணோடு அள்ளிக்கொண்டு போய்விட்டார்கள் பாவி மட்டைகள்.

வேம்படிப் பள்ளிச் சுவரிலுள்ள சுண்ணாம்பு சாந்து பேர்ந்து விழுந்துகொண்டிருந்தது. கதவு ஜன்னல் பலகைகள் இற்றுவிட்டன. இடிச்சுத் தள்ளிவிட்டு வான் நோக்கும் மினாராக்களுடன் சவூதி மாதிரியில் ஒரு பள்ளிவாசல் எழுப்பயிருப்பதால் வேப்ப மரத்தை வெட்டி விட்டதில் ஊர் ஜனங்கள் கோபங் கொண்டு வெகுண்டு எழவில்லை. ஒரு புதிய பள்ளிவாசல் உயரட்டுமென்ற எண்ணம்.

புதிய பள்ளிவாசலுக்கு இமாமாக குவாஜா அப்துல் நசீர் பாகவியே தொடர்ந்திருக்கப் போவதால் தினமும் மெஹராஜ் மாலையை எடுத்து இராகமாக வாசித்து மனனம் செய்து கொண்டிருந்தார். முப்பாட்டன் கட்டிய முதல் காப்பிய வரிகள். உறக்கம் வராதபோது மகனைக் கூப்பிட்டு வரப் பத்து தடவை ஆள் அனுப்பினால் வல்லச் சாதியும் வாப்பாவை வந்து எட்டிப் பார்ப்பார் குவாஜா அப்துல் நசீர் பாகவி. மகனைக் கண்டதும் பக்கத்தில் உட்கார கையால் சைகை காட்டுவார். உட்கார்ந்ததும் நபி நாலாம் ஆகாசத்தில் இறைவனோடு உரையாற்றிய படலத்தைப் பாடச் சொல்வார். மகனுக்கு வீச்சமடிக்காமலிருக்க சந்தனத் திரி பற்றவைத்துக் குத்துவாள் குவாஜா அப்துல் லத்தீப் ஹஜ்ரத்துடைய மனைவி. வாப்பா சொன்னதுக்காக மெஹராஜ் மாலையிலுள்ள அந்த அடிகளை இராகமாகப் பாடிக்காட்டும்போது ஹஜ்ரத்தின் கண்கள் மூடிவிடும். மூடிய கண்ணுக்குள் முப்பாட்டன் ஆலிப்புலவர் நாராயத்தோடு[1] நின்றுகொண்டிருப்பார். ஹஜ்ரத் ஒரு இன்ப மண்டலத்தில் உலாவருவார்.

அரபுநாட்டுக் கூடமும் கடப்பாறையும் புராதனமான வேம்படிப் பள்ளியை இடித்துத் தரைமட்டமாக்கின. பள்ளியைச் சுற்றி நிழல் கொடுத்துக்கொண்டிருந்த மற்ற மரங்களையெல்லாம் வெட்டி அப்புறப்படுத்தினார்கள். வேம்படிப் பள்ளி நின்றிருந்த இடம் வெட்டவெளியானது. பள்ளிவாசலுக்கு முன் இருந்திருந்த வழுவழுப்பான திண்டில் நிழலுக்கு ஒதுங்கியிருந்த சனம் நிழல் கிடைக்காமல் ஆலாப் பறந்தனர். பிரித்தெறியப்பட்ட கூட்டிலிருந்து பறவைகள் பறந்தன.

1. நாராயம் – எழுத்தாணி

பர்மா தேக்கில் சித்திரப் பணிகள் செய்த கதவும் நிலையும் ஜன்னல் கதவுகளும் போய் மறைந்த இடம் எங்கே என்று இன்னும் தெரியவில்லை. பள்ளிவாசல் கட்டும் பணி மும்முரமாக நடந்தது. ஆயிரம் பேருக்குத் தொழுவதற்கு வசதியாக. அதிகம் தூண்கள் இல்லாதபடி நவீன கட்டிடக் கலையின் நேர்த்தியில். தரையில் முகம் பார்ப்பதற்கு மார்பிள். தரையைப் பார்த்துச் சிலர் தொப்பியை நேராக வைத்தனர். ஆகாசத்திற்கு ஏறிச் செல்வதற்கு இரண்டு மினாராக்கள். மினாராக்களின் உச்சந்தலையில் பச்சை விளக்குகள் – இஸ்லாத்தின் நிறம். சாக்குச் சாக்காகக் கட்டிக்கொண்டுவந்த வளைகுடாப் பணத்தைப் புதிய பள்ளிவாசலில் கொட்டி, சொர்க்கத்துக்கு நேராகப் பாதை வெட்டினார்கள்.

எங்கு நின்று பார்த்தாலும் மக்கா மஸ்ஜித் தெரியும். வளர்ந்தோங்கி நின்ற மரங்களின் தடங்கல்கள் ஏதுமில்லை. கன்னியாகுமரி விவேகானந்தா பாறையில் நின்று பார்த்தால் மக்கா மஸ்ஜிதின் உச்சந்தலையிலுள்ள பச்சை விளக்கு தெரிவதாகச் சொன்னார்கள். கடலில் செல்லும் மீனவர்கள் முட்டம் கலங்கரை விளக்கைப் பார்க்காமல், இப்போது சுழன்றடிக்காத பச்சை விளக்கைப் பார்த்துத் திசை தெரிந்து கடலில் மீன்பிடிக்கப் போவதாகச் சொல்கிறார்கள்.

பள்ளித் திறப்புவிழாவிற்கு வேலூர் பெரிய மதரஸா முதல்வர் வந்து குத்பா ஓதியதில் ஒரு கூட்டத்தாருக்கு எதிர்ப்பு. அவர் சீறாப் புராணத்திலிருந்து சில வரிகளை மேற்கோள் காட்டிப் பேசியதில் எதிர்ப்பு. கைகலப்பு ஏற்படவில்லை. நிகழ்ச்சியில் கலந்து கொள்ளாமல் வெளியேறி ரோஷத்தைக் கொப்பளித்தார்கள்.

மவ்லுது, புர்தா, யா குத்பா, சீறாப்புராணம், மெஹராஜ் மாலை, சக்கூன் படைப்போர், பதற் படைப்போர் போன்ற காப்பியங்களைப் பாடி இறைவனுக்கு இணைவைக்கின்ற பிற்போக்குச் சக்திகளை ஒழிச்சுக்கட்டுவதற்காக உடன் ஊரைக் கூட்டிப் புது நிர்வாகிகளைத் தேர்வு செய்ய வேண்டுமென்ற கோரிக்கையை முன்வைத்தனர். தட்டிப் பலகை ஆங்காங்கே முளைத்தன.

ஏற்காமலிருக்க முடியவில்லை.

சுன்னத் ஜமாஅத்தாருக்கும் தவ்ஹீத் ஜமாஅத்தாருக்கு மிடையே கடும் போட்டி. மக்கா மஸ்ஜிதைக் கைப்பற்றி – இஸ்லாத்தைக் காப்பாற்றுவது யார்? போட்டி, கடும் போட்டி.

நாட்டின் ஆட்சியைப் பிடிப்பதற்குண்டான பாராளுமன்றத் தேர்தல். கடைகளுக்கு முன்னால், வீட்டுச் சுவர்களில், பள்ளிவாசல் மதிலில், கிணற்றுச் சுவர்களில் கறுப்பு மையால் அச்சடித்த நோட்டீசும், கறுப்புக்கு எதிராகப் பச்சை மையில் அச்சடித்த நோட்டீசும் போட்டி போட்டு ஒட்டிச் செல்வாக்கைக் காட்டினார்கள். வாக்களிப்பீர் யானைச் சின்னத்தில், குதிரைச் சின்னத்தில்.

தேர்தல் பிரச்சாரத்திற்கு வெளி ஊர்களிலிருந்து தலைவர்கள், மத அறிஞர்கள் வந்தனர். காரசாரமான சொற்பொழிவுகள், ஒருவரை ஒருவர் தாக்கிப் பேசினார்கள். மேடைகளில் கல்விழுந்தது. அடிதடி. வெட்டும் குத்தும். இரத்தக் களறி.

'எப்பவும் கொலை விழலாம். இரு தரப்பினரும் அவரவர்கள் வலிமையைக் காட்ட வெடிகுண்டுகள் தயார் நிலையில். மோதல்கள் அங்குமிங்கும் நடப்பதைத் தெரிந்த போலீஸ் தெருவுக்குள் புகுந்தது. வீடுவீடாகச் சோதனை, மறைத்து வைத்திருந்த வெடிகுண்டுகளைக் கண்டு எடுப்பதற்கு. கொஞ்சம் சல்லிவிடலைகளை முன்னெச்சரிக்கையாக வேனில் தூக்கிப் போட்டுக்கொண்டு போனார்கள்.

மக்கா மஸ்ஜிதைப் போலீஸ் சுற்றிவளைத்து நின்றது. துப்பாக்கி ஏந்திய போலீஸின் கைக்குள் போனது. தெருக்களும் பள்ளியும்.

ஆர்.டி.ஓ. தலைமையில் தேர்தல் நடத்துவது என்ற சமரச முடிவு. போலீஸ் பாதுகாப்புடன் குவாஜா அப்துல் நசீர் பாகவியின் தலைமையில் வெள்ளிக்கிழமை குத்பா நடந்தது. குத்பாவிற்குப் பின் தேர்தல். நீட்டிய துப்பாக்கி முனையில் சலசலப்பில்லாமல் அமைதியாகத் தேர்தல் நடந்தது.

தேர்தல் முடிவு இப்படியிருக்குமென்று யாரும் எதிர் பார்க்கவில்லை. போட்டியில் வேம்படிப் பள்ளி நடுத்தெரு அபுசாலி வெற்றிபெற்றுவிட்டதுதான் பெரிய வயிற்றெரிச்சல். இந்த பயன் வந்திருக்கக்கூடாது. எழுபது ஹராமி (தீயவன்). அரபிப் பணத்தை எதிர்த்து நிற்க முடியவில்லை. தவ்ஹீத்வாதியான அபுசாலியைத் தூக்கிச் சுமந்து பட்டாசு வெடித்து வெற்றி ஊர்வலம் நடந்தது. சுன்னத் ஜமாஅத்தார் முகம் செத்துப்போய் வீட்டுக்குள்ளே முடங்கினர். ஆட்சிக் குழுவில் தவ்ஹீத்வாதிகளின் உறுப்பினர்கள் அதிகம். ஸ்ப்ரேயும் சுட்ட நோட்டும் புரண்டதாக எதிர் தரப்பு.

பள்ளி ஜமாஅத் தலைவர் ஜனாப் அபுசாலியின் தலைமையில் நடந்த முதல் கூட்டத்தில் முதல் தீர்மானம், வீடு

வீடாக தக்கலப்பா பாட்டு பாடியும் மவ்லூது ஓதியும் ஆலிப் புலவருடைய மெஹராஜ் மாலையைப் பெருமையாகப் பாடித் திரியும் குவாஜா அப்துல் நசீர் பாகவியை பரம்பரை இமாமத் பணியிலிருந்து நிப்பாட்டி வீட்டுக்கு அனுப்புவது.

ஜமாஅத் ஆட்சிக் குழுவின் தீர்மானத்தைக் கேள்விப் பட்டதும் குவாஜா அப்துல் நசீர் பாகவிக்குக் கதிகலங்கியது. விஷயம் சொல்ல வாப்பாவிடம் ஓடோடி வந்தார்.

குவாஜா அப்துல் லத்தீப் ஹஜ்ரத், மகன் பாகவி வரும்போது பூண்ட உறக்கம். பத்து தடவை கூப்பிட ஆள் அனுப்பினாலும் வராத மகன், கூப்பிடாமல் இந்த வேனா வெயிலில் வந்து வாப்பாவின் தலைமாட்டில் சோகத்தோடு நிற்பதன் அர்த்தம் பாகவியின் உம்மாவுக்குப் பிடிபடல்ல. மகன் கண்ணீர் வடித்தான். பாகவி ஒரு பரம்பரை உரிமை அற்றுப்போய் விட்டதே என்று வருந்தி ஏங்கி ஏங்கி அழுதார். இனி?

அசைவில்லாமல் மல்லாந்து கிடந்தபடியே கால் நீட்டிக் கிடக்கும் கணவன் குவாஜா அப்துல் லத்தீப் ஹஜ்ரத்துடைய கிடப்பு அவளுக்குச் சந்தேகமாக இருந்தது. அவர் உடலிலிருந்து வாசல் திறந்து வெளியேறி ரூஹ் (உயிர்) இறைவனிடத்திற்குப் போகும் வழியில் மக்கா மஸ்ஜிதில் ஏறி மகனிடம் சொல்லிவிட்டுப் போயிருக்கலாம். அவுலியாவின் பின்வாரிசுக்கு ரூஹின் மொழி புரிந்திருக்கும். அதனால்தான் உடலில் சூடு ஆறும் முன் வாப்பாவின் முகம்காண மகன் ஓடோடி வந்திருக்கிறான்.

வாப்பாமீது பாசம் மிகுந்த மகன்.

உம்மாக்காரி அப்பவும் கணவன் பக்கத்தில் வந்து எட்டிப் பார்க்கவில்லை. மூக்கைப் பொத்திக்கொண்டு எட்டடி விலகி நின்றுகொண்டிருந்தாள்.

28

பதினாலாம் பக்கத்து நிலவு போல் நிலவு உதிச்சுப் பரந்த நீல இரவு. அஞ்சுவண்ணத் தெருவின் பின்பக்கம் ரோட்டின் மறுபக்கமுள்ள வயலங்கரையிலிருந்து புன்னைப் பூவின் வாசம் ராக்காற்றில் கலந்திருந்தது. தெருவுக்கு உள்ளே ஏறும் வழியில் பாலத்தடிப் பிள்ளைவாள் கடையையொட்டி நிற்கும் புங்க மரத்திலிருந்து ஏதோ ஒரு பறவை இடைவிட்டுக் இடைவிட்டுக் கத்திக்கொண்டிருந்தது. இது இப்போது கொஞ்ச நாளாகவே கத்திக்கொண்டிருக்கிறது. இனம் தெரியாத பறவை. பகல்நேரம் புங்கமரக் கொப்பில் அதைப் பார்க்க முடியவில்லை. இரவு சர்வ உசிர் பிராணிகளும் நித்திரையிலான பிறகு மருத்துவான் மலைப்பொந்துகளிலிருந்தோ அல்லது வெள்ளிமலை யிலிருந்தோ யார் கண்ணிலும் படாமல் பறந்துவந்து புங்கமரக் கொப்பில் உட்கார்ந்து கத்திக்கொண் டிருந்தது. ஓர் இரவு மூன்று தடவை அல்லது நாலு தடவை. பின்னே தெருவில் நிசப்தம்.

எங்கிருந்து வருகிறது இந்தப் பறவை? எதற்கு வருகிறது? எதற்காகக் கத்துகிறது? புதிராகவே இருக்கிறது. எல்லா ஜீவராசிகளும் ஆழ்ந்த நித்திரையிலான பிறகு அஞ்சுவண்ணம் தெரு நிசப்தத்தைக் கெடுத்துப் பறவையின் கத்தல் ஓங்கிக் கேட்டுக்கொண்டிருந்தது.

பறவைதானா அல்லது பறவையின் வடிவில் வேறு ஏதாவது கத்துகிறதா? தெரியவில்லை.

தெருவுக்கு வரப்போகும் ஏதேனும் ஆபத்திற்கான முன்னறிவிப்பாக இருக்குமா?

பறவையின் கத்தல் நின்றதும் வயல் வரப்பிலிருந்து நாயின் குரைப்பு கேட்டது. பறவை கத்தும்போது நாயின் குரைப்பு நின்றுவிடும். எல்லாம் மர்மமாகவே இருக்கிறது.

இது ஒருவார காலமாக நடந்துகொண்டிருக்கிற கூத்து.

மெஹராஜ் மாலை அரங்கேற்றம் செய்யுமிடத்தில் தோற்றமளித்த திருநபிக்கு நிழல் கொடுத்த வேப்பமரத்தை வெட்டிய முந்தைய இரவும் புங்க மரத்திலிருந்து இதே பறவை கத்தியது நினைவுக்கு வந்தது.

குவாஜா அப்துல் லத்தீப் ஹஜ்ரத்துடைய ஒற்றை ஆண் வாரிசான குவாஜா அப்துல் நசீர் பாக்கவியைப் பரம்பரை இமாம் பதவியைவிட்டு விலக்கிய முந்தைய இரவிலிருந்து பறவை கத்தத் துவங்கியது. இது யாருடைய கவனத்துக்கும் செல்லவில்லை.

ஓலை மட்டைக்கள்ளி மேபூபா வீட்டு வெளித் திண்ணையில் படுத்திருந்த மம்மதும்மா பறவையின் கத்தலும் நாயின் குரைப்பும் கேட்க முழிப்பு தட்டி எழும்பி உட்கார்ந்து, விரல் மடக்கி நாள் கணக்காக்கினாள். சரியாக ஏழே ஏழு நாட்கள். ரூஹானியத்துகளின் நடமாட்டம் நாயின் கண்களுக்குத் தெரியும். அதனாலும் நாய் குரைக்கலாம். எங்கிருந்தோ வந்து யார் கண்ணுக்கும் புலப்படாமல் பதுங்கியிருந்து பறவை கத்துவதன் மர்மம்தான் புரியவில்லை. அஞ்சுவண்ணம் தெருவில் நடக்கவிருக்கும் ஏதோ ஒரு ஆபத்தின் முன்னெச்சரிக்கை என்று மம்மதும்மா பகல் புலர்ந்து பொழுதடைய தெரு நீளம் சொல்லித் திரிந்தாள்.

பறவைகளின் மொழி யாருக்குத்தான் தெரியும்? மனிதர்களுக்குப் புரியாத ஒரு மொழி அது பேசுகிறது. மனிதர்கள் தெரியாத பலவற்றைப் பறவைகளும் மிருகங்களும் தெரிந்துகொள்ளும் ஆற்றல்கள் உண்டு. சுனாமி வந்ததை முன்கூட்டியே மிருகங்கள் தெரிந்துகொண்டு தப்பி ஓடி விட்டன. செத்ததெல்லாம் மனிதர்கள். காட்டில் எதிரிகள் வந்து விட்டால் தப்பித்துக்கொள்ள மற்ற பறவைகளுக்கு எச்சரிக்கை கொடுப்பதற்கு ஒரு பிரத்தியேக ஓசை எழுப்பும். மனிதர்கள் அறியும் முன்பே மழை கொட்டப்போவதைத் தெரிந்து, கட்டில் கிடக்கும் சில மிருகங்கள் கயிற்றை அறுத்துக்கொண்டு எகிறி ஓடுவதைப் பார்க்கலாம்.

எங்கிருந்தோ வந்து புங்க மரக்கொப்பில் குடிகொண்டு லட்சணம் கெட்ட மூதேவி கத்திக்கொண்டிருக்கிறது. அஞ்சு

வண்ணம் தெரு ஆகாசத்தில் இஸ்ராயீல் என்ற மலக்கு (வானவர்) சிறகு விரித்துப் பறப்பதைச் சூட்சுமக் கண்ணால் பார்த்து மய்யத்துக் குருவி முருங்கை மரத்திலிருந்து அல்லது சீலாந்தி மரத்திலிருந்து சலம்பும்.

குழி வெட்டட்டா? குழி மூடட்டா?

அன்று அல்லது மறுநாள் அஞ்சுவண்ணம் தெருவில் ஒரு மரணம் நிகழ்ந்திருக்கும். ரகுமாயி மவுத்தாவதற்குத் தலை நாள் அவள் வீட்டு சீலாந்தி மரத்திலிருந்து மய்யத்துக் குருவி சலம்பியது.

மம்மதும்மா நினைத்துப்பார்த்தாள். மைதீன் பிச்சை மோதினைக் கள்ளப் பாம்பு கொத்தி மவுத்தாக்கின அன்று காலையிலோ தலைநாளிலோ மய்யத்துக் குருவி முருங்கை மரத்திலிருந்தாவது சீலாந்தி மரத்திலிருந்தாவது கத்தியதா? அவளுக்குக் கத்தியதாக நினைவேதுமில்லை. இப்போது ஞாபக மறதி அதிகம். முதுமையை நெருங்கிவிட்டாள்.

லட்சணம் கெட்ட மூதேவி கத்தி முழிப்பு தட்டிய பிறகு அவளுக்கு உறக்கமே வரவில்லை. நேரம் நடுச்சாமமானது. பிறை நடுவானத்தில் நகர்ந்து வந்ததைக் கண்டு தெரிந்துகொண்டாள். நிலவொளியில் தெரு மணல் புளகாங்கிதம் கொண்டு கிடந்தது.

யாமசாமமாகியும் பேதீல போவான் வரல்லியே என்று ரைஸ்மில்லுக்கு வேலைக்குப் போன மகனைத் திட்டி வாரினாள். சின்னப் பையன். தண்ணிக் குடம் இடுப்பில் தூக்க முடியாத போதிலிருந்து அடுப்பு எரியவில்லை. வறுமை. இப்போது தெருக்குழாயில் தண்ணீர் வருவது எப்போதாவது. அதை நம்பியிருக்க முடியாததால் சின்னப் பையனை ரைஸ் மில்லில் வேலைக்கு விடவேண்டிய நிலை. உச்சிவெட்டிப் பயல், ரண்டாம்களி சினிமாவுக்குப் போயிட்டு அஞ்சுவண்ணம் தெருவுக்கு வரப் பயந்துபோய் ஏதாவது கடைத் திண்ணையில் படுத்து உறங்குவான். புங்க மரக்கொப்பில் வந்து உட்கார்ந்து கத்திக்கொண்டிருக்கும் பறவையைக் கண்டும் வராமலிருப்பான். மகா சூறாவளி பெருத்த பையன்.

மகன் வரக் காணாததாலும் உறக்கம் வராததாலும் கவலையோடு உட்கார்ந்திருந்த மம்மதும்மாவின் லேசாகப் பார்வை மங்கிவிட்ட கண்ணுக்கு ஒரு நடமாட்டம் தெரிந்தது. கட்டம் போட்ட லுங்கி, வெள்ளைச் சட்டை, வெள்ளைத் தலைப்பா, கையில் தஸ்பீஹ், காலில் ரப்பர் செருப்பு, உப்புத்திக் காலில் அடிக்கும் படபடா சப்தம். அதே சப்தம். அதே நடை. அதே அத்தர் வாசம்.

சந்தேகமில்லை. மோதீயாரப்பவேதான். நிலா வெட்டத்தில் தெளிவாகத் தெரிந்தது. அவருடைய வீட்டுத் திசையிலிருந்து நடந்துவந்து நேராகத் தைக்காப்பள்ளிக்குள் ஏறுவதைக் கண்டாள். விட்டத்திலிருந்து சாவியை எடுக்கக் கையை உயர்த்தினார். சாவி எடுக்கும்முன் கதவு தானாகத் திறந்தது. கயிற்றில் தொங்கிக்கொண்டிருந்த ராந்தல் தானாக திரி நீண்டு எரிந்தது. மோதியாரப்பா தொழுதுகொண்டு நின்றதும் அவள் கண்ணுக்குத் தெரிந்தது. ஓடிப்போய் ஸ்விட்சைப் போடத் திண்ணையைவிட்டு எழும்பினாள். ராந்தல் விளக்கு அணைந்தது. கதவு தானாக மூடியது. மோதியாரப்பாவைக் காணவில்லை. நேரம் வெளுக்கும் வரை நாடிக்குக் கைகொடுத்து அப்படியே உட்கார்ந்திருந்தாள்.

இரவு கண்ட அதிசயத்தைத் தெருவில் இளம் வெய்யில் விழும்முன் மம்மதும்மா கண்ட பெண்களிடமெல்லாம் சொன்னாள்.

‘சொன்னா நம்ப மாட்டீங்கோ. நேத்து ராவு சாம நேரம் தைக்காவுக்குள்ளே ஏறிப்போய் மோதீயாரப்பா தொழுததை என் ரண்டு திருட்டியால் கண்டேன். நம்புனா நம்புங்கோ. இல்லேன்னா போங்கோ.’

பிள்ளைவாள் கடையிலிருந்து தூக்குச்சட்டியில் சாயா வாங்கிக்கொண்டு தெருவழியாக வந்த மீரா உசேன் பொண்டாட்டி, மம்மதும்மாவைச் சூழ்ந்துகொண்டு நிற்கும் தெருப் பெண்களைக் கண்டதும் கேட்டாள்.

‘என்னவாம்?’

‘மவுத்தாப்போன மோதீயாரப்பா நேத்து ராத்திரி தைக்காவில் ஏறித் தொழுததை மம்மதும்மாக்கா கண்டாவளாம்புளா.’

‘மம்மதும்மாக்கா பொய் சொல்ல மாட்டாவோ. உண்மைய தாம்புளா. நேத்து ராத்திரி சாம நேரம் ஊட்டுக் கதவில் ஒரு தட்டுக் கேட்டது. யாரதுனு கேட்டப்போ நாந்தானு பதில் வந்தது. அடக்கம் செய்யப்பட்ட தாய் பக்கத்துலவுள்ள தைக்காப் பள்ளி இருட்டுல கெடக்குது. கொஞ்சம் லாம்பெண்ணை தாங்கோனு சொல்லிக் கேட்டுது. மோதியாரப்பாக்க அதே குரல்.’ மீரா உசேன் பொண்டாட்டி சொன்னதை மம்மதும்மா ஏண்டு பிடித்தாள்.

‘பாத்தீளா குட்டிகளே ...’

‘ராத்திரி ஒரு பறவை சத்தம் கேக்குதே ..?’

'முடிஞ்சுபோன ஏதோ ஒரு எளவு பறவை வந்து புங்க மரத்திலிருந்து சாம நேரம் சத்தம் போடுது. என்ன அழிவுக்கோ. என்ன நாசத்துக்கோ தெரியல்லம்மா ...'

மம்மதும்மா கவலையோடு திண்ணையில் உட்கார்ந்தாள். நேத்து வேலைக்குப் போனபயலை இன்னும் காணாத கவலை வேறு.

தாருல் சாஹினாவின் தலைவாசலைத் திறந்து தாத்தா தெருவை எட்டிப் பார்த்தாள். ஓலைமட்டைக்கள்ளி மேபூபா வீட்டுத் திண்ணையில் நாடிக்குக் கைகொடுத்துக்கொண்டிருக்கும் மம்மதும்மாவுக்குக் குரல் கொடுத்தாள்.

தாத்தாவின் கூப்பிடுச் சத்தம் கேட்டு வந்து மம்மதும்மா தாருல் சாஹினா வாசல்படியில் உட்கார்ந்தாள்.

ஒரு போலீஸ் ஜீப் தெருவில் புழுதிகிளப்பிக்கொண்டு பாய்ந்துபோனது. போலீஸ் வாகனம் போனபின் எப்போதும் போல் திட்டினாள்.

'நாய்ப் பயன் என்னா போக்கு போறான்.' தானாகப் புலம்பினாள். தவ்ஹீதும் சுன்னத்தும் வந்த பிறகு இப்பம் தினம் காலையிலும் மாலையிலும் போலீஸ் ஜீப்பும் வேனும் அஞ்சுவண்ணம் தெருவை ஒரு கலக்கு கலக்கி எடுப்பதால் இப்போதெல்லாம் போலீஸ் வாகனம் வந்துபோவதைப்பற்றின பயம் தெருச்சனங்களிடமிருந்து விலகிவிட்டது. காவல்துறை அதிகாரிகள் புதுசா மாற்றலாகி வந்தால் பந்தா காட்ட முதலில் வேன் எடுத்துக்கொண்டு வருவது அஞ்சுவண்ணம் தெருவுக்கு. லத்திக் கம்பைத் திண்ணைகளிலும் தூண்களிலும் அடித்து ஓசை எழுப்பியும் எதிரில் வருவோரைப் பிடித்து விசாரித்தும் தெருவைத் திகிலூட்டி நடுநடுங்கச் செய்வார்கள்.

'எதுக்குத் தாய் கூப்பிட்டீங்க?'

'சும்மாதான். என் மோனுக்கு வேலை கெடச்சுதக்கா, சந்தோஷத்துக்கு இத வச்சிக்கிடுங்கோ.' தாத்தா மகனுக்குச் சீக்கிரம் வேலை கிடைக்க நேந்திருந்தாள். புள்ளைகளுக்குக் கறி புளி வாங்கி வவுறு நிறைய சோறு வச்சுக் குடுங்க; பசிச்ச கும்பிக்கு குடுக்க நேந்திருந்தேனக்கா ...'

வாய், கை அடங்கித் தளர்ந்துவிட்ட மம்மதும்மா மெல்லக் கையூன்றி எந்திரிக்கும்போது தாத்தா கேட்டாள்.

'இப்பம் கொஞ்சம் நாளாட்டு சாம நேரம் ஒரு சத்தம் கேக்குதே! அதென்னக்கா ..?'

‘அதுதாம்மா ஒண்ணும் வெளங்கல்ல. நேத்தே போன பயலையும் காணல்ல. என்ன எடங்கேற[1] வருத்தத்தான் கத்தித் தொலைக்குதோ நாசமத்துப் போனது.’

பழையது போல் வெரசா நடக்க முடியவில்லை. கோச்சிப் பிடிச்ச கால் பூர்வநிலைக்கு வருவதற்காக நின்றுகொண்டிருந்த பொழுதில் மைதீன் பிச்சை மோதியாரப்பாவைக் கண்ணால் பார்த்த அதிசயத்தைச் சொன்னதும் தாத்தா தலையில் துணி எடுத்துப் போட்டாள். நெஞ்சிற்குள் பரவிய பயத்தை வெளியே காட்டாமல் மெல்ல கேட்டாள்.

‘பேயாட்டா அலையாரு?’

‘என்னம்மா பேச்சு பேசுதியோ. அல்லாவுக்கு உகப்பான அடியாருக்கு மவுத் என்னா பாவிகள் கண்ணிலிருந்து மறைஞ்சு வாழுது. கெட்ட மனுசன்மாருதான் பேயா அலைவாங்கோ.’

மம்மதும்மா பேச்சைத் தாத்தா நம்பவில்லை. மவுத்தானவர்கள் ஒருபோதும் கபர்க் குழியை விட்டு வெளியே வரமாட்டார்கள். கெட்ட ஆவியைப் பார்த்து மோதியாரப்பாவைப் பார்த்ததாகச் சொல்கிறாள். இப்போதெல்லாம் அவளுடைய பேச்சில் தடுமாற்றம் கண்டு வருகிறது. இனம் தெரியாத ஒரு பறவையின் சாமநேரக் கத்தல், வயல் வரப்பிலிருந்து அஞ்சுவண்ணம் தெருவை நோக்கி நாய் குரைப்பது, ஏதோ ஒரு ஆவியின் நடமாட்டம், அந்திச்சாம நேரம் மீரா உசேன் வீட்டுக் கதவைத் தட்டி லாம்பெண்ணை கேட்டது... எல்லாம் மர்மமாகவே இருக்கிறது. தாத்தா மனம் குழம்பிப்போனவளாக மச்சானிடத்தில் போய்ச் சொன்னாள். மச்சான் அவளை ஆறுதல் படுத்தினார்.

‘நமக்கு அடக்கம் செய்யப்பட்ட தாய்க்க காவலுண்டு. நம்ம ஊட்டுல இனி ஒரு ஷைத்தானும் அண்டாது. தாய்க்க அருளால் மக்களெல்லாம் படிச்சு ஆளாயாச்சு உனக்க வாப்பாக்க வாயில் சீனி போட்டுக் குடுக்கணும். மாமா சொன்ன மாதிரி பர்க்கத்தான ஊடு.’

மச்சானுக்கு வீட்டைப் பற்றி முழு நம்பிக்கை வந்துவிட்டது, மினாராக்கள் கட்டாமலேயே.

தாத்தா பயப்படாமலிருக்க மச்சான் மம்மதும்மாவைக் கூப்பிட்டுச் சொன்னார்.

‘தைக்காப் பள்ளியில் விடிய விடிய விளக்கு எரியட்டு. கரண்டுக்குப் பணம் நானே கட்டுதேன்.’

---

1. எடங்கேறு – ஆபத்து

‘பாவா, தெருச்சனங்களுக்குக் கண்ணிலிருந்து மறஞ்சு நடமாடுத மோதீயாரப்பா, எல்லா விளக்கையும் விடிய விடிய போட்டால் எப்படி தைக்காப் பள்ளியில் தொழவருவாங்க? அடக்கம் செய்யப்பட்ட தாயோட பேசுவாங்க?’

அவளுடைய கேள்விக்கு மச்சானிடம் பதில் இல்லை. திணறினார்.

‘உங்க பயம் நீங்க குவாஜா அப்துல் நசீர் பாகவியைக் கூப்பிட்டு ஒரு மவ்லுதும், தக்கலப்பா பாட்டும் நடத்துங்கோ.’

‘குவாஜா அப்துல் நசீர் பாகவிதான் இப்போ இல்லியே...’

‘என்னாச்சு பாவா?’

‘அவரெத்தான் மக்கா மஸ்ஜிதில் வேலையை விட்டு நீக்கிப் போட்டாங்களே..?’

‘என்ன சொல்லுதியோ? நம்ப முடியவில்லையே... ஆலிப் புலவருடைய வமிசாவளியை நிப்பாட்டிப் போட்டாங்களா?’

குவாஜா அப்துல் நசீர் பாகவியை வேலையை விட்டு நீக்கிய செய்தி கேட்டபொழுதே அவளுக்குக் கைகால் ஓடவில்லை. ஒரே நெஞ்சிடிப்பு. பாரம்பரிய மிக்க ஒரு பரம்பரை இமாமத்துப் பதவி நின்றுவிட்ட ஏக்கம் அவளுக்கு. ஹஜ்ரத் இப்போது கிடக்கும் நிலையில்.

திரும்பிப் பார்க்காமல் உடுத்திருந்த சேலையோடு பீ முடுக்கேறி ஒரே நடையா நடந்து குவாஜா அப்துல் லத்தீப் ஹஜ்ரத்துடைய வீட்டுக்குச் சென்றாள். ஹஜ்ரத் மலந்து படுத்துக்கொண்டிருந்தார். ஒரு பக்கமாகச் சரிந்து படுக்க வேண்டுமானால் பிறர் உதவி வேண்டும். பாகவி வீட்டில் இல்லை. மீண்டும் கடையாலு மூட்டில் வேலை கேட்டுப் போயிருந்தார். அவர் மனைவி, அவர் படுத்திருக்கும் இடத்திற்கே போக மாட்டாள். எலும்பும், தோலுமாகக் கண் குழிவிழுந்த நிலையில் கிடக்கும் ஹஜ்ரத்துடைய இடுப்பில் ஒரு குற்றாலம் துண்டு. கிட்ட ஓடிச் செல்ல வேகப்பட்டவள் கரண்டடிச்ச திடுக்கத்தில் நின்றுவிட்டாள்.

ஒரு நிழலாட்டம் கண்டதும் ஹஜ்ரத் தலையை நிழல் கண்ட பக்கமாகச் சரிஞ்சு பார்த்தார்.

‘மம்மதும்மாவா?’ சொற்கள் குழறிப் போயிருந்தது.

‘ஆமா, பாவா?’ இவளுடைய தொண்டை கரகரத்தது.

‘நீ ஒருத்திதான் எப்போதாவது ஒரு தடவை என் நிலைமையைப் பார்க்க வாறா . . .’ ஓரம் கட்டப்பட்ட ஹஜ்ரத்துடைய அடிமன வேதனையை உணர்ந்து அவளுடைய கண்ணிலிருந்து குடுகுடா கண்ணீர் வடிந்தது. அவளுடைய கண்ணீரைப் பார்த்ததும் அவரும் தன்னுடைய இயலாமையை எண்ணி அழுதார். இடுப்பில் ஒட்டியும் ஒட்டாமலுமிருக்கும் குற்றாலம் துண்டு. ஒரு அந்நியப் பெண் எப்படி பக்கத்தில் போக முடியும்?

‘ஏ தாயும்மா! ஒரு பழைய வேட்டி எடுத்து உடம்பை மூடுங்கோ . . .நான் கிட்டப்போய் பாக்கட்டு.’

‘துணி அலக்கிப்போட இங்க ஆளில்லை. அப்படியே கெடக்கட்டு.’ ஹஜ்ரத்துடைய மனைவி முகம் வெட்டிச் சொன்னாள்.

‘நான் கேள்விப்பட்டது உண்மையோ?’ தூர விலகி நின்றபடியே எல்லா உணர்ச்சிகளையும் சுயம் ஒரு கட்டுக்குள்ளாக்கிக் கொண்டு கேட்டாள்.

ஆமாவென்று தலையை ஆட்டி, தோல்வியை ஒப்புக் கொண்டார்.

அவள் தேம்பித் தேம்பி அழுதாள். அவள் முகத்தைப் பார்க்க வலுவில்லாமல் தலையை மறுபக்கமாகத் திருப்பினார். அவள் முகத்தைப் பார்த்துச் சொல்ல மனத் திடம் போதாததால் சொற்களுக்காகத் தடுமாறினார். தொண்டைக் குழியிலிருந்து இழுத்து, உருவி எடுத்த சொற்களை உச்சரிக்க நாக்கு வசப்படாமலிருந்தும், நாக்குக் குழறியபடி அவள் முகத்தைப் பார்த்துக் கண்ணீர் வடியச் சொன்னார்.

‘ஒரு மகத்தான காப்பியம் தந்தவருடைய வமிசப் பரம்பரை உரிமை இழந்து தெருவில் நிக்கிறது. அடக்கம் செய்யப்பட்ட தாயே . . .’

ரொம்ப நேரம் நின்று அந்தத் துயரக் காட்சியைப் பார்க்க மனத் திடம் இல்லாமல் அவள் ஹஜ்ரத்துடைய வீட்டுப் படியை விட்டு இறங்கி நடக்கும்போது நடை தள்ளாடியிருந்தது. அவளுடைய மனம் நிரம்பி நின்றது. இடுப்பில் ஒட்டிக் கிடந்த எண்ணெய்மயமான குற்றாலம் துண்டோடு கிடக்கும் குவாஜா அப்துல் லத்தீப் ஹஜ்ரத்துடைய சித்திரம். அவர் மனைவி விட்ட அம்பு. இப்படியும் இரக்கம் கெட்ட பெண்கள் துனியாவில் இருக்கிறார்களே என்று ஹஜ்ரத்துடைய பெண்டாட்டியைப் பற்றி எண்ணி வருந்தினாள்.

மம்மதும்மா மறுத்ததால் மச்சானே தைக்காப்பள்ளியில் எல்லா விளக்கையும் போட்டுக் காலையில் அணைத்தார்.

தெருவின் உயிர்த்துடிப்பு அடங்கி நடுச் சாமமான போதும் மம்மதும்மா தூங்கவில்லை. போன பயலைக் காணாத பதற்றம். பறவை கத்தும் நேரம் நெருங்கிவிட்டது. புங்க மரம் நிற்கும் திசைக்குக் காது கொடுத்தாள்.

புங்க மரத்தில் வந்து உட்கார்ந்து கத்தும் பறவையின் சத்தம் காதில் விழவில்லை. வயல் வரப்பிலிருந்து நாயின் குரைப்பும் கேட்கவில்லை. மவுனமான தெரு. உறங்கிக்கொண்டிருக்கும் தெருவில் அவள் மட்டும் உறங்கவில்லை. போன பயலைக் காணாத ஏக்கம். குற்றாலம் துண்டில் மானம் மறைத்துக்கொண்டு ஹஜ்ரத். ஓசை கிடைக்காமல் ஹஜ்ரத்துடைய நாவில் முடங்கிக் கிடக்கும் மெஹராஜ் மாலை வரிகள்.

மருத்துவான் மலைக்கு மறுபக்கமிருந்து சூரியன் எழும்பி வரும் நேரம் அவளுடைய பையன் அஞ்சுவண்ணம் தெரு மணலை மிதித்தான். உடம்பெல்லாம் அடிபட்ட காயங்கள்.

29

சீக்கா சாவலுடைய தம்பி விக்கன் எகியாவுக்குக் கல்யாணம். நபிவழித் திருமணம். அரேபியாவில் பயன் நிக்கயிலே அண்ணன்காரன் தம்பிப் பயலுக்கு அஞ்சுவண்ணம் தெருவில் வசதியுள்ள ஒரு சிங்கப்பூர்க்காரருடைய ஒரே மகளைப் பெண் பார்த்தான். சிங்கப்பூர்க்காரருக்கு சுன்னத்தும் தெரியாது, தவ்ஹீதும் தெரியாது; எழுத்து விவரமும் இல்லை. அரபிச் செறுக்கன் ஆனதினால் சிங்கப்பூரார் பெண் கொடுக்க ஒப்புக்கொண்டார். நபிவழித் திருமணம் என்பதால் சீதனப் பேச்சு இல்லை. கையில் ரொக்கம் வாங்கல்ல.

இரு தரப்பினருக்கும் முன்பு தெருவில் வெட்டும் குத்தும் நடந்த சமயம் சுன்னத் ஆசாமிகள் சீக்கா சாவல் வீட்டைச் சேதப்படுத்தியதால், திருமணம் கல்யாண மண்டபத்தில் என்று முடிவாக்கப்பட்டது. நபிவழித் திருமணமானதால் மாலை நான்கு மணிக்கு நிக்காஹ். அதையொட்டி எளிய முறையில் நாஸ்தா. புரோட்டா, ஆட்டு இறைச்சிக் கறி, கோழி பொறிச்சது, செந்துளுவன் பழம், தின்னது செமிக்க அன்னாசிப் பழம். பின்னே ஒரு வெண்ணிலா ஐஸ்கிரீம்... எல்லாம் நபிகள் நாயகம் கூறியபடி எளிய முறையில். கூட்டம் கட்டுக்குள் நிற்காததால் மூன்றுமணி முதல் சனம் சாப்பாட்டுக் கூடத்திற்கு இடிச்சேறியது. நாகரிகமான பேப்பர் பிளேட் ஆனதால் பீங்கான்களின் ஆரவாரமில்லை. கல்யாணத்தில் சிக்கனம் வேணுமென்பதால் புது மாப்பிள்ளை கழுத்தில் மாலை போடவில்லை. தாடி இருந்தது. தொப்பி இல்லை. மாப்பிள்ளை

அவருக்காகப் போட்ட நாற்காலியில் உட்காரவில்லை. அங்குமிங்கும் உலாவி வந்தவர்களுக்கு மேனாட்டு முறையில் கை குலுக்குவதிலேயே நேரம் போனது. மண்டபம் நிரம்பி வழிந்தது. நபிவழியிலான இஸ்லாமியத் திருமணத்தைப் பற்றிப் பேச அழைத்திருந்த 'இஸ்லாமியப் பேச்சாளர்' வந்து சேரவில்லை. வெகுதொலைவிடத்திலிருந்து புறப்பட்டவர்.

சாப்பாடு இல்லை. எளிய முறையில் புரோட்டா மேளம் நடந்துகொண்டேயிருந்தது. மணி ஆறு தாண்டியது. ஆசாமி வந்தபாடில்லை. சனங்களால் பொறுத்திருக்க முடியவில்லை. முணுமுணுப்பு கேட்டது. சிலர் 'எளிய' நாஸ்தாவைச் சாப்பிட்டுக் கொண்டு ஏப்பம் விட்டபடி ஊருக்கு வண்டி ஏறினார்கள்.

ஒரு காமிரா பை தோளில் தொங்கவிட்டுக்கொண்டு ஒரு ஸ்டைலன் மைனர் மேடையேறினார். நிக்காஹ்வுக்கு வந்திருந்தவர்களைப் புகைப்படம் எடுக்கப்போவதாக எண்ணிக் கொண்ட சனம், தோளில் கிடந்த துண்டைச் சரிசெய்து போட்டோவுக்குச் சிரித்தபடி உட்கார்ந்துகொண்டார்கள். போட்டோக்காரன் படம் எடுக்காமல் மைக்கைப் பிடித்தது எதற்கென்று சனங்களுக்கு முதலில் புரியவில்லை. போட்டோ எடுக்காமல், இஸ்லாம் என்றால் என்னவென்று பேசத் துவங்கியதால் சனங்களுக்கு அலுப்புத்தட்டியது. கொட்டாவிகள் போட்டுக்கொண்டிருந்தவர்களுக்கு மாப்பிள்ளை வீட்டார் எதிர்பார்த்திருந்த சுத்த இஸ்லாமியப் பேச்சாளர் இவரேதான் என்று புரிந்தது. ரொம்பத் தெரிஞ்சவர்.

இந்தத் திருமணம்தான் நபிகள் நாயகம் காட்டிய மார்க்கப்படி எளிமையாக நடக்கும் ஒரே திருமணம் என்று பிரசங்கி உரை நிகழ்த்தும்போது சாப்பாட்டுக் கூடத்தில் தடபுடலாகத் தீவனம் நடந்துகொண்டிருந்தது. ஒருமணி நேரத்தை எடுத்துக்கொண்ட கொள்கைப் பிரச்சார உரைக்கு முத்தாய்ப்பாய்ப் பிரசங்கி கீழ் வரும்படி உரை நிகழ்த்தினார்:

'இங்கு இன்று நடைபெறும் திருமணந்தான் நபிகள் நாயகம் காட்டிய வழியில் நடைபெறும் உண்மையான இஸ்லாமியத் திருமணம். மணமகன் வரதட்சணை வாங்கவில்லை . இஸ்லாம் கூறியபடி பதினொரு பவுன் மஹர் கொடுத்து, (தங்க மாலையை அவையோருக்கு உயர்த்திக் காட்டியபடி) மணமகளை ஏற்றுக் கொண்டார். இதற்கு முன்பு நடந்த அனைத்துத் திருமணங்களும் இஸ்லாம் காட்டிய நேர் மார்க்கப்படி நடைபெறவில்லை. எல்லாம் ஹராமான (தீய) முறையில் நடந்த திருமணங்கள்' என்று பேசி முடிக்குமுன் மேடைக்கு நேராக நாற்காலிகள் பறந்தன.

'நாங்கயெல்லாம் ஹராத்தில் பொறந்தவங்களாடா மைராண்டி?'

குரல்கள் ஓங்கின. கூச்சல், குழப்பம்; பெண்கள் அலறி அடித்து மண்டபத்தைவிட்டு வெளியேறினார்கள். கை கலப்பு, சிலருக்கு நாற்காலி அடியில் மண்டை உடைந்தது. பிரசங்கி தலையில் பட்ட காயத்தோடு ஓடிப்போன இடம் தெரியவில்லை. மணமகனை யாரோ இழுத்துக்கொண்டு போய் ஓர் அறையில் அடைத்துக் காப்பாற்றினார்.

'அந்த நாய்க்க மோனே புடியுங்கடா ...' பிரசங்கியைத் தேடி ஜனங்கள் முக்கிலும் மூலைகளிலும் முடுக்குகளிலும் இடுக்குகளிலும் தேடிப் பார்த்தனர். ஒரு கையை அல்லது ஒரு காலை ஒடிக்க, இரவு இருட்டில் அவர் பம்மிய இடமும் ஓடிய வழியும் கண்டுபிடிக்க முடியாத கைசேதம் ஜனங்களுக்கு.

'மா பாவி! பேசிக் கல்யாணத்தைக் கொமச்சி ரத்தக் களரியாக்கிப் போட்டானே' மணமக்களின் வாப்பா – உம்மா சொந்த பந்தங்கள் அழுது தலையிலடித்தனர்.

சிங்கப்பூர்க்காரருக்கு அடக்க முடியாத கோபம். கல்யாணம் கொமஞ்சிபோன வேதனை வேறு. 'அவனெங்கடா போனான்?' பல்லை நெறித்தார்.

ரகளை அடங்கவில்லை.

'எங்களையெல்லாம் ஹராத்தில் பொறந்தவுங்கோனு சொன்ன சின்னப் பயபுள்ளயெ காட்டித்தாருங்கோவ்வா,' என்று நாற்காலிகளைத் தூக்கி அடிச்சும், ஆக்குப்புரையில் புகுந்து எரிந்துகொண்டிருந்த விறகுக் கொள்ளியைத் தூக்கிக்கொண்டும் பேயாடினார்கள்.

மண்டபக்காரர் போன்செய்து ஒரு வேன் நிறைய வந்த போலீஸ்காரர்கள் கையில் கிடைத்தவர்களையெல்லாம் பிடிச்சு வேனில் குத்தி நிறைத்தார்கள்.

திருமண மண்டபம் அல்லோலகல்லோலமாவதற்கு முன்னே மம்மதும்மாவின் மகன் நுறோம்மது சாப்பாட்டுக் கூட்டத்திற்குள் நுழைஞ்சேறி மூக்குமுட்ட இரை எடுத்துக்கிட்டு ஒரு பொட்டலம் ரோஜா பாக்கு வாங்கி வாயில் போட்டுக்கொண்டு ஒரே ஓட்டமாக ஓடி உம்மாவை உசுப்பினான்.

'உம்மா, ஓடிப்போ ... பயங்கரச் சாப்பாடு ... மனம் போல் புரோட்டா, எறச்சி, கோழி பொரிச்சது. போயி ஒரு வெட்டு வெட்டிட்டு வா வுள்ளே.'

'போலே நாய்ப் பயலே! பண்டத்தெப் போல இப்போ தின்ன முடியுமாலே ... போயி பாப்போம். ரண்டு புரோட்டா பிச்சி வாயிலே போட்டுட்டு வாறேம்பிலே ...' எழும்பிப் போனவள் மண்டபத்தை நெருங்கும்போது, அங்கு கேட்ட கூச்சலும் குழப்பமும் கண்டு அச்சப்பட்டு வெளியே தயங்கி நின்றுவிட்டாள். இந்த மஹ்ஸர பெரளயத்திலே போயி ரண்டு புரோட்டா தின்னவா? ஆவது காலமானால் எந்த அடிதடியானாலும் உள்ளே நுழைஞ்சு என்னேனு கேட்பவளுக்கு இப்போது கைகால் நடுங்கி விட்டது. அஞ்சுவண்ணம் தெருவுக்குத் திரும்புகையில் வேன் நிறைய போலீஸ்காரங்க வந்து இறங்குவதைக் கண்டு திகைத்து நின்றாள். கல்யாண வீட்டிலேயும் நாய்ச் சண்டை ... தூ!

மூட்டுவலி இருந்தும் அதைப் பொருட்படுத்தாமல் விருட்டென்று நடந்து அஞ்சுவண்ணம் தெருவுக்குள் கால் வைத்தபோதுதான் படபடத்த நெஞ்சின் துடிப்பு நின்றது. ஓலை மட்டைக்கள்ளி மேபூபா வீட்டுத் திண்ணையில் சுருண்டதும் கண் அயர்ந்துவிட்டது.

வலிய(ஹஜ்) பெருநாளுக்கு ஒரு சிவந்த விடலைக்காளையை அறுத்துக் குர்பான் கொடுத்தார் ரங்கூன் முஸ்தபா. எட்டுப்பேர் சேர்ந்து பிடித்தாலும் எகிறிப் பாய்கின்ற காளை. வயிற்றோடு பெரியதொரு வடம் போட்டுக் காளைக்கு அப்புறமும் இப்புறமும் ரண்டு இடிதடிகள் நின்று வடத்தை இறுக்கிக் காளையைக் கீழே தள்ளிப் போட்டார்கள். சுற்றும் கூடி நின்றுகொண்டிருந்த வீரசூரர்கள் முன்காலைப் பின்கால்களுடன் பிணைத்துக் கட்டி அசையாமல் பிடித்துக்கொண்டிருக்க, மொறட்டு லெப்பை இடுப்பிலிருந்து வாள் கத்தியை உருவி அறுத்தார்.

அல்லாஹு அக்பர்..! அல்லாஹு அக்பர்..!

ரத்தம் பீறிட்டு ஒழுகியது. காளையின் அறுபட்ட சங்கிலிருந்து அணை உடைந்து இரத்தம் ஓடியது. அஞ்சுவண்ணம் தெருவெங்கும் ஆறுபோல் இரத்தம் பாய்ந்தது. தைக்காப் பள்ளிப் படிகள் இரத்தத்தில் முங்கின. மேக்கத்திக்காரருடைய வீட்டிலும் தெருவிலுள்ள அனைத்து வீடுகளுக்குள்ளும் இரத்தம் புகுந்தது. முஹ்யித்தீன் ஆண்டவங்கொ பள்ளியின் முன்பக்கமுள்ள கொடிக் கம்பத்தின் உச்சிக்குப் பாம்புபோல் இரத்தம் மேல்நோக்கி ஏறியது. அங்கிருந்து வானத்தைக் குளமாக்க அந்தரத்தில் ஏறிக் கொண்டிருந்தது. தான் படுத்துக் கொண்டிருக்கும் திண்ணையும் இரத்தத்தில் மூழ்கப்போகிறது. சங்கு அறுக்கப்பட்ட காளை எழும்பி ஓடுகிறது. ஜல்லிக் கட்டுக் காளை மாதிரி எதிரில் வருவோரைக் குத்திச் சாய்க்கும் வன்மத்தோடு எகிறி ஓடுகிறது. மம்மதும்மாவுக்கு நேராக அவளைக் குத்திக் குடலைக் கிழிக்க

விரண்டு வருகின்றது. அதன் சங்கிலிருந்து இரத்தம் வடியவில்லை. அறுபட்ட சங்குத் தோல் ஒட்டிக்கொண்டிருக்கிறது. அடையாளம் ஏதுமில்லை, முரட்டுக் காளைக்கு.

காளை அவளை நெருங்கியதும் மம்மதும்மா அலறி விட்டாள். 'அடக்கம் செய்யப்பட்ட தாயே காப்பாத்துங்கோ.' குத்த வந்த காளை தைக்காப் பள்ளிக்குள் குதித்தது. பின்னே பார்வையில் படவில்லை,

தெருவில் ஆள் நடமாட்டமிருக்கையில் ஒரு பெண் அலறிக் கூப்பிடுவதைக் கேட்ட தெருச்சனங்கள் திடுக்கிட்டுத் தெருவுக்கு வந்தனர். போலீஸ்காரர்களுடைய கெடுபிடியா? மம்மதும்மாவின் குரலைச் சிலர் அடையாளம் கண்டு ஓலைமட்டைக் கள்ளி மேபூபா வீட்டுத் திண்ணைக்கு விரைந்தனர். சனங்களைப் பார்த்து மம்மதும்மா திருதிருவென முழித்தாள். தன்னைக் கொம்பால் குத்திக் கொல்ல வந்த காளையைக் காணவில்லை. தெருவில் இரத்தமில்லை. தைக்காப்பள்ளிப் படிகள் இரத்தத்தில் மூழ்கிக் கிடக்கவில்லை. மேக்கத்திக்காரருடைய வீட்டுக்குள் இரத்தம் புகுந்த அடையாளமில்லை. வாசலில் தாத்தா நின்று கொண்டிருப்பதை அவள் பார்த்தாள். என்ன நிகழ்ந்ததென்று அவளுக்கு விளங்கவில்லை. வந்து கூடியவர்களை அவள் ஒரு மாதிரியாகப் பார்த்தாள். சரியில்லாத முழி.

'என்ன மம்மதும்மாக்கா?' யாருக்கும் கேட்கத் திடமில்லாததால் மேபூபாவே கேட்டாள்.

'அங்கே போச்சு...' ஒரு குழந்தை கை சூண்டி சொல்வது போலிருந்தது.

'என்னது..?'

'காளை..!'

இவள் காளை என்று சொன்னது, வந்து கூடியவர்களுக்கும் புரியவில்லை.

'தெருவில் ஓடின ரத்தம் வத்திப்போச்சா?' அவள் வந்தவர் களைப் பார்த்துக் கேட்டாள். அவர்களுக்குள் ஒரு புரியாமை. காளை என்கிறாள், ரத்தம் என்கிறாள்.

'ரங்கூன் முஸ்தபா குர்பான் கொடுத்த காளைக்க ரத்தம்?'

ரங்கூன் முஸ்தபாவுடைய பெண்டாட்டிக்காரி மூக்கில் விரல் வைத்துக்கொண்டு சொன்னாள்.

'எங்க ஊட்டுல காளை குர்பான் குடுக்கல்லியே...'

'அவொ கனவு கண்டிருக்கா...' கூட்டத்திலே நின்றிருந்த ஒரு பெத்தாமா சொன்ன பிறகுதான், தான் கண்டது கனவு தானென்று தெரிந்துகொண்டாள்.

அன்று இரவு அவளுக்கு அறவே தூக்கமில்லை. மனசு ஒரு புள்ளியில் நிற்காமல் சாஞ்சாடியது. பலப் பல சிந்தனைகள். எதற்காக இந்தக் கனவு? நன்மைக்காகவா அல்லது ஏதேனும் விளையவிருக்கும் தீமைக்கான அறிகுறியா? அடக்கம் செய்யப் பட்ட தாய் பேருக்கு நேமிசம் செய்த நேர்ச்சையைக் கொடுக்க மறந்துவிட்டதால் தாய் காட்டிய எச்சரிக்கையாயிருக்கும். அல்லது பழமையான வேம்படிப் பள்ளியை இடித்துவிட்டுப் புதிய உசரமான மினாராக்களோடு மார்பிள் பள்ளி கட்டியவர்கள் தன்னுடைய தலைமாட்டிலுள்ள பள்ளியைப் பொருட்படுத்தவில்லை என்ற கோபப் பார்வையாகவுமிருக்கலாம். தாயின் கனன்ற கோபம் காளை வடிவமாக வந்திருக்கலாம்.

எது எப்படியானாலும் இந்தக் கனவு தனக்குக் காட்டப்பட்டது ஏதோ ஒன்றின் அறிகுறி. அந்த ஏதோ ஒன்று எது என்று அறிய ஆவலானவளாகச் சஞ்சலப்பட்டாள்.

அஞ்சுவண்ணம் தெருப் புழுதியில் கிழக்குதிச்ச சூரிய ஒளிபட்டதும் குளிர் விலகிய தெருவில் நடமாட்டம் கூடியது. இரவு பட்டினி கிடந்ததாலும் திகிலூட்டும் கனவு கண்டு நெட்டி விழித்ததாலும் அவளுடைய உடல் தளர்ந்துபோயிருந்தது. மெல்ல தாத்தா வீட்டுக் கதவைத் தட்டினாள்.

'உம்மா சீதேவி... தடியெல்லாம் தளந்து போச்ச. நாக்கு நனைக்க இத்திப்போல சாயாதண்ணி சூடா தாங்கவும்மா...'

அஞ்சுவண்ணம் தெருவைக் குரல் கொண்டு அரசாண்ட மம்மதும்மாவின் தளர்ந்த குரல் அடுப்பங்கரையில் நின்று கொண்டிருந்த தாத்தாவின் காதுக்கு எட்டியது. தாத்தா கொடுத்த சாயாவைக் குடித்த தெம்பில் எழும்பித் தெருவை நோக்கினாள். தெருவின் வடக்கு அற்றத்திலிருந்து குவாஜா அப்துல் நசீர் பாக்கவி நடந்து வருவது கண்ணுக்குத் தெரிந்தது. அப்படியே நின்றுவிட்டாள்.

'குவாஜா அப்துல் நசீர் பாக்கவி கிட்ட நெருங்கியதும் மம்மதும்மா ரண்டு மூணு அடி முன்னால் நடந்து பாக்கவியை வரவேற்றாள்.

'வாங்க வாப்பா..!'

'சொகமா இருக்கியா?'

'இருக்கேன். வாப்பாக்கு எப்படி இரிக்கி? ஏதாவது வாசி உண்டுமா?'

'அந்தக் கெடதான். என்ன வாசி கெடைக்கப் போவுது? சீக்கிரம் போய்ச் சேர்ந்துட்டாரானா நல்லது'.

'அப்படிச் சொல்லாதீங்கோ... மெஹராஜ் மாலை பாடின ஆலிப் புலவருக்க பேரப்புள்ள கொஞ்சநாள் இந்த துனியாவில் உயிரோடு இருக்கட்டு பாவா!'

'ஆரு பாக்கூது?' யாராலும் பணிவிடை செய்ய முடியாது என்றிருந்தது அந்தக் குரலில். சனியன் தொலைஞ்சுப் போட்டு...

'பெத்து வளத்தி ஓதவச்சு ஆளாக்கி விட்டாரில்லியா?'

'அதுக்கு இவ்வளவு நாளும் பாத்தாச்சில்லியா?'

தகப்பன் என்ற பாசமும் பெத்த நன்றியும் நெஞ்சிலிருந்து எடுத்தெறியப்பட்ட இந்த மனுசனோட இனி அதுபற்றிப் பேசுவது வீணா மூச்சைக் களைவது என்று உணர்ந்து அந்தப் பேச்சை அப்படியே விட்டுவிட்டு இரவு கண்ட கனாவைப் பற்றியெல்லாம் தெரிஞ்ச மவுலவியிடம் விளக்கம் கேட்டாள்.

'வாப்பா நேத்து நான் ஒரு முனாபியத்[1] கண்டேன்.'

'எப்படி?'

'ரங்கூன் முஸ்தபா ஒரு காளை குர்பான் கொடுத்தாரு. காளைக்க ரத்தம் தெருவெல்லாம் ஓடிச்சு. தைக்காப் பள்ளிப் படியெல்லாம் முங்கிட்டு. ரத்தம் கொடித்தூணுக்க உச்சிக்கு குப்புற ஏறிச்சு. அறுத்துப்போட்ட காளை உயிரோட எழும்பித் தெருவெல்லாம் திருதூளியாக்கிட்டு என்னெ குத்த வந்துது.'

'இது ஒரு வித்தியாசமான முனாபியத். கழுத்து அறுபட்டு மரிச்ச காளை உயிரோடு வந்து குத்த வந்ததும், இரத்தம் கொடித்தூணுக்க உச்சிக்கு மேல் நோக்கி ஏறினதெல்லாம் ஒரு குத்றத்தாகத்[2] தானிக்குது. கனவுக்கு சில நபிமார்கள் விளக்கம் சொல்லியிருக்காங்க. எனக்கு விளக்கம் சொல்லுமளவுக்கு அறிவில்லை. இது ஏதோ நம்ம ஊருக்கு வரக்கூடிய ஆபத்துக்க அறிகுறியாக இருக்கலாம். பாத்தீங்களா! நேத்து ஒருத்தன் வந்து பேசிக் கல்யாணத்தை கொமச்சுப் போட்டான். நம்ம வாப்பா உம்மாக்க கலியாணமெல்லாம் ஹராமான கல்யாணமாம். நம்மயெல்லாம் ஹராத்தில பொறந்தவங்களாம். உடுவாங்களா?

1. முனாபியத் – கனவு

2. குத்றத் – அற்புதம்

செயரைத் தூக்கி அடிச்சானுவொ. செயர் அடிபட்டதில் ரெண்டண்ணம் ஆஸ்பத்திரியில் இழுத்துட்டுக் கெடக்குது. புடிச்சவங்கள ஆரெயும் போலீஸ் உடல்ல. அடக்கம் செய்யப் பட்ட தாயும்மாக்கு இதெல்லாம் தாங்க முடியாம அவுங்க காட்டித்தந்த முனாபியத்தாக இருக்கும்புளா ...'

மம்மதும்மாவின் கண்ணில் ஒருதுளி கண்ணீர் விழாமல் கட்டி நின்றது. அவள் கேட்டாள்.

'நிங்கக்கு எங்கேயாவது வேல கெடச்சுதா வாப்பா ..?'

'இல்ல. பல ஜமாஅத்திலெயும் போய்க் கேட்டேன். கேக்கக்கூடிய ஜமாஅத்துல எல்லாம் குழப்பமும் கேசும் வழக்குமாகத்தானிருக்கு. சமுதாயம் கெட்டுக் குட்டிச்சுவராச்சு. நம்ம கெட்ட காலம்.'

'எங்க போறீங்க ... வாப்பா ..?'

'மேக்கத்திக்காரர் ஊட்டுக்கு. அவருக்கு வாப்பா பேரில் நல்ல முஹப்பத்[3]. வாப்பாவுக்கு மருந்து வாங்க ஏதாவது கேட்டுப் பாக்கலாம்னுதான் போறேன்.'

'போங்க வாப்பா. நான் அங்க போயிட்டுத்தான் வாறேன். அங்கு ஊட்டுல இருக்காரு. மேக்கத்திக்காரருக்க மனசுபோல் அல்லா அவருக்க புள்ளைகளை நல்ல நிலமையிலாக்கினான்.'

பாக்கவி தாருல் சாஹினாவுக்குள் ஏறிப்போவதைப் பார்த்துக்கொண்டு நிற்கும்போது, 'வாப்பா செத்தொழியணும்னு நினைக்கக்கூடிய இவரு வாப்பாவுக்கு மருந்து வாங்கிப் பொழக்க வெக்கவா காசு தெண்டப் போறார். வாப்பாவைக் காட்டி காசு பிரிக்கிறாரோ?' என்று மனசில் எண்ணியவள், 'இதொரு பொழப்பா? ...' என்று உரக்கச் சொல்லிக்கொண்டு மேபூபா வீட்டுத் திண்ணைக்குப் போனாள்.

---

3. முஹப்பத் – அன்பு

30

வாப்பா மச்சானை ஏறிட்டுப்பார்த்துச் சொன்னது கேட்டு மச்சானுக்கு ஆச்சரியமாக இருந்தது.

'புள்ளே, தைக்காப் பள்ளி மழையில் ஒழுவி நிறையுது. ஓடெல்லாம் உடைஞ்சு கிடக்குது. புதிய கொல்லம் ஓடு வாங்கிப் பாவணும். பள்ளியில வெள்ளை அடிச்சு, பழைய பாயெல்லாம் எடுத்து தூர எறிஞ்சிட்டு, புதிய கோரம்பாய் வாங்கிப் போடணும். பணம் நான் தாறேன்.'

'மினாராக்கள்?' மச்சான் மெல்ல கேட்டார்.

'அது பின்னெப் பார்ப்போம்' எடுத்தடிச்சது போலிருந்தது பதில்.

ஆகாசம் முட்டி நின்ற மக்கா மஸ்ஜித் மினாராவிலிருந்து இளம் குரலில் ஒலித்த பாங்கு அஞ்சுவண்ணம் தெருக்காற்றில் கேட்டதும் வாப்பாவுக்குச் சந்தேகம். மனசு குழம்பியது. 'முதலில் கேட்ட பாங்கு?'

வாப்பா எழும்பி சுபுஹு தொழுகைக்காகத் தைக்காப் பள்ளிக்குப் போனதும் மச்சான் கேட்டார்.

'மாமா உறக்கத்தில் சத்தம் போட்டுது. தேகமெல்லாம் விசர்த்துக் கொட்டியது. திடீரென ஒரு 'பூ தோதயம்' வந்ததுபோல் தைக்காப் பள்ளி ஓடெல்லாம் மாற்றிப் புது ஓடு போடுக்கும், வெள்ளையடிக்கதுக்கும், பாய் மாற்றிப் போடுதுக்கும் சொல்லுதே! என்ன சங்கதி?'

‘எனக்கென்ன தெரியும்?’ தாத்தா சொன்னாள்.

‘எனக்குத் தோனுது. செல நேரம் மஹமூதப்பா வந்து சங்கில ஏறிப் பிடிச்சிருப்பாங்களோன்னு? சங்கிறுவி சத்தம் போட்டதாக்கும். இப்பொ உனக்கு வாப்பாக்கு மனசிலாயிருக்கும் மஹமூதப்பாட்டயும் அடக்கம் செய்யப்பட்ட தாய்க்கிட்டெயும் கன்னம் திரிவு காட்டப்படாதுனு...’

‘எனக்க வாப்பா என்ன கன்னம் திரிவு காட்டிச்சுது?’

‘இனி அடக்கம் செய்யப்பட்ட தாய் சங்கில எத்திப் புடிச்சு இறுக்கும்போ சொல்லும்; புள்ளே, தைக்காப் பள்ளிக்கு ரெண்டு மினாராக்கள் கட்டிக்கொடுங்கோ, பணம் நான் தாறேன்னு...’

வாப்பா அஞ்சுவண்ணம் தெருவுக்கு வெளியே கால் வச்சதும் பொம்புள்ளை ஒருத்தி, குழந்தையை நெஞ்சோடு அணைத்துக்கொண்டு கண்ணீர் வடிய ஓடுவதைக் கண்டு வாப்பா கேட்டார்.

‘என்னம்மா?’

‘எம் புள்ளைக்கு திடீரென்று காச்சல். மேலெல்லாம் சுட்டுப் பொள்ளுது...’

வாப்பா ரண்டு அடி தூக்கி வச்சதும் வேறு ஒரு குழந்தையைத் தூக்கிக்கொண்டு பிள்ளைவாள் கடைக்குப் பக்கம் பீ முடுக்கு வழியாக ஒருத்தர் வேகமாக நடந்து வருவது புலப்பட்டது. அந்த இடத்திலே நின்றுகொண்டு கேட்டார்.

‘புள்ளைக்கு என்னவாம்?’

‘காச்சல். திடீரென்று மேலெல்லாம் சுட்டுப்பொள்ளுது. பேசி நிற்கையில் பழைய சேலையால் போர்த்திக்கொண்டு மம்மதும்மா நடுநடுங்கி வாப்பாவை நெருங்கினாள்.

‘என்னையாவது தாருங்க வாப்பா’ தாடை எலும்புகள் ஒன்றோடு ஒன்று மோதி நடுங்கின.

‘என்ன மம்மதும்மா..?’

‘திடீர்னு காச்சல் வந்துட்டு, நிக்க முடியல்ல. ஒரு ஊசி குத்தட்டு. தெருவெல்லாம் திடீர்னு ஒரு பேதில போன காச்சல் வந்துட்டு.’

அஞ்சுவண்ணம் தெரு ஒட்டுக்கும் விஷக்காய்ச்சல் பரவியது. ஏனென்று யாருக்கும் பிடிபடவில்லை. வீட்டுக்கு வீடு காய்ச்சல். நட்டி முதல் குட்டிவரை விஷக்காய்ச்சல் வந்து உருட்டிப் போட்டது. தொற்றுநோய் பரவியதால் அஞ்சுவண்ணம்

தெருச்சனம் பயந்துபோய் மக்க குட்டிகளைக் கொண்டு தெருவை விட்டு வெளியேறியது. மரணம் கூரிய நகம் நீட்டி அஞ்சுவண்ணம் தெருவை வலம் வந்தது. இராக் காலங்களில் இரத்தச் சிவப்பு கண்களை முழக்கிச் சுழற்றித் தெருவின் முக்கு மூலைகளில் உரோமம் வளர்ந்த பெரிய கால்களால் நடந்த தடம் சிலர் கண்களுக்குத் தெரிந்தன.

மண்டைக்காட்டு அம்மை கோபமடக்க முடியாமல் அவிழ்த்துவிடும் நீக்கம்பு தினத்தையும் (காலரா) வைசூரியை (அம்மை)யும் அஞ்சுவண்ணம் தெருவுக்குள் நுழையவிடாமல் நடை செறுத்து நிற்கும் அடக்கம் செய்யப்பட்ட தாயை நம்பியிருந்த மக்களைத் தாய் கைவிட்டது ஏனென்று புரிய வில்லை. விஷக்காய்ச்சல் தாயின் தெருவில் பரவியது தாய்க்குத் தெரியாமலாயிருக்கும்?

'தாயே! காப்பாத்துங்கோ ...' மக்கள் அழுதழுது உதவி நாடினர்.

மழை இல்லாமல் வயல்கள் கருகும்போது தாயைக் கூப்பிட்டு உதவி கேட்டாலே வானம் சொரிச்சிறக்கும். வயல் அறுக்கும்போது தாய்க்கு ஒரு பிடிநெல் கதிர் தனியாக எடுத்து வைத்து அறுப்பு முடிந்ததும் தாய் பேரில் பாத்திஹா ஓதி சோறாக்கிக் கொடுப்பது, நன்றி செலுத்துவது வழக்கம். கதிர்க் குலைகளைச் சூடி மருத்துவான் மலைக் காற்றில் தலைகுலுக்கி நின்றிருந்த இருப்பூ ஏலாக்களும் முப்பூ ஏலாக்களும் கான்கிரீட் ஏலாக்களாக மாறிய பிறகு தாய்க்கு பாத்திஹா ஓதுவதற்கு ஒரு பிடி நெல்கதிர் இல்லை. அந்த வன்மம் அடக்கம் செய்யப்பட்ட தாய்க்கு இல்லாமலா இருக்கும்? அவ்வொ போட்ட சாபம்.

அஞ்சுவண்ணம் தெருவின் கிஸ்ஸா பாடி நடக்கும் செலயாம்மா பெத்தா தெருச்சனம் கேட்க, ஊர்ச்சனம் கேட்க, உலக சனம் கேட்க உரக்கக் கத்தினாள்.

'எளவு சனங்களே! எங்க அடக்கம் செய்யப்பட்ட தாயை மறந்துபோட்டீளே பாவிகளா ... அனுபவியுங்கோ ...'

31

எதிர்பாராமல் திடீரெனப் பரவிய விஷக் காய்ச்சலால் அடக்கம் செய்யப்பட்ட தாய் உருவாக்கிய ஆதி தெருவான அஞ்சுவண்ணம் தெரு ஒரு காலமுமில்லாமல் வெறிச்சோடிக் காணப்பட்டது.

மக்கள் நடமாட்டம் அதிகம் இல்லை . தறிகளின் ‘அய்யூட்டுடக்கூட்டு’ ஓசை எழவில்லை. தாயின் சாபமாக வந்திறங்கிய அதிசய விஷக் காய்ச்சலைக் கண்டு தெருவை விட்டு இடம்பெயர்ந்தவர்களின் வீட்டு வாசல்களில் பூட்டுகள் தொங்கின. அக்கம் பக்கத்துத் தெருக்காரர்கள் மரணம் கேட்டுக் கூட அஞ்சுவண்ணம் தெருவுக்குள் நுழைய மாச்சப் பட்டனர். தங்கள் தெருக்களுக்குள் விஷக்காய்ச்சல் பரவாமலிருக்க பலபல தர்க்காக்களுக்குப் போய் நேர்ச்சைகள் கொடுப்பதாக நேமிசம் செய்தனர். போய்விட்டு வந்தவர்கள் கண்ணில் பட்டவர் களுக்கும் சொந்தப் பந்தங்களுக்கும் கருகிய பூவும் சர்க்கரையும் கொஞ்சம் கொஞ்சம் கொடுத்து விஷக் காய்ச்சலுக்குத் தடுப்பு வேலி போட முயன்றனர்.

ஆதித் தெருவின் உற்பத்தி பற்றியும் ஆதி குடிகளின் வருகையைப் பற்றியும் அன்னிய ஆடவர் முகம் பார்த்திராத கன்னிப் பெண்ணைப் பச்சை உயிரோடு அடக்கம் செய்ததைப் பற்றியுமான கிஸ்ஸாக்களைப் பாடி நடக்கும் செலயாம்மா பெத்தா, ரா இருட்டில் ராந்தல் விளக்குப் பற்ற வைத்துத் தூக்கிப்பிடித்துக்கொண்டு தெரு நீளத்தில் நோயை விரட்டும் அரபி பைத்துகளைப் பாடி நடந்தாள். ஆட்கள் தங்கியிருக்கும் சில வீடுகளுக்கு முன் நின்று உரக்கப் பாடிவிட்டு, தீய நோயைக்

கொண்டிறக்கிய ஷைத்தானைத் துப்பி விரட்டிக்கொண்டு அடக்கம் செய்யப்பட்ட தாயையும், தாய்க்கு ஜின்னையும் சத்தியமுள்ள பாம்பையும் காவலாக நிப்பாட்டிச் சென்ற மஹமூதப்பாவையும் உரக்க விளித்துக் காவல் தேடினாள்.

'எந்தாயே! எங்கப்பா! எங்க தெருவையும் தெருச்சனங்களையும் எங்க மக்க குட்டிகளையும் இந்தக் கொடிய காய்ச்சலிலிருந்து காப்பாத்துங்கோ...' கையிலிருக்கும் ஊன்று கம்பைக் கொண்டு வாசல் படிகளில் தட்டி வீட்டிலுள்ளவர்களை அனக்காட்டுவாள். வாசல்படியில் செலயாம்மா பெத்தாவின் கம்பு தட்டலின் பொருள் வீட்டிலுள்ளவர்களுக்கும் புரியும். சோறாவது, அரிசியாவது அவள் கையிலிருக்கும் ஈக்காம் பெட்டியில் தட்டிக் கொடுப்பார்கள். அன்றைய இரவு அனாயத்து[1] அவளுக்கு நடக்கும்.

ரா இருட்டில் பாடி நடக்கும்போது களைப்பாறுவது, தாத்தா வீட்டு முன்வாசல் படியில். ஷேக் மதார் சாகிபு அவருடைய பிரதாப காலத்தில் போட்ட அகலமான ஒற்றைக்கல் படி. உட்காருவதற்கும் சுகமாக இருக்கும்; குளிர்ச்சியாகவும். இடுப்பில் சொருவியிருக்கும் வெற்றிலைப் பெட்டியிலிருந்து பழுத்த வெற்றிலையையும் காய்ந்து சுருண்ட பிஞ்சு பாக்கையும் போட்டு, வடக்கன் போயிலையை ஈறில் தேய்த்துக் கன்னத்தில் ஒதுக்கி விட்டு, கம்பைக் கல்படியில் ஊக்கமாகத் தட்டுவாள். தட்டும் சப்தம் கேட்டதும் செலயாம்மா பெத்தா வந்துவிட்டாளென்று அடுக்களையிலிருந்து தாத்தா ஓடி வருவாள்.

'என்ன பெத்தா?'

'நல்லதுதான்' என்று சொல்லி புர்தாவிலிருந்து நாலு வரிகள் பாடினாள்.

பூசிரி இமாம் நோய்ப் படுக்கையில் கிடந்து புர்தா பாடி முடிச்சதும் பூசிரி இமாமுடைய நோய் அப்படியே குணமடைந்து படுக்கையைவிட்டுக் குதிரைக் குட்டியைப்போல் எழும்பி விட்டாரென்பது வரலாறு. செலயாம்மா பெத்தா தாத்தாவுக்கு இதைச் சொல்லிக் கொடுத்துவிட்டுச் சொன்னாள். 'புர்தாவை எடுத்து ஓதுங்கோ சீதேவியே! எல்லா நோய்நொடிகளும் தீரும்'. அல்லாஹ்வின் கட்டளைக்கு மாறுபாடு காட்டிய சனங்களை அவன் தண்டித்ததையும், பிர்அவ்னின் ஆட்களை அவன் கடலில் மூழ்கடித்ததையும், இப்ராஹீம் நபியுடைய இறைவனை, நான் ஒரு கை பாக்கட்டுமென்று சவால்விட்ட நம்ரூதின் பலம் வாய்ந்த சேனையை அல்லாஹ் கொசுப் படையை அனுப்பி அழித்ததையும் நம்ரூதின் மூக்குத் துவாரம் வழியாக ஒரு கொசுவை அவன்

---

1. அனாயத்து – உணவு

மூளைக்குள் அனுப்பி நாப்பது வருசமா அவனைச் சித்திரவதை செய்து கொன்ற வரலாற்றையும் படிப்படியாகச் சொன்னாள்.

அல்லாஹ்வுக்கு உவப்பில்லாத ஏதோ பாவச் செயலில் தெருமக்கள் ஈடுபட்டிருந்ததினால்தான் அல்லாஹ்வின் கோபம் விஷக் காய்ச்சலாக வந்து இறங்கியதென்று செலயாம்மா பெத்தா பல பழங்கால கிஸ்ஸாக்களைப் பாடி உதாரணம் சொன்னாள்.

தாத்தா கொடுத்த சோற்றை வாங்கி ஈக்காம்பெட்டியில் தட்டிவிட்டு வடக்கமாற அடக்கம் செய்யப்பட்ட தாய் முனாஜாத்தை[2]ப் பாடிப் பாடி நடக்கையில் விஷக் காய்ச்சல் இறங்குவதற்குக் காரணமாயிருந்த பாவச் செயல் புரிந்தவர்களைப் பாட்டினிடையே திட்டிக் கருவறுத்தாள்.

'மா பாவிகளே! அல்லாவுக்க கோபத்தை இறக்கிப் போட்டீளே ... நீங்க வெளங்காம போங்க, சனமெல்லாம் தெருவை விட்டுப் போயிட்டாங்களே.'

செலயாம்மா பெத்தா குரலோங்கத் திட்டி கருவறுத்தது ஓலைமட்டைக்கள்ளி மேபூபா வீட்டு வெளித்திண்ணையில் காய்ச்சல் குளிர் வாட்டி நடுநடுங்கிப் படுத்துக்கொண்டிருந்த மம்மதும்மாவின் காதில் கணீரெனப் போய் மோதியது.

'என்ன பெத்தா! திட்டி வாரீட்டுப் போறீளே..! தெருவில் சனங்கோ இல்லியே, ராச்சோறு கெடச்சுதா?'

'மேக்கத்திக்காரி தேவி! ஒரு வாய்க்குச் சோறு போட்டா, போரும் மம்மதும்மா. இன்னத்த ராப் பாட்டுக்குப் போரும். திட்டாம என்ன செய்ய? இப்படி ஒரு காய்ச்சல் அஞ்சுவண்ணம் தெருவில் பரவி சனங்களைத் தும்பப்படுத்துமெனு நமக்குத் தெரியுமாளா? நம்ம காலத்துல இப்படி ஒரு காய்ச்சல் வந்திருக்கா. தெருச்சனங்கோ பாவம் செய்யத் தொடங்கிட்டாவோ. அல்லாவுக்க கோவம் இறங்கிப்போச்சு தாயே!'

'கடைசிகாலத்துல காத்து வெள்ளம், கொடிய நோயெல்லாம் எறக்கி அல்லா தண்டிப்பான்னு தெரியாதா? காலம் கெட்ட காலம். குடிவெள்ளம் முட்டிப் போச்சே நாச்சியாரே..! அன்று கொப்பளிச்ச குழாய் வறண்டு கிடக்குது தெரியல்லையா? ஆரு செய்த பாவமோ'னு வருத்தப்பட்டாள் மம்மதும்மா.

'ஆரும் பாவம் செய்யல்லம்மா ... தெருவே தாயையும் மஹமூதப்பாவையும் அப்படியே மறந்துட்டுது. வெள்ளிக்கிழமை ராவும், திங்கக்கிழமை ராவும் தாய் தலைமாட்டுல இப்பம் விளக்கு பத்த வைக்கூதில்லையே. சந்தனத் திரி கொளுத்தி

---

2. முனாஜாத் – ஒருவகை இறைப் புகழ் பாடல்

வச்சு மணம் காட்டுதில்லையே. வருச பாத்திஹா இல்லையே. கொடிமரத்தையே முறிச்சுப் போட்டானுவொளே பாவியோ. தாய்க்கு எப்படி கோபம் வராமலிருக்கும்?' செலயாம்மா பெத்தா ராத்திரி உணவு கிடைத்த நிறைவில் அடக்கம் செய்யப்பட்ட தாயைப் பற்றிப் பண்டு காலத்தில் அஞ்சுவண்ணம் தெரு அசன் புலவர்கட்டிய 'வேண்டுவோருக்கு இரங்கும் மனம் படைத்த தாயே!' என்ற பாடலைப் பாடி நடந்தாள்.

விஷக் காய்ச்சல் மேலும் பரவாமலிருக்கவும், வந்தவர்களுக்கும் காய்ச்சல் வேகமாக இறங்கிக் குணமடைவதற்கும், கோபம் கொண்டு தெருவைப் பாராமலிருக்கும் அஞ்சுவண்ணம் தெருவின் ஆதித் தாயைத் திருப்திப்படுத்த தாயிடம் மன்னிப்பு கேட்டு, தாயின் மனம் இரங்குவதற்காகத் தெருவிலுள்ள மூப்ப சாப்பான ஆட்கள் கொஞ்சம் இளம்வட்டங்களை இறக்கி ஊரும் காலும் அடங்கியபின் தெருவின் நிசப்தத்தில் அசன் புலவரின் பாடல்களைத் தெருவில் பாடி நடக்க ஏற்பாடு செய்தனர். நடுச்சாம நிசப்தத்தில் அழுது வேண்டினால்தான் தாய்க்கு இரக்கம் தோன்றும். வெடக்கு காசீம் தலையில் பெட்ரூ மாக்ஸ் லைட்டைத் தூக்கிக்கொண்டான். லைட் வெளிச்சத்தில் எட்டு பத்து இளவட்டங்கள் கொள்ளியாப்பை காட்டுவா சாகிபு மலையிலிருந்து தீக் கொண்டுவந்து அஞ்சுவண்ணம் தெரு ஆகாசம் வழியாக முஹல்ல தீவு[3]க்குப் பறக்கும் நேரம் பார்த்துப் பாடினார்கள். 'வேண்டுவோர்க்கு இரங்கும் மனம் படைத்த தாயே!'

தொடர்ந்து ஒருவாரம் தொண்டை கீறப் பாடினார்கள். வெள்ளிச் செம்பின் வாயைப் பச்சைத்துணியால் மூடிக் கட்டி மத்தியில் நீளமாக ஒரு ஓட்டை போட்டு ஒவ்வொரு வீட்டு வாசலிலும் முட்டியைக் குலுக்கி 'காணிக்கை! காணிக்கை!' என்று கூவி உறங்கிக்கிடந்த சனங்களை எழுப்பினார்கள். பல வீடுகள் திறக்கப்படவில்லை. லைட் வெளிச்சத்தில் வாசல்களில் தொங்கிக்கிடக்கும் பூட்டுகள் வெறித்தன. ஏழு நாளும் பாடிக காணிக்கை முட்டிக் குலுக்கியபோதும் அடக்கம் செய்யப்பட்ட தாய் வைராக்கியமாகவே இருந்தார்கள்.

ஏழுநாள் நட்டச் சாமத்தில் தெருவை வலம்வந்து, அசன் புலவர் பாடலையும் புர்தாவையும் இன்னும் சில பக்திப் பாடல்களையும் உருகி உருகிப் பாடி நடந்தும் தாய் கனியாததற் கான காரணம் என்னவென்று ஆராய, குடிபெயர்ந்து போக இடமில்லாமல் தெருவில் தவித்துவிட்ட ஏழைச் சனங்கள் கூடிப் பேசினார்கள்.

---

3. முஹல்ல தீவு – மாலத்தீவு

‘தாய் பேரில் ஒரு கந்தூரி நடத்திப் பாத்தாலோ?’ கைவண்டி இழுக்கும் மஸ்தான் ஆலோசனை கூறினான்.

‘கந்தூரி நடத்தாண்டான்னு நான் சொல்லல்ல ஓய். அதல்ல காரணம். வாழ்க்கை இல்லாத ஊட்டை மேக்கத்திக்காரர் திமிரு புடிச்சு வாண்டின பிறகும் தைக்காப் பள்ளிக்கு மினாரா கட்டிக்கொடுக்காத கோவந்தான் தாய்க்கு!’

‘அதுக்கு நம்ம என்ன செய்ய முடியும்? மினாரா கட்ட நம்மட்ட வசதியிருக்கா ஓய்.’

‘நம்மட்ட அதுக்குள்ள பண வசதி இல்லதான். ஊருகூடி மேக்கத்திக்காரருக்க ஊட்டுக்குப் போய் சொல்லுவோம். உங்களால தெருவுக்கு நாசம்வந்துபோச்சு. சனமெல்லாம் தெருவைவிட்டுப் போயிட்டுதுவோ. பள்ளிக்கு மினாரா கட்டிக் கொடுத்து எங்களைக் காப்பாத்துங்கோனு.’

‘இப்பம் கட்ட தோதுப்படாதுனு சொல்லிப் போட்டாருன்னு வெச்சுக்கோங்க. என்ன செய்ய?’

ஒருவருக்கொருவர் முகங்களைப் பார்த்து இயலாமையை வெளிப்படுத்தினார்கள். சிலர் முகம் திருப்பி நின்றார்கள். நம்ம தலைவிதி.

ஊர்க் கூட்டம் நடக்கிற செய்தி தெரிந்து கிழிந்த போர்வையில் போர்த்திக்கொண்டு நடக்க முடியாமல் தப்பித் தப்பி நடந்து ஊர்க்கூட்டம் நடந்துகொண்டிருக்கும் திண்ணைக்கு வந்து உட்கார்ந்த மம்மதும்மாவின் காதில் இந்தப் பேச்சு விழுந்தது. தாடை எலும்புகள் நடுங்கச் சொன்னாள்.

‘வாப்பா, மேக்கத்திக்காரர் நல்ல மனுசன். அவர் மாமாக் காரர் ஒரு பொல்லாத அகராதி புடிச்ச மனுசன். வஹாபி. இதொன்னும் நம்பாத மனுசன். மருமகனை செய்ய உடமாட்டாரு.’

‘இருந்தாலும் சொல்லிப் பார்ப்போம்’ என்ற முடிவில் ஊர்க் கூட்டம் முடிந்தது. இனி ராப் பாட்டுப் பாடிப் பயனில்லை என்றும் முடிவானது.

தைக்காப் பள்ளியின்முன் மறுநாள் மாலை ஏழு மணிக்கு தவ்ஹீத் பார்ட்டியுடைய கொள்கை விளக்கக்கூட்டம், திடீரென நடந்தது. மக்கா மஸ்ஜித் நிர்வாகிகளில் ஒருவரான அன்சாரி சிறப்புச் சொற்பொழிவு நிகழ்த்தினார். கூடுவதற்குத் தெருச் சனங்கள் இல்லாவிட்டாலும், கூட்டம் சேர்ந்திருப்பதைக் காட்டுவதற்காகப் பல ஊர்களிலிருந்தும் வேன்கள் பிடித்து தவ்ஹீத் தொண்டர்கள் வந்து குவிந்தனர். கூட்டத்தைக் கண்டதும் சிறப்புச் சொற்பொழிவாளரான அன்சாரியின் ஈட்டிமுனைச்

சொற்கள் அஞ்சுவண்ணம் தெரு ஏழைச் சனங்களின் நெஞ்சில் பாய்ந்து ஊன்றி நின்றன. கோபத்தைப் பல்லால் கடித்து அடக்கி நிறுத்தினார்கள்.

'ஏய்! சமாதி வணங்கிகளே! உங்களைக் கேட்கிறேன். இந்தத் தெருவைப் பிடித்த விஷக் காய்ச்சல் அடக்கம் செய்யப்பட்ட தாயின் கோபம் என்று, தாயைத் திருப்திப்படுத்துவதற்காக மவுலிது ஓதினீர்களே! அசன் புலவருடைய பாடலைப் பாடி நடந்தீர்களே! புர்தா பாடி நடந்தீர்களே! உங்க தாய் உங்களைக் காப்பாத்தின வளா? கண் திறந்து பார்த்தவளா? பார்க்க முடியுமா? தெருவில் வந்த நோயைப் போக்கடிக்க தாய் என்ன டாக்டரம்மாவா..?' என்று மூச்சுவிடாமல் சரமாரியாகச் சொரிந்துதள்ளினார்.

அன்சாரியின் ஈட்டிமுனைச் சொற்கள் சுன்னத் ஜமாஅத் பொடியன்களுடைய காதைப் பொத்தபோது, அவர்களுடைய கைகள் விறுவிறுத்தன. நெஞ்சில் வீரம் பொங்கியது. எதிர்பாகத்தில் எண்ணிக்கையில் அடங்காத கூட்டம். தெரு இளவட்டங்கள் எண்ணிக்கையில் சொற்பம். எதிரிகளின் எதிர்த்தாக்குதலைத் தாக்குப்பிடிக்க முடியாதென்ற அச்சம்.

பதற் போரை, கூட்டத்தில் நின்றிருந்த பக்கீர்சா ஒருவர் நினைவுபடுத்தினார். அபூ ஜஹலின் தலைமையில் வந்த ஆயிரத்துக்கும் மேற்பட்ட எதிரிகளை வெறும் முன்னூத்துப் பதின்மூன்று சத்திய விசுவாசிகள் வீரமுடன் போரிட்டுத் தோற்கடித்து அபூஜஹலைக் கொன்ற வீரவரலாறு 'மோயின்குட்டி வைத்திய'ருடைய 'பதற் படைப்பாட்டு' என்ற காப்பியத்திலிருந்து சில வரிகளை எடுத்துப் பாடிக்காட்டி வீரியமூட்டினார்.

வீரியம் பெற்ற உணர்ச்சிக் கொந்தளிப்பில் அடக்கம் செய்யப்பட்ட தாயை அவமதித்துப் பேசிய சிறப்புச் சொற்பொழிவாளருக்கு நேராக ஆக்ரோசித்தனர்.

'நிறுத்துடா! எங்க தாயைப் பற்றிப் பேசாதடா...'

எதிர்பாராத வண்ணம் ஆக்ரோஷக் குரல் கேட்டதும் கூட்டத்தில் சலசலப்பு.

வெறிபிடித்த கொஞ்சம் இளம் கராச்சிக் காளைகள் மோதித் தாக்குதல் நடத்தத் தயாராவதைக் கண்டு சுதாரித்து எதிர்த் தாக்குதலுக்கான ஆயத்தம்.

'எவண்டா அது?'

வேனில் பாதுகாப்புக்கு வைத்திருந்த ஆயுதங்கள் வெளியே வந்தன. இரும்பு நாற்காலிகள் பறந்தன. வீச்சரிவாள்கள் சுழன்றன. சுருள் வாள் சலசலத்தது.

பதற் போர் தோல்வியைக் கண்டது.

அஞ்சுவண்ணம் தெரு மண் தவ்ஹீத் கட்சிக்காரர்களின் காலடியில் தூள் தூளானது. பல வீடுகள் உடைபட்டன. வீட்டுக்கு வெளியே தொங்கிய மின் விளக்குகள் நொறுங்கி விழுந்தன. பெண்கள் குழந்தைகள் அலறினர். அடக்கம் செய்யப்பட்ட தாயின் ஆளுகையில் ஒடுங்கியிருந்த ஆதித் தெரு இரவோடு இரவாகச் சூன்யமாகக் காட்சியளித்தது.

தெருவை இருள் விழுங்கியது. அடக்கம் செய்யப்பட்ட தாய் தெருவில் கொளுத்தி நாட்டிவைத்திருந்த வழிவிளக்கு அணைந்துவிட்டது. ஆதியில் உலகத்தைச் சூழ்ந்திருந்த இருள்.

அஞ்சுவண்ணம் தெரு ஆதி இருட்டைச் சுரந்துகொண்டு தவ்ஹீத் கொடிக்கம்பங்களுடன் ஓடி வந்தவர் தைக்காப் பள்ளிக்கு முன் தவ்ஹீத் கட்சியின் கொடிக் கம்பத்தை நாட்டினார். ‘வெற்றி! வெற்றி!’

‘இனி இது எங்கள் பள்ளி. தவ்ஹீத் பள்ளி’.

பள்ளி வெளிச் சுவரில் தொங்கவிடப்பட்ட போர்டில் எழுதப்பட்டிருந்தது, ‘மஸ்ஜிதுல் தவ்ஹீத்.’

மருத்துவான் மலை பிரசவித்த இளம் சூரியனின் கால்கள் பதிந்த அஞ்சுவண்ணம் தெருவில் தொங்கவிடப்பட்ட போர்டை வாசிக்க அங்கு ஒரு மீன் குஞ்சுகூட இல்லை.

அடக்கம் செய்யப்பட்ட தாயின் தெருவில் தாயின் முன்னிலையில் இரவு நடந்த இரத்தக் களறி ஆட்டத்தை எண்ணி வருந்தியபடிக் கம்பு ஊன்றி மெல்ல நடந்து வந்த செலயாம்மா பெத்தா, புதுசாகப் பள்ளிக்கு முன் நாட்டப்பட்ட கொடியை அண்ணாந்து பார்த்தாள். கொடி பச்சையாக இல்லையே என்று சந்தேகத்துடன் மீண்டும் பார்த்தாள். ஒரு காலமுமில்லாமல் பள்ளி வெளிச்சுவரில் தொங்கிய போர்டைப் பார்த்தாள். எழுத்துக்கள் அவளுடைய கண்களுக்குள் நுழையவில்லை; கோடுகளாகத் தெரிந்தன.

‘எந்த பேதில போனவனுக்க கொடியோ!’ என்று சொல்லி மேக்கத்திக்காருடைய வீட்டுக்குப் போனாள், பழையது ஏதாவது இருந்தால் வாங்கித் திங்க. வீட்டுவாசலில் தொங்கிய பூட்டைப் பார்த்து அசைவற்று நின்றாள் கிழவி. ‘இவங்களும் போயிட்டாங்களா, சன வசிப்பு இல்லாத தீவா போச்சே தெரு!’

போரில் ஒரு சுன்னத் ஜமாஅத் பள்ளியை வென்று கீழ்ப் படுத்தி வெற்றிக்கொடி நாட்டிச் சென்ற தவ்ஹீத் கட்சியினர்,

பிறகு தைக்காப் பள்ளிப் பக்கமே திரும்பவில்லை. ஆடும் நாயும் கழுதையும் ஏறி மூத்திரம் பெய்யவும் பேலவும் செய்தன.

முதலிமார் மேலத் தெருவுக்குக் குடிபோன தாத்தா மச்சானை நினைவுபடுத்தினாள். 'வாப்பா உங்கட்ட ஏப்பிச்ச காரியம் செய்யல்லியா?'

மச்சான் கொல்லம் ஓடு வரவழைத்தார். தைக்காப் பள்ளி மதிலுக்குள் கொல்லம் ஓடுகள் அடுக்கிவைக்கப்பட்டன. சுவரில் வெள்ளை அடிக்க சுண்ணாம்புக் கல் கொண்டு வந்து குவித்தனர். மச்சான் ஆசாரியையும் கொத்தனாரையும் கூட்டி வந்தார். இரண்டு மூன்று நாட்களாக வானத்தின் மேற்கு மலையில் கருமேகம் கூடி வந்தது. எந்நேரமென்றில்லாமல் மழை தகர்க்கலாம். இனி ஒரு பெருமழையைப் பள்ளிச் சுவர் தாங்காது. ஓடெல்லாம் உடைந்து ஆகாசத்தைக் காட்டியது.

'ஏறி ஓட்டைப் பிரிச்சிறக்குங்கோ... மேக்கு மூலை கறுத்து வருது...' மச்சான் சொன்னார்.

ஓடுகள் சறாபிறாவென்று இறக்கப்பட்டன. பட்டியல் எல்லாம் நொறுங்கிப்போயிருந்தன. சுவருகளில் வெடிப்புகள். பச்சைத் தென்னோலை கட்டி எச்ச வலை அடித்துக் கொண்டிருக்கும்பொழுது ஒரு கூட்டம் வந்தது.

'இது எங்க பள்ளி . . . யாரும் ஓடு பிரிச்சு மாற்றிப் போடக்கூடாது. கீழே இறங்கு ஓய்!' கூரையில் எச்சவலை அடித்துக்கொண்டிருந்தவனை அதட்டிக் கீழே இறக்கினார்கள்.

'சரி, ஓடு பிரிச்சு மாற்றாண்டாம்னா மாற்றல்ல. பிரிச்சிறக்கின ஓடு?' மச்சான் பயந்துபோய்க் கேட்டார்.

'அங்கே கெடக்கட்டு. மேக்கே உள்ள உமக்கு ஈங்கே என்ன உரிமை? யாருட்ட கேட்டு ஓட்டை பிரிச்சீரும் ஓய்?'

மச்சானுக்குப் பதில் இல்லை.

மச்சான் பயந்து பின்வாங்கினார். ஆசாரியையும் கொத்தனாரையும் போகச் சொன்னார். மெனக்கெட்டதற்குக் கூலியும் கொடுத்தார்.

முதலிமார் மேலத் தெருவுக்குப் போகும்போது மச்சான் துஆ கேட்டார்.

'ஆண்டவனே! மழை வராமலிருக்கணும்!'

32

மண்டைக்காடு அம்மை அஞ்சுவண்ணம் தெருவுக்குள் நுழைந்துவருவதற்குக் காலம் காலமாக எடுத்துக்கொண்ட முயற்சிகளையெல்லாம் அடக்கம் செய்யப்பட்ட தாய் முறியடித்தார்கள். நான் பெருசா நீ பெருசா என்று இரு பெண்களுக்கிடையே வெளியுலகம் தெரியாதபடி உள்ளூரப் போட்டி. தம்முடைய ஆளுகையின் கீழுள்ள அஞ்சுவண்ணம் தெருவுக்குள், மண்டைக்காட்டையும் சுற்று வட்டாரங்களையும் தம் கைப்பிடியில் ஒதுக்கி மண்டைக்காட்டைத் தலைமையிடமாகக்கொண்டு ஆட்சி செய்யும் வேறு ஒரு பெண்ணை என் தெருவுக்குள் நுழைய விடமாட்டேன் என்ற வீறாப்பு. எக்காரணத்தாலும் அந்நியர் நுழையவும் கூடாது. அடக்கம் செய்யப்பட்ட தாய்க்குத் தெருச்சனங்கள் மீது இப்படி ஒரு பொறுப்புணர்வு இருந்ததால் மண்டைக்காட்டு அம்மை பரப்பி வரும் அம்மை, காலரா, பொக்கன், மண்ணன் போன்ற நோய்கள் அஞ்சுவண்ணம் தெருவுக்குள் இக்காலம்வரை நுழையாமலிருந்தன. இந்நிலையில் தெருவுக்குள் இப்படி திடீர் விஷக்காய்ச்சல் பரவியதற்கான காரணம் புரியாமல் சனங்கள் மண்டையைக் குழப்பினர்.

மேக்கே இருந்து மந்திரவாதிகளையும் தங்ஙள்களையும் அழைத்து வந்தார்கள். அவர்கள், அவர்களால் ஏண்ட வித்தையெல்லாம் செய்து பார்த்தார்கள். வித்தைகள் பலிக்கவில்லை. குன்னிக்கோடு பூக்கோயா தங்ஙள் வந்து தெக்கு வடக்காக உள்ள தெருவில் நுழைவாயில்

இரண்டிலும் மேற்கிலும் கிழக்கிலுமாக நான்கு குப்பிகளில் மந்திரச் சொற்களை ஊதி, காற்று உள்ளே நுழையாமல் இறுக்கி மூடி நான்கு மூலைகளில் தொங்கவிட்டு விட்டுச் சொன்னார்.

'விஷக் காய்ச்சலைக் கொண்டுவரும் ஷைத்தான் இனி இந்த ஜன்ம காலத்துல தெருவுக்குள்ளே நுழையாது.' அன்று இரவே குன்னிக்கோட்டிற்கு காரேறினார்.

குன்னிக்கோட்டுத் தங்ஙள் புறப்பட்டுப்போன பிறகும் காய்ச்சல் பரவியது. சில மரணங்களும் நிகழ்ந்தன. குப்பிக் குள்ளிருந்து காற்றுவழி மந்திரச் சொற்கள் வெளியேறியிருக்கும்.

குன்னிக்கோட்டு பூக்கோயா தங்ஙளால் முடியாத காரியம் இனி ஆரால்தான் செய்ய முடியுமென்று எல்லோரும் சிந்தனையில் மூழ்கி மண்டையைப் புண்ணாக்கிக்கொண்டிருக்கையில் கைவண்டி இழுக்கும் மஸ்தானுக்குச் சட்டென ஒரு யோசனை வந்தது.

'மக்கா, கடைசியா ஒரு கை பார்த்துப் போடுவோம். பத்துக் காணியில் சித்திரைக்காணினு ஒரு காணிக்காரன் இருக்கான். காட்டு வாதையை அடக்கக் கூடியவன். அவனைக் கூட்டீட்டு வந்து ஒரு களிப்பு களிச்சு பாத்தா என்ன?'

நல்ல யோசனைதான்.

கைவண்டி இழுக்கும் மஸ்தானுக்கு பஸ் கூலி கொடுத்து பத்துக்காணிக்குப் போய்ச் சித்திரைக் காணியைக் கூட்டி வர அனுப்பிவைத்தார்கள் தெருக்காரங்க.

சித்திரைக்காணி வந்தான். கையில் மந்திரக்கோல். வேட்டியால் குத்துவாறு பாய்ச்சியிருந்தான். உச்சிக்கொண்டை. நெற்றிக்கு மேல் தலையில் சிகப்பு நாடா கட்டியிருந்தான். செருப்பு இல்லாத காலால் அஞ்சுவண்ணம் தெருவைப் பலமுறை வலம் வந்தான். காட்டுப்பூவை எடுத்து ஏதோ மந்திரம் சொல்லித தெருவில் ஆங்காங்கே போட்டதை மக்கள் மிதிக்கவில்லை. சித்திரைக்காணியின் பின்னால் அவனுடைய கொண்டையையும் கையிலிருக்கும் மந்திரக்கோலையும் பார்க்க சிறுவர்கள் நடந்தனர். சிறுவர்களை மஸ்தான் விரட்டிக்கொண்டிருந்தான். 'ஓடுங்கலே..! சீ குட்டிகளே ..!'

'ஏதாவது அடபடுதா காணி?'

'அடபடுது யசமா. தெருவுக்குள்ளே நேராக நுழைய மாச்சப்பட்டு, மலைவாதை மலங்காற்று வழியாக விஷக் காய்ச்சலாக தெருவுக்குள் நுழைஞ்சிருக்கு சாமி.'

மலங்காற்றில் ஏறி மலைவாதை அஞ்சுவண்ணம் தெருவுக்குள் குதித்த தகவல் தெரிந்து மக்கள் திகிலடைந்தனர். மண்டைக் காட்டு அம்மை ஏவிவிட்டதாக நம்பிய மக்கள், வெள்ளி மலையிலிருந்து மேகம் வழியாகக் காற்றின் முதுகிலேறி வந்து விஷக்காய்ச்சலைப் பரப்பிவிட்டது மலைவாதை என்ற உண்மையைத் திறந்துவிட்ட சித்திரைக்காணியைச் சூழ்ந்து கொண்டனர்.

'காணி!' பயந்தபடிக் கூப்பிட்டனர்.

மக்களின் குலைநடுக்கத்தை உணர்ந்துகொண்ட சித்திரைக் காணி மக்களுக்கு ஆறுதல் வாக்குச் சொன்னான்.

'எனக்கு அடங்காத காட்டுவாதையே இல்லை. இந்தத் தெருவிலிருந்து அடிச்சு வெரட்டித் தாறேன் யசமா பொறுங்கோ...'

பயந்து நடுநடுங்கிக் கண்ணில் இருட்டு ஏறிய மக்களின் கண்களில் மகிழ்ச்சி துளிர்விட்டது. நெஞ்சில் சிறு நம்பிக்கையும்.

அடக்கம் செய்யப்பட்ட தாயின் தலைமாட்டில் நின்று கும்பிட்டு, தாயைக் கண்ணடைத்து வணங்கி நின்றான் சிறிது நேரம்.

'காணி' மக்கள் கேட்டனர். 'ஏதாவது அருள் வாக்கு கிடைச்சுதா?'

'நான் நெனச்சதும் தாயும்மா சொன்னதும் ஒண்ணுதான் யசமா, வெள்ளிமலை உச்சியிலிருந்து மேகத்தில் படியேறி அதிலிருந்து தெருவழியா செல்லும் சாமக்காற்றில் தொற்றித் தெருவுக்கு மேல் ஆகாசத்தில் வந்து மூச்சுவிட்டது. அந்த மூச்சுக் காற்றில்தான் விஷக்காய்ச்சலைப் பரப்பும் கொடிய அணு இருந்தது. அந்த அணு தெருவுக்கு மேல் ஆகாசத்தில் வட்டமிட்டுப் பறந்துகொண்டிருக்குது. அதை நொறுக்கி உயிரற்ற தாக்கினாத்தான் வந்த காய்ச்சல் போவும். இனி இந்தத் தெருவின் கண்ணு வெட்டத்துக்கு வரவே வராம ஆக்கிப்போடுதேன் சாமி.'

'மற்ற எந்தத் தெருவுக்கும் போகாம இந்தத் தெருவுக்கு மட்டும் காய்ச்சல் பரவக்காரணம் என்ன காணி?'

'கூவைக்காட்டு மலைக்குப்போயி வள்ளுவனுக்கும் வள்ளுவச்சிக்கும் தேனும் தினையும் கொடுதி குடுத்துக் கேட்டா தெரியும்.'

'எப்படித் தெரியும்?'

'ஊருக்குப்போயிக் கொடுதி குடுத்துட்டு வந்து நாளைச் சொல்லுதேன்.'

கொடுதி கொடுக்க ஏற்ற நாள் நிறைபிறை. பவுணர்மி நிலவில் தேனும் தினையும் கொடுதி குடுத்துட்டு அருள்வாக்குக் கேட்டு வந்த சித்திரைக் காணி சொன்னான்:

'நீங்க செய்த பாவம் உங்களுக்கு வந்து விடிஞ்சுது.'

'அதென்ன காணி?'

'காட்டு வாவா சாயிபு மலைக்கு இப்ப ஆரும் ஏறுவதில்லை. அங்கே வைக்குத நேச்சைதான் காட்டு வாதைக்கு உணவு. நேச்சையும் கொண்டு மலை ஏறப் போனவங்களை, இந்தத் தெருவிலுள்ள ஆரோ, கொண்டு போகாதீங்கோனு தடுத்து, காட்டு வாவா சாயிபெ இழிவாகப் பேசிப் போட்டாங்கோ. வாவா தர்கா முன்பே பட்டினி கிடந்த காட்டுவாதைக்கு கோவம் பொங்கி விஷக் காய்ச்சல் அணுவைக் கன்னத்தில் ஒதுக்கிக்கொண்டு காற்றோடு வந்து வஞ்சம் தீக்குது.'

'அப்படியோ?'

சீக்காசாவல் பயலாத்தானிருப்பான்.

'எடேய் பேதீல போவான். களிச்சல்ல போவான்,' தெருச்சனம் திட்டி வாரினர். 'வெளங்காம போவ.' மண்ணு அள்ளிப்போட்டு சாபம் போட்டார்கள். தெரு, ஏழுதெருவானது. மண்ணிட்டா கீழே விழாத கூட்டம், சீக்கா சாவலின் வீட்டு முன்.

'வாடா மைராண்டி வெளியே ... வா ...! உன்னைப் பாத்துக்கிடுதோம். ஒன் தலையை எடுக்கல்லே இட்ட பேரை மாத்திக்கோடா ...'

ஆவேசத் திரையாக எழுந்த சனங்களை, அந்த ஆண்டு ஹஜ்ஜுக்குப் போய்வந்த அசனலி ஹாஜியார் அமைதிப்படுத்திச் சனங்களைக் கலைந்து போகச் சொன்னார்.

சபூர் ... சபூர் ...

சனங்கள் சித்திரைக்காணியைச் சூழ்ந்துகொண்டு கேட்டனர்.

'பரிகாரம் என்ன காணி?'

'நான் சுவைக்காட்டுக்குப் போய் வள்ளுவனுக்கும் வள்ளுவச்சிக்கும் தேனும் தினையும் கொடுதி வச்சுட்டு வந்து சொல்லுதேன்.'

போன சித்திரைக்காணி ஒரு போக்காய்ப் போயிட்டு மூணுக்கு வந்து, தைக்காப்பள்ளிக்கு முன்னால் கொடிமரத்தடியில் கூடி நின்ற தெருச்சனங்களிடம் கேட்டு வந்த அருள்வாக்கைச் சொன்னான்.

'நீங்கெல்லாம் காட்டு வாவா சாகிபு மலை ஏறிப்போய் வாவாவிடம் மன்னிப்பு கேட்டு நேச்சை குடுக்கணும். காட்டுவாதை மேகத்தில் ஏறி மலங்காற்றில் பறந்து வராம நான் பாத்துக்கிடுதேன். காட்டுல மூது மூடு ஆல்மர மூட்டிலெ செம்பாணி அடிச்சி வாதையைத் தளச்சுப் போடுதேன் சாமி.'

கும்பிட்டு விடைபெற்றான் சித்திரைக்காணி.

வியாழன் பொழுதடைந்த வெள்ளி இரவும் ஞாயிறு பொழுதடைந்த திங்கள் இரவும் நிறைபிறையிலும் அஞ்சுவண்ணம் தெருச்சனங்கள் குஞ்சு குறுமாலடக்கம் காட்டுவாவா சாகிபு மலை ஏறினார்கள். நெய்யப்பம், மாவுரொட்டி, சம்பா அரிசிப்புட்டு, பழக்குலையெல்லாம் சுமந்து சென்று மலை முகட்டில் காட்டுவாவா சாயிபு சன்னிதியில் வைத்தார்கள். லப்பைகள் யாசீன் போன்ற குர்ஆன் அத்தியாயங்கள் ஓதிக் கயிற்றில் முடிச்சுக்குள் அடக்கிவைத்திருந்ததை அவிழ்த்து விட்டுக் கைமடக்கு வாங்கி சலாம் சொன்னார்கள்.

தெருச்சனங்கள் மலை இறங்கித் தரையில் கால்வைக்கும் போது விடியல் சூரியன் கிழக்குவானில் இழைந்த மேகங்களுக்குள் பதுங்கியிருந்தது. நடந்து நடந்து கால்கள் வலிக்க அஞ்சுவண்ணம் தெருவுக்குள் நுழைந்ததும் மலைக்குப்போன சனங்கள் தைக்காப் பள்ளிக்குமுன் கூடிய சனங்களைக் கண்டு மலைத்துப்போயினர்.

விஷக்காய்ச்சல் வராமலிருக்கத் தடுப்பூசி போடவும், வந்தவர்களுக்கு ஊசியும் மாத்திரையும் கொடுத்துக் குணப்படுத்துவதற்கும் மருத்துவ முகாம் நடைபெறுகிறதென்ற விபரம் பிறகுதான் தெரிய வந்தது.

தெருச்சனங்களுக்கிடையில் ஒரே மனக்குழப்பம். போரிசையான காட்டுவாவா சாயிபுக்குச் சித்திரைக் காணி சொன்னபடி நேர்ச்சைக் காணிக்கை கொடுத்துவிட்டு மலை இறங்கியாச்சு. இனி ஊசி போடணுமா? மலை ஏறத் திட்டமிட்டவங்களும் ஊசி போடணுமானு யோசித்து நிற்கையில் தவ்ஹீத் தொண்டர்கள் மெகா போனில் கூப்பிட்டுச் சொன்னார்கள்.

'அன்பர்களே! நண்பர்களே! விஷக்காய்ச்சல் குணமடைய அனைவரும் வந்து ஊசிபோட்டு மாத்திரை வாங்கிச் சாப்பிடுங்கள். காட்டுவாவா சாயிபு மலை ஏறினதால் காய்ச்சல் போய்விடாது. விஷக் காய்ச்சல் வைரஸை அழித்தால்தான் காய்ச்சல் குணமாகும். நவீன மருத்துவத்தை நம்புங்கள். தர்காக்களை நம்பி வீண்போகாதீர்கள். வந்து இலவசமாக ஊசியும் போட்டு மாத்திரையும் வாங்கிச் சாப்பிடுங்கள்.'

மூன்று நாட்கள் மருத்துவ முகாம் நடந்தது.

மம்மதும்மா ஒருநாள் சென்று மாத்திரை வாங்கி ஊசி போட்டுக்கொண்டாள். மறுநாளே குணம் தெரிந்தது. மலை இறங்கி வந்தவர்கள் கொடுத்த பூந்தியை வாங்க முதலில் மறுத்தாள்.

'கொண்டாளா...வாய் கசப்பு போட்டு. விஷமில்லையே'யென்று வாங்கி வாயில் போட்டுக்கொண்டாள். நல்ல இனிப்பு.

அஞ்சுவண்ணம் தெருவில் விஷக்காய்ச்சல் பரவியதும் சனங்கள் தெருவைவிட்டு வெளியேறியதும் தாத்தா முதலிமார் மேலத் தெருவுக்குக் குடிபோன செய்தியும் தெரிந்து வாப்பா மோளையும் மக்கக் குட்டிகளையும் பாக்க காரேறியது, உச்சி சாப்பாட்டுக்குப் பிறகு, துறையில் நல்ல மீன்பாடு. அன்றைய கடற்கரை அமளி வாப்பாவின் காதில் வந்து அலைமோதியது. கொஞ்ச நாட்களாகக் கடலில் மீன்பாடு இல்லாததால் காய்கறிக் கூட்டில் நாக்கு செத்துப்போச்சு. நல்ல மீன் கெடச்சா, சாப்பாட்டுக்கு மேல் போகலாமென்ற நினைப்பில் காலைப் பயணம் ஒத்திப்போடப்பட்டது.

கார் இறங்கி முதலிமார் மேலத்தெருவுக்கு வரும்போது பொழுது சாய்ந்துவிட்டது. வீட்டில் தாத்தாவும் மச்சானும் மட்டும். பிள்ளைகள் நாலாவழிக்கு. நோய்க்குப் பயந்து அஞ்சுவண்ணம் தெருவைவிட்டுத் தாத்தா முதலிமார் மேலத் தெருவுக்கு வந்தது, வாப்பாவுக்குக் கொஞ்சமும் பிடிக்கவில்லை என்பதை வெளிக்காட்டிக் கொள்ளவில்லை. 'தொழுதுவிட்டு வரியேன்,' வந்த காலாறுமுன் தாத்தாவிடம் சொல்லிவிட்டு இறங்கினார்.

தெருக்கள் தாண்டி முடுக்குகளில் நுழைந்து வேம்படித் தெருவுக்குள் ஏறியபோது முகத்திற்கு நேராக வானைத் தொட்டு நிற்கும் மக்கா மஸ்ஜிதின் மினாராக்களை நிமிர்ந்து பார்த்து மலைத்துப்போய் நின்றார்.

பள்ளிக்கு இவ்வளவு ஆடம்பர மினாராக்களா!

வாப்பா பீ முடுக்கேறி அஞ்சுவண்ணம் தெருவுக்கு வந்தார். மேபூபா வீட்டுத் திண்ணையில் உட்கார்ந்திருக்கும் மம்மதும்மாவின் கண்ணில் மகிழ்ச்சி. மேக்கத்திக்காரியுடைய வாப்பாவைப் பார்த்த குதூகலிப்பு.

'எப்ப வந்தியோ வாப்பா?' தலையில் துணிபோட்டுக் கொண்டு விசாரித்தாள்.

குரல் கேட்டுத் திரும்பிப் பார்த்தபோது மம்மதும்மா. வாடி வதங்கிப்போன முகம். குழியில் உருளும் கண்கள். எலும்பும் தோலும்.

'தொழவா வந்தீங்க..?' வாப்பா பதில் சொல்லுவதற்கு முன் அவள் மீண்டும் கேட்டாள். 'ஆமா ...' என்றது வாப்பா.

'மஹமூதப்பா தைக்காப் பள்ளியிலேயா தொழ வந்தீங்க?'

'இந்த ஊருக்கு வந்தா தைக்காவில் தொழுதாத்தான் மனசுக்கு ஒரு றாஹத்.'

'நம்ம மஹமூதப்பா தைக்காவைப் பாத்தீளா வாப்பா' அவளுடைய குரலில் அழுகை அமுங்கியிருந்தது.

பள்ளியை ஏறிட்ட வாப்பா உறைந்துபோய் நின்றார்.

ஓடுகள் இல்லாமலிருந்த தைக்காப்பள்ளி மண்சுவர் ஏதோ பெருமழையில் கரைந்து கழுக்கோலுக்குள் குப்புற விழுந்துகிடக்கிறது.

உள்ளே போக எத்தனித்த வாப்பாவை மம்மதும்மா தடுத்தாள். 'போவாதீங்க வாப்பா. அங்கெயெல்லாம் வெறும் செளியும் சேறுமா கெடக்குது, நஜீஸ்.'

வாப்பா பின்வாங்கி நின்று பள்ளியை ஏறிட்டுப் பார்த்ததும் மருமகன் மீது அடக்க முடியாத கோபம் பொங்கியது. நான்தான் பணம் தாறேன், 'ஓட்டையெல்லாம் பிரிச்சு மாத்திப் புது ஓடு வேயச் சொன்னேனே?' ஒரு தெருவில் பள்ளி மினாராக்கள் நமது கலாச்சாரத்தோடு தொடர்பான பழைய சரித்திரத்தை அழித்துவிட்டு எழுதுவதற்குப் புதிய சரித்திரம் கிடைக்காமல் தடுமாறி முழியா முழிக்கிறது. இந்த மண்ணோடு ஒட்டிப்போன புராதன வரலாற்றைச் சொல்லிக்கொண்டிருந்த பழைமையான பள்ளிவாசல் சுவர்கள் மழையில் கரைந்து மண்ணாக ஓடுகிறது. தங்களுக்கே உண்டான வரலாறு அழியும்போது தாங்கள் என்ற அடையாளமே இல்லாமல் போகிறது என்ற உண்மையை உணராத தலைமுறையாப் போச்சே.

பள்ளிவாசல்களே இன்று மதஅரசியல் வாதிகளுக்கிடையில் எலும்புத்துண்டாகிவிட்ட இழிநிலையை எண்ணியவாறு வாப்பா தைக்காப் பள்ளியை ஏக்கத்தோடு பார்த்து நிற்பதைக் கண்டு மம்மதும்மா விஷக்காய்ச்சல் விட்ட சிறு தெம்பில் வாப்பாவின் அருகில் வந்தாள்.

'உங்க மருமகன் புது ஓடும் களிக்கோலும் வாங்கிவந்து ஓடுமாற்றிப் போடுதுக்கு ஆளுவளெ கொண்டு வந்தாரு.

ஓடெல்லாம் பிரிச்சிறக்கினதும் வந்துட்டானுவொ முஹல்ல தீவு தேவுபோல பயக்கோ, எங்க பள்ளீனு உரிமை கொண்டாடி. உங்க மருமோனை அடிக்காதை குறை. பாவம் மனுசன் அவரு என்ன செய்வாரு? போட்டுட்டுப் போயிட்டார். அன்னிக்கு புடிச்சுது மழை. அந்த மழையிலதான் சுவர் கரைஞ்சு இறங்கிச்சு. கழுக்கோலும் குப்புற விழுந்துட்டு.'

அவள் சொன்னதைக் காதில் வாங்கிவிட்டுப் பீ முடுக்கேறி மக்கா மஸ்ஜிதில் மஃரிப் தொழும்போது வாப்பாவின் முகம் தரையில் தெரிந்தது. பழைய வேம்படிப் பள்ளியில் வேப்பங் காற்றின் குளிர் சுகத்தில் நிறம் மங்கிய கோரம்பாயில் நின்று தொழுத மன றாஹத் கிடைக்காத கவலை. தலைக்குமேல் சுழன்ற காற்றாடி சுழற்றிய சுடுகாற்றில் உடல் வியர்த்தது.

கழுக்கோல் குப்புற விழுந்து மண்சுவர் கரைந்து சிதிலமடைந்த தைக்காப் பள்ளியும் காடு மூடிக்கிடக்கிற வளாகமும் செளி கெட்டி நிற்கிற பள்ளியின் உட்புறமும் வாப்பாவின் மனசில் நிரம்பி நின்றன.

நோய்ப் படுக்கையில் விழுந்த ஆலிப்புலவருடைய பின் வாரிசான குவாஜா அப்துல் லத்தீப் ஹஜ்ரத்தைப் போய்ப் பார்க்க வேண்டும் போலிருந்தது வாப்பாவுக்கு. ஆலிப்புலவருடைய மெஹராஜ் மாலைக்கு நடந்து திரிந்த காலம் உயிரூட்டிவந்தவர் என்ற முறையில் சென்று பார்க்க பள்ளியைவிட்டு இறங்கிய வாப்பாவின் சட்டையை யாரோ பின்னால் நின்று இழுத்தது போல் மனசில் பட்டு நின்றுவிட்டார். செல்லவில்லை.

33

மக்கா மஸ்ஜித் கட்டுமானச் செலவில் நடந்த திரிமறிகளை மோப்பம் பிடித்த சுன்னத் ஆசாமிகள், ஜமாஅத் கமிட்டிமீது நம்பிக்கை இல்லாத் தீர்மானம் கொண்டுவந்து, தீ விழுங்கிகளை இறக்கிவிடுவதற்காக எடுத்துக்கொண்ட முயற்சியின் வெற்றியாக எதிர்பாகத்தைச் சார்ந்த ஜமாஅத் கமிட்டி உறுப்பினர்கள் சிலர் சுன்னத் அணிக்கு வந்துவிட்டனர். பல லட்சம் ரூபாய் வருவாயுள்ள ஜமாஅத்தை நிர்வாகம் செய்வதில் உற்சாகம் காட்டியவர்கள், அணி மாறுவதற்காகச் செலவிட்ட பணம் விதை போட்டதாகக் கருதப்பட்டது. நாளை அறுவடை செய்வதற்குத் தூவிய விதைகள்.

கொண்டுவந்த நம்பிக்கையில்லாத் தீர்மானத்தில் ஆளும் தரப்பில் பெரும்பான்மை இல்லாததால் தவ்ஹீத் ஆசாமிகளுக்கு அந்த இடத்திலே தோல்வியை ஒப்புக்கொள்ள வேண்டிய கட்டாயம் ஏற்பட்டாலும் இந்த எடுபட்ட பயக்களெ உட மாட்டோம் என்ற வீம்பு. 'பள்ளியைப் பூட்டுவோம்.' வீம்பு மூத்து மூத்து ஒரு கை பார்ப்பதற்காக நீதிமன்ற வாசலைத் தட்டவேண்டிய நிலைக்கு நிலைமை சீர் கெட்டது. இன்ன நேரமென்றில்லாமல் மண்டை உடைப்பு, கை கால்கள் முறிதல், ரத்தம் பாய்தல் வழியாக நாட்கள் நீண்டன.

நீதிமன்ற வாசலில் இரு தரப்பினரும் பாய் விரிச்சுச் சாங்கிடை கிடந்தார்கள். இரு தரப்பு வழக்கறிஞர்களின் வாதம் கேட்டு நீதிபதி சொன்ன தீர்ப்பு, வழக்கு ஒரு முடிவுக்கு வரும்வரை ஜமாஅத் நிர்வாகத்தை ரிசீவரிடம் ஒப்படைப்பது.

உனக்கும் வேண்டாம், எனக்கும் வேண்டாம்; இரு தரப்பினருக்கும் நிர்வாகம் ரிசீவர்கையில் போவதில் குதூகலம்.

'நாங்கதாம் ஜயிச்சோம்.'

'நாங்கதாம் ஜயிச்சோம்...'

வேம்படித் தெருவில் ஒரே வெற்றி முழக்கம்.

'நாரே தக்பீர்! அல்லாஹு அக்பர்' தெருவில் புழுதி பறக்க ஆவேச ஓசை.

வில்லாரி விளைக்காரரான அனந்தன் மகன் கதிரேசன் ரிசீவராக நியமிக்கப்பட்டார். இளம் வழக்கறிஞர். நெற்றியில் சிகப்புப் பொட்டு. பூட்டப்பட்டிருந்த நிர்வாக அலுவலகத்தின் மேல்பூட்டை உடைத்துத் திறந்து கணக்கு வழக்குகள் பார்த்து இருப்புத் திட்டத்தைக் கணக்கு எடுத்துக்கொண்டு இருப்புத்தொகை வங்கிக்குப் போனது.

நெல், தேங்காய், கடை வாடகை வருவாய்களை ரிசீவர் பெற்றுக்கொண்டு கொடுத்த ரெசீதில் நமது சின்னமான பிறையும் பொழுதும் இல்லாமலிருந்தது மக்களுக்கு வருத்தம். அம்மாண்டி விளை இசக்கியம்மன் கோயில் திருவிழாவுக்கு அஞ்சுவண்ணம் தெருச் சுவர்களிலும் வேம்படிப் பள்ளித் தெருச் சுவர்களிலும் முன்பு ஒருபோதும் இல்லாத காவிச்சுவரொட்டிகள்.

அம்மாண்டி விளை இசக்கி அம்மன் கோயில் திருவிழாவிற்கு வரும் எங்கள் ஆருயிர் தலைவரும் வட்டச் செயலாளருமான வழக்கறிஞர் கதிரேசன்ஜி அவர்களை வருக, வருக என வரவேற்கிறோம்.

இப்படிக்கு

பக்தர்கள்

அம்மாண்டி விளை.

புலர்ந்த வெட்டத்தில் சுவரில் காவிச் சுவரொட்டியைப் பார்த்த சனங்கள் அதிர்ந்துபோயினர். சுபுஹானல்லாஹ்! மக்கா மஸ்ஜித் ஜமாஅத் நிர்வாகிகளுக்கு ஒரு சுமடு தானக்கேடு.

மாபாவிகளே, சீறும் விஷப் பாம்புக்கு ஊர்ந்து விளையாட புல்வெளி கொடுத்துவிட்டீளே..!

பள்ளி இமாமும் லெப்பையும் மோதீங்காவும் எடுபிடி ஊழியர்களும் சம்பளத்துக்காக காரேறி நடையா நடந்தார்கள் வக்கீல் ஆப்பீசுக்கு. வக்கீலாப்பீசில் உட்கார்ந்திருக்கும் சுடுமூஞ்சி குமஸ்தனிடமிருந்து பதில் வரும், 'வக்கீல் மட்ராஸ் போயிருக்கார்', 'கோர்ட்டுக்குப் போயிருக்கார்', 'கல்யாணத்துக்குப் போயிருக்கார்...'

'எப்ப வருவார்?' கேட்டால் எட்டிக் கடிப்பான் குமஸ்தன், 'இஞ்செ என்ன மைத்துக்கு வாறியோ? கொண்டு தருவாரு... போங்க ஓய்...' நடையா நடந்து அலுத்துப்போனார்கள். இந்த அலச்சல் வேண்டாம்.

மக்கா மஸ்ஜிதின் வானைத் தொடும் மினாராவிலிருந்து ஒலித்துக்கொண்டிருந்த பாங்கு அவ்வப்போது முடங்கியது. தொழுகை நடத்த இமாம் வருவது அபூர்வம். ஓதிக்கொடுக்கும் லெப்பை ஆற்றில் வலைவீசி மீன்பிடிக்கப் போவதால் மதரஸா பிள்ளைகள் களியாம்பிறையாயினர். மினாராக்களில் பச்சை விளக்கு எரியவில்லை.

தேங்காய் வெட்டவும் அறுத்த நெல்லை விற்கவும் கடை வாடகை பிரிக்கவும் கதிரேசன்ஜியின் ஒரு வகையாள் வருவான், கோங்கண்ணன்.

அஞ்சுவண்ணம் தெருவில் தாருல் சாஹினா முன் தொங்க விட்டிருந்த பலகையில் தாத்தாவின் பிள்ளைகள் பெற்ற பட்டங்களும் பணிகளும் எழுதப்பட்டிருந்ததை போவ வர செய்யுத சனங்கள் வாசிக்கத் தவறுவதில்லை. நூறு வட்டம் வாசித்தாலும், இன்னும் வாசிக்கணும் போலிருக்கும். வெள்ளி இரவும் திங்கள் இரவும் அடக்கம் செய்யப்பட்ட தாயின் தலைமாட்டில் மெழுகுதிரி பற்றவைத்து, சந்தனத்திரி பற்ற வைத்து ஊன்றிய வழமை நின்றுவிட்டது. தாத்தா ஒருக்கா தலைமாட்டில் சந்தனத்திரி பற்றவைத்ததைப் பார்த்து சீக்கா சாவல் ஓடிவந்து, 'யக்கா... இது எங்க தவ்ஹீத் பள்ளி. இஞ்செ சந்தனத்திரி பத்த வைக்கப்படாது.'

தாத்தாவைத் தடுத்தான். அன்று முதல் தாத்தாவோ மச்சானோ அதற்குள் நுழைவதை நிறுத்திக்கொண்டார்கள். சில நாட்களில் ஊரும் காலும் அடங்கிய பிறகு கவனிப்பாரில்லாமல் கிடக்கும் அடக்கம் செய்யப்பட்ட தாயின் தலைமாட்டில் சத்தம் காட்டாம நடந்து போய் சந்தனத்திரி கொளுத்தினாள் மம்மதும்மா.

அடக்கம் செய்யப்பட்ட தாய்க்கப் பெருமை இந்தத் தூம குடிச்ச பயக்களுக்குத் தெரியுமா? கெடக்கானுவொ, வெட்டிப் பயக்கோ... மேலே பத்திலும் தெக்கே பத்திலும் திடீர்னு நோய் விழுந்து நெல் எல்லாம் சாவியா போச்சு. மருந்தடிச்சும் அதுமிதும் செய்து பார்த்தும் பலனில்லாம மூணு வருசமா சாவி விழுந்த வயலிலிருந்து மாட்டுக்கு வைக்கோல்தான் கிடைச்சுது. மழை கணக்குக்குப் பேஞ்சுது. வாமடையிலிருந்து தண்ணி குப்புனு பாஞ்சிட்டுத்தானிருந்தது. இருந்தும் ஏன் சாவி விழுந்ததுனு

புரியல்ல. அரி கொண்டு போவப்படாதுன்னு சர்க்கார் சட்டம். பணம் கொடுத்தாலும் அரிசி கெடய்க்க பெரும்பாடு. எப்படி தின்னுது? எப்படி மக்க குட்டிகளுக்கொ பசி அடக்கூது? கடைசியில் தெருச்சனங்க சந்தனக்குடம் தூக்கிட்டு அடக்கம் செய்யப்பட்ட தாய்க்க தலைமாட்டிலும் கால்மாட்டிலும் மெழுகுதிரியும் விளக்கும் பற்றவைத்து வெட்ட வெளிச்சம் காட்டி, சந்தனத்திரி குத்தி வைச்சு சுத்தி நின்னு யாசீன் ஓதி துஆ இரந்து முறையிட்டாங்கொ. மனசு இரங்கி நெல் பாலைக் குடித்து சாவியாக்க அனுப்பிவைத்த கிருமிகளைத் தாய் திருப்பி விளிச்சாங்கோ. அந்த வருசம் புடிபுடீனு கொத்துக்கொத்தா கதிர்ப் பொதிகள். வீடு வீடா களத்தில் உஹது மலைபோல் நெல் குமிஞ்சி கிடந்துது. தின்னமா செளிச்சமா?

அந்தத் தாய்க்க வீடு இப்பம் இருளடஞ்சு கெடக்குது. இடிஞ்சுகிடக்கும் தைக்காப் பள்ளியைப் பார்த்து மம்மதும்மா தலையில் அடித்துக்கொண்டாள்.

எந்தாயே . . ! ஒங்க அருமை பெருமை இந்த நாறப் பயக்களுக்குத் தெரியாது. சபூர் செய்து தெருச் சனங்களை காப்பாத்துங்கொ கண்ணுமணியான தாயே . . !

குப்புறவிழுந்துகிடக்கும் மஹமூதப்பா தைக்காப் பள்ளி, கடுகட்டியான காரிருளிலும் அவளுடைய கண்ணுக்குப் பிரகாச மயமாகத் தெரிந்தது. யாம நிசப்தத்தில் அவ்வப்போது, நித்திரை அணுகாத இராக்களில் தாயை விளித்துக்கொண்டேயிருப்பாள்.

‘என்தாயே! என் கண்ணுக்கு ஒரு தடவையாவது காட்சி தாருங்கோ நாச்சியாரே . . .’

சில ராக்காலங்களில் தாயை இடைவிடாது கூப்பிட்டுக் கொண்டேயிருப்பாள். அவளுக்குத் தைக்காப் பள்ளி இடிஞ்சு விழுந்த பிறகு ராப்பகலா நித்திரை இல்லை. பிள்ளைகள் நாலா பக்கம் சிதறினார்கள். அடுப்பு ஊதிப் பற்றவைக்க இயலவில்லை. ஒற்றைத் தடி. பெரும்பாலும் ராப்பாடு தாத்தா கொடுக்குத கொண்டு நடக்கும். என்னவோ மம்மதும்மா பேரில் தாத்தாவுக்கு ஒரு பாசம். மதார் சாகிபின் வீட்டை வாங்கிக் குடிவந்த பிறகு தெருக்காரி லெவண்டிகள் எவளும் தாத்தாவுக்கு முகம் கொடுப்பதே இல்லை. அந்நாட்களில் பேச்சுத் துணை மம்மதும்மாதான். ஊருல உள்ளவளுக்க கதையெல்லாம் அளந்து கொட்டுவாள். அழகியான மைமூனா நாச்சியாரின் கதையை ரொம்ப காலத்திற்குப் பிறகு சொல்லிக்கொடுத்ததும் அவள்தான். கணவன் மவுத்தாவும்பொழுது மைமூனா நாச்சியார் கிருகிருப்புள்ள கருகருத்த பருவம். சுருள்முடி, மைக்கண். மெல்ல

நடை, நடையே ஒரு அழகு. கணவன் கார் டிரைவர். காரை முதலாளி வீட்டு செட்டில் நிப்பாட்டிவிட்டு வீடு வந்து மனைவி கொடுத்த உணவை உண்டுவிட்டுப் படுத்தவன் பின்னே உணரவே இல்லை.

தெருவெங்கும் கிசுகிசுப்பு . . .

சோத்துல விசம் கலந்து கொடுத்துக் கொன்னு போட்டாள்.

அவன் மவுத்தான மறுமாசமே சிவப்புச்சேலையும் கட்டி, மேச்சாக சிவப்பு ரவிக்கையும் போட்டுக்கொண்டு அஞ்சுவண்ணம் தெருவழியாகச் சிமிட்டிச் சிமிட்டி நடந்து போனபோதே தெருச்சனங்களுக்குச் சந்தேகம் வலுத்தது. அதிகம் வெளியே நடமாடாத மைமூனா நாச்சியாரைத் தாத்தாவுக்குக் காட்டிக் கொடுத்தது மம்மதும்மா. தாத்தா கதவு இடுக்கு வழியாக அவளைப் பார்த்துத் தானாகச் சொன்னாள்: ‘அறுதலி போலயா நடக்குதா? இவளைப் பாத்தாலே ஆம்புள்ளையோ மயங்கிப் போவாங்களே மம்மதும்மா.’

‘உடுங்க தாயே! அவொ கதையெல்லாம் வெறே. பெறவு சொல்லுதேன்.’

வயல் அறுப்புக் காலம். மம்மதும்மா, தாத்தாவீட்டு வாசல் கல்படி குளிர்ச்சியில் உட்கார்ந்திருக்கும்போது அறுத்து எடுக்கப் பட்ட கதிர்க்கட்டுகளைச் சுமந்துகொண்டு அறுப்புக்காரர்கள் தெருவழியாகப் போவதைப் பார்த்து மூக்கில் விரல் வைத்தாள், மம்மதும்மா.

கால்மேல் கால்போட்டுத் தின்ன வேண்டிய அந்த மனுசன் இருக்குத எடம் தெரியல்ல. அவொ ஊட்டுக் களத்துல நெல் குவியுது. அந்த மனுசனுக்க கெட்ட காலத்துக்கு அவளைத் தொட்டார்.

அவ்வளவுதான்!

மம்மதும்மா ஓலமட்டைக் கள்ளி மேபூபா ஊட்டு வெளித் திண்ணையில் கிழிந்த சேலை விரித்துச் சாய்ந்தாள். உறக்கம் வரவே இல்லை. மஹமூதப்பா தைக்காப் பள்ளி, அவள் உம்மாவோடு சிறுபிள்ளையாக அஞ்சுவண்ணம் தெருவுக்கு வந்தபோது பார்த்தபடியே காணப்படுகிறது. ஆகாசத்திலிருந்து ஒரு ஒளி தைக்காப்பள்ளிக்குமேல் அருவிபோல் சொரிகிறது. தைக்காப்பள்ளி ஒளிவெள்ளத்தில், தொங்கவிடப்பட்ட ராந்தல் விளக்கும் ஒளிவிட்டுக்கொண்டிருந்தது. குமிஞ்சானும் சந்தனத் திரியும் எழுப்பிய புகையில் பக்தி நிரம்பிய ஒரு நறுமணமிருந்ததை முகர்ந்தாள். தெருவில் சுழன்ற மெல்லிய காற்றில் கலந்த சொர்க்க

சுகந்தம் அவளுக்குள் வியாபித்தபோது ஒரு உள்ளுணர்வில் எழும்பி உட்கார்ந்தாள். காண்பது கனவா நிஜமா என்ற புரியாமை அவள் முகத்தில். அவளுடைய முகத்திற்கு எப்போதுமில்லாத ஒரு விகாசம். திடீரென பார்வையில் ஒரு தெளிவு. நீலத் தாவணி அணிந்து நீலக் கண்களும் சுருள் கூந்தலுடனும் ஒரு பௌர்ணமித் திங்கள் தைக்காப் பள்ளியிலிருந்து இறங்கி வந்தது, அவளுக்கு நேராக. திடீரெனக் கண்டு திடுக்கிட்ட அவள் அந்தக் குரலின் இனிமையில் சொக்கிப்போய் எழும்பி நின்றாள்.

'அம்மா நான்தான்! நீங்க கூப்பிட்டது என்னைத்தான்.'

காதில் தேனருவி பாய்வது போலிருந்தது. ஒரு நொடி மறைவதற்குள் அந்தப் பௌர்ணமித் திங்கள் பார்வையிலிருந்து மறைந்தது. பின்னால் தைக்காப் பள்ளியைக் குளிப்பாட்டிய ஒளியும் ராந்தல் திரியும் அணைந்துவிட்டது.

34

தைக்காப் பள்ளியும் அதன் வளாகமும் பழைய நிலையிலானது. தைக்காப் பள்ளியைக் குளிப்பாட்டிய ஒளி எங்கிருந்து வந்தது? கண்முன் தோன்றிய பௌர்ணமித் திங்களைத் தோற்கடிக்கச் செய்யும் கன்னிப்பெண் யாராக இருக்க முடியும்? சூட்டைக் கிளப்பிய சிந்தனையில் நேரம் புலர்ந்தது. தூக்குப் போணி எடுத்துக்கொண்டு பிள்ளைவாள் கடைக்குச் சாயா வாங்க போவுகையில் அவளுக்கு குவாஜா அப்துல் லத்தீப் ஹஜ்ரத்தைப் போய்ப் பார்க்க வேண்டும் போலிருந்தது. ஊர் ஊராகச் சென்று ஞானப் பாடல்கள் பாடித் திரிந்த ஆலிப்புலவருடைய பேரப்பிள்ளை முடங்கிப் போனது அவளுக்குக் கவலையாக யிருந்தது. அவள் பெண்டாட்டிக்காரி, அந்த இரக்கம் கெட்ட மிருக ஜாதி, அவரை என்ன பாடுபடுத்துகிறாளோ? ஓதிப் பட்டம் பெற்ற மவுலவி மகனுக்கும் அவர் வேண்டாம். அவருடைய நோயும் முதுமையும் அவர்களுக்குப் பெரும் கொடுமையாகப்பட்டது. பெண்டாட்டி, பிள்ளைகளை வெறுப்படையச் செய்யும் மிக மோசமான நோய். பகைவனுக்கும் இப்படி நோய் வரக்கூடாது. பிறர் உதவியின்றிக் கடுகளவும் அசைய முடியாத கொடுமையான நோய்.

அல்லா என்று கூப்பிடக்கூட நாக்கு வசப்படாது. உள்ளுக்குள் கொதித்தெழும் வேதனையை வெளிப்படுத்துவதற்கு வடிகாலான ஒரே ஒரு சொல் அல்லா. அந்தச் சொல்லை உச்சரிக்கக் கூட உதவாத

இந்த நாக்க வச்சுத்தான் எட்டுத்திக்கும் போய் மெஹராஜ் மாலையையும் அப்பா பாடல்களையும் பாடிச் சுழன்றார்.

எல்லாம் செயலிழந்து ஒரு கட்டையாகக் கிடக்கும் அவருடைய மன ஓட்டத்தில் மனைவி, பிள்ளைகள், உறவுகள், நட்புகள் எல்லாம் தினமும் வரிசையாக வந்து போயினர்.

அந்த வரிசையில் தனக்கும் ஒரு இடமிருக்கத்தான் செய்யும், நிச்சயம்.

பல் துலக்கிய வாயில் சுடு சாயா குடித்துவிட்டு மம்மதும்மா குவாஜா அப்துல் லத்தீப் ஹஜ்ரத்துடைய வீட்டுக்கு நடந்தாள். அவருடைய பெண்டாட்டி, அந்நேரம் இல்லை. கதவில் தாழ் இடாததால் பக்கத்தில் எங்கேயாவது போயிருக்கலாம். உள்ளே ஏறிச் சென்றாள்.

மல்லாக்கப் படுத்துக்கொண்டிருந்தது ஒரு துரும்பு. இடுப்பில் துணி இல்லை. சற்று அஞ்சிப் பின்வாங்கி நின்றதை அவர் கண்டார். வந்திருப்பது மம்மதும்மா என்று புரிந்ததும் அவளைக் கிட்ட அழைப்பது போல் சயிக்கை காட்டினார். அவளுக்குத் தயக்கமாயிருந்தது. தயக்கம் எதுக்கென்று அவளுடைய உள்ளறையிலிருந்து யாரோ கேள்வி எழுப்பும் குரல் அவளுடைய பிரக்ஞையில் எதிரொலித்தது.

வாழ்க்கையில் ஒரே ஒரு தடவை நினைவிலிருந்து மாயாத ஒரு பலவீன நிமிடத்தில், அவருடைய கை அணைப்புக்குள் ஒடுங்கிக்கிடந்து உடல் சிலிர்த்த நிமிடத்தை நினைத்துப் பார்த்தாள். அந்த நினைவுச் சிலிர்ப்பில் முன்பின் பார்க்காமல் மின்வெட்டி மறையும் நொடி நேரத்தில் விலகிக்கிடந்த துணியை எடுத்து நேராகப் போட்டுவிட்டு விலகினாள். விலகி நின்று கொண்டிருந்த மம்மதும்மாவைப் பார்த்துக் குழறிய நாக்கால் சொற்களைப் பொறுக்கிக்கூட்டி இணைத்தும், சொற்கள் சிதறியிருந்தன. அவருடைய சிதறிய சொற்களிலிருந்து பொருள் உணர்ந்து சொன்னாள்.

‘நல்லாத்தான் வாப்பா இருக்கேன். நீங்க?’

அவர் கண்களை இறைவனுடைய சிம்மாசனத்துக்கு நேராகக் காட்டினார்.

கடந்துபோன மவுனப் பொழுதில் அவருடைய மனைவி வந்தேறினாள்.

‘ஹஜ்ரத்தைப் பார்க்கத்தான் வந்தேன்’ மம்மதும்மாவே முந்திக்கொண்டு சொன்னாள்.

பெண்டாட்டிக்காரியுடைய பார்வை அவருடைய நிர்வாணம் மறைக்கப்பட்ட துணி மீதிருந்தது. சிடுசிடுத்த மூஞ்சியோடு மம்மதும்மாவைப் பார்த்தாள்.

'நான்தாம்மா துணியை எடுத்துப்போட்டேன்.' பார்வையின் பொருள் புரிந்தது, அவளுக்கு.

'துணியை எடுத்துப்போடுதுக்கு இஞ்செ வேற ஆளில்லியா?'

'உண்டு. போடாம எப்படித் தாயே பாத்து நிக்க முடியும்? ஒரு சாலிஹான மனுசனுடைய இயலாத நேரத்துல அவருடைய நிர்வாணத்தை மறைச்சுக் கொடுத்தது தப்புனா மன்னிப்பு கேக்குதேன்.' மம்மதும்மா குரல் அடக்கி ஒரு சண்டையைத் தவிர்க்கப் பணிவாகச் சொன்னாள். இறங்கிப் போகும்போது அவருடைய மனைவியிடம் கெஞ்சினாள்.

'தாயே! கோவப்படாதீங்கொ. செலவில்லை. மேக்கத்திக் காரருடைய மகன் டாக்கிட்டர். ஊட்டுக்கு வந்திருக்கார். கூப்பிட்டு நாடி பாத்தா என்ன ஏதுனு சொல்வார்.'

பெண்டாட்டிக்காரிக்கு அவள் சொன்னது சரியெனப்பட்டது.

ஊர் ஊராகச் சென்று வாப்பாவின் முரீது(சீடர்)களைச் சந்தித்து வாப்பாவின் சிகிச்சைக்காகப் பணம் வசூல் செய்து வாங்கித் தின்னு திரியும் குவாஜா அப்துல் நசீர் பாகவி பல நாட்களுக்குப் பின் வீட்டுக்கு வந்திருந்தபொழுது உம்மா மகனிடம் சொன்னாள்:

'மக்கா, அஞ்சுவண்ணம் தெருவுல மேக்கத்திக்காரர் மகன் டாக்டர் வந்திருக்காராம். வாப்பா பேரைச் சொல்லிக் கூப்பிட்டா வருவார். ஒண்ணுக்கும் ஆவாத இந்தக் கட்டையை இப்படியே போட்டுட்டு இருந்தா? பெரிய ஒரு பாரமா போச்சே... செத்தொழியாரில்லையே ஆண்டவனே..!'

வீட்டுக்குப் பலமுறை மவ்லுது ஓத வந்த பரிச்சயம் உண்டு. வாப்பாவின் நண்பர். அவருடைய மகன் வந்து கூப்பிட்டதற்காக ஸ்டெதெஸ்கோப்பைக் கழுத்தில் போட்டுக்கொண்டு இரத்த அழுத்தம் பார்க்கும் கருவியை எடுத்துக்கொண்டு குவாலிசை ஸ்டார்ட் செய்தார், டாக்டர் அப்துல் கபூர்.

டாக்டர் வரும்முன் வீட்டையெல்லாம் சுத்தம் செய்து, கெட்ட வாடை வராதபடி மண வஸ்துக்கள் பூசியும் பத்தி கொளுத்தி வச்சும் குமிஞ்சான் புகைச்சும் வீட்டைச் சுகந்த மயமாக்கினாள் அவருடைய மனைவி.

டாக்டர் இரத்த அழுத்தம் பார்த்தார். நாடியைச் சோதித்தார். முதல் காப்பியகர்த்தாவான ஆலிப் புலவருடைய வமிசாவளியில் வந்த பேரக்குட்டியின் நாடி பலமானதாகயிருந்தது. இரத்த அழுத்தம் நார்மல்.

'பாத்தப்போ எப்படி டாக்டர்?' அவருடைய மனைவி ஆவலோடு கேட்டாள்.

'இப்படியே கொஞ்ச காலம் ஓடும்...'

கேட்டதும் பெண்டாட்டிக்காரியுடைய முகத்தில் இரத்த ஓட்டம் உறைந்தது. ஆடி மேகம் குவிந்தது.

சமீப காலத்தில் கட்டில் காலியாயிக் கெடைக்காதா? ஏங்கி விட்டாள்!

ஹஜ்ரத் சயிக்கை காட்டி டாக்டரை உட்காரச் சொன்னார்.

வாப்பாவுடைய நண்பரானதால் பெரும் வேலை நெருக்கடிகள் இருந்தும் அவருடைய மனஆறுதலுக்காக டாக்டர் கொஞ்ச நேரம் உட்கார்ந்திருந்தார். வாயில் சளுவா வடிய, நா குழற கட்டுக்குலைந்த சொற்களாலுள்ள விசாரிப்பை டாக்டர் ஊகித்துப் பொருள் புரிந்துகொண்டு பதில் சொன்னார்.

'வாப்பாவுக்கு சுகம்தானா?'

'ஆமா, இந்த வருசம் வாப்பாவும், உம்மாவும் ஹஜ்ஜுக்குப் போனாங்கோ.'

'அப்படியா? எனக்குத் தெரியாதே! உங்க அண்ணன்?'

'திருச்சி எஸ்பி.'

'இளைய அண்ணன்?'

'டாட்டா அட்டாமிக் எனர்ஜியில சீனியர் ஆபீசர்.'

குவாஜா அப்துல் லத்தீபுடைய முகத்தில் ஒரு சந்தேகம் படர்வதை டாக்டர் கவனித்தார். கொஞ்ச நேர மவுனத்திற்குப் பின் கேட்டார், ஹஜ்ரத்.

'உங்க தம்பியோ?'

'கலைக் கல்லூரி முதல்வர் முனைவர் முஷ்தாக் அகமது.'

'மஹமூதப்பா தைக்காப் பள்ளிக்கு மினாரா கட்டிக் கொடுத்தீங்களா?'

'இல்லையே. பள்ளியே இடிஞ்சு கெடக்குது.'

‘அப்படியா? எங்க மஹமூதப்பா பள்ளி இடிஞ்சுபோச்சா? அடக்கம் செய்யப்பட்ட தாய்? தாய்க்குக் காவல் நின்றிருந்த சத்தியமுள்ள பாம்பு? ஜின்னு?’

டாக்டர் குவாலிஸ் ஸ்டார்ட் செய்தார்.

குவாஜா அப்துல் லத்தீப் ஹஜ்ரத் படுக்கையில் கிடந்து யோசனை செய்தார். தைக்காப் பள்ளிக்கு மினாராக்கள் கட்டிக் கொடுக்காமலேயே மேக்கத்திக்காரர் ஹஜ்ஜுக்குப் போனார். அவருடைய பிள்ளைகளெல்லாம் உயர்ந்த பதவிகளில், உயர்ந்த சம்பளம். நல்ல பண வசதி. வாழ்க்கை இருக்காதுன்னு நம்பிய அதே வீட்டில்தான் தங்கி வருகிறார்கள். அப்படியானால் ஷேக் மதார் சாகிப் பாப்பரானது எப்படி?

ஏன்?

இந்தக் கேள்விக்குப் பதில், மனிதர்களில் மம்மதும்மா ஒருத்திக்குத்தான் தெரியும். அது ஒரு பரம ரகசியம். ஏழு தெருச்சனங்களும் தெரியாத ரகசியம். ஆகாசப் பறவைகளோ, பூமி வாழ் ஊரினங்களோ ஜல ஜீவிகளோ தெரியாத இந்த ரகசியம் தெரிந்தவர்கள் இரண்டுபேர்தான். ஒண்ணு, சர்வத்தையும் படைத்து இரட்சிக்கும் அல்லா. இன்னொான்று ஒரு காலத்தில் அஞ்சுவண்ணம் தெருவை ஆட்டிப் படைத்து ஆட்சிசெய்த மம்மதும்மா.

அல்லா அவனுடைய பிரபஞ்ச ஜன்னல் வழியாக சூட்சுமமான தொலைநோக்குக் கருவி மூலம் பார்த்துத் தெரிந்து கொண்டான். மம்மதும்மா நடுச்சாமத்தில் வயறு கலங்கிய போது குளத்தங்கரைக்குப் போகும் வழியில் அவளுடைய ஜின்னு அவளுக்குக் காட்டிக்கொடுத்தது. ஷேக் மதார் சாய்பு அவளுடைய வீட்டிலிருந்து இறங்கி வருவதைப் பார்த்ததும் அவள் அதிர்ந்து போனாள். பார்த்ததை வெளியே சொல்ல வில்லை. விலையும் நிலையுமுள்ள ஒரு மனுசனைப் பங்கப்படுத்த வேண்டாமென நினைத்திருக்கலாம். பல சந்தர்ப்பங்களில் அவளுடைய பகட்டான உடையை, சிமிட்டலான நடையைப் பார்க்கும்போதெல்லாம் கூசிலடைத்த பூதத்தைத் திறந்துவிடத் தோன்றும். அடக்க முடியாமல் அடக்கிவிடுவாள்.

தான் என்ன சுத்தமா? கட்டாயத்தில் ஒரு முறையானாலும் களங்கம் களங்கம்தானே? அடக்கு மட்டும் அடக்கினாள். அவரைக் கேவலப்படுத்த வேண்டாம். பூமியைப் போல இரகசியத்தைக் காத்தாள்.

ஒலைமட்டைக்கள்ளி மேமூபாவீட்டு வெளித் திண்ணையில் கிடந்தபடி சளிமுட்டிக் காறித் துப்பியது, அது வழியாக நடந்து வந்த மைமூனா நாச்சியாருடைய சேலையில் தெறித்துவிட்டது.

அவளுக்குக் கோபம் பொத்துக்கொண்டு வந்தது.

'கெழட்டு மூதேவி. பாத்துத் துப்பக் கூடாதா? ஆளு வாறது தெரியலையா? கண்ணு குந்தம் சாடியா போச்சு,' என்று கேட்டதும் மம்மதும்மா பழைய மம்மதும்மாவாக உயிர் பெற்றாள். அவளுடைய தொண்டை அகலத் திறந்தது. கூசிலடைத்திருந்த பூதம் கூசை உடைத்துக்கொண்டு வெளிக் கிளம்பி ஜடை சிலிர்ப்பியது.

'நீ என்னடி ரொம்ப பெருசா பத்தினிச்சி மாதிரி பேசுதா?'

'நீ வயல் வாண்டினதும் வீடு கட்டினதும் யாருக்க பணம் கொண்டாக்குமெனு எனக்குத் தெரியாதுனு நெனச்சியா? ராஜாவாட்டு அந்த வீட்டுல குடியிருந்த ஷேக் மதார் சாகிபெ பாப்பராக்கித் தேசாந் தெருவாக்கிவிட்ட பாவி நீ. உன்னை அல்லா தண்டிப்பாண்டி, சலம்பாதே போடி அபிசாரி நாயே...'

மைமூனா நாச்சியார் கேட்டதும் அதிர்ந்துபோய்ப் பேச்சு மூச்சு இல்லாமல் தலைகுனிந்து நடந்தாள்.

வேளிமலையிலிருந்து வாயில் தீக்கொள்ளி கடித்துப் பிடித்துக்கொண்டு மருத்துவான் மலைக்குக் கொள்ளியாப்பை பறக்கும் ரண்டாம் யாமத்தில் எங்களுக்குள் நடந்த கதைகளை இவள் தெரிந்தது எப்படி?

அஞ்சுவண்ணம் தெருவின் சித்திரைச் சூட்டைத் தணிக்க குளிர்ச்சி கொண்டு வந்த மெல்லிய வயலன் காற்று மைமூனா நாச்சியாரின் தொங்கட்டம் தொங்கிய காதில் வெளியாட்கள் யாரும் கேட்காமல் குரலடக்கிச் சொன்னது:

'நிழலாக அவளைப் பின்தொடரும் ஜின்னு...!!!'

35

வாப்பா தாத்தா வீட்டில் ஒரு இரவு தங்க வேண்டிய கட்டாயம் ஏற்பட்டது. ஊரில் ஆயிரம் வேலைகள். நிறைய நெத்தோலி மீன்பாடுள்ள சமயம். சாயங்காலம் காயப்போட்ட நெத்தோலியைக் கடற்கரையில் கூறுபோட்டு ஏலம் போடுவார்கள். மகளையும் பேரப் பிள்ளைகளையும் பாத்துட்டு ஏலம் நடக்கும்முன் ஊருக்குப் போய்விடலாமென்று வந்தவர். திடீரென வாயுக் கோளாறு ஏற்பட்டதால் போக முடியாமலாகிவிட்டது. வாயுச் சேட்டை நின்றதும் கருக்கலாகிவிட்டது. தாத்தா ஒரே பிடிவாதமாக நேரம் வெளுத்துப் போகலாமென்றாள். தாத்தாவின் சொல்லைத் தட்ட முடியாமல் அன்று ஒரு இரவு தாருல் சாஹினாவில் தங்க வேண்டிய சூழ்நிலை. கடற்கரையில் நத்தோலி பாடுள்ளபோது வாப்பா இரவு எங்கும் தங்குவதில்லை.

வாப்பா, எப்போதாவது தாத்தா வீட்டில் தங்க வேண்டிய கட்டாயம் ஏற்பட்டால் உறங்குவது மொட்டைமாடித் திறந்த வெளியில். மருத்துவான் மலை கிழக்கன் காற்றின் குளிர் சுகத்தில் நல்ல நித்திரை கிடைக்கும். மைதீன் பிச்சை மோதினுடைய மவுத்திற்குப் பிறகு தைக்காப் பள்ளியிலிருந்து பாங்கு ஒலிப்பது நின்றுவிட்டது. தைக்காப் பள்ளி ஹவுளில் படர்ந்துகிடக்கும் பாசியை ஒதுக்கிவிட்டு வாப்பா மட்டும் தொழுது முடித்தபின் நாய் ஏறி அசுத்தப் படுத்தாமலிருக்க வாசலை இறுக்கச் சாத்திவிடும். மைதீன் பிச்சை மோதினுடைய பாங்கு குரல் கேட்டு வாப்பா உணர்ந்தது அன்று. இப்போது

மக்கா மஸ்ஜிதிலிருந்து அஞ்சுவண்ணம் காலை நிசப்தத்தில் பாங்கு ஒலி கணீரென்று மொட்டை மாடிச்சுவரில் தட்டி எதிரொலிக்கும். அந்த எதிரொலிப்பு கேட்டு வாப்பா உணர்ந்து தைக்காப் பள்ளி ஹவுள் குளிர் நீரில் கை கால் சுத்தம் செய்து தொழுதிறங்கி வரும்போது, தாத்தா சுலைமானி சூடாகக் கொடுப்பாள். வாப்பாவுக்கு சுலைமானியென்றால் ரொம்பப் பிரியம்.

அன்று வாப்பா மொட்டை மாடித் திறந்தவெளியில் உறங்கிக் கொண்டிருக்கையில் மெல்லிய குரலில் ஒரு பாங்கு சத்தம் கேட்டது.

'வாப்பா'... மைதீன் பிச்சை மோதின் அவருக்கே உரிய உடையில் வாப்பாவுக்கு முன்வந்து வழக்கம் போல் பணிவாக நின்றார். அவருடைய கண்கள் முன்னைவிடப் பிரகாசமாயிருந்தன. தோள்பகுதி கிழிந்த சட்டையிலிருந்து முன்பு முகந்திராத ஒரு பூவின் வாசனை மொட்டை மாடியில் பரவியது.

'வாப்பா, அடக்கம் செய்யப்பட்ட தாயும்மாக்க தலை மாட்டிலுள்ள மஹமூதப்பா தைக்காப்பள்ளி மழையில் ஒழுவி நிறையுது. ஓட்டைப் பிரிச்சு மாற்றிப் புது ஓடு போட்டுத்தாறேனு சொன்னீளே ..?'

'சொன்னேன். செய்து தாறேன்.'

'ஒங்க மருமகன் தைக்கா பள்ளிக்கு மினாரா கெட்டி தாறதாகச் சொன்னாரே! என்னாச்சு?'

'தொழுகைக்கு ஆளுவொ வராத பள்ளிக்கு மினாரா எதுக்கு மோதீங்கா ..?'

'இந்த வீட்டுக்கு வாழ்வு வர வேண்டாமா?'

'மினாரா கட்டி வாழ்வு வரண்டாம்.'

'அப்படிச் சொல்லாதிங்கோ வாப்பா ...? அல்லா செல்வத்தைத் தருவான்.'

'இந்தத் தைக்காப் பள்ளியிலே ஆரும் தொழ வாறதில்லையே. ஹவுள் தண்ணி பாசி புடிச்சு, புழு புடிச்சுக் கெடக்குது. எப்போதாவது நான் வந்தாதான் பள்ளிக் கதவைத் திறக்கூது. பாயெல்லாம் பாச்சானும் பல்லியும் செத்து நாறிக் கெடக்குது. அரணையும் பூரானும் கெடந்து ஓடுது. தொழுகையும் வணக்கமும் இருந்தா தானே பள்ளி. இல்லாட்டா பாழடஞ்ச கட்டிடமில்லியா

மோதீங்கா? இப்போ இது ஒரு பாழடஞ்ச கட்டிடம். இதுக்குப் போய் மினாரா கட்ட சொல்லீளே. மோதீங்கா ..?'

மைதீன் பிச்சை மோதின் மறுபேச்சில்லாமல் வாயடைச்சுப் போய் நின்றார். சரிதான். அவர் பேச்சில் நியாயம் இல்லாமலில்லை.

'வாங்க தொழப் போவோம்.' மைதீன் பிச்சை மோதின் புன்னகையோடு அழைத்தார். மைதீன் பிச்சை மோதினுடைய பற்கள் வெண்மையாக விளங்கின. தோள்ப் பகுதியில் கிழிசல் இல்லாத புதுச்சட்டை அணிந்திருந்தார். கழுத்தில் முத்துமாலை. காலில் புது பாட்டா ரப்பர் செருப்பு. மயில் கண்ணன் சாரம் உடுத்தியிருந்தார். ஒரு புதுப் பொலிவு. மைதீன் பிச்சை மோதின் முன்னை விட வேகமாக நடந்தார். வாப்பாவால் அவருக்கொப்பம் நடக்க முடியாவிட்டாலும் அவரை எட்டிப் பிடிக்க வேகமாக நடந்தார். முடியவில்லை. தன்னை விட வயோதிகரான அவருடைய கால்களுக்கு என்ன வேகம்? இருவரும் பெரிய ஒரு மைதானத்தை அடைந்தார்கள். மைதானத்தில் நின்றுகொண்டு இடிந்த ஒரு பள்ளிவாசலைச் சுட்டிக்காட்டினார்.

'இதுதான் பாபரி மஸ்ஜித்.'

'நரசிம்ம ராவ் ஆட்சிக்காலத்தில் இடிச்சது இந்தப் பள்ளிதானா?'

'ஆமா, வகுப்பு வெறியர்களுக்கு இடிக்க வசதி செய்து கொடுத்தார் நம்ம முன் பிரதமர். பாதுகாப்புக்கு அனுப்பிய ராணுவத்தை எட்டு கிலோ மீட்டர் தள்ளி நிற்கச் சொன்னார். எதிர்ப்பில்லாமல் இடிச்சுத் தரைமட்டமாக்கினாவோ?'

'அங்கேயா தொழப் போறோம்?'

'இல்ல, அங்கே இப்போ ராமர்சிலை வச்சு வணங்குதாவோ!'

'தொழுகையும் வணக்கமும் இல்லாத கட்டிடங்கள் அந்நியப்படத்தான் செய்யும். அந்நியக் கைகளுக்குப் போன பிறகு மொறவிளி கூட்டி என்ன பலன்? போனதைத் திருப்பித் தாருங்கடானு கேட்டா தீவிரவாதினு சொல்லுதாவோ.'

மைதீன் பிச்சை விழுந்தடிக்கச் சிரித்தார்.

'ஏன் சிரிக்கியோ?'

'நம்ம நாட்டுலே நடக்குத கூத்தை நெனச்சு சிரிக்கேன் வாப்பா ...'

மைதீன் பிச்சை மோதினுக்கு இந்த அறிவு எப்படிக் கிடச்சுதுனு வாப்பா லயிப்பில் ஆழ்ந்திருக்கையில் அந்த மைதானத்தை நோக்கி ஒரு சிவந்த குதிரை தூள் கிளப்பி வந்து, மோதினாரின் கிட்ட நின்றது.

'ஏறுங்கோ... வாப்பா' மைதீன் பிச்சை மோதினின் தலையிலிருந்த தொப்பியைக் காணவில்லை. வால் போட்ட தலைப்பா கட்டி கம்பீரமாகக் காணப்பட்டார். 'வாங்க தொழப் போவோம்.' மோதீனார் குதிரைமீது குதித்து ஏறிக்கொண்டு, வாப்பாவைப் பின்னால் ஏற்றிக்கொண்டார்.

குதிரை மண்ணைக் கிளறிக்கொண்டு வெகுண்டோடியது. மரம் செடி கொடிகளெல்லாம் பின்னோக்கிப் பறந்தன. கடிவாளக் கயிறு மைதீன் பிச்சை மோதினாரின் கையில். குதிரை காடுகள், வனாந்தரங்கள் எகிறித் தாண்டி ஓடியது. மலைகளும் பறந்தன.

'எங்கே போறோம்?' பயப்பா டோடு கேட்டார்

'கஅபத்துல்லாவுக்கு!' (மக்காவிலுள்ள பள்ளிவாசல்)

காடுகள், வனாந்திரங்கள் தாண்டி ஓடிய குதிரை, ஒரு மலையேறி அங்கிருந்து தாவி ஒண்ணாம் வானத்திற்குப் பறந்தது. ஒண்ணாம் வானத்திலிருந்து ரண்டாம் வானத்துக்கு, அங்கிருந்து மூணாம் வானத்துக்கு, மூணாம் வானத்திலிருந்து நாலாம் வானத்துக்கு.

நாலாம் வானத்தில் வெள்ளி நிறத்தில் தண்ணீர் பாயும் ஒரு நதிக்கரையில் குதிரை களைப்பாற நின்றது.

'இறங்குங்கோ' மைதீன் பிச்சை மோதின் குதிரையிலிருந்து சாடி இறங்கினார். வாப்பாவை இறங்க கை கொடுத்தார்.

இருவரும் வெண்மையான மணலில் இறங்கி நின்று புது உலகைச் சுற்றிப் பார்த்தனர். குளுமையான மண், காலுக்கு இதமாகயிருந்தது.

'அந்தா உருண்டையாகப் பிரகாசிக்குதே என்னது அது..?'

'அதுதான் நம்ம பூமி.'

'அப்போ இப்பம் நாம் நிக்கூது?'

'நாலாம் ஆகாசத்தில!' மோதினார் சொன்னார்.

'பூமி, மலைகளும் காடுகளும் பாலைவனங்களும் நிறைஞ்சுது இல்லியா, அதெப்படி உருண்டையாகப் பிரகாசிக்கும்?'

வாப்பாவின் சந்தேகத்தை மோதின் போக்கினார்.

'வாப்பா, சந்திரனைப் போல் சூரியனைப்போல் ஒரு கோளந்தான் பூமியும்.'

'மனுசன் சந்திர மண்டலத்துக்குப் போயிட்டு வந்து பூமியும் பிரகாசமுள்ள கோளம்னு சொன்னது இப்போது. 16ஆவது நூற்றாண்டில் ஆலிப்புலவர் நபிநாயகம் வானலோகப்பயணம் செய்ததைப் பற்றி எழுதிய மெஹறாஜ் மாலையில் பூமி பிரகாசிக்கக் கூடிய கோளம்னு எழுதி வச்சிட்டாரு.'

'நபிகள் நாயகம் அல்லாஹ்வைச் சந்திக்கதுக்கு வானலோகம் போனப்போ அங்கிருந்து பூமியெ பாத்தாவளாம். பூமி உருண்டையாக விளக்குபோல் ஒளிவிட்டுக்கொண்டிருந்ததாக புலவர் ஒரு பாடல் சொல்றாரு. அன்று புலவருக்கு இந்த அறிவு எப்படிக் கெடச்சுது?'

அங்கு நின்று மித்துனியா ஆலமதை நந்நயினார்
செங்குவளைக் கண்ணாற் தெரிசித்தார் – அங்கு
சுருக்கமாய்க் கிந்திலொன்று தோன்றுவது போல
இருக்கின்ற திப்பூ விடம்

இருவரும் ஒளிர்ந்துகொண்டிருக்கும் பூமியைப் பார்த்து ரசித்துக்கொண்டு நிற்கையில் குதிரை பாய்ந்து வந்தது. இருவரும் ஏறிக்கொண்டனர். சொர்க்கப் பூங்காவனத்தை, அங்கு ஓடும் தேன் ஆற்றை, பூங்காவனத்தில் ஊஞ்சலாடிக் கொண்டிருக்கும் ஹூர்லின்களை (சொர்க்கத்துப் பெண்கள்) நரக நெருப்பை, அங்கு ஓடும் நெருப்பு ஆற்றை, கனல் கொத்தி விழுங்கும் பறவைகளை, மலைகளைப் பிளக்கும் விஷம் சீற்றும் பாம்புகளை ... பச்சை மரங்களைக் கொட்டிப் பட வைக்கும் விஷக்கொடுக்குகளுள்ள தேள்களை, நெட்டோகாலிகளை ... எல்லாம் காட்டிக்கொடுத்தார். ஏழு ஆகாசங்களையும் ஒரு சுற்றுச் சுற்றிவிட்டுக் குதிரை குப்புற இறங்கிய வேகத்தில் இமயமலை சிகரத்தில் மோதி இருவரும் பாதாளத்தில் விழுந்து சுக்குநூறாக நொறுங்கிப் போவோமோ என்று வாப்பா பயந்து அலறியது – 'பதறீங்களே ..! காப்பாத்துங்கோ ..!'

அலறல் சத்தம் தாத்தாவுக்குக் கேட்டது. ஆழ்ந்த உறக்கத்திலிருந்து தாத்தாவும் மச்சானும் பதறி அடிச்சு மொட்டை மாடிக்கு வந்தார்கள்.

வாப்பாவுக்கு என்ன ஆச்சோ?

வாப்பா கட்டிலில் தலைகுனிந்து உட்கார்ந்து கொண்டிருந்தார். உடலெல்லாம் வியர்த்துக்கொட்டியது.

‘ஏன் வாப்பா சத்தம் போட்டீயோ?’

வாப்பாவின் கஷண்டித் தலையில் சால் எடுத்து ஓடிய விசர்ப்பைத் துடைத்துவிட்டாள். மச்சான் பயந்துபோய் நின்றார்.

‘என்னவாப்பா... சொல்லுங்கோ...’ தாத்தாவின் தொண்டை கரகரத்தது.

‘ஒண்ணுமில்லையம்மா ... நான் சத்தம் போட்டனோ?’

‘நீங்க போட்ட சத்தத்துல உறங்கிக்கிடந்த நாங்களெல்லாம் பயந்துபோனோம் வாப்பா’.

‘என்னவாம்?’

‘அதைக் கேக்காதே...’ வாப்பா சொல்ல மறுத்தார்.

www.ingramcontent.com/pod-product-compliance
Lightning Source LLC
LaVergne TN
LVHW101409051026
849519LV00005BC/1713
* 9 7 8 9 3 8 8 6 3 1 7 9 2 *